உயிர்த்தலம்

# உயிர்த்தலம்
**ஆபிதீன்** (பி. 1958)

நாகூரில் பிறந்தவர். *யாத்ரா* சிற்றிதழில் 1982இல் பிரசுரமான 'குழந்தை' (கடிதம்) மூலம் கவனம் பெற்றவர். இணைய இதழ்களில் அபூர்வமாக எழுதும் இவருடைய முதல் சிறுகதைத் தொகுதி 'இடம்'. (2003). நீண்டகாலமாக துபாயில் பணிபுரிகிறார். இசை, ஓவியத்தில் ஈடுபாடுடையவர்.

மின்னஞ்சல் : abedheen@gmail.com

வலைப்பக்கம் : https://abedheen.wordpress.com

ஆபிதீன்

# உயிர்த்தலம்

காலச்சுவடு பதிப்பகம்

அன்பார்ந்த வாசகருக்கு,

வணக்கம்.

காலச்சுவடு நூலை வாங்கியமைக்கு நன்றி.

நூலின் உள்ளடக்கம், உருவாக்கம், அட்டைப்படம் இன்ன பிற அம்சங்கள் பற்றிய உங்கள் கருத்துகளையும் ஆலோசனைகளையும் காலச்சுவடு வரவேற்கிறது. தகவல், எழுத்து, வாக்கியப் பிழைகள் தென்பட்டால் கட்டாயம் தெரிவித்து உதவுங்கள். நூல் தயாரிப்பில் கடும் குறைபாடு இருப்பின் மாற்றுப் பிரதி உங்களுக்குக் கிடைக்கக் காலச்சுவடு ஏற்பாடு செய்யும்.

மின்னஞ்சல்: publisher@kalachuvadu.com

காலச்சுவடு நாகர்கோவில் தலைமையகத்துக்கும் கடிதம் அனுப்பலாம்.

தங்கள்
எஸ்.ஆர். சுந்தரம் (கண்ணன்)
பதிப்பாளர் – நிர்வாக இயக்குநர்

உயிர்த்தலம் ❖ சிறுகதைகள் ❖ ஆசிரியர்: ஆபிதீன் ❖ © ஆபிதீன் ❖ முதல் பதிப்பு: நவம்பர் 2007 ❖ காலச்சுவடு முதல் (குறும்) பதிப்பு: மார்ச் 2016, இரண்டாம் (குறும்) பதிப்பு: ஜூலை 2021 ❖ வெளியீடு: காலச்சுவடு பப்ளிகேஷன்ஸ் (பி) லிட்., 669, கே.பி. சாலை, நாகர்கோவில் 629001

**uyirttalam** ❖ Short Stories ❖ Author: Abedeen ❖ © H. Abedeen ❖ Language: Tamil ❖ First Edition: November 2007 ❖ Kalachuvadu First Short Edition: March 2016, Second (Short) Edition: July 2021 ❖ Size: Demy 1 x 8 ❖ Paper: 18.6 kg maplitho ❖ Pages: 272

Published by Kalachuvadu Publications Pvt. Ltd., 669 K.P. Road, Nagercoil 629001, India ❖ Phone: 91-4652-278525 ❖ e-mail: publications @kalachuvadu.com ❖ Printed at Clicto Print, Jaleel Towers, 42 KB Dasan Road, Teynampet Chennai 600018

ISBN: 978-93-84641-28-3

07/2021/S.No. 663, kcp 3100, 18.6 (2) uss

தாயார் பொன்னாச்சிம்மாவுக்கும்
துணைவி சேத்தஉம்மனைக்கும்

## பொருளடக்கம்

| | |
|---|---|
| முன்னுரை | 11 |
| மீஜான் | 17 |
| வாழைப்பழம் | 34 |
| ஹே, ஷைத்தான்! | 58 |
| ஒரு மோதிரமும் சில பேய்க்கனவுகளும் | 66 |
| மூடல் | 88 |
| 'பச்சை' மணிக்கிளியே! | 102 |
| தினம் ஒரு பூண்டு | 119 |
| உயிர்த்தலம் | 139 |
| அமானுதம் | 153 |
| இஸ்லாமியக் கதையெழுத இனிய குறிப்புகள் | 161 |
| ருக்உ | 175 |
| பாட்டியாவின் மறதி | 228 |
| நாங்கோரி என்ற உறுப்பினர் | 239 |
| விளக்கக் குறிப்புகள் | 261 |

## முன்னுரை

அப்படியொன்றும் சில இணையதளங்கள் சொல்வதுபோல் பெரிதாக நான் நையாண்டி செய்பவன் அல்ல – வாசகர்களைவிட.

ஒரு கதையில், என் ஊரின் பெருமைகளை ஒவ்வொன்றாகக் கூறிக்கொண்டே வரும் நான், 'தினமும் புதிதாக ஒரு பைத்தியம் கடைசி டிரெயினில் ஊருக்கு வருவது...' என்று பத்தியை முடித்திருந்தேன். படித்த நொடியில் ஒருவர் மின்னஞ்சல் அனுப்பினார்: 'ஆமாம், டிக்கெட்டைப் பத்திரமாக இன்னும் வைத்திருக்கிறீர்கள் தானே?'

உண்மைகளையெல்லாம் போட்டு உடைத்து விட முடியுமா? ஆனால், உண்மைகள்தான் எப்போதுமே சிரிப்புக்குரியவை. இன்னாரின் மார்க்கம் மட்டுமே உலகை உய்விக்க வந்ததெனும் உண்மை, பேரழிவு ஆயுதங்களை இன்னும் கண்டுபிடிக்கிற பெரியண்ணன்களின் உண்மை, தன் எழுத்து மட்டுமே காலாகாலத்துக்கும் நிற்பதென்று நம் தமிழ் எழுத்தாளன் சொல்லும் உண்மை...

பேருண்மையையும் சொல்லிவிடுகிறேன்: எனக்கு எழுத வராது. அதாவது, என் சமூகத்தைத் தவிர வேறெதையும் எழுத வராது.

தெரியாத்தனமாக, அல்லாஹுத்த ஆலா அற்புதமான ஊரில் என்னைப் பிறக்கவைத்தது வசதியாகிப்போனது.

இடறி விழுந்தால் எழுத்தாளர்களின் தலையில் கால் வைக்க வேண்டிய ஊர் மட்டுமல்ல. இடக்கு

மடக்காக இளஞ்சிறுவர்களைக்கூடப் பேசவைக்கும் நாகூர். பேசத் தெரியாத என்னைப் போன்றவர்களுக்குத் தன் கலகலப்பூட்டும் நகைச்சுவையால் கற்றுக்கொடுக்க இருக்கவே இருக்கிறார் எங்கள் தமிழய்யா, புலவர் சீனி சண்முகம்.

'மம்ஹுசன் வூடு வரைக்கிம் போவணும் தம்பி' என்று வழி கேட்டிருக்கிறார் அவர்.

'மம்ஹுசன் வூட்டுக்கே போயிடுங்களேன் சார்' – சிறுவன்.

இவனுக்கு முன்னால் நான் ஒன்றுமே இல்லை.

இவனைப் போன்றவர்கள் – சரியாகப் படித்து முடிவதற்குள் – 'சஃபர்' என்ற பெரும் பேயிடம் 108வது தலைமுறையாக மாட்டிக்கொண்டு பேச்சு மூச்சற்றுப் போவதையும், தங்களின் அறிவார்ந்த மவுலவிகளால் மூளைச் சலவைக்குள்ளாகி, எதிர் சிந்தனை வைப்பவர்களையெல்லாம் ஊர்விலக்கம் செய்து உதைப்பதையும் பார்த்து எழுதாமல் இருக்க முடியவில்லை. பெரியார் சொன்னதுபோல், முதுகில் மூன்றாவது கை முளைத்து அதனால் சொறிந்தால் நிலைமை மாறலாம்.

குர்ஆன், ஹதீஸ்கள் மட்டும் கொஞ்சம் தெரிந்த – சகோதர சமயங்களைச் சற்றும் மதிக்காத – ஒரு ஆலிம்ஷா ஊரிலுள்ள ஓராயிரம் ஜனங்களை மேலுலகம் காட்டிப் பயமுறுத்துவதும், இறைமறை தெளிவாக இருந்தும் காட்சிக்கு முன் கொமஞ்சான் புகையைப் போட்டுவிடுவதும் அவர் பிழைப்பை எளிதாக நடத்த என்பதை அவன் உணர வேண்டும். அண்ணன் தம்பிகளாய் இஸ்லாமியர்களும் இந்துப் பெருமக்களும் பழகிய கொஞ்சநஞ்ச ஊர்களையும் இன்று 'குஜராத்'தாக மாற்றும் சகல ஷைத்தான்களையும் (பெரிய ஷைத்தானுக்குப் பெயர்: அரசாங்கம்) அவன் இனங்காண வேண்டும். என் பிரார்த்தனை அது.

ஊரின் பெரிய கடைத்தெரு மதக் கலவரத்தால் கொழுந்து விட்டு எரிந்த மறுநாள், நல்லிணக்கம் பேசும் நானா ஒருவர், எங்கள் தெருவில் ஏதும் அறியாமல் விளையாடிக்கொண்டிருந்த சிறுவர்களிடம் தன் 'திறமை'யைக் காட்டிவிட்டு ஓடினார். பையன்கள் உடனே 'ஆர்.எஸ்.எஸ். ஒழிக' என்று பயங்கரமாகக் கூச்சல்போட ஆரம்பித்துவிட்டார்கள்.

சேத்தமரைக்கார் மாமா தன் பையனைப் பிடித்து, 'டேய் . . . ஆர்.எஸ்.எஸ்.ண்டா என்னடா?' என்று அதட்டிக் கேட்டார்.

'தெரியாது வாப்பா' – வேகமாகச் சொல்லிவிட்டு, அவன் தொடர்ந்தான்: 'ஹே . . . ஆர் எஸ் எஸ் ஒழிக.'

விட்டார் ஒரு அறை.

தெரிந்திருந்தால் தன்னையே பலமுறை அறைந்துகொண் டிருப்பார் என்பது வேறு விஷயம். ஆனால் என்னிடம் சொன்னார்: 'பாருங்க தம்பி, எப்படி மனசைக் கெடுக்குறானுங்க . . .'

நான்தான் பார்த்துக்கொண்டிருக்கிறேனே . . .

நம்மை நாம் உற்றுப் பார்ப்போம் (கைலியோடுதான்!)

அறிஞர் அபுதாலிப் மக்கி சொன்னாராம்: 'என்னிடமுள்ள குறைபாடுகளில் ஒன்றை எனக்கு எடுத்துக் கூறுங்கள்; என் தோல்பையில் வைத்திருக்கிற பொற்காசுகளில் ஒன்றை உங்களுக்கு அன்பளிப்பாகத் தருகிறேன்.' இதிலிருந்து இந்த மக்கு தெரிந்துகொண்டது, அபுதாலிபிடம் ஒரு தோல் பை இருந்தது என்பது மட்டுமல்ல, நம்மை நோக்கி நாம் சிரிக்க வேண்டும் என்பதும்கூடத்தான்.

குறைகளைக் களைய அதுதான் வழி என்று படுகிறது.

இதில் நீங்களும் சிரிக்கிறீர்களா? நல்லது, உங்களுக்கு சிரிக்க வரும். 'பிறர் சிரிப்பதற்காக எழுதுவதும் பேசுவதும் சுத்த அயோக்கியத்தனம்' என்ற ஹஜ்ரத் (மர்ஹூம் அப்துல் வஹ்ஹாப் பாகவி அவர்கள்) என்னையும் உங்களையும் மன்னிப்பார்களாக, ஆமீன்.

அழுகையும் வலியும்தான் அங்கதமாக வெளிப்படுமென்று அறிஞர்கள் சொல்கிறார்கள்.

வெளிப்படுவதைக் கண்டு சொல்பவர்களுக்கு என் ஜோப்பி லிருந்து அலுமினியக் காசு ஒன்றைத் தருவேன் அன்பளிப்பாக.

தீர்ந்துபோனால், 'அரபுமொழி கலந்தவண்ணம் அருந்தமிழ் உரைக்கும்' ஊரின் பிரத்யேக மொழிச் சுரங்கத்திலிருந்து சிறந்த ஒரு சொல்லும் தருவேன்.

(பழைய) தஞ்சை மாவட்டத் தமிழ் முஸ்லிம்கள் உபயோகப் படுத்தும் – இந்தத் தொகுப்பில் வரும் – அந்த வழக்குச் சொற்கள் விளக்கக் குறிப்புகளுடன் இணைக்கப்பட்டுள்ளன. இந்த வட்டாரச் சொல்லுக்கான அர்த்தம் ஊர்களைப் பொறுத்து மாறுபடவும் செய்யும் – 'குப்பி' மாதிரி.

மிகுந்த ஒற்றுமையுடன் தவறாக உபயோகப்படுத்தும் சொல்லும் உண்டு. உதாரணமாக, 'பலா' (bhalaa) என்ற உருது சொல்லுக்கு 'நன்மை' என்றுதான் அர்த்தம். ஆனால் 'தீமை'

என்ற அர்த்தத்தில் சொல்கிறார்கள். 'பலா' தங்களை விட்டுப் போக 'துஆ'வும் செய்வார்கள். இந்தக் கூத்துகளையெல்லாம் ஊர் பாஷையில் சொல்லும் – அரபு நாட்டு சபராளியான – என் நோக்கம், வாசகர்களை ஓடவைப்பது.

ஓடுவீர்களாக – நன்மையை நோக்கி!

'நற்செயல்களின்பால் நீங்கள் முந்திக்கொள்ளுங்கள்' எனும் குர்–ஆனின் *2:148* வசனம் எனக்கு மிகவும் பிடித்தமானது.

நான் அவரது விசிறி என்பதை அறியாமல், 'இடம்' குறுநாவல் படித்ததிலிருந்து *Unshakeable Fan* என்று தன்னைப் பாசாங்கின்றி தெரிவித்துக்கொண்டு, பல கதைகள் எழுதத் தூண்டிய மறைந்த கவிதாயினி சதாரா மாலதிக்கு, நான் குறிப்பிடும் குர்–ஆன் ஆயத்துகள், ஹதீஸ்கள், என் ஊர்ச் சொற்கள் அத்தனையும் மனப்பாடம்.

'வெடுக்வெடுக்' என்று பேசும் அஸ்மாவை அவருக்கு மிகவும் பிடிக்கும்.

'நகைச்சுவை என்பது பொய் கலக்காத நடைமுறைத் துயரம். சூழலின் கேவலங்களை ஆற்றாமையோடு வேடிக்கை பார்த்து அதன் கெட்ட தன்மைகளால் பாதிக்கப்படாமல் நம் தார்மீக பலத்தால் அதை எதிர்கொள்வதுதான் எடுத்துச் சொல்லும்போது நகைச்சுவையாகிவிடுகிறது. முக்கியம் எதுவென்றால், 'கேவலங்களில் மூழ்கிவிடாமல் நம்மை நாமே இழந்துவிடாமல் இருப்பது' என்று சொல்லிச்சென்ற மாலதி . . .

'இஸ்லாமியக் கதையெழுத இனிய குறிப்புக'ளை அவர் தூண்டித்தான் எழுதினேன். வேதனை, கடைசியாக அவர் படித்துச் சிரித்த கதை, அரபுகளின் ஒற்றுமையைச் சொல்லியவாறு மறுமைநாளை நிறுக்கும் 'மீஜான்'. நாம் இப்போது வாழ்வதே மறுமைநாளில்தான் என்ற மயக்கத்தோடு (?) எழுதிய கதை.

இருபத்தேழு வருடங்களுக்கு முன்பு எழுதிய 'குழந்தை' மாதிரி இப்போது ஏன் நீங்கள் எழுதுவதில்லை என்று கேட்கும் சிலரைப்போல் மாலதி கேட்பதில்லை. குழந்தைகள் வளர வேண்டும் என்று அவருக்குத் தெரியும். அல்லது, சந்தனக்கூடோ கோயில் தேரோ நிறுத்தும் கொட்டகையிலிருந்து மிகப்பெரிய வெள்ளைப் பசு ஒன்று இறக்கைகளுடன் மிதந்தபடி பறந்துசென்ற அந்த எனது வினோதக் கனவு, அது கண்ட அடுத்த நாளிலிருந்து மீண்டும் எழுதவந்த என் எழுத்து நடை மாறியது அவருக்குத் தெரிந்திருக்கலாம்.

பல பெரிய எழுத்தாளர்கள் பாராட்டிய 'ஹே ஷைத்தான்' மட்டும் மாலதிக்கு 'சுமார்' ரகம்.

இப்போது, யார் சொல்வது சரி?

'ஹே ஷைத்தான்' பற்றி இங்கே ஒன்று சொல்ல வேண்டும். விமர்சிக்கப்பட்ட அந்த சேனல், 'எல்லா மனிதர்களும் நல்லவர்களாக இருந்தால்தான் ஷைத்தானுக்கு வேலையே இல்லையே . . .' என்று மறைமுகமாகச் சொன்ன நல்ல பதிலை விட, கதையால் பாதிக்கப்பட்ட ஒரு எழுத்தாளர் 'டே மடையா!' என்று உடனே தன் தளத்தில் பதிவு போட்டதுதான் என்னை யோசிக்கவைத்தது. இரண்டு நாள் தீவிரமாக யோசித்தேன். அவர் சொன்னது சரிதான். ஏமாளிதான் நான்.

முன் – பின் – சைடு நவீனத்துவங்கள் தெரியாமல் அவ்வப் போது மனசுக்குத் தோன்றும்வகையில் எழுதுகிறேன். 'இது கதையா, கட்டுரையா?' – சிரித்துக்கொண்டே கேட்கிறார் ஒரு நண்பர். 'வாட் ஈஸ் த டிஃபரன்ஸ் பிட்வீன் இரட்டைக் கிளவி அண்டு அடுக்குத்தொடர்?' என்று தமிழய்யா கேட்பதுபோல் இருக்கிறது. அட, வித்தியாசம் தெரிந்தால்தான் பதில் சொல்லி விடுவேனே . . .

பெருமதிப்பிற்குரிய ஜஃபருல்லா நானா, சலீம் மாமா, காதர் காக்கா, தமிழன்பன் ஆகியோரின் உரைவீச்சுகளையும், ஊர்ச் சொற்களுக்கு ஆருயிர் நண்பர் அப்துல் கையும் கொடுத்த வேடிக்கையான ஆங்கில விளக்கங்களையும், நான் மிகவும் ரசிக்கும் மலையாள திரைக்கதாசிரியன் ஸ்ரீனிவாசனின் பஷீர்த்தனமான பரிகாசங்களையும் (அடுத்தவன் கதையைத் திருடி உயர்பவனாக இவர் நடித்த 'உதயனாணு தாரம்' சினிமாவில் கடைசியாக மன்னிப்பு கேட்டுக்கொள்வது மட்டும் அநியாய கற்பனை!), பிடித்த எழுத்தாளர்களின் ஓரிரு வரிகளையும் சில கதைகளில் உரிமையோடு பயன்படுத்தியிருக்கிறேன்.

அதிர்ச்சியூட்டும் விதமாக, என் கவிதையொன்றைக்கூட ஒரு கதையில் சேர்த்துவிட்டேன்.

நான் வளர்ந்திருக்கிறேனா என்பதை இனி வாசகர்கள்தான் சொல்ல வேண்டும் – டிரெயின் டிக்கெட்டைப் பார்த்து.

காசுகளோடு காத்திருக்கிறேன்.

எனது இந்த இரண்டாவது கதைத் தொகுப்பு வெளிவரப் பெரிதும் காரணமான பிரியத்திற்குரிய சகோதரர் பி.கே சிவகுமார், *'Go Ahead'* சொன்ன கோ. ராஜாராம், கதைகளை

விரும்பிக் கேட்ட தமிழகத்தின் சில வீரதீரப் பத்திரிகைகள் – 'ஆபாசம்', 'பிரச்சினைக்குரியது' என்று – தயங்கித் திருப்பி அனுப்பப்பட்டபோதெல்லாம் உள்ளடக்கம் உணர்ந்து அவற்றை ஒரு வார்த்தைகூட வெட்டாமல் சர்வ சுதந்திரத்துடன் பிரசுரித்த திண்ணை ஆசிரியர் குழு – பதிவுகள் ஆசிரியர் நட்புமிகு வ.ந. கிரிதரன், கணையாழி – புது எழுத்து – படித்துறை சிற்றிதழ் ஆசிரியர்கள், விளக்கக் குறிப்புகளுக்கு உதவிய ஹமீது ஜாஃபர் நானா, மெய்ப்பு பார்த்து நல்ல ஆலோசனைகளையும் வழங்கிய நண்பர் ஹரன் பிரசன்னா மற்றும் சிறப்பாக வெளியிடும் 'எனி இந்தியன்' பதிப்பகத்தாருக்கு நன்றிகள்.

துபாய் ஆபிதீன்
அக்டோபர் 12, 2007

# மீஜான்

மலேஷியா நாட்டின் முன்னாள் பிரதமர் மஹாதிர் முஹம்மதுக்கும் எனக்கும் தகராறு ஒன்னும் கிடையாது; *'Oh. . . I see'* என்று பரிகசிக்கப்படுகிற *OIC**– ன் ஒரு மாநாட்டில் ஒன்றுபடாத, ஒற்றுமையில் அக்கறையும் இல்லாத, அரபுநாடுகளை அவர் *War War* என்று வாரியதை வைத்து கொஞ்சம் சொல்ல வேண்டியிருக்கிறது.

*OIC* பற்றி, 'நிறையப் பேசுவார்கள். கடைசியில் ஒரு அறிக்கை. முடிந்துவிடும்' என்றார் அல்–அஹ்ரம் சென்டருடைய துணை இயக்குனர். எத்தனை அரஃபாத்கள் பிறந்தாலும் இந்த அரபு நாடுகளை ஒன்றுசேர்க்க முடியாதே என்று எனக்கும் நம்பிக்கையில்லாமல்தான் இருந்தது. ரஜப் கம்தாத் பலுச்சி செய்த செயலுக்குத் தண்டனை கொடுக்கவும் தீர்ப்பளிக்கவும் இன்று வந்த என் துபாய் அர்பாப்கள் – அரபி முதலாளிகள் – எனக்குள் பிரகாசம் ஏற்படுத்தி எண்ணத்தையே தலைகீழாக மாற்றிவிட்டனர். உங்களையும் மாற்றுவார்கள் என்று நம்புகிறேன்.

அரபிகளிடம் ஒற்றுமையில்லையென்ற கருத்தை மதிப்பிற்குரிய மஹாதிர் அவர்கள் மாற்றிக்கொள்ள வேண்டும் – எங்கிருந்தாலும்.

ரஜப் செய்த காரியத்தை எழுதுவதற்கு முன் எனது நாலு அரபிகளையும் பற்றி கொஞ்சம் சொல்லிவிடுகிறேன்.

---

* OIC - Organization of Islamic Conference

மூத்த முதலாளின் பெயர் மத்தர் அல்–பனா. 94 வயதாகிறது. இன்னும் திடகாத்திரம். 'கஹ்வா'வும் பேரிச்சையும் சாப்பிட்டால் எதையும் எரித்துவிடும் என்பவர். கம்பெனியை 'அந்தக் காலத்தில்' உருவாக்கியவர். மன்னரின் அரண்மனையில் திருடியே உருவாக்கியதாக உண்மை சொல்வார். அதிர்ச்சியளிக்கும் விஷயங்களும் சொல்வதுண்டு. உதாரணமாக, தொழவே போகாத அவர் சொல்வது: 'எப்படி பள்ளிக்கு போறது . . . அங்கே நிறைய பொய் சொல்கிறார்கள்'. இதனால் அவருக்கு மார்க்கம் தெரியாது என்று சொல்ல முடியாது. 'இறைவசனங்கள் எல்லோருக்கும் கொடுக்கப்பட்டிருக்கு. பிரச்சினை என்ன என்றால் படிக்காதவனுக்கு சொல்றதை படிச்சவன் எடுத்துக்குறான்; பணக்காரனுக்கு சொன்னதை ஏழை எடுத்துக்கிறான் . . . தோண்டிப் பாக்குறதில்லே . . .' என்பவருக்கு மற்ற விஷயங்களும் தெரியும். 'துபாய் வெளியிட்ட, அபூ அலி ஹுசைன் பின் அப்துல்லாஹ் பின் ஹுசைன் பின் அலி பின் ஸீனாஃ – ஒரே பெயர்தான்* – உருவம் பொறித்த அழகான தபால்தலையைக் காட்டியபடி அவர் சொன்ன செய்தி நான் படிக்காதது.

தவசீலரான இப்னு ஸீனா எதற்கெடுத்தாலும் ரஸுலுல்லாவை மேற்கோள் காட்டிக்கொண்டே இருப்பார்களாம். அவரது சீடருக்கு இது பிடிக்கவில்லை. சொல்லியிருக்கிறார். சமயம் வரும்போது பதில் சொல்கிறேன் என்றார்களாம். சரியான குளிர்காலத்தில், சமர்கந் நாட்டில் பிரயாணம் செய்துகொண்டிருந்தபோது, ஒரு நாளிரவு தன் சீடரிடம் 'நாளை காலை எனக்கு முன்பு எழுந்து நான் ஒலு செய்வதற்கு சுடுதண்ணீர் தயார் செய்' என்றிருக்கிறார்கள். அதிகாலை இப்னு ஸீனா கண்விழித்தபோது ஃபஜர் பாங்கு சத்தம் ஒலித்துக் கொண்டிருந்தது. சீடர் தூங்கிக் கொண்டிருந்திருக்கிறார். அவரை எழுப்பிச் சொன்னார்களாம்: 'பேரறிஞனாகிய நான் எனது நெருங்கிய சீடரான உம்மிடம் ஒரே ஒரு நாள் கட்டளையிட்டேன். அது உம்மை விழிப்படையச் செய்யவில்லை. ஆனால் நாயகம் 400 ஆண்டுகளுக்கு முன்பு போட்ட கட்டளை, இன்று நடுங்கும் குளிரில்கூட, ஒரு முதியவரை எழுப்பி பாங்கு சொல்ல வைக்கிறது. இந்த ஓங்காரம் உலகம் முடியும்வரை அடங்காது'.

வஸ்ஸலாத்து வஸ்ஸலாமு அலைக்க யா ஸையிதீ யாரஸுலுல்லாஹ் . . .

---

* இப்னு ஸீனா – டாக்டர்களின் டாக்டரான, al-Qanun al-Tibb (The Canon of Medicine) எழுதிய, இப்னு ஸீனா [Avicenna (980 – 1037)] (அப்துல்காதிர் பாகவி, Dr. மன்சூர் அஹ்மதின் கட்டுரைகள் மற்றும் Wikipediaவிலிருந்து)

விபரங்கள் தெரிந்த இந்த மத்தர் அல்–பனாவின் மூன்று மகன்கள்தான் காலித் அல்–பனா, உபைத் அல்–பனா, மஜீத் அல்–பனா.

67 வயதான மூத்தமகன் காலித் பற்றி சொல்வதென்றால் அவர் தன் தந்தைக்கு நேர் மாற்றமாக, எப்போதும் தொழுவதைச் சொல்லலாம். இவரும் உண்மைகள் சொல்பவர். கம்பெனியை நடத்துவதற்காக, அரசாங்க அதிகாரிகளின் குடி கூத்துக்கெல்லாம் ஏற்பாடு செய்யவேண்டியிருக்கிறதேயென்று புலம்புவார். அந்த ஆதங்கத்தில், 'ஹஜ்ஜுக்கு போகலாம்டு பாக்குறேன். ஆனா ஹராமான காரியத்தையெல்லாம் முழுசா விட்டுட்டுத்தான் போவனும்' என்று சொன்னார். 'அப்ப போகவே முடியாது' என்று நான் முனகியது அவருக்குக் கேட்டுவிட்டது. சிரித்தார். இதையே நான் மற்ற நாட்டு அரபியிடம் சொல்லியிருந்தால் சாட்டையால் அடித்திருப்பான். அல்லது ஜனநாயகப் பயிர் முளைக்க 'பொளேர்' என்று ஒரு அறை.

துபாய் அரபிகள் இந்தியர்கள் மேல் மிகுந்த மரியாதை உள்ளவர்கள். என்ன ஒன்று, மில்லியன் டாலர் ஈச்சைத்தீவு ஃப்ளாட்டுகளை வாங்க இப்போதெல்லாம் ஐரோப்பியர்களை விட இந்தியர்கள் க்யூவில் நிற்பதுதான் அவர்களுக்கு பயத்தைத் தருகிறது. ஆனால் நான் கொள்ளையடிப்பவனோ கொழிக்கும் வியாபாரியோ – இரண்டும் ஒன்றோ – அல்லவே, எனவே என்னிடம் காலித் பிரியமாகவே இருந்தார்.

காலிதுக்கு நிஜத்தில் என்னை பிடிக்கிறதோ இல்லையோ பணத்திற்கு மதிப்பே கொடுக்காத அவரை எனக்கு மிகவும் பிடிக்கும். Chequeக்குகளுக்கு Sign Authority இவர்தான். சம்பளம் கொடுக்கும்போது நன்றி சொன்னால் 'லஹுத லஹுத . . . என் பணமில்லே இது . . . உங்களுக்கு உதவனும்டு அல்லாஹ் என் வழியா எங்கிருந்தோ கொடுக்குறான். அவ்வளவுதான்' என்று சாதாரணமாகச் சொல்வார். துபாயிலுள்ள எந்த Xerox செண்டர்களிலும் ஒரு தாளின் இரண்டு பக்கத்தையும் ஒரே பக்கமென்று கருதும் கடை கிடையாது – ரஸீதியாவில் காலித் தனியாகத் திறந்திருக்கும் ஒரு கடையைத் தவிர. ஒரு காஸர்கோட்காரன் 614 பக்கமுள்ள முழுப் புத்தகத்தையும் கொடுத்து அது ஒரே தாள்தான் என்று சாதித்து வாங்கிப் போனான். கக்கத்தில் முக்கால்வாசி மடக்கி வைக்கப்பட்டிருந்தது துபாய்.

துபாய் கலாச்சாரம் மாறிவருவதில் காலிதுக்கு வருத்தம். ஷாப்பிங் திருவிழா சமயங்களில் அங்கங்கே ஒட்டகங்களை மரத்தில் செய்து அரசாங்கம் வைக்க, பாழும் அரபிகளும்

தங்கள் குழந்தைகளுடன் அதன் அருகே நின்று புகைப்படம் எடுத்துக் கொள்கிறார்களே என்று வருத்தப்பட்டார். விரைவில் அரபி உடை போட்ட சிலைகளுடனும் எடுத்துக்கொள்வார்கள் என்று நான் சொல்லவில்லை.

நடுமகன் உபைதுக்கு 49 வயது. பணப் பேய். எப்போது பார்த்தாலும் பணம் பற்றித்தான் பேச்சு. 'நீங்கள் நடிக்கிறீர்கள். இங்கே கொடுப்பதை விட நூறு திர்ஹம் அதிகம் கொடுத்தால் வேறு கம்பெனிக்கு ஓடிவிடுபவர்கள்தான் இந்த ஹிந்திகள் . . .' – கொடூரமாகச் சொன்னார் ஒருமுறை. நாட்டுப்பற்றுமிக்க நான் கடுமையாக மறுத்தேன்.

'நாலு திர்ஹம் அதிகமா கொடுத்தா கூட ஓடி விடுவோம் – *NOC* கிடைத்தால்'

சரியாகத்தான் சொன்னேன். அம்பது திர்ஹம் செலவழித்து, அரபிகளை அதிகம் பார்க்க முடிகிற ஊரிலிருந்து இந்திய மணம் கமழும் துபாய்க்கு வந்து, சாமான் வாங்கி, ஒரு ரூபாய் சேமிக்கும் தமிழர்களின் மூளை உலகப் புகழ் பெற்றது.

உபைத் சிரித்தார். 'ஹ, நீ ஒருத்தன்தான் உண்மை சொன்னாய். உன்னை எனக்கு ரொம்ப பிடிக்கிறது. அடுத்தமாதம் ராஜாளி பிடிக்க இளவரசருடன் நைஜீரியா போகும்போது உன்னையும் அழைத்துச் செல்வேன், என் அருமையான 'ஹுத்ஹுத்' பறவையே' என்றார்.

இதோ இருக்கிற நைஃப் பஜாருக்கே இவர் தன் காரில் கூட்டிப் போனது கிடையாது. கூட ஒருவர் வந்தால் பெட்ரோல் அதிகம் செலவாகுமாம். இந்தப் பேச்சு பேசுகிறார். நடிப்பு அதிகம். அரபு மன்னர்கள் இறந்ததைக் காட்டும் வீடியோ கேஸ்ஸட்–ஐ அடிக்கடி பார்ப்பவர். 'கூடிய சீக்கிரம் மத்தர் அல்–பனா மௌத்தாகி விடுவார்; வீட்டுக்கு அரச குடும்பத்தினர் வந்தால் அவர்களை எப்படி வரவேற்பது என்று மாடல் பார்த்துக் கொண்டிருக்கிறேன்' எனும் கிறுக்கு. பிடரிநரம்பை விட நெருங்கியிருக்கும் இறைவன், இவர் பார்த்துக் கொண்டிருக்கும்போதே ஒரு நரம்பை வெட்டி இழுத்தால் கதி என்னாகும் என்பதை யோசிக்காமல் என்ன இது . . . அதற்காகவோ என்னவோ அடிக்கடி தன் பிடரியை தட்டிக்கொண்டிருப்பார் உபைத்.

உபைத் அடிக்கடி உம்ரா போய் வருவார் – ஓசியில், அரச குடும்பத்தவருடன். ஜக்காத் கூட அவர்களிடம் வாங்கித்தான் கொடுப்பார் என்று நினைக்கிறேன்.

மஹா கஞ்சன். இவரை சரிக்கட்ட முடியவில்லையே என்று அவரது உருவத்தை *crayon*–ல் பெரிதாக வரைந்தேன். நானே

ஆச்சரியப்படும் அளவுக்கு அது அவரைப்போலவே வந்து விட்டது. அசந்து போய், 'நாளை ஒரு பரிசோடு வருகிறேன்' என்றவர் கொண்டுவந்து கொடுத்தது நாலணா கூட பெறாத *Nib* இல்லா பேனா. நகைப்பேனா, அதை வைத்துத்தான் கதைகளே எழுதுகிறேன்.

31 வயதான சின்னவன் மஜீதுதான் விபரம் தெரிந்தவன். கடிவாளமற்ற படித்த ஒட்டகமானாலும், என் பிழைப்பு ஓடுகிறதென்றால் அது இவனால்தான். கம்ப்யூட்டரின் அவசியம் தெரிந்து அதை ஆஃபீஸுக்கு கொண்டு வந்தவன். காலிதாகவோ உபைதாகவோ இருந்தால் ஹுக்கா குடுவைகள் வைக்க உபயோகமானது என்று நினைத்திருப்பார்கள். மஜீத் கொண்டு வந்த அக்கவுண்ட்டிங் பேக்கேஜால்தான் எனக்கு வேலையே. ஏனெனில் அது வேலை செய்யாது. *Dos*க்காக *Clipper*–ல் ஒரு பாகிஸ்தானி செய்தது. *Main Menu* வருவதற்காக *F9: Exit* என்றிருக்கும். *boot* செய்தால்தான் *Exit* ஆகும். இந்திய மூளையின் திறமையைக் காட்ட 'நே+* –' மொழி மன்னனான நான் ஒன்று செய்தேன். துபாயிலுள்ள அத்தனை கம்ப்யூட்டர்களும் அணைந்தன. எனவே நான் ஊன்றியதுதான் என்று சொல்லி *Peachtree*–ஐ உலுக்கி வருகிறேன். இதுதான் இப்போ ஃபேஷன்.

மஜீதால்தான் எங்கள் கம்பெனி இன்னும் சாகாமல் இருக்கிறது. இஸ்லாமியப் பெண்களின் கர்ப்ப வயிறுகளை அலாதியான கரிசனத்தோடு 'கவனிக்கும்' முக_மோடிகளிடம் விசாவோடு பேசி குஜராத் *Alfalfa* வாங்கி வருபவன். அது ஈராக்கில் விளைவதைவிட பச்சையாகவே இருக்கிறது எனும் பிறவி வியாபாரி. 'தீவனங்கள் விற்பதையெல்லாம் விட்டுவிட்டு பஜாரில் கடை வைத்தால் இப்போது கொள்ளை லாபம் கிடைக்கும்' என்றான் ஒருமுறை. மொபைல் ஃபோன் கடைகள் முளைத்து முளைத்து மாயும் மாயத்தில் குழம்பும் நான், 'இல்லையே மஜீத் . . . எத்தனையோ நாட்டுக்காரர்கள் புதுசு புதுசாக வந்து இங்கே கடை திறக்கிறார்கள். ஆனால் ஒரே மாதத்தில் ஓடி விடுகிறார்களே' என்றேன்.

'அதைத்தான் சொல்றேன். கடையையே வித்துடனும். நல்ல *KeyMoney* கிடைக்கும்'

அறிவுமிக்க இந்த மஜீத் இருந்தால் மட்டுமே அனுமதி வாங்கிக்கொண்டு நான் பஜார் போவது வழக்கம். திரும்பும்போது, அடூர்–ஐ ஒதுக்கிவிட்டு அமிதாப்பச்சமீர்கான் படங்கள் எடுத்து வர வேண்டும். காரா பைக்கா என்று அனுமானிக்க முடியாத தன் வாகனத்தை எடுத்துக்கொண்டு போகச் சொல்வான் பெருந்தன்மையாக. என்னிடம் எந்த *licence*ம் இல்லையென்று

தெரிந்தவன். ராஸ்–அல்–கோரிலுள்ள நான் பஜார் போவது, பிழைக்க வந்த அதி புத்திசாலிகள் போல் கூட்டம் கூட்டமாக *T.V*யில் கிரிக்கெட்டோ குஸ்தியோ பார்க்க அல்ல, நாட்டின் நிஜ மாற்றத்தை கொஞ்சமேனும் பார்க்க. போன முறை போனபோது, மார்புக்கு கீழே உடை போட்ட மங்கையொருத்தியைக் கண்டேன். முகம் திருப்பினால், மர்மஸ்தானத்தை மட்டும் காட்டியபடி மற்றொருத்தி போகிறாள்.

ஹையோ, தமிழின் சிறந்த புடைப்பாளியாகும் முயற்சியில் கோவணமே கட்டாமல் நீண்ட நாள் அலையும் என்னை ஏன்தான் இந்த துபாய் இப்படி துன்புறுத்துகிறதோ தெரியவில்லை.

ஆசையை அடக்கி அடக்கி வயிற்றில் வலியே வந்து விட்டது. நல்ல தண்ணீருக்கு செலவழிக்காதவர்களுக்கு சிறுநீரகக் கல் தொந்தரவு வருவது அரபுநாட்டில் சாதாரணம். எனக்கு ஏற்பட்ட வலி அந்த மாதிரி கற்களால் அல்ல, ஆசையை அடக்குவதால் ஏற்படுகிறதென்று முட்டாள்தனமாக கற்பனைசெய்து, பயந்து, ஒரு மிஸிரி டாக்டரிடம் காட்டினேன்.

'நீ சொல்வதில் உண்மை துளியும் இல்லை' என்றான்.

'அப்படியா'

'ஆமாம். இருந்தால் என் வயிற்றில் ஒரு பெரிய பிரமிடே இருக்கும் இப்போது'

குடும்பத்தோடு இருப்பவர்களுக்கு அந்த அளவு பிரச்சினை இல்லையாம். அதாவது, அவர்களுக்கு வேறு பிரச்சினைகள் இருக்கின்றன.

ஜோடி ஜோடியாகப் போகிறவர்களைப் பார்த்து வயிறு எரிவதில் ஏன் பஜார் போனோம் என்று எரிச்சலாகவும் இருக்கும்.

அஸ்மா ஞாபகம் . . . ரொம்ப எளிமையானவள். ஒவ்வொரு விரலுக்கும் ஒரு கிலோ தங்கம் மட்டும் போதும். எளிமையே சொர்க்கம். ஆனாலும் அவள் சொர்க்கம் என்று என்னிடம் சொல்வது, ஒரு கிராம் கூட குறையாமல் சபரிலிருந்து நான் திரும்பி அவளோடு சேர்ந்தே 'இருப்பது'. ஒரு விஷயம்தான் இடிக்கிறது. என் வயிறைச் சொல்கிறேன்.

'இவ்ளோ பெருசா இக்கிதே புள்ளே . . . என்னா செய்யலாம்' என்று கேட்டேன் ஒருநாள்.

'குடலை உருவி வெளிலே போட்டாத்தான் உண்டு மச்சான்' என்றாள்.

இம்மையில் யார் எதை உருவினாலும் மறுமையில் பதில் சொல்லியாக வேண்டும். 'இம்மை என்றால் இளமை; மறுமை என்றால் முதுமை' என்ற பாடலை நீங்கள் கேட்டிருக்கக்கூடும். அதை எழுதியது எங்கள் ஊர் கவிஞர். அஸ்மாதான் அது.

இவளை இழந்திருப்பதுதான் நிஜ நரகம்.

மஜீதுக்கும் சரி மற்ற முதலாளிகளுக்கும் சரி, குடும்பத்தோடு என்னை தங்கவைக்கவேண்டும் என்று ஏன் தோன்றுவதேயில்லை. இனிமேல் பிரமிடுகள் தோன்றாது, மம்மிகள்தான் எனும் ஞானமல்ல, Graduity கொடுக்கும்போது பிரச்சினை ஏற்படக் கூடாது என்று ஒப்பந்தத்தில் மிகக் குறைந்த சம்பளமே எழுதியிருப்பதுதான் காரணம். இந்த அந்தஸ்தில் குடும்பத்தைக் கூட்டி வர முடியாது. உதவி: என்னை இந்த அரபிகளிடம் – வேறு வழியின்றி – சேர்த்த ஊர் முதலாளி. முஸ்லீம் இளைஞர்களுக்காக 'போராடும்' தமிழர். அகில உலக மவுலுது சபை தலைவர் மாதிரிதான் இருப்பார். சொர்க்கம் போகத்தான். காசுள்ளவனுக்குத்தான் சொர்க்கம் என்று சொல்வது தப்பு; பணமுள்ளவனுக்கும். இவரால்தான் அஸ்மாவை விசிட் விசாவில் கூட கூட்டிக்கொண்டு வர இயலாமல் போகிறது. அஸ்மாவுக்கு என்மேல் பெரிய வருத்தம். வந்தால் இன்னும் வருத்தம் அதிகமாகும் என்று தெரியாதவள்.

மஜீத் உதவினால் உண்டு. கொஞ்சம் இலக்கிய ஆர்வம் உள்ளவன்.

அவனைப் பிடிக்க எனது 'இடமோ ஜடமோ' நாவலைக் கொடுத்தேன். அடுத்தநாள், 'அற்புதமாக இருக்கிறது' என்றான்.

'சுக்ரன் யா மஜீத் . . .'

'அற்புதமாகத்தான் இருக்கனும். ஏனெனில் அது உன் எழவெடுத்த பாஷையில் இருக்கிறது. எனக்கு எப்படியடா விளங்கும் யா கபி (gabi)'

சே, எல்லோரிடமும் ஆர்வத்தில் காட்டுவது தப்பு. 'கபி' என்றால் வடிகட்டிய பேயன் என்று அர்த்தம். மறுக்கவே முடியாது. 'பேயன்களுக்கு ஓர் வேண்டுகோள்' என்று ஊர் முஸ்லிம் சங்கத்திற்கு வெளியே வைத்திருந்த போர்டை கோபமாக திரும்பிப் பார்த்த ஒரே ஆள் நான்தான். மற்றவர்கள் உள்ளே இருந்தார்கள்.

நாலு அரபிகளைப் பற்றியும் நிறையவே சொல்லிவிட்டேன் என்று நினைக்கிறேன். லட்சக்கணக்கான பேர் அரபுநாட்டில் நாய்படாத பாடு படும்போது நல்ல அரபிகளை எனக்குக் கொடுத்த

உயிர்த்தலம் 23

நாயனுக்கு நன்றி. நால்வருக்கும் பொதுவான தன்மைகளாக சரளமாக ஹிந்தி பேசுவது, பக்கத்து பாலைவனத்திற்கு போய் கூடாரமடித்து ஊழியர்களுடன் கொட்டமடிக்கலாம் என்று கதை விடுவது ஆனால் வீட்டுக்கு போனால் முழு ஒட்டகத் தலைகளுடன் ராஜ விருந்து கொடுப்பது , வீட்டு வேலைகளுக்கு வரும் பரிதாபமான இலங்கை, இந்தோனேஷியா பெண்களை ஒரே மாதத்தில் ஓடவைக்கும் பெண்டாட்டிகளுக்கு பயந்து நடுங்குவது என்று மேலும் சொல்லலாம்.

ரஜப் பற்றிதான் இனி சொல்ல வேண்டும்.

அவன் ஒன்றுமே செய்யவில்லை, தொடர்ந்து நாலுநாள் குடவுனுக்கு நள்ளிரவில் யாரோ ஒரு பெண்ணைக் கூட்டி வந்து 'போட்டான்'. அவ்வளவுதான்.

அத்தனை உறுதியாக இப்போது கூற வேண்டாம். அப்படி அவன் செய்ததாக நேற்று பகல் என்னிடம் மெல்லச் சொன்னார்கள். 'நாத்தூர்' மற்றும் குடவுனில் உள்ள கூலிகள். 'நாத்தூர்' தூங்கப்போன பிறகு மெயின் கேட் சாவி வைத்திருக்கும் – கம்பெனியில் 'மந்துப்' வேலைபார்க்கிற – இந்த ரஜப் அவளைக் கூட்டி வந்தானாம். ஆஃபீஸ் பக்கத்திலுள்ள அறையில் இருந்த சோபாவைக் கூட காண்பித்தார்கள் கூலிகள். அது நாலு கோணலில் வளைத்துக் கொண்டு கிடந்தது. அலறப் போட்டால் அப்படித்தான் ஆகும். கூலிகள் சொல்வது உண்மையாகத்தான் இருக்க வேண்டும். யார் அவள் . . . பாலியல் தொழிலாளியா அல்லது பண்புமிக்க குடும்பப் பெண்ணா . . . மலபாரி அவளை மதறாஸி என்றான். மதறாஸி அவளை மலபாரி என்றான். இருவரும் சேர்ந்து, பாகிஸ்தான்காரி என்றார்கள். அவன் இந்தியாக்காரி என்றான். பங்களாதேஷி . . . ஃபிலிப்பைனி . . . மிஸிரி . . . ஏன், அரபுக்காரியாகவும் இருக்கலாம். அது இன்னும் கல்யாணமாகாமல் இருக்கிற, முதலாளி மகள்களில் ஒருத்தியாகக்கூட இருக்கலாம். அல்லது 'கவல் *(khaval)*' என கேலி செய்யப்படும் மூன்றாம் பாலினம்.

உறுதியாகத் தெரியவில்லை யாருக்கும். பார்த்த கூலிகளில் ஒருவன் அப்போதே முதலாளிகளுக்குத் தெரிவித்திருக்கலாம் ஃபோனில். அல்லது முதலாளிகளிடம் பேச முடிகிற மகத்தான தகுதியைப் பெற்றிருக்கும் என்னிடமாவது தெரிவித்திருக்கலாம். கணக்குப்பிள்ளையான நான் குடவுனில்தானே தங்கியிருக்கிறேன் தனியாக. பதினாலு மணி நேர வேலைக்குப் பின் என் வேலை: 'பரஸ்தி'யால் வேயப்பட்ட குடிசைக்குப் போய், சாப்பிட்டுவிட்டு, இசை கேட்பது. ஷிவ்குமார் ஷர்மா – சௌராஸியா –

ப்ரிஜ்பூஷன் என்ற மூன்று பண்டிட்களும் சேர்ந்து நம்மை தூக்கிப் போகும் நட பைரவி ராக . . . – ஞானசூன்யமான நான் பொய் சொல்லக்கூடாது, அல்லாஹ் அடிப்பான் – இப்போதைய ஃபேவரைட் *Bose* படத்தில் வரும் அந்த 'திக்ர்'* தான். ஹஸ்பிரப்பி ஜல்லல்லாஹ் . . . 'தாயிலா'வின் போதையூட்டும் அடியில் தூக்கம் வந்துவிடும். தூக்கம் வரவில்லையேல் அஸ்மாவையும் பிள்ளைகளையும் பிரிந்த ஏக்கம் கூடிவிட்டதென்று அர்த்தம். இன்றும் கனவுக்கன்னியாகவே இருக்கிற நடிகை *Sri.V.* தயா படமொன்றை போட்டுவிட்டு *TV*க்கு பின்னே உட்கார்ந்துவிடுவேன். வாகு அதுதான்.

என் துக்கம் தொலையட்டும், வந்தவளாவது சந்தோஷமாக இருக்கட்டும் என்று கூலிகள் விட்டுவிட்டார்கள் போலும் . . . இல்லையே, குடவுனுக்கு வரும் அழகான சிறு குருவிகள் அதுபாட்டுக்கு புணர்ச்சி விளையாட்டில் தன்னை மறந்து களித்திருக்கும்போது கல்லை வீசும் கயவர்களாயிற்றே இவர்கள்.

ஊரிலுள்ள மனைவி அஸ்மாவுக்கு, வீட்டுப் பெண் பூனைகள் 'அங்ம் . . . அங்ம் . . .' என்று தொடர்ந்து முனகினால் ஆனந்தம் தாங்க முடியாது. 'அதாச்சும் சந்தோஷமா இந்துட்டு போவட்டும்' என்று யாரையும் இடைஞ்சல் செய்ய விடமாட்டாள். 'நம்ம ஊருலெ நல்ல வேளையா கடா பூனைங்களை மட்டும்தான் அரபு நாட்டுக்கு அனுப்பலே புள்ளே . . .' என்று நான் வெடைக்கும் போது அவள் கண் கலங்கும். ஞாபகம் வருகிறது.

இங்கே குருவிகளுக்கு நரகம் தரும் கூலிகளுக்கு ரஜபை சீண்டுவதற்கு தைரியம் கிடையாது. அவர்களுக்கான விசா, பாஸ்போர்ட் வேலைகளை செய்பவன் ரஜப். தவிர அரபி ஓரளவு பேசத்தெரிந்த பலுச்சி. அரபி உடை போட்டுக்கொண்டு இந்திய பாகிஸ்தான் மாணவிகள் படிக்கும் பள்ளிக் கூடங்கள் பக்கம் சுற்றிக்கொண்டிருப்பான். அரபிகளைப் பார்த்து கற்றுக் கொண்டுவிட்டான் போலும். அவர்களும் என்ன செய்வார்கள், பாவம், அரபுக்காரியை மணமுடிப்பதற்கு ஆயுசு முழுக்க உழைத்தாலும் போதாது. படித்து வேலைபார்க்க ஆரம்பித்து விட்ட அவள்களுக்கு மூடர்களை கட்டிக்கொண்டு மாரடிக்க பைத்தியமில்லை. மொபைல் இருக்கு முன்னூறு பேர் ஓடி வர . . . இதனால் சந்துக்கு சந்து இந்த முதிர்காளைகள் தங்களின் 'லம்லம்' பாம்புகளை தூக்கிக்கொண்டு அலைகிறார்கள். பொறுக்க இயலாத அரசாங்கம், வரதட்சணையாக 'பொட்டிசீரு'டன் உதவித்தொகையும் சேர்த்தே கொடுக்கிறது. இருந்தும் மங்களூர், ஹைதராபாத் என்று போகும் புனிதர்கள் ஒருவார கல்யாணங்கள்

---

* திக்ர் (Zikr) – இறைதியானம்

செய்கிறார்கள். பிரச்சினை தீரவில்லை. அரபி வேஷம் போடும் ரஜப் தன் பிரச்சினையை வேறு மாதிரி இப்போது தீர்க்கிறான் போலும்.

பலுச்சி ஸ்டைலாக இருக்கும்.

இந்த பலுச்சி இன ஆட்கள் ரொம்ப காலமாக துபாயின் சஃபா பகுதியில் இருக்கிறார்கள். பாகிஸ்தான் மற்றும் ஈரான் பார்டரிலுள்ள பலுச்சிஸ்தானைச் சேர்ந்தவர்கள். எப்போதோ வந்தவர்கள். பெரும்பாலோருக்கு விசா கிடையாது. ஆனாலும் அரசாங்கம் இவர்களை மட்டும் பரிவோடுதான் கவனிக்கிறது.

ஓரிருவருக்கு குடியுரிமை கூட கொடுத்திருக்கிறது. பக்கத்திலுள்ள, நாத்–அல்–ஷிஃபாவின் குதிரைப் பந்தயங்களுக்கு கூட்டம் சேர்க்கவும் குதிரை லத்திகள் அள்ளவும் அவசியமென்று கூட இருக்கலாம். 6 மில்லியன் டாலர்கள் பரிசாகக் கொடுக்கும் உலகப் பிரசித்தி பெற்ற பந்தயமாயிற்றே . . . பார்க்க வருபவர்களுக்கெல்லாம் பரிசு. ரஜப் நிறைய பரிசு வாங்கியிருக்கிறான். ஒவ்வொரு குதிரையும் *Le Meredian* ஸ்டைல் அறைகளில் தங்கியிருப்பதைப் பார்த்து விட்ட பெருமூச்சின் நீளத்திற்காக நானும்கூட பரிசு வாங்கியிருக்கிறேன். அருகே நின்றிருந்த உகாண்டாகாரி குதிரையின் எதையோ பார்த்து விட்டு என்னைவிட நீளமாகப் பெருமூச்சு விட்டாள்.

மனிதர்களை விட குதிரைகள் மேல்தான். அதற்கு நாலு கால்கள் இருக்கின்றன. இதைச் சிறப்பாக உணர்ந்தவர் மாமன்னரின் சகோதரரான, விரைவில் மன்னராக 'தேர்ந் தெடுக்கப்பட'ப்போகும், மாண்புமிகு இளவரசர். 'சின்ன பட்டாமணியார்' என்று துபாய் தமிழ் எழுத்தாளர் ஒருவர் சிறப்பாகக் குறிப்பிடுவது இவரைத்தான். இளவரசர் ஒருமுறை சஃபா பகுதிக்கு வந்து ரஜப் குடும்பத்தாரைக்கூட பார்த்திருக்கிறார். அப்போது ரஜப்–ன் மாமாதான் ஷேக்–ன் கனிவில் மயங்கி துணிச்சலாக சொல்லியிருக்கிறார்: 'யா ஷேக் . . . உலகின் மேன்மைமிக்க உங்களிடம் ஒன்றேயொன்று சொல்ல வேண்டும். உத்தரவிடுவீர்களாக'

'அழகான ஒட்டகத்தின் சிறப்பான உதடே, சொல்வாயாக'.

பெட்ரோல் கொலைகாரர்களான 'கோராக்கள்' பற்றி தாங்கள் எச்சரிக்கையாக இருக்க வேண்டும். அரேபியாவின் சுபிட்சமான இந்த நாட்டை ஆட்டைக் கொழுக்க வைப்பது போல் கொழுக்க வைத்துக் கொண்டிருக்கிறார்கள். நாளை ஒருநாள் . . .'

இளவரசர் அப்போது ஏதும் பேசவில்லை. 'கோராக்க'ளால் தான் இந்த நாடு இருக்கிறது. ஏன், நானே உயிரோடு இருக்கிறேன் ...' என்று முனகியபடியே காவலர்களைப் பார்த்து ஒரு பார்வை. ரஜப்–ன் மாமா அப்போதிலிருந்து சிறையில் வாடுகிறார்.

இம்மாதிரி விஷயங்கள் சொல்லும் ரஜப்–ஐப் பார்த்து கூலிகள் பயப்படலாம். நான் பயப்படமாட்டேன். செய்தி என்னை இழிவு படுத்தி விட்டது. பெண் துணையற்ற உயிர்களாய் சவங்கள் போல நாங்கள் இங்கு வாழ்ந்து கொண்டிருக்க ரஜப் அவளை எங்காவது கூட்டிக் கொண்டு போயிருக்க வேண்டும். அதுதான் நகரத்தில் தெருவுக்கு நானூறு லாட்ஜ்கள் இருக்கிறதே ... துபாயின் வெரைட்டி போல துனியாவிலேயே எங்கும் கிடைக்காது என்பார்கள் சௌதிகள். நாலு திர்ஹத்திற்கு வரும் அங்கோலாகாரியிலிருந்து நாலு லட்சங்கள் கேட்கும் நாசூக்கான லெபனான்காரிகள் வரை பெண்கள்.

பின் நான் மட்டும் நாய் படாத ஏன் படுகிறேன் என்றால் அதுதான் விதி சார். கூலிகளுக்கு பிரச்சினையில்லை; வாரம் ஒருமுறை பஜாருக்குப் போய் படுத்துவிட்டு வருவார்கள். நானோ ... துணிச்சலில்லாதவன். சில பெண்களைப் பார்த்தால் நாலு இஞ்ச் வரை நீளுகிறதுதான். ஆனால் காசையும் எய்ட்ஸையும் நினைத்தால் நாலு மில்லி மீட்டராகி நாணிக் கோணி புதைந்து விடுகிறது. அதுவும் *Introvert*. சுங்குத்தானில் அடிபட்ட பொன்னாந்தட்டான் போல பொசுக்கென்று 'தலை' தொங்கி விடும். என் இனிய அஸ்மா, உன்னவன் எத்தனை உத்தமன் என்று பெருமைப்படாதே. அவனுக்குப் பயம். புதிதாக வரும் ரஷ்யக்காரிகள் இப்போதெல்லாம் தங்களைச் செய்துவிட்டு காசு இல்லையென்பவனின் குறியை அறுத்துவிடுகிறார்களாம்.

நிலைமை இப்படியிருக்க ரஜப் மட்டும் சுவாதீனமாக எப்படி எங்கள் இடத்திற்கே வந்து தன் திறமையைக் காட்டுவது ... எங்களை 'திமாக் மாஃபி'க்கள் என்று நினைக்கும் இவனுக்கு ஒரு பாடம் படித்துக் கொடுக்கவே வேண்டும். தவிர இது சம்பந்தமாக உடனே, நேற்று மாலையே, படிக்காத அந்த மூடனிடம் விசாரித்தபோது, அவனைவிட ஆயிரம் திர்ஹம் குறைவாக சம்பளம் வாங்குபவன் என்ற மரியாதை கூட இல்லாமல், 'உன்னால் முடிந்ததைச் செய் மதறாஸி தடியனே' என்றான் – நாலு கூலிகளின் முன்னிலையில். என்ன திமிர் இருக்க வேண்டும் . . . அப்படியென்றால் . . . அப்படியென்றால் . . . கூலிகள் சொல்வது சத்தியம்.

டேய் ரஜப் . . . என்னை சாதாரணமாக நினைத்துக் கொள்ளாதே . . . 'ஒண்ணு ஆண்டவன் கெடுக்கனும் . . .

இல்லே அய்யங்கோட்டைக்காரன் கெடுக்கனும்' என்பது பழமொழி. பழமொழியை விடு, தவறு செய்தவன் தண்டனை அனுபவித்தே ஆக வேண்டும்.

ரஜப்–ன் பிழைப்பில் மண்ணை அள்ளிப் போட்டேயாக வேண்டும் . . . பாலைமண் பட்டுமண் மாதிரி இருக்கும். நரநரப்பு தெரியாது.

முறைத்துக்கொண்டே ரஜப் சென்றான். அரபிகளுக்கு தனித்தனியாக ஃபோன் செய்து நாளை காலை அவசியம் வருமாறு சொன்னேன் – கண்டிப்பான குரலில். ரஜப் பற்றியது என்று சொல்லவில்லை. ஏனென்றால் அவனிடம் கேட்டு விடுவார்கள்; அவன் உஷாராகிவிடுவான்.

'முதீர்' விடுமுறையில் பாகிஸ்தான் போயிருக்கிற இந்த இக்கட்டான நேரத்தில், நான் சொன்னால் முதலாளிகள் கேட்பார்கள். 'சொர்க்கமே என்றாலும் நம்மூரு போல வருமா' என்று ஒருவரிடம் சொல்லிக்கொண்டிருந்ததை அவர்கள் போனமாதம் கேட்டார்கள்.

இப்போதும் கேட்க வேண்டும்.

அப்பா பிள்ளைகளே தவிர இவர்கள் கம்பெனியை சேர்ந்து நடத்துவதில்லை என்பதுதான் பெரும் குறை. 'சொந்தங்களைப் போல் சேர்ந்து இரு; அன்னியன் போல் வியாபரம் செய்' என்பது அரபுப் பழமொழியாக இருக்கலாம்; ஆனால் சொந்தங்களைப் போல் அந்நியர்களாக இருப்பது . . . சொத்து தகராறு என்று கேள்விப்பட்டேன். மத்தர் அல்–பனா இன்னும் தன் பிள்ளைகளுக்கு சொத்தைப் பிரிக்கவில்லையாம். உலகப் பிரச்சினை. சமயத்தில் சொத்தே இல்லாமலும் சொத்துத் தகராறு வரும் – என் குடும்பத்தில் நடப்பது போல்.

நாலு அரபிகளும் இதுவரை ஆடிட்டிங் ரிப்போர்டில் கூட சேர்ந்து கையெழுத்திட்டதில்லை. கம்பெனியில் உட்கார்ந்து சேர்ந்து பேசியதில்லை. 'முதீ'ரிடம் கலந்தாலோசித்ததில்லை. இவர்களுக்குப்' பின் ஆரம்பித்த எத்தனையோ கம்பெனிகள் முன்னேறிவிட்டன. ஆனாலும் அல்–பனா டிரேடிங் அல்லாஹ்வின் தயவில் ஓடுகிறது . . .' வியாபாரமே இல்லையே முதலாளி' என்றால், 'கனிகளுக்காக தன்னை தயார் செய்கிறது மரம்' என்று கவிதை சொல்கிறார் மத்தர் அல்–பனா.

கொஞ்சம் மேலே எழும் கம்பெனியின் தலை, கவிதையைக் கேட்டவுடனேயே பூமிக்குள் புதைந்துவிடும். கவிதைகளின் சக்தி அது.

ஆனால் இவர்களிடம் ஒரு குணம் உண்டு. நம்பிக்கைத் துரோகத்தைப் பொறுத்துக்கொள்ளவே மாட்டார்கள். திருடலாம்; ஆனால் சொல்லிவிட வேண்டும். இல்லையேல் தொலைந்தது. இதைப் புரிந்துகொண்ட எத்தனை நாட்டவர்கள் சூப்பர் மார்க்கெட்களும், கல்லூரிகளும் திறக்கிறார்கள் . . .

இங்கே பிரச்சினை திருட்டு அல்ல, பெண் விவகாரம். மற்ற அரபுநாடுகளில் உறுப்புகள் வெட்டியெடுக்கப்படலாம் – அரசாங்கத்திற்கு வேண்டாதவராக இருந்தால். தங்களுக்கு யார் வேண்டியவர்கள் என்று எல்லா நாட்டு அரசுகளுக்கும் சரியாகத் தெரியும் என்று நமக்கும் தெரியும். அலட்டிக்கொள்ளாத துபாயைப் பொறுத்தவரை இம்மாதிரி 'சின்னச்சின்ன' விஷயங்களுக்கான தண்டனைகள் கொடுப்பதை தன் மைந்தர்களிடம் ஒப்படைத்து விட்டது. வேலை பார்ப்பவன் தப்பு செய்தால் 'ஜஹன்னம் ஜா' என்று தூக்கி எறிந்து விடும் அவர்களின் குணமோ வெகு பிரசித்தம். வெளிநாட்டவர்கள் படு கொச்சையாக ஒன்று சொல்வார்கள்; சொல்லத் தயக்கமாக இருக்கிறது. இல்லை; சொல்லியே ஆக வேண்டும். 'பத்து வருஷமா ஊம்பியிருப்போம். ஒரே ஒரு நாளு பல்லு லேசா பட்டுட்டா தூக்கியெறிஞ்சிடுவானுவ' என்பார்கள். உண்மை. உடனே என் பல்லைப் பிடித்துப் பார்க்காதீர்கள். சரி, சொல்லிவிட்டு 'செய்தால்' அர்பாப்கள் *ok* சொல்லிவிடுவார்களா என்றால் அதுவும் இல்லை என்று மேனேஜர் சொல்லியிருக்கிறார். சென்றமாதம்கூட, பக்கத்து அஜ்மான் நாட்டுக்கு இணையாக வெள்ளமாய் மது ஓடும் இந்த பகுதியில், சாதாரணமாக குடவுனில் கொண்டுவந்து குடித்த கோவாக்காரர்களுக்கு – செய்வதை இங்கே செய்யாதே . . . வியாபார இடத்தின் 'பரக்கத்' என்னாவது என்று – உடனே சீட்டு கிழிந்து விட்டது. அப்போது அவர்களை மாட்டி வைத்தவன் இந்த ரஜப். விளைவு வெகு சீக்கிரத்தில், இங்கேயே, வந்துவிட்டது. நீதியின் தேட்டம் போலும்.

காலை. முறைப்பு மாறாமல் ரஜப் வந்து ஆஃபிஸில் உட்கார்ந்ததுமே அரபிகளை மீண்டும் அழைத்தேன். அவர்கள் ஒவ்வொருவரும் அரை மணி நேரத்திற்கு முன்பே புறப்பட்டு விட்டதாக சொன்னார்கள் – வீட்டிலிருந்தபடியே. அநேகமாக அவர்கள் விலையுயர்ந்த இந்திய 'ஊத் *(oudh)*' புகையை காலை விரித்துக் கொண்டு உடைக்குள் விடுவதில் ஈடுபட்டிருக்க வேண்டும்.

ஒருவழியாக *Jungle Book I*–ல் யானைகள் மார்ச் செய்து கொண்டு வருவது போல் 'ஜெஜ்ஜால்' போன்ற மத்தர் அல்–பனா முன்னால் வர பின்னால் மகன்கள் வந்து சேர்ந்தார்கள்.

இவர்களை சேர்ந்தாற்போல் பார்ப்பது எத்தனை சந்தோஷமாக இருக்கிறது. முதன்முறையாக அப்படிப் பார்க்கிறேன். ஒற்றுமையென்பது 'மிஸ்வாக்' குச்சிகளால் பல்லை விளக்கி விளக்கி, கழுவாமல் அப்படியே ஜோப்பில் வைத்துக்கொள்வதல்ல. நீதியை நிலைநாட்டும் நற்செயலுக்கு ஒன்றுகூடுவது; அதற்காகப் போராடுவது.

அவர்களிடம் சொல்வதற்கு முன் ஒருநொடி, தப்பு செய்கிறோமோ என்று மனம் நடுங்கியது. என்னால் ரஜப் – ன் குடும்பம் நாளையிலிருந்து கஷ்டப்படப் போகிறது . . . அவர்களின் 'பதுவா (*Badhuva*)' என் மேலும் என் குடும்பத்திலும் விழுமே . . . தெரிந்தும் முட்டாள்தனம் செய்வது என்னையும் கூட்டிக்கொள்ளவில்லை என்ற உள்மனசின் பழிவாங்கலாக இருக்கும். யவ்ம் அல் கியாமத் எனப்படும் யவ்ம் அல் கியாமியாவில் எனக்கு நரகம்தான். அதனால் பாதகமில்லை, ஆருயிர் நண்பர்களைப் பார்க்கலாம்; இலக்கியம் பேசலாம். ஆனால் சகோதர மதங்களிலும் சத்தியமுண்டு என்பதை புரிய முயற்சிக்காதவர்களும் இருப்பார்களே என்ற பயம்தான் வாட்டுகிறது. அங்கும் ஒருங்குறியில் 'உண்மை' வெழக்குவார்கள்.

'கவிக்கோ'வின் அழகான வரிகள் இப்போது ஞாபகம் வருகின்றன. . .

'. . . எத்தனை வகையான பாதைகள், ஆனால் ஒரே ஒரு பாதை மட்டும் காணோம், இதயத்திற்கு போகும் பாதை, அதனால்தான் மனிதன் இன்னும் ஊர்போய்ச் சேரவில்லை' என்று சொல்லியிருப்பார் 'ஆலாபனை' தொகுப்பில். அவருக்கு கவிதை வருமா வராதா என்பதறியேன். ஆனால் உண்மை வரும். மேடை மட்டும் இருக்கக் கூடாது.

மறுமைநாள் . . . அது எந்த நொடியும் வரலாம்தான். அபுஹுரைரா (ரழி) சொன்ன ஹதீஸ் ஒன்று உண்டு. 'இறுதிக் காலத்தில் சிலர் வருவர். மார்க்க பக்தர்கள் போன்று நடித்து உலகத்தை ஏமாற்றுவர். இவர்களின் பேச்சு தேனை விட இனிமையாக இருக்கும். இதயங்களோ ஓநாயுடையவை'. இது இப்போதைய காலத்தைக் குறிக்கவில்லை என்று யார் மறுக்க முடியும்.

சீழோ பாலோ, அங்கே எது எனக்குக் கிடைக்குமென்று இறைனுக்குத்தான் தெரியுமென்றாலும் இந்த 'ஸ்வர்க்–நர்க்' கதைகளில் எனக்குப் பிடித்தது சகோதர மதத்து மகான் ஒருவர் சொன்னது. பெயர் ஞாபகமில்லை. அது முக்கியமு மில்லை. நீளமான ஸ்பூன் வைத்துக்கொண்டு எதிரில்

வைத்திருக்கும் அருமையான உணவை தானே தின்ன இயலாமல் தவிப்பவர்கள் நரகத்திலும், அதே ஸ்பூன் மூலம் அடுத்தவருக்கு ஊட்டி மகிழுபவர்கள் சொர்க்கத்திலும் இருப்பார்கள் என்று வரும். என்ன அழகான விளக்கம் . . . இதை ரொம்ப காலத்திற்கு முன்னால் எழுதிய ஒரு கதையில் சிலாகித்திருக்கிறேன். அப்போது அதைப்படித்த ஒரு நண்பர், வழக்கம்போலவே தவறாகப் புரிந்துகொண்டு, அடுத்து வந்த அவர் முதலிரவில், மனைவியின் வாயில் தன் கடப்பாரையை நீட்டி வைக்க சொர்க்கத்தின் திறப்பு விழா சோதனையாகிவிட்டது. விவாகரத்து. தவறை பெரிதும் உணர்ந்தவர் இப்போது – போனமாதம்தான் – வேறொரு கல்யாணம் செய்து, இந்தமுறை எச்சரிக்கையாக, வாயில் வைக்காமல் தவிர்த்திருக்கிறார். அதுவும் பிரச்சினையாகிவிட்டது. காலம்தான் எப்படி மாறிவிட்டது. வானத்து நரகம் மட்டும் அப்படியே இருக்கிறது.

சிலபேருக்கு எதைச் செய்தாலும் செய்யாவிட்டாலும் நரகம். பதுவா . . .

யாருடைய பதுவாவையும் வாங்கக்கூடாது என்று ஹஜ்ரத் கடுமையாக எச்சரிப்பார்கள். 'இங்கே டீக்கு பாலில்லே . . . ஏன், தண்ணியே இல்லே . . . காஞ்ச பறாட்டாக்கு வழியில்லாம பேயா பறந்து சாவுது ஒரு கோடி . . . பொறந்த மண்ணுல வாழ முடியாம பிச்சைக்காரன் மாதிரி அலைஞ்சியலைஞ்சி சாவுது இன்னொரு கோடி . . . ஆலிம்ஷாக்க என்னாண்டா சொர்க்கத்து பாலாறைப் பத்தி பேசுறாஹா . . . பாலும் தேனும் கொழகொழண்டு ஓடுனா எறும்புல்ல வந்து மொக்கிம் . . .' என்று 'ஸ்வர்க்–நர்க்' கதைகளை கிண்டல் செய்யும் ஹஜ்ரத் . . .

பதுவா பற்றி, 'பாதிக்கப்பட்டவங்களுக்கும், கசக்கப் பட்டவங்களுக்கும், அவமானப் பட்டவங்களுக்கும், மனம் வெந்துபோனவங்களுக்கும் பயப்படு. ஏண்டா . . . அவங்களோட பதுவாவுக்கும் அல்லாஹ்வுக்கும் இடையிலே திரை கெடையாது'ண்டு ரசூலுல்லாஹ் சொல்லியிக்கிறாஹா . . . என்னா அர்த்தம் . . . சபிச்சா உடனே பலிக்கும்டு அர்த்தம்' என்பார்கள். பயந்தேன். யாருடைய சாபத்தில் மாட்டினாலும் காமிலான குருவின் சாபத்திற்கு மட்டும் ஆளாகிவிடவே கூடாது. அது 'லஅனத்–அல்–குப்ரா'. யாரோ கூப்புடுற மாதிரி இருக்கிறதல்லவா, பெரும் சாபம் என்று அர்த்தம்.

அலுவலகத்துக்கு வெளியே, பண்டல்களாக மாற்றும் பேலர் மெஷின்களின் ஹாரன்கள் இருமுறை ஒலித்தது. குடவுன் கூலிகள் புல்கட்டுகளை பிரித்து உதற, பெரும் தூசிப்புகை சப்தத்துடன்

எழுந்தது. இன்று தீர்ப்பு நாள். யார் எங்கே போவார்கள் என்பது தெரிந்து விடும்.

'பாலைவனத்தில் நீதி மலர்ந்து புதுமை ஊட்டுதாம் . . .' – ஊரிலிருந்து ஈயம்ஹனிஃபா பாடுவது கேட்டது. எந்த கிரகத்திலிருந்து பாடினாலும் கேட்கும். கொதிக்கும் எண்ணெய் கொப்பறைகள் நிரம்பிய மறுமையின் நரகத்தை நினைவுபடுத்தும் அருமையான என் குரலில் நானும் பாடிக் கொண்டேன்: 'நன்மை தீமை செயல்கள் மீஜானில் நிறுக்கப்படும் . . .' 'மீஜான்' என்றால் மானுடர்கள் சொர்க்கமோ நரகமோ செல்வதற்கான அல்லாஹ்வின் தராசு. அணுவளவு தீமையையும் நன்மையையும் அளந்து விடும். துல்லியம். எவரும் தப்ப முடியாது.

இறைவனின் எந்த நரகமும் அவனுடைய 'அழகிய' பிரதிநிதியான மனிதன் படைக்கும் யுத்த நரகங்களுக்கும் இனப் படுகொலைகளுக்கும் முன்னால் ஒன்றுமே இல்லையென்றாலும் பயம் பயம்தான். நாம் கேள்வி கேட்கவே முடியாது.

'ஏ இறைவா . . . கோடி தங்க நாணயங்கள் இப்போது கிடைத்தால் அத்தனை இந்திய மிஸ்கீன்களின் சம்பள பாக்கியையும் உடனே தீர்த்து விடுவேனே' என்று சொன்ன அரபி கூடவே நாக்கையும் வானத்தைப் பார்த்து நீட்டி ஆட்டினானாம். 'சும்மாச்சுக்கும்' என்று அர்த்தம். எல்லா செயல்கள் மட்டுமல்ல அதன் மூலமான எண்ணங்களும் எழுதப்படுகின்றன யா ஷேக், கவனம் வேண்டும். கணக்கு கேட்பதில் வல்லவனான இறைவனின் ஆட்சியே செயலுக்குத் தகுந்த 'பரிசு' கொடுக்கத்தான்.

'முட்டாள்களே, உங்கள் பரிசு இம்மையிலும் இல்லை, மறுமையிலும் இல்லை'யென்பான் உமர்கய்யாம். ஆனால் அன்றே சொல்லிவிட்டாள் எங்கள் ஔவை:

'தாம்தாம்முன் செய்தவினை தாமே அனுபவிப்பார்'. தீபக் சோப்ராக்கள் இன்று சொல்கிறார்கள். *No debt in the universe ever goes unpaid.*

ஏதும் சொல்லாமல் சமாளித்து, சுவனப்பெருவாழ்வை அடையும் நன்மைகளுள் ஒன்றாவது இப்போது செய்யலாமே என்ற எண்ணம் வந்ததுதான். அகந்தை விடவில்லை. சரி, எல்லாம் போகட்டும், முடிவு நேரம் நெருங்கிவிட்டது. இப்போதைய தவறு உண்மையில் யாருடையது. அதை, இந்த நாளின் அதிபதிகளான என் அர்பாப்களே தீர்மானிக்க வல்லவர்கள்.

*ரப்பனா ஆத்தினா ஃபித்துனியா ஹஸனத்தன் வ ஃபில் ஆகிரத்தி ஹஸனத்தன் வக்கினா அதாபன் னார்**

என் அரபிகள் அல்லாஹ்வுக்கு மிகவும் பயப்படுபவர்கள். நான் சொல்லி முடித்த உடனே, தலையில் கட்டும் – சாட்டைக்கு நிகரான 'எகால்' எனப்படும் – கறுப்புக் கயிறைக் கழட்டியோ அல்லது தற்போது வைத்திருக்கும் பாரம்பரிய – போர் நடனமான 'அய்லா'வுக்கு உதவும் – கம்பாலோ அவனை நாலு அடியாவது அடிப்பார்கள். *4=4444444444.* கம்பைத் தூக்குவது போரின் வெற்றியைக் குறிக்கும். தொங்கவிட்டால் தோல்வி.

ஜனாப் மஹாதிர், நாலுபேரும் ஒரு கேள்விதான் கேட்டார்கள்: 'வந்தது குமரியா, கிழவியா?' *('மினு அத்தா, ஷாபதீலீ வல்ல அஜூஸ்')*

* துஆ: இறைவா, எங்களுக்கு இவ்வுலகிலும் மறுஉலகிலும் – 'ஹஸனா' என்கிற – பேரின்பத்தைத் தருவாயாக; நரக வேதனையிலிருந்து எங்களைக் காத்தருள்வாயாக !

# வாழைப்பழம்

எத்தனையோ பழம் இருந்தாலும் இந்த வாழைப்பழம் மாதிரி ஆண்களுக்கும் பெண்களுக்கும் சிரிப்பை வரவழைக்கிற பழம் எதுவும் இல்லை என்பேன். அது சின்ன, அசட்டு வாசம் அடிக்கும் பூவன் பழமாகவோ இனித்துக் கொட்டும் கற்பூரவள்ளியாகவோ இருக்கட்டும் அல்லது நீளமான 'வழுக்' 'வழுக்' என்றிருக்கிற பச்சை நாடாவாவோ மொந்தனாகவோயிருக்கட்டும் அதுவுமில்லாது இடையேயுள்ள – மாவாய் கரையும் ருசியுள்ள – நாட்டு ரஸ்தாலியாகட்டும் எதுவாக இருந்தாலும் இவர்களுக்கு சிரிப்பு அதன் ருசியில் இல்லாது பழத்தின் பருமனிலும் நீளத்திலும்தான் இருக்கிறது. ஊரில் ஆண்கள், 'வாடா' என்கிற இறால் போட்ட வடையை கிண்டலுக்கு எடுத்தால் பெண்களின் ஆயுதம் துப்பாக்கியை விட வாழைப்பழம்தான்! சம உரிமை கேட்டுப் போராடாமல் ஜெயிக்க வைத்து விட்டது அவர்களை ... அதுவும் கல்யாண வீடுகளில் அது பற்றிய கேலிப் பேச்சுக்கள், 'டோல்' சத்தத்தை விட அதிகமாகி இருக்கின்றது. டோலடித்து பாடுவதிலும் பாடு பொருள் பெரும்பாலும் வாழைப்பழம்தான் ...

'சுல்தான் மரைக்கார் கூப்பிடுறாரு . . . என் தங்கச்சிப் பொண்ணே வாங்க . . !' – டோல் பாட்டு! எதற்காக கூப்பிடுகிறார்? எல்லா பெண்களுக்கும் தெரியும். 'ஊஉலுலு ல்லுலூ லூ லூஉ' என்று குலவையிட்டு கும்மாளம்தான்! தோழிகளை, வேறு வேறு கணவர்மார்களுடன் இணைத்துப் பாடச் சொல்லும் அருவருப்பான விஷயங்கள்

இப்பொதெல்லாம் குறைந்து விட்டனதான். ஆனால் பேச்சு எனும் 'டோல்' சத்தம் கேட்டுக் கொண்டே இருக்கிறது . . . அதற்குத் தீனி வாழைப்பழம்தான். அதன் தோல் என்பது உண்மையில் சிரிப்பால் மூடப்பட்டிருப்பது. சிரிப்பின் வண்ணம் பச்சையாக இருக்கும் . . . மஞ்சளாக இருக்கும் . . .

'தோழன் பசியாற' வைக்கும்போது ஊரில் குட்டெ ஜெஹபர் லாத்தா மறக்காமல் ஒரு மரவையில் ஒரு பெரிய வாடா வைத்து அதன் துளையில் ஒரு மொத்தமான வாழைப்பழத்தைத் திணித்து வைப்பாள். 'கொல்லை கழிச்சல்ல போயிடுவா . . . என்னா தஹிரியம்?!' என்று பெரியம்மா கனியாச்சி கண்டிக்கிற மாதிரி சொன்னாலும் (சின்ன பிள்ளைகள் நாங்கள் ஒன்றும் தெரியாமல் பார்த்துக்கொண்டிருக்கிறோமே . . !) முகம் முழுக்க எதையோ நினைத்து 'குப்'பென்று சிவப்பு . . .

கனியாச்சிக்கும் தைரியம் அதிகம்தான். உடம்பு சரியில்லாமல் புஹாரி பெரியாப்பா சபரிலிருந்து வந்திருக்கும்போது, அவர் வீட்டில் நுழைந்ததுமே 'என்னட மச்சான் . . .' என்று ஓடிப்போய் அவர் நெஞ்சில் முத்தமிட்டு கண்கலங்க அணைத்துக் கொண்டதை தெரு ரொம்ப நாள் பேசிற்று . . . 'எஹலுக்கு மட்டும்தான் மாப்பிள்ளே . . !' என்று முகத்தை வலித்துக் கொண்டது.

இப்போது கனியாச்சிக்கு துணிச்சலுடன் கால் மரப்பும் சேர்ந்து கொண்டுவிட்டது! செளதியிலிருந்து வந்திருந்த அவர்களின் மூத்த மகன் நத்தர் தனது நண்பன் அமானுதமாகக் கொடுத்த கேஸட் என்று ரகஸ்யமாக வைத்திருந்ததை, அவர்கள் சொல்லாமல் கொள்ளாமல் 'ஒலியும் ஒளியும்' என்று ('ஓய்யிம் ஓய்யிம்' என்பான் ஒரு தெருப் பொடியன்) நினைத்துக்கொண்டு வி.சி.ஆரில் போட்டுவிட்டுத் தன் கூடத்து அறையில் தனியாக உட்கார்ந்திருக்கிறார்கள்! ஒலியும் ஒளியும்தான். ஆனால் நீல ஒலியும் ஒளியும்! வீட்டில் உம்மா, மாமி எல்லாம் யார் வீட்டு சடங்குக்கோ போயிருந்தார்கள். என் வீட்டு கனியாப் பிள்ளைகளோ அடுப்பங்கரையில் புகுந்திருந்தார்கள் . . . வெளிநாட்டுக்குப் போகாத வயது வந்த 'அடப்பு' நான் அப்போது மாமாவின் ரிகார்டிங் கடையில் வேலை செய்து கொண்டிருந்த சமயம். வீட்டிற்கு வந்தவன் 'உம்மா எங்கே?' என்று கேட்பதற்காக அவர்கள் அறையில் நுழைந்தால் கண் இமைக்காமல் பார்த்துக் கொண்டிருந்த கனியாச்சியையும் அவர்களை அப்படி ஏழாவது வானத்திற்கு எடுத்துச் சென்ற, பார்த்த ஒரு வினாடியிலேயே என் நரம்புகளை முறுக்கேற்றிவிட்ட அந்த படத்தைப் பார்க்கிறேன் . . ! பெரியம்மா குறைந்தது அரை மணி நேரமாவது பார்த்திருக்க வேண்டும். என்னைப் பார்த்ததும் திடுக்கிட்டவர்களாக அவர்கள் போட்ட கூச்சல் . . !

'அடக்கு அடக்கு இந்த நஜீஸை! உம்மாடி . . . என்னா நரவல் டேப்பு! பெரிய ஒசுபு கெட்ட புள்ளையிலுவாலெ இக்கிது . . . ரொம்பத்தான் கெட்டுப் போயிட்டானுவ கருமங் கொள்ளுவானுவ . . ."

நான் உடனே அடக்கினேன். குறுகுறுப்பு கேள்வியாய் வெளி வந்தது: 'ஏன் கனியாச்சி . . . உடனே நீங்களே அடக்கியிருக்க வேண்டியதுதானே?"

'பாரபலா . . . இந்த ஹராமுலெ பொறந்த காலு மரத்து போச்சுடா ! அப்படியே உட்கார்ந்து கண்ணை மூடிக்கிட்டேன்!"

இன்னும் அவர்களுக்கு நடுக்கம் தீரவில்லை. 'தவ்பா தவ்பா...' என்று காதை மூடிக் கொண்டார்கள்!

நான் சிரித்துக்கொண்டே வெளியே வந்துவிட்டேன். கண் மூடியிருந்த முகமா இது? வாழைப்பழங்களை ஒன்றாகப் பார்த்த மாதிரி அல்லவா இருக்கிறது! கேட்க இயலுமோ? 'படியவுளுந்துடுவான் . . . பெரியம்மாகாரிட்டே பேசுற பேச்சா இது?' என்று திட்டு விழும். பெரியவர்கள் எல்லை வைத்திருக்கிறார்கள். வாழைப்பழத்தோல் சறுக்கிக் கூட அவர்கள் எல்லையில் போய் நாம் விழக் கூடாது!

சப்தம் போட்டு யாரையாவது வந்து அடக்கச் சொல்லலாம் என்று பார்த்தால் வந்தவர்களும் பார்த்து கெட்டுப் போய் விட்டால்?! நாளைக்கு கட்டிக் கொடுக்கப் போகிற குமர்கள் . . .

குமர்களுக்கும் எல்லாம் தெரிந்துதான் இருக்கிறது என்று கனியாச்சிக்குத் தெரியவில்லை. வீட்டில் எந்தப் பெண்களாவது வாழைப்பழத்தை வாயில் வைத்தால் குமர்களின் முகம் 'குப்' பென்று மலர்கிறதே . . !

வாழைப்பழம் என்பது வெறும் பழத்தை மட்டும் குறிப்பதல்ல. கைலி உடுத்தும்போது அது அவிழ்ந்துவிடாமல் இருக்க, சுருட்டி மடக்கி ஒரு சிறிய நீளமான திண்டு போல் வைத்துக் கொள்வதற்குப் பெயரும் அதுதான். இடுப்புக்கும் கைலிக்கும் இடையில் மணி பர்ஸோ, கை நேஞ்சியோ சொருகிக் கொள்ளலாம். ஏன், அந்த வாழைப்பழத்தின் உள்ளேயே காசு பணத்தை வைத்து சுருட்டிக் கொள்ளலாம்.

ஊர் பாஷைகள் எல்லாம் புதிது புதிதாக வரும் போலீஸ்காரனுக்குத் தெரியுமா? வாழைப்பழம் என்றால் ஜாதி மதம் கடந்து அவருக்கும் சிரிப்பு வரும் என்றாலும் கப்ப தொப்பி வாப்பாக்களின் ஊரில் அது கைலி முடிச்சுக்கும் உள்ள பெயர் என்பதற்கெல்லாம் பல்கலைக் கழகத்தில்தான் படிக்க வேண்டும்.

ஒரு போலீஸ்காரன், சிவன் கோயில் தெற்குத் தெருவில் இருந்த சூதாட்ட கிளப்பில் ஒரு பாவப்பட்ட சாபுவை பிடித்து வந்து 'காசை எடு' என்றிருக்கிறான்.

'வாலப் பளத்திலே இக்கிதுங்கனீ . . .' – காமில் சாபு கீழே குனிந்து பார்த்தபடி நிஜத்தைத்தான் சொன்னான்.

செம அடி! போலீஸ்காரன், வேறு பழத்தைச் சொல்வதாக எடுத்துக்கொண்டுவிட்டான்!

சிரிக்காதீர்கள். எனக்கு கோபம் வருகிறது . . .

வாழைப்பழம் என்றால் சிரிப்பு மட்டுமா?

ஒரு குடும்பத்தையே சிதறிப் போக வைக்கும் அது . . .

ஒவ்வொரு குடும்பத்திற்கும் ஒரு *Logo* வரைய வேண்டுமென்றால் நான் என் குடும்பத்தின் சின்னமாக வாழைப்பழத்தையே தேர்ந்தெடுப்பேன். தனியாக காட்டுவதை விட எதிரும் புதிருமாக வந்து ஒன்றையொன்று வெட்டிக்கொள்ளும் இரு வாட்கள் போல அவைகளை வரைய வேண்டும்.

வரைவதற்கு முன் என் கூனாமானா தெரு வீட்டு முசுடுகளிடம் அனுமதி கேட்க வேண்டும். அவர்கள்தான் அந்த சண்டையை ஆரம்பித்தது. முக்கியமாக என் கடைசித் தம்பி ஹாஜானியும் சின்ன மச்சான் ஜக்கரியாவும். ஆனால் வீட்டுப் பெரியவர்களைக் கேட்டால் ஒத்துக்கொள்ளமாட்டார்கள். 'பச்சைப் பாலவனுவ . . . வெளையாட்டா கேட்டதுக்கெல்லாம் இப்படியா இந்த கருமங் கொள்ளுவான் செய்வான்?' என்பார்கள்

எது விளையாட்டு? அவ்வளவு பெரிய வயதான, ஹஜ்ஜுக்குப் போய்விட்டு வந்த சின்னத்தாவை, கள்ளஹாஜி என்று சொல்வதா விளையாட்டு?

அவர் கள்ளஹாஜியாகவே இருக்கட்டும்; அதற்காக இந்த பொடிப் பையன்கள், அதுவும் அவர் மனைவி வீட்டுப் பிள்ளைகள், அத்தனை பேர் முன்னிலையில் ஒளிந்து கொண்டு கத்தலாமா கள்ளத்தனமாக? அல்லாஹ் மன்னிப்பானா இந்த ஹராமிகளை?

என் சின்னம்மா ஹைஜானின் மாப்பிள்ளையான அவர், ஹஜ்ஜுக்குப் போய் வந்த பிறகும் கடைக்கு சாமான் வாங்க வரும் பொண்டுவளை மடக்கிவிடுகிறார் என்று அந்த பட்டம் வந்துவிட்டது. கேட்டதைத்தானே கொடுக்கிறார்? ஆனால் ஹைஜானுக்கு எப்போதும் சின்னத்தா மேல் சந்தேகம்தான். 'வெள்ளித் தட்டுலெ நாவல் பழத்தை வைச்ச மாதிரி இக்கிறா'

என்று தன்னை கேலி செய்யும் தன் சிவந்த மாப்பிள்ளை எப்படி சுத்தமாக இருக்க முடியும்? இந்த ஆள் கடையிலெ எப்போவுமே பொண்டுவ கூட்டமாமே . . .

பள்ளி விடுமுறை நாட்களில் நான் சின்னத்தா கடையில் வேலை பார்த்து விட்டு (சம்பளம்: ஒரு பென்ஸில்!) சின்னம்மா வீட்டுக்கு சாப்பிட வந்தால் அது கேட்கிற கேள்வியெல்லாம் 'இன்னக்கி யார் யார் வந்தாளுவ?' என்பதுதான். 'சும்மா பேசிக்கிட்டிந்தாஹா . . .' என்று சொன்னால் 'போடா . . . நீ ஒரு மலாக்கா பேயன்!' என்று சொல்லும். என்னைத் தன் தோளில் போட்டு வளர்த்த சின்னம்மா சொல்வது சரியாகத்தான் இருக்க வேண்டும். தவிர மலாக்காவில்தான் என் பாட்டனார் தோட்டத் தொழிலாளியாய் அந்த காலத்தில் வேலை பார்த்து இருக்கிறார். பேப்பரம்பரை. . .

யாருக்கு எப்படி வேண்டுமானாலும் இருக்கட்டும். எனக்கு என் சின்னத்தா உசத்திதான். பாங்கு சொன்னதுமே எல்லாவற்றையும் தூக்கிப்போட்டுவிட்டு சின்ன ஹொத்துவா பள்ளிக்கு ஓடுவதால் மட்டுமல்ல. எனது நோய்வாய்ப்பட்ட உடம்பு, சங்கடங்களில் மாட்டிக்கொள்ளும்போதெல்லாம் அவர்தான் பதறி ஓடி வருகிறார்.

சென்னை புதுக் கல்லூரியில் படிக்கும்போது அப்படித்தான். கடுமையான வயிற்று வலியால் ராயப்பேட்டை மருத்துவமனையில் அவசர அவசரமாக சேர்க்கப்பட்டேன் – நடு ராத்திரியில். காலையில் முழித்தால் எதிரே தெரிந்த முகம், சின்ன தாடியை எப்போதும் உருவியபடியே இருக்கும் சின்னத்தா! நண்பன் நூர் சாதிக் ஊருக்கு ஃபோன் செய்ததுமே உம்மா, சின்னம்மா, மாமி எல்லோரையும் ஒரு டாக்ஸியில் அள்ளிப் போட்டுக் கொண்டு ஓடி வந்திருக்கிறார்.

சின்னத்தா அருகில் இருக்கும்போது எப்படி குணமடையாமல் போகும்?

மஞ்சள் காமாலை வந்திருந்தபோது பரவை சோறுக்கும், காரைக்கால் மோருக்கும் கூட்டிக் கொண்டு அலைந்தது யார்?

என் மூல ஆபரேஷனுக்கு பணம் தந்தது யார் ? 'உம்மா . . . நெருப்பை வச்ச மாதிரி எரியுதே . . .' என்று நான் துடித்தபோதும் ஆசன வாயில் திணிக்கப்பட்டிருந்த நீளமான மருந்துத் துணியை கம்பவுண்டர் சடாரென்று உருவியபோதும், நான் அலறியபோது அவர் அழுகையல்லவா மேலோங்கியிருந்தது.

எனக்கு மட்டுமல்ல. குடும்பத்தின் சுன்னத்து, கல்யாணம், மௌத்துகள் அத்தனையிலும் அவர் கை படாமல் இருந்ததுண்டா?

இத்தனைக்கும் அவர் வெளி மாப்பிள்ளை . . !

சின்னத்தா என்று நான் அழைத்தால் இன்றும் அவருக்கு சிரிப்புதான். 'அத்தா' போட்டு இவரை மட்டும் நான் அழைப்பது சின்ன வயதில் வாப்பா சொல்லிக் கொடுத்தது. வாப்பாவுக்கு சொந்த ஊர் ஏம்பல். அறந்தாங்கிப் பக்கம். அங்கேயெல்லாம் அத்தா என்று அழகான தமிழ்தான். 'பித்தா பிறை சூடி' பாடலில் வரும் 'அத்தா', என் வாப்பாவின் அத்தாதான்! ஆனால் தாத்தாவை அப்பா எனும் ஊரில் அத்தாவுக்கு மதிப்பிருக்குமோ? சின்னாப்பா என்றுதான் கூற வேண்டும். ஏனோ இவர் ஒருவரை மட்டும் அப்படியே கூப்பிட்டு பழகிவிட்டது.

எல்லாவற்றுக்கும் காரணம் தெரிய வேண்டுமா என்ன?

சின்னத்தா, 'போடா உங்க ஊருக்கு. நீ நாகூரான் இல்லே' என்று வெடைப்பார் இப்போதும். அதற்காக ஊரை விட்டுப் போய் விடமுடியுமா? பெரிய எஜமானே இந்த ஊர் இல்லையே . . ! எஜமான் இல்லாவிட்டால் ஊர் ஏது? சின்னத்தா பின் எங்கே பிறந்திருப்பார்? எங்கே பிறந்திருந்தாலும் நானும் அங்கேதான் இருந்திருப்பேன். சின்னத்தா இல்லாத ஊரும் ஒரு ஊரா?

குடும்பத்தின் மற்ற பெரிய ஆண்கள் அனைவருமே வெளி நாட்டில் இருக்கும்போது அவர்கள் சார்பாக ஊரில், குடும்பத்தின் துணையாக, இரண்டு பேர் மட்டுமே இருந்தார்கள். சின்ன மாமா யூனுஸூம் சின்னத்தாவும்தான். ஜமால் முஹம்மது கல்லூரியில் பெரிய படிப்பு படித்து வேலை கிடைக்காமல் இருந்ததில் யூனுஸ் மாமாவுக்கு சோர்வு . . . முன்பெல்லாம் கலகலப்பாகப் பழகியவர்தான். அவருடைய தூண்டுதலால்தான் நான் ஓவியம் வரையவே கற்றுக்கொண்டேன். சின்ன வயதில் நான் மிக முயன்று கருணாநிதியை *Water Color*ல் வரைந்து அவரிடம் காட்டியபோது அவர், 'டேய் . . . என்னடா தொப்பி போடாம வுட்டுட்டா!' என்றார். இப்போது நினைத்தாலும் எனக்கு சிரிப்பு வரும்.

யூனுஸ் மாமா ஊரை வெடைப்பதும் எனக்குப் பிடிக்கும். ஒருவரைப் பார்த்தால் 'அஸ்ஸலாமு அலைக்கும்' என்று சொல்லாமல் 'ஏங் . . ?' என்றுதான் இழுப்பார்கள் ஊரில். அதற்குப் பல அர்த்தம் கற்பித்துக் கொள்ளலாம் – 'ஏன் உசுரோடு இக்கிறியும்?' உட்பட. அதற்கு யூனுஸ் மாமாதான் சொல்வார்: 'ஏன் என்று கேள்வி கேட்டவன் சைத்தான்தான் . . . ஆகவே ஊர்லெ முக்கால்வாசி சைத்தான்தான்' என்று.

'ஏங் . . . சாக்ரடீஸாக இக்கெக் கூடாதா . . ?'

'நீ ஒரு சைத்தான் – உன்னட சின்ன்ன்னத்தா மாதிரியே!' – ஊரின் ஒரே ரஹ்மானியத்!

என்ன காரணமோ சின்னத்தாவுக்கும் அவருக்கும் பிடிக்காமல் இருந்தது. இருவரது வாப்பாக்களுமே 'அந்தக் காலத்தில்' பனை ஓலை விசிறி வியாபாரத்தில் போட்டியாக இருந்தார்களாம். சுற்றியுள்ளவர்கள் விசிறி, இரண்டு பேருக்குமே உறவுக்காற்று கிடைக்காமல் போய்விட்டது போலும் . . .

இன்னொரு முக்கியமான சம்பவம்: யூனுஸ் மாமாவுக்கு சௌதி விசா வந்திருந்தபோது சண்டைக்கார சின்னத்தாவிடமே கடைசியில் ஏஜெண்டுக்கான பணத்திற்கு கெஞ்சினால் கிடைக்கவில்லை. ஆனால் யூனுஸ் மாமா அதற்காக தன் கூத்தூர் நிலத்தை விற்கப் போகும்போது பணத்தோடு வாங்க நின்றது சின்னத்தா!

யூனுஸ் மாமாதான் சின்னத்தாவுக்கு அந்த மோசமான பட்டத்தை கொடுத்திருக்க வேண்டும்.

ஒரு பட்டம் கிடைக்கிறது என்று வைத்துக் கொள்ளுங்கள், நடக்கிற காரியங்கள் நல்லதோ கெட்டதோ அதைச் சுற்றித்தான் நிகழும்.

என் மூத்த தம்பி ஜலாலை சௌதிக்கு அனுப்புகிறேன் என்று வெளி நாட்டு புரோக்கர் வேலை பார்த்து (என்ன வியாபாரம்தான் அவர் பண்ணவில்லை?!) அவனை புரைதா பேரிச்சை மரங்களில் ஏற வைத்தார் சின்னத்தா. அவன் அலறியடித்துக் கொண்டு கடிதம் போட்டதும் ஏற்பட்ட என் வாப்பாவின் கோபத்துக்கு சின்னத்தா சொன்ன காரணம்: 'நம்ம புள்ளைண்டு நான் ஐயாயிரம் ரூவாவைதானே கமிஷண்டு எடுத்துக்கிட்டேன் நானா . . !'

பட்டம் வராமல் என்ன செய்யும்? என் வாப்பா, யூனுஸ் மாமா பரப்பிய பெயரை அங்கீகரிக்கிறேன் என்று வழி மொழிந்தார்.

அன்றிலிருந்து போக்குவரத்து குறைச்சல்தான். நான் மட்டும் போவேன். என்னால் என் சின்னம்மாவை பார்க்காமல் இருக்க முடியாது. சின்னம்மா வீட்டில் வேலை செய்துகொண்டிருந்த தங்கா மேல் கை வைக்காமல் இருக்க முடியாது – சின்னம்மாவுக்கு தெரியாமல்தான்! ஒரே ஒரு முறை மாட்டிக்கொண்டேன். தூக்கக் கலக்கத்தில் செய்ததாக நடித்தேன். குண்டா பீங்கானாலேயே என் தலையில் போட்டது சின்னம்மா! ஆனால் யாரிடமும்

சொல்லவில்லை. முக்கியமாக சின்னத்தாவிடம். சொன்னால் அந்த மனுஷனுக்கும் தூக்கக் கலக்கம் வரும் . . . இப்ப இக்கிற பேரு போதும் . . .

சின்னம்மா, 'யூனுஸ் சௌதி போய்ட்டானாமே பெரிய கம்பெனிக்கி . . . உன்னையிலாம் எங்கே கூப்புட்டுக்கப் போறான்? நீ போனா அவர் வேலை பொயிடுமே . . ." என்று சொல்லும். நான் போனால் அவருக்கு எப்படி போகும்?! ஆனால் அது சின்னத்தா கொடுத்த ஊசி. மருந்து எந்த அளவு என் மனதில் வேலை செய்யும் என்று தெரியாமலேயெ வலிக்காமல் குத்தும் சின்னம்மா. ஆனாலும் எனக்கு எல்லோரையும் விட சின்னம்மாதான் உசத்தி . .!

தன் பிள்ளைகளுக்கு கூடக் கொடுக்காமல் 'படிக்கிற புள்ளைக்கி உதவட்டும்' என்று மூனா தானா கடையிலிருந்து பழைய டிரான்சிஸ்டரை சின்னம்மாதான் வாங்கிக் கொடுத்தது. பாட்டு படிக்கிறதோ இல்லையோ அதன் முள்ளைத் திருகிக் கொண்டே இருக்கலாம். யூனுஸ் மாமா அப்படி ஒரு அற்புதமான பொருள் எனக்கு வாங்கிக் கொடுத்ததுண்டா?

அவரா சொல்வது என் சின்னத்தாவை?

வீட்டிலிருந்த சின்னப் பையன்களையெல்லாம் எதிராகப் பேசவிட்டு . . ! அதுவும் ஒரு வாழைப்பழத்துக்காக . . .

திராவியா சமயத்தில் எந்தப் பள்ளிக்கும் போங்கள்; வாழைப்பழம்தான் . . . எங்கள் தெரு முஸ்லீம் அறிஞர் சங்கத்திற்கு தொழ வரும் பெண்களுக்கு சீராணியாக 'பவுந்து' கொடுக்கவும் வாழைப்பழங்கள்தான் வருகின்றன. சஹர் நேரத்தில் தயிரோடு பழத்தை சேர்த்து சாப்பிடுவது ஒரு ருசிதான். ஆனால் சின்னப் பையன்கள், கொடுத்த மறு நிமிஷமே பெரும்பாலும் காலி பண்ணிவிடுவார்கள். சுட்டாங்கி விளையாடி களைத்துப்போய் நிற்கிற பையன்களுக்கு பசி வந்திருக்கும்தான்.

'முறை' செய்த வீடு, அன்று பழங்களின் எண்ணிக்கையை குறைச்சலாக அனுப்பிவிட்டது சின்னத்தாவின் குற்றமா? அந்த வீட்டின் குற்றமும் அல்ல. இந்த 'படையிலுவ' அன்று பார்த்து இப்படி பெருத்துப்போகும் என்று தெரிய அவர்களுக்கு காரணமா விளங்குகிறது?

'வாப்பாவு . . . நாளைக்கி தர்றேன் . . . பளம்லாம் முடிஞ்சி போச்சு.' என்று சின்னத்தா சொன்னதும் அத்தனை பையன்களும் ஏமாந்துபோய் நிற்க, ஹாஜானியும் ஜக்கரியாவும்தான் 'கள்ளஹாஜி' என்று கத்தியிருக்கிறார்கள்.

ஒரு கூடையை, சங்கம் ஒளித்துவிட்டது என்பது பையன்களின் யூகம்.

தெருவாடியாகவே இருந்தாலும் யாருக்கும் சங்கத்தில் என்ன நடக்கிறது என்று புரியத்தான் இல்லை. மாதா மாதம் அதன் உறுப்பினர்களுக்கு சோத்துக் களறி மட்டும் தவறாமல் நடக்கிறது என்பது தெரிகிறது. சங்கத்தின் பயன் நமக்கும் கிடைக்க வேண்டுமென்றால் நாமும் உறுப்பினராக மாறிவிட வேண்டும்.

சங்கத்தின் சாதனை தெரியவில்லை இந்தப் பொடியன்களுக்கு. செம்சட்டி வாடகைக்கு விடவா உட்கார்ந்திருக்கிறார்கள்? தான் ஆரம்பித்து லாபகரமாக நடத்தும் ஒரு நர்ஸரி ஸ்கூலுக்கு, ஒரு சொந்தக் கட்டிடம் கட்டக் கூட இன்று திணறினாலும் அந்த காலத்தில், 'தம்பல ஸ்கூல்' என்று சொல்லப்படுகிற தேசிய உயர் நிலைப் பள்ளிக்கு அதன் மாடிக்கட்டிடத்தை ஒட்டினாற்போல வலது புறம் உள்ள வகுப்பறைகளை கட்டிக் கொடுத்த, பேதம் பார்க்காத அறிஞர் சங்கமாக்கும் . . .

அந்தச் சங்கத்தின் முன்னாள் செயலாளரான சின்னத்தா இப்படி அற்பத்தனமாக நடந்துகொள்வாரா என்று சிந்திக்க வேண்டுமா, வேண்டாமா? அப்படியே பையன்களுக்கு சீராணி தேவைப்பட்டால் அவரிடம் நேரிலேயே கேட்டிருக்கலாம். சொந்தக்காரப் பிள்ளைகள் வேறு. இரண்டு ரூபாய்க்கு ராமு கடையிலிருந்து வாங்கிக் கொடுத்துவிட்டு நாளை என் வீட்டுக்கு வந்து நான்கு ரூபாய் வாங்கிக்கொள்ளப் போகிறார். குற்றமா இது? குற்றமென்றாலும் அதற்குப்போய் இப்படியா ஒரு ஈமான்தாரியை வசைபாடுவது?

'ங்கொப்பன ஓலிலுவளா. . .' என்று ஆக்ரோஷமாக அடுத்த நாள் காலை பாய்ந்துவிட்டார் தன் மருமகன்களோடு . . .

மருமகன்கள் கையில் வெட்டரிவாள், விறகுக் கட்டைகள் . . . எதிரில் நின்றவர்களுக்கெல்லாம் கண்மண் தெரியாமல் அடி. நத்தர், ஜலாலுக்கெல்லாம் வெட்டு. தெருவே போர்க்களம் பூண்டது போல்தான் இருந்திருக்கிறது . . .

முதல் நாள் இரவு, சின்னத்தாவின் ஆத்திரத்தைக் கண்டு பயந்துபோய் சின்னம்மா ஹைஜான் என் வீட்டிற்கு வந்து, 'கள்ளஹாஜிண்டு கத்துன கழிச்சல்ல போவானுவ' சின்னத்தாவிடம் வந்து மன்னிப்பு கேட்க வேண்டும் என்று எடுத்துத்தான் சொல்லியிருக்கிறது.

இவர்கள் மசியவில்லை. நத்தர் இப்போது தன் வாப்பா புஹாரி மாதிரியே சம்சினாகியிருந்தான். வாப்பாவைப் போல

தெருவில் போகிற வருகிறவர்களிடமெல்லாம் சண்டை வளர்க்கிற ரகம் அல்ல. ஆனால் அவரைப்போலவே அதே முரட்டுப் பிடிவாதம். தவிர சௌதியிலுள்ள யூனுஸ் மாமாவிடமிருந்து என்ன செய்ய வேண்டுமென்ற தகவலும் பறந்து வந்துவிட்டது.

புஹாரி பெரியாப்பா இருந்திருந்தால் சின்னம்மா ஹைஜான் எச்சரிப்பதற்காகக் கூட என் வீட்டில் நுழைந்திருக்க முடியாது. அது மட்டுமல்ல அடுத்த நாள் நடந்த சண்டையிலும் சின்னத்தா தலை தெறிக்க ஓடியிருப்பார்.

பெரியாப்பா, தெற்குத்தெரு மம்மலி காக்காவிடம் மல்யுத்தம் பயின்றவர். 'குவா குவா மம்மலி காக்கா . . .' என்று, கூட்டின் போது ஜெதப்பான டான்ஸோடு பாடப்படும் பாடலின் மூலகர்த்தா. பயங்காட்டும் உருவம். அவரது சிஷ்யரான பெரியாப்பாவை பார்த்தாலும் எந்த குழந்தையும் பயப்படும்தான். பெரியவர்களே பயப்படுகிறார்களே . . !

ஒரு முறை தொடர்ந்து மூன்றுநாள் விடாமல் சுப்பு செட்டித் தெருவில் சைக்கிள் சுற்றியவனுக்கு ஒரு பாராட்டு விழா நடத்தினார்கள் இளைஞர்கள். பெரியாப்பாதான் அவனுக்கு மாலை போட்டு பரிசு கொடுக்க வேண்டிய முக்கியமான நபர். சிறப்பு விருந்தினர் பேசவும் வேண்டுமே... அவர், 'தமிழ் நாட்டிலே... முக்கியமாக இந்தியாவிலே...' என்று தன் சமுதாய இளைஞர்களுக்குத் தேவையான வீர உரையை ஆரம்பித்தார். கம்பீரமாக எதிரே பார்த்தால் கூட்டத்தில் நூர்ஷா மரைக்காயரும் நிற்கிறார்! 23 ஆண்டுகளுக்கு முன்பு சிங்கப்பூர் டன்லப் தெருவில் அவரை எதற்காகவோ இளக்காரமாகப் பேசிய வீரமில்லாத நூர்ஷா. வந்ததே கோபம் பெரியாப்பாவுக்கு . . .

'டேய் படுவா... ங்கக்கச்சர பன்னு ...' என்று நூர்ஷாவை நோக்கி கைலியை உயர்த்திய வண்ணம் பாய்ந்தார். பெரியாப்பாவின் வலது பாதம் இப்போது வேர்த்துக் கொட்டும் நூர்ஷா மரைக்காயரின் முகத்திற்கு எதிரே ...

எது வேண்டுமானாலும் நடக்கலாம் . . . மேடைக்கு அருகே நின்று நான் பெரியாப்பாவின் முதுகைப் பார்த்துக் கொண்டிருந்தேன்.

ஆனால் . . . ஆனால் . . . நூர்ஷா மரைக்காயர் நடுங்கி ஓடுவதற்குப் பதிலாக இதென்ன, வேடிக்கை பார்க்க வந்த பெண்கள் கூட்டமல்லவா அலறி அடித்துக்கொண்டு ஓடுகிறது . . . அவர்களின் கண்களில் இருப்பது கோபமாகவும் தெரியவில்லையே . . .

கனியாச்சி, 'ச்சீ . . . இது என்னா அந்திஸு கெட்ட தனம் . . !' என்று மளாரென்று தன் மாப்பிள்ளையை கீழே தள்ளி விட்டதும்தான் 'விஷயம்' விளங்கிற்று.

புஹாரி பெரியாப்பாவின் 'கள்ளப்பறாந்து', ஜட்டி போடாமல் இருந்தது!

எல்லாத்துக்கும் அன்னைக்கி அஞ்சுக் கறி சோறுதான் . . !

அந்த வீரப் பெரியாப்பா மௌத்தான துணிச்சலில்தான் சின்னத்தா அடிதடியில் இறங்கியிருக்க வேண்டும். எல்லாம் வெட்டித்தனமாக அலைந்துகொண்டு, குரங்கு இக்பாலிடம் கம்பு விளையாட்டு கற்றுக்கொண்டு வந்த அவரது மருமகன்கள் கொடுத்த தைரியம் . . .

சம்பவம் நடக்கும்போது நான் சௌதி அல்கோபாரில் அப்துல்லா அல் கால்தி என்ற காட்டரபியின் கம்பு விளையாட்டில் குற்றுயிராகக் கிடந்தேன். அவன் என்னை கம்பால் அடிக்கும்போதே அவன் சகோதரர்கள் சுருள் கத்தி, மடுவுடன் வந்து மேலும் ரணமாக்குவார்கள். கொடுமையான வாழ்வு . . .

ஜித்தாவில் பெரிய அமெரிக்கன் கம்பெனியில் வேலையில் சேர்ந்து இருந்த யூனுஸ் மாமாதான் ஒரு ஆள்மூலம் செய்தி அனுப்பினார் – ஃபோனில் யாரும் என்னைக் கூப்பிட்டால் அரபி என்னைக் குதறி எடுத்துவிடுவான் என்பதால். அந்த இங்கிதமெல்லாம் தெரிந்தவர்தான். விபரமாகப் பேச என்னை துத்பாவிலுள்ள கூட்டாளி கடைக்கு வரச்சொல்லி இருந்தார். அங்கு அவரிடமிருந்து ஃபோன் வந்தது. சின்னத்தாவுக்கு அவர் கொடுத்த பட்டத்தை இப்போதாவது நான் புரிந்துகொள்ள வேண்டும் என்ற தொனி இருந்தது.

என்னால் நம்ப முடியாமல்தான் இருந்தது. சின்னத்தா இந்த அளவு போவார் என்று நான் எதிபார்க்கவில்லை. ஊரில் பாதுகாப்புக்கு என்று இருக்கும் குடும்பத்து பெரியவரே இப்படி என்றால் நாளை பட்டணச்சேரியிலிருந்தும் கொசத் தெருவிலிருந்தும் *R.S.S* கும்பல்கள் வந்தால்?

யூனுஸ் மாமா இட்டுக் கட்டுகிறாரோ? வசமான இரையல்லவா கிடைத்துவிட்டது . . . ஊருக்கு ஃபோன் செய்து தெரிந்து கொள்ளுமளவு வசதியில் இல்லை நான். அப்போது ஃபோன் பேசுவதற்காக, ஐம்பது ரியாலுக்கு காசுகள் வாங்கினால் ஐந்து ரியால் கமிஷனாக 'பூத்'தில், கும்பலாக இருக்கும் ஃபிலிப்பைனியிடம் கொடுக்க வேண்டும். தவிர ஊர் ஆட்கள்தான்

கடிதம் கொண்டு வந்துகொண்டேயிருக்கிறார்களே. எல்லா கடிதமும் சொல்லிவைத்தாற் போல் 'பணம் . . . பணமறிய மனம் . . .' என்றுதான் ஆரம்பிக்கிறது . . . இல்லை. உம்மாவின் இந்த புதிய கடிதம் வேறு மாதிரி . . .

சுண்டிப்போயிருந்த இரத்தம் கொதிப்பதுபோல இருந்தது. 'பழிகாரி ஹைஜானும் கள்ளஹாஜியும் நம் குடும்பத்துப் பிள்ளைகளை கருவறுக்க வந்துவிட்டார்கள். அல்லாஹ்தான் பிள்ளைகளை காப்பாற்றினான். எதிர் வீட்டு முஸ்தபா நானா மட்டும் அவரின் செல்வாக்கை வைத்து போலீஸ்காரனை கூட்டி வராதிருந்தால் பெரிய கொலை பாதகமே நடந்திருக்கும் . . .' என்று அலறியிருந்தது.

பினாங்கிலிருந்து வாப்பாவின் கடிதமும் வந்தது: 'இனி குடும்பத்தில் யாரும் எந்த உறவும் அந்த வீட்டோடு வைத்துக் கொள்ளக் கூடாது. உமக்கு நான் இதை *special* ஆக சொல்ல வேண்டியிருக்கிறது. உமது சின்னத்தாவின் யோக்கியதையை புரிந்துகொண்டு யூனுஸ் மாமா சொல்வது போல் இனி நடக்கவும்'

கூடவே, சின்னத்தாவுக்கு எழுதியிருந்த கடிதத்தின் நகலையும் இணைத்திருந்தார்கள். 'கண்ணியத்திற்குரிய கள்ளஹாஜி அவர்களுக்கு . . .' என்று கோபமான தமிழில் ஆரம்பிக்கும் ஒரு நீளமான கத்தி அது . . .

புரையோடிக் கிடக்கிற புண்ணில் இது வேறா! இனி நான் எப்படி என் சின்னம்மா வீட்டுக்கு போக முடியும்? என்னையும் சின்னத்தா அடிப்பாரோ? எனது புலம்பல்களுக்கெல்லாம் பொறுமையாக இருக்குமாறும், அல்லாஹ் பொறுமையாளர்களின் பக்கமே வெற்றியைத் தருவான் என்றும் எழுதும் சின்னத்தாவுக்கு எப்படி பொறுமையில்லாமல் போயிற்று?

சின்னத்தாவிடமிருந்து கடிதம் வருவது நின்று போயிற்று . . .

இரண்டே முக்கால் வருடத்திற்குப் பிறகு, எனது முதல் சபரின் விடுமுறையில், என் கல்யாணத்திற்காக ஊர் போவதற்கு இடையில் இரண்டு மூன்று மௌத்துகள் குடும்பத்தில் நிகழ்ந்திருந்தன. சங்கத்திற்குப் பக்கத்தில்தான் சின்னம்மாவின் வீடு. அதே வரிசையில் பத்து வீடு தள்ளி கொய்யா மரத்தடி சந்தை ஒட்டினாற் போல் இருந்த, தன் கல்யாணம் வரை ஓடி விளையாடிய வீட்டில் சின்னம்மாவால் நுழைய முடியவில்லை . . . வேராக இருந்த தன் உம்மா ஜொஹ்ராபீ மைய்யத்தாகக் கிடக்கும்போது கூட . . !

மௌத் காரியமே இப்படியென்றால் மற்ற சுப காரியங்கள்?

யூனுஸ் மாமாவின் உத்தரவு..! இப்போது என் வாப்பாவின் உத்தரவு கூட என் உம்மாவுக்கு இரண்டாம் பட்சம்தான். ரியாதிலிருந்த தாய் மாமா ஜெஹபரே, தன் ஒன்றுவிட்ட தம்பி யூனுஸிடம் வாங்கிய கடனுக்குப் பயப்படும்போது வீட்டுப் பெண்கள் எந்த மூலைக்கு? அவர்களுடைய பெண்களின் திருமணங்களும் ஆண் பிள்ளைகளின் பயணமும் யூனுஸ் மாமாவின் விரலசைவில் நடந்துவிடும் காலங்கள் வெகு தூரத்திலில்லை.

நான்தான் உடைத்தேன் யூனுஸ் மாமாவின் கண்ணுக்குத் தெரியாத பூட்டுகளை. இவர் கொடுக்கிற ஒரு ரூபாய் உதவிக்காக ஒருகோடி மதிப்புள்ள என் சின்னம்மாவைத் துறப்பதா? எத்தனை காலம்தான் சின்னத்தாவை மன்னிக்காமல் இருப்பது? 'யாரொருவர் பகையுணர்ச்சியோடு மூன்று நாட்கள் அடுத்தவருடன் பேசாமல் இருக்கிறார்களோ அவர்கள் தன்னை நேசிப்பவர்கள் அல்ல' என்று அகில உலகத்தாருக்கெல்லாம் அருட்கொடையாக அனுப்பப்பட்ட அண்ணல் நபி (ஸல்) அருளியிருக்கின்றார்கள். மூன்றுமுறை சலாம் சொல்லியும் பகையாளி பேசவில்லையென்றால் ஒரு சிறு கல்லை எடுத்துக் கூட முதுகில் எறியலாம் – திரும்ப வைக்க! இதைவிட அழகாக ஒரு மார்க்கம் எப்படி சொல்ல முடியும்? ஆனால் அவர்களின் வழி நடப்பதாக சொல்லிக்கொள்பவர்களோ குறைந்தபட்சம் 3000 கிலோ உள்ள ஒரு பெரும் பாறையை வைத்து சின்னம்மாவையும் சின்னத்தாவையும் நசுக்குகிறார்கள் ... தாங்குவார்களா? நான் என் கல்யாணத்திற்கு இருவரையும் கூப்பிடத்தான் போகிறேன்...

வயிற்று வலிக்காரன் என்று என்னைப்பற்றிக் கேள்விப்பட்டு என் மாமனார், நான் நல்ல உடல் நலம் உள்ளவன்தானா என்று விசாரிக்க கூப்பிட்டது என் சின்னத்தாவை..! அவர்களை நான் எப்படி விடுவது?

கூடாது! வாப்பாவும் உம்மாவும் என் தம்பியின் கழுத்தருகே இருந்த வெட்டுக்காயத்தை காண்பித்தார்கள். இது அவனது சிறுவயதில் ஏற்பட்ட விபத்தால் வந்தது அல்லவா? இல்லை, சின்னத்தாவின் மருமகன்கள் அதே இடத்திலே குறி வைத்து தாக்கினார்களாம். ஆனால் இதைவிட பெரிய காயங்கள் சின்னத்தாவின் தோள்ப்பட்டையில் ஏற்பட்டிருந்ததாக நண்பன் ரவூஃப் சொன்னானே . . .

யூனுஸ் மாமா ஜித்தாவிலிருந்து சிரித்த சப்தம் எனக்கு ஊரில் கேட்டது. அதே சிரிப்பு, நான் சௌதி திரும்பச்சென்று, அரபியுடன் ஏற்பட்ட தகராறில் *one - way*இல் ஊர்திரும்பிய போதும் கேட்டது. கல்யாணத்திற்கு தன் சின்னத்தாவை கூப்பிடப்

போவதாகச் சொன்னவனுக்கு மறு விசா ஏற்பாட்டிற்கு பணமா? பேசாதே என்னுடன்..!

சின்னத்தாதான் உதவினார் நான் துபாய் வர. குறைந்த வட்டிக்கு என் மனைவியின் நகைகளை அடகு வைக்க உதவினார். அது ஒரு பரிசு. அவரது இளைய மகள் ஜுஹைனா கல்யாணத்திற்கு எல்லோரையும் அழைக்க வேண்டுமென்று சின்னம்மா விரும்பியபோது தன்னுடன் உறவை முறித்துக் கொண்ட உறவினர் வீடுகளுக்கெல்லாம் தைரியமாகப் போக நான் துணையாக வந்ததால் கொடுத்தது.

இருவரும் சேர்ந்து வந்து அழும்போது நான் என்னதான் செய்ய முடியும்? அவர்களோடு, பார்த்தாலே மூஞ்சியை திருப்பி வைத்துக் கொள்ளும் ஒவ்வொருவர் வீட்டிற்கும் போனேன். சின்னத்தா கண் எதிரிலேயே சின்னம்மா தன் லாத்தாக்கள், மச்சி காலில் எல்லாம் விழுந்தது. எனக்கு எப்படியோ இருந்தது . . . என்ன இது . . ?

என் கோபம் ஜுஹைனாவின் நிக்காஹ் மஜ்லிஸில் என்னைத் தள்ளிற்று. யூனுஸ் மாமா . . . இன்னமே நீம்பரு சிரியும் பாக்கலாம் . . .

'தம்பி . . . சாட்சிக் கையெழுத்தெல்லாம் போடுறீங்க போலக்கிதே . . .' – மஜ்லிஸில் அஸன்குசு மரைக்காயர் குசு குசுத்தார். ஹஸன் குத்தூஸ்தான். அவரது வில்லங்கத்தால் பெயருக்கு ஒரு நறுமணம் பூசிவிட்டது ஊர்.

'என்னா சொல்றீங்க! வாப்பா சொல்லித்தானே நான் வந்தேன் . . !' என்று அவரைக் குழப்பினேன். குழப்பம் தெளிய அவர் உடனே என் வாப்பாவுக்கு எழுதிப் போடுவார் என்று நான் மனாமா கண்டேன்? எழுதிப் போடாவிட்டாலும் யூனுஸ் மாமாவின் ஃபோன் மூலம் வாப்பாவுக்குத் தெரிந்துவிடும்தான்.

'என் முகத்தில் கரியைப் பூசிவிட்டார் உங்களின் மூத்த மகன்' என்று உம்மாவுக்குக் கடிதம் வந்திருந்தது.

'பூசாமலேயே அப்படித்தானே இக்கிம் மச்சானுக்கு – மூசா கடை தவ்வா மாதிரி!' – பெரியம்மா கிண்டலடித்தார்கள். முதல் ஆதரவு!

'நீ பாட்டுக்கு போடா கண்ணு வாப்பா... இஹலுவல்லாம் நாளைக்கி மௌத், ஹயாத்து இல்லேண்டு நெனைச்சிக் கிட்டிக்கிறாஹா . . !' என்றார்கள். சொன்னவர்கள் போகலாம்தான். ஆனால் சௌதியிலிருந்த இரண்டு மகன்களிடமிருந்தும் பணம்

வராமல் போகும் ஒஹத்திரியம்தான். தவிர யூனுஸ் மாமாவின் இரண்டு மகள்களுக்கும் அவர்களை பேசி வைத்திருக்கிறார்கள்.

இரண்டாவது ஆதரவு ஜெஹபர் மாமாவிடமிருந்து வந்தது. தன்னிடம் கேட்காமல் செய்துவிட்ட கோபமே தவிர உள்ளூர நான் செய்தது அவருக்கு சம்மதம்தான் . . . ஆனால் எனக்குப் பிறகு சின்னம்மாவின் வீட்டுக்குப் போக அவருக்கு இன்னும் இரண்டு வருடம் பிடித்தது! ஒரேயடியாக அவர் ஊர் வந்த சமயத்தில், சியா மரைக்காயர் தெரு வீட்டில் நடந்த ஒரு கல்யாணத்தில், மூன்றுபேர் உட்கார்ந்திருந்த சஹனில் அதை நிறைவுசெய்ய நாலாவதாக உட்கார்ந்து விட்டார் – அந்த மூன்றில் ஒருவர் என் சின்னத்தா என்பதை அறியாமலே. சஹனில் உட்கார்ந்தாலே சீனித் தொவையை ஊற்றி வாழைப்பழத்தை சோற்றோடு பசைமாதிரிப் பிசைந்து தேவைப்பட்டால் அதில் ஃபிர்னியையும் ஊற்றி 'சர் . . .' சர் . . .' என்று உறிஞ்சி முடித்ததும்தான் தலையைத் தூக்கவே வருகிறது!

யூனுஸ் மாமாவுக்கு செய்தி கிடைத்துவிட்டது . . .

'பன்றியுடன் சேரும் கன்றுக் குட்டியாக மாற விரும்பவில்லை. மச்சானுடன் உறவுகொண்டு சஹனில் சேர்ந்து சாப்பிடும் நீங்கள் எங்கள் குடும்பத்திற்கு லாயக்கில்லை . . .' – யூனுஸ் மாமாவின் கடிதம்.

'அதைத்தானே நானும் சொல்கிறேன்!' என்று முணு முணுக்கத்தான் முடிந்தது ஜெஹபர் மாமாவால். ஆனால் எனக்கு மட்டும் தைரியமாக தன் வேதனையை தெரியப்படுத்தி யிருந்தார். 'என் கூடப் பிறந்தவள் ஹைஜான். அவள் தன் மகள் கல்யாணத்திற்கு எத்தனையோ பேரை விட்டு மத்திஸம் பண்ணி என்னைக் கூப்பிட்டாள். நான் அப்போது கூட போகவில்லை. கடைக்கு வர, கோஷா மரைக்கார் தெரு சுற்றிப் போனேன் – என் மனதை மரமாக்கிவிட்டு . . . என்னைப் போய் இப்படி இவர் கேட்கிறார் . . . எவனும் எனக்கு இவ்வளவு மோசமாக கடிதம் எழுதியது கிடையாது. நம்மை தூக்கியெறிந்ததற்கு அல்லாஹ் கண்டிப்பாக இவருக்கு தண்டனை அளிப்பான். மச்சான் செய்தது குற்றம்தான். ஆனால் ஒரு காலம் மாறி வருவது உண்டு. அதுதான் ரத்த பாசம் . . .' – ஜெஹபர் மாமா பாசப் பறவையாகியிருந்தார்.

யூனுஸ் மாமாவுக்கும் ரத்தம் உண்டே. அது கன்றுக் குட்டியுடையதாகவே இருக்கட்டும்; அது கொதித்த கொதிப்பில் வந்த வியாதிகளில் சரியாக வேலைசெய்ய முடியாததும் ஒன்று. கம்பெனி அவரை 'யத்லா பர்ரா . . .' என்று தூக்கி வீசி

விட்டது. ஆனால் settlement எல்லாம் சரியாகக் கொடுத்த நல்ல கம்பெனி. பெரிய காசோடு ஊரில் வந்து உட்கார்ந்துவிட்டார். வந்ததும் தன் இரு பெண்களுக்கும் பெரிய செலவில் கல்யாணம் செய்தார். பன்றிக்குட்டிகளான எங்களுக்கு அழைப்பு இல்லை. எங்களை அழைக்காதது பற்றி வீட்டுப் பெண்கள் யாரும் கண்டு கொள்ளவில்லை. பன்றிக் கறி ஹராம்!

ஒரே சமயத்தில் பன்றியையும் கன்றுக்குட்டியையும் ஈன்றெடுக்கும் வினோதமான மிருகம் என் குடும்பம்தான் போலும்...

சபர் பண்ணாமல் ஊரில் இருந்தால் அப்படித்தான். யூனுஸ் மாமாவும் இப்போது பண்ணவில்லையே என்றால் அவர் சாமத்தியமும் பண்ணியவர் ஆயிற்றே! கொஞ்ச நஞ்ச சாமத்தியமா? ஐந்து பிள்ளைகளுக்கும் தனித்தனி வீடு எல்லா வசதிகளுடன். என்னால் முடியுமா? ஒரு அறை கூட கட்ட முடியவில்லையே... பின் இதையெல்லாம் படத்தான் வேண்டும். சின்னத்தாவிடம் அடி வாங்கிய என் பெரியம்மா மகன்கள் என்னைப் புரிந்து கொண்டார்கள். அது போதும்.

முட்டாள் தம்பிகள். என்னை தங்களின் கல்யாணத்திற்கு வேறு கூப்பிட்டார்கள்! டேய் தம்பிகளே, இது தெரிந்தால் தன் மகள்களை அடுத்த நிமிடமே தன் வீட்டு வேலைக்காரனுக்கு – அவன் 'மாவு' ஆக இருந்தாலும் கட்டிக்கொடுத்துவிடுவார் அந்த பிடிவாதக்காரர்... அவனுக்கும் ஒரு விசா எடுத்து அரபு நாட்டுக்கு அனுப்பவோ அல்லது தான் நடத்தும் பத்திருபது கடைகளில் ஒரு பங்குதாரனாக சேர்த்துக்கொள்ளவோ அவருக்கு வல்லமை உண்டு. அவனும் பேச்சை மதிக்காமல் போகிறானா? தலாக்..!

யூனுஸ் மாமாவுக்கு சின்ன வயதிலிருந்தே சிட்டிக் கலயம் விளையாட்டு ரொம்ப பிடிக்கும்...

ஒருவரை பிடிக்கவில்லையென்றால் அவர் முகத்தில் தெரியும் வெறுப்பு..! வெறுப்பின் நிழல் அதிகமாகப் படர்ந்திருந்தால் அவருக்குத் தன்னையே பிடிக்கவில்லை என்று பொருள். அந்த முகத்தோடுதான் நான் புகுந்த வீடான என் மனைவி வீட்டை பார்க்கக் கூடாதென்று மாலிமார் தெரு வழியாக சுற்றிக்கொண்டு போகிறாரா? காரில் ஒரு வயதான கன்றுக் குட்டி உட்கார்ந்திருப்பதை கற்பனை செய்தால் நன்றாகத்தான் இருக்கிறது.

சுற்றிப் போகும் கன்றுக் குட்டியின் மனம் பார்க்குமே? சொல்ல முடியாது. பணத்திற்கு அது கை கட்டி பயப்படும்...

உயிர்த்தலம் 49

ஹஜூர், இந்தக் காரையே இது a/c வைத்த சைக்கிள்தான் என்கிறீர்களா? சத்திமாக உண்மை...

எத்தனை நாள் இப்படி?

ஜஹபர் மாமா எழுதியது மாதிரி ஒரு காலம் மாறி வரப் போகிறது என்பதற்கு அறிகுறியாக, பொறையார், பொதக்குடி என்று குடும்பத்திற்கு வந்த வெளியூர் மாப்பிள்ளைகளின் துணிச்சல்கள் இருந்தன. யார்தான் தன் வீட்டுத் தேவைகளில் குடும்பத்தினர் அனைவரும் கலந்துகொள்ள வேண்டும் என்று எதிர்பார்க்க மாட்டார்கள்? தவிர சின்னத்தாவிடமும் யூனுஸ் மாமா மாதிரியே பணம் புரள்கிறது. சின்னத்தாவின் மகன்கள் இப்போது, கயிற்றில் ஆடுகிற தம்பிகளாக இல்லாமல், சிங்கப்பூரில் ஹோட்டல் வைத்திருக்கிறார்கள். பெரிய நானா என்னைக் கூட ரொட்டிபுறாட்டா போடக் கூப்பிட்டார்களே..!

காலம் மாறுகிறதுதான்... ஆனால் என் கூனாமானா தெரு வீட்டுப் பெண்களின் மீதிருந்த யூனுஸ் மாமாவின் பிடியை மட்டும் இன்னும் இறுக்கியேதான் வைத்திருந்தது – என் வாப்பாவின் மௌத்திற்குப் பிறகும். ஹைஜானின் தலை, யான்ஸிலிருந்து எட்டிப் பார்க்கிறது என்றுதான் உம்மாவும் மாமியும் தர்காவுக்குப் போகும்போது சுற்றிப் போகிறார்கள் – என் தம்பி ஜலால் மாதிரியே.

'நான் கடைத்தெருவுலே நின்னுக்கிட்டிருக்கிறேன்...' எவ்வளவு ஜல்த்தனம்'ட்டு என் முதுகை தட்டிட்டுப் போறாஹா ஹைஜான்!' என்று சொன்னான் என் தம்பி துபாயில். ஜல்த்தனமா? சின்னம்மா விட்ட கண்ணீரைப் பார்க்காத ஜலால்த்தனம்!

ஒரு வாழைப்பழம் செய்த வேலையைப் பார்த்தீர்களா? ஊரின் மூன்று ஜமாஅத்தார்களே...

எது செய்தாலும் செய்யுங்கள். எந்தப் பள்ளியின் திராவியாலும் இனி 'முறை'க்கு வாழைப்பழம் கூடாது என்று உத்தரவு போடுங்கள் ஒன்றாகக் கூடி...

என் பேச்சை யாராவது கேட்கிறார்களா? அதெல்லாம் முடியாது; வழக்கம்போலவே எல்லாம் நடைபெறும் என்று காலம் சொல்லிவிட்டது. அதற்கு எப்போது யாரை மாற்ற வேண்டும் என்று தெரியும்.

14 வருட பிடிவாதத்திற்குப் பிறகு காலத்தின் பிடி தளர்ந்தது. வாதம்! வாய் கோணிக்கொண்டு, உடம்பின் இடது பக்கம்

மரத்துப்போன யூனுஸ் மாமா சென்னை மலர் மருத்துவமனையில் சேர்க்கப்பட்டு குணமான பிறகு அவர் முகத்தில் மாறுதல்கள் தெரிவதாக ஜலால் சொன்னான். ஜலாலில் முகம், அதைச் சொல்லும்போது மரத்துப்போன மாதிரி இருந்தது.

குழைந்த களிமண்ணை மாற்ற, காலம் சின்னம்மாவுக்கு ஹஜ் செய்யும் சந்தர்ப்பத்தைக் கொடுத்தது. 'செய்தி தெரியுமா நானா?' என்று யூனுஸ் மாமாவின் பயந்த மருமகன்கள் சௌதியிலிருந்து போன் செய்தார்கள்.

சண்டையாக இருந்த எல்லா வீட்டிற்கும் சின்னத்தாவும் சின்னம்மாவும் போனார்களாம்!

'உம்பர்ட கன்னுக்குட்டி வீடு?'

'அதுதான் நானா ஃபர்ஸ்ட்டு! அங்கே போவாமயா போவாஹா?'

குடும்பத்தின் உறவைப் புதுப்பித்தவர்களாக, எல்லாக் குற்றங்களிலிருந்தும் நீங்கியவாறு தன் மாப்பிள்ளை மறுபடியும் 'இஹ்ராம்' கட்ட வேண்டுமென்ற சின்னமாவின் 'துஆ' 'கபுல்' ஆகிவிட்டது ... அதற்கான கூலி சொர்க்கத்தைத் தவிர வேறொன்றுமில்லை ...

இந்த மாத இறுதியில் தஞ்சாவூர் குழு ஒன்றுடன் போகிறார்கள் இருவரும். நாகூரிலே ஏஜெண்ட்கள் இருக்கிறார்கள்தான். ஆனால் கமிஷன் கொஞ்சமாக கொடுப்பார்கள். சின்னத்தாவுக்கு வியாபார நெளிவுகள் அத்துப் படியாக இருந்தது பெரிய வசதி. வழிச் செலவுக்கு வியாபாரம் செய்து கொள்ளலாம் ... துபாயிலும் இந்த சமயத்தில் வியாபாரம் கொடி கட்டிப் பறக்கிறது. ஹரம் ஷரீஃப் அருகாமையில் தங்குமிடம் – புதிய a/c பஸ் – குறைந்த செலவில் நிறைந்த வசதிகள் என்று விளம்பர நோட்டீஸ்கள் எங்கு பார்த்தாலும் தென்படுகின்றன 'காஷ்மீர் சால்வை' கொசுறுவுடன் ... வழிகாட்டியோ அரஃபா தினத்தினுடைய இரவில் மினாவில் தங்குவதும் பெருநாள் தினத்தன்று முஸ்தலிஃபாவில் தங்குவதும் நபி (ஸல்) அவர்களின் சுன்னத்து என்றால் ஏற இறங்கப் பார்ப்பாராமே ... இரண்டு கோடி ஜனங்களின் மத்தியில் நம் குரல் கேட்காதுதான் அவருக்கு. ஊரிலும் நல்ல வசதியாகத்தான் அழைத்துப் போகிறார்களாம் – மூன்று வேளை சாப்பாட்டு வசதியுடன். ஆரோக்கியம் அவசியமாயிற்றே போய் திரும்பி வர.

வருவார்களா திரும்பி? எல்லோரும் ஒன்றுதான் என்று சொல்லும் 'இஹ்ராம்' உடை, எளிமையை மட்டுமல்ல

உயிர்த்தலம்

மறுமையையும் நினைவுபடுத்துகிறது ... ஆனால் அந்தக் காலம் மாதிரியா சிரமம்? நடந்தும் ஒட்டகங்களிலும் பாய்மரக் கப்பலிலும் சென்றிருக்கிறார்கள் அப்பொதெல்லாம் – இறை இல்லத்தைத் தரிசிக்க. இப்போதோ நவீன யுகம். அப்படியெல்லாம் மௌத்தை நினைத்து குலுங்கி அழத் தேவையில்லை. வழியனுப்ப சென்னைக்கு செல்கிறவர்கள் ஊருக்கு திரும்பி வருவதற்குள் ஜித்தாவிலிருந்து ஏப்பம் கேட்க வைக்கிற விஞ்ஞான வளார்ச்சி. ஆனால் விபத்து, நெரிசலில் மூச்சுத் திணறி சாதல் எல்லாவற்றுக்கும் மேலாக துப்பாக்கிக் கலாச்சாரம், தலைவெட்டு என்று பயங்கரங்கள் வேறு வேறு முகங்களில் வருகின்றனவே . . .

கோடிகோடியாய்க் கொட்டி இழைத்து கற்பனைக்கு எட்டாத வசதிகளை வாரிக் கொடுத்திருந்தாலும் ஹஜ் முடியும் வரை சௌதி அரசாங்கத்திற்கு முழி பிதுங்கிவிடும்தான். இந்த சமயத்தையல்லவா இறைவனின் ஒளியை (ஊதி) அணைத்து விடத் துடிக்கும் நிராகரிப்பாளர்கள் எதிர்பார்த்திருக்கிறார்கள் ...

சின்னம்மா, சின்னத்தாவின் புனிதப் பயணம் நல்லபடியாக நிறைவேற அல்லாஹ் உதவுவானாக. வந்ததும் ஹாஜிமா என்றும் அல்ஹாஜ் என்றும்தான் தாங்கள் அழைக்கப்பட வேண்டும் என்ற கர்வம் தலை தூக்காமல் இருக்கவும் அவன் உதவுவானாக. தொழுபவர்கள் 'நமாஸி' என்றா அடைமொழி போட்டுக் கொள்கிறார்கள்?

ஜிஹாதிலேயே மிகச் சிறந்தது பாவங்களற்ற (நிலையில்) ஹஜ் (செய்து முடிப்பது) ஆகும் என்று நபி (ஸல்) சொன்னதாக ஆயிஷா(ரலி) அறிவிக்கிறார்கள்.

ஒளிக்கதிர் ஒன்றைப் பற்றிப் பிடித்தபடி மேலேறி அதன் மூலத்தை தொடுவது போல் உள்ள கஃபாவை சேச்சியும் சின்னத்தாவும் தவாபு செய்யப்போகிறார்கள். ஒளியை மறைத்த இருட்டுப் பலகைகள் விலகிவிட்டன ...

ரசூலுல்லாவின் வரலாற்றை அழகான பாடல்களால் ராகமாய் எனக்கு சிறு வயதில் சொல்லிக்கொடுத்த சின்னம்மா, வரலாற்றின் அடையாளங்களை நேரில் பார்க்கப்போகிறது – கசந்த உறவுகளையெல்லாம் ஜெயித்து ...

ஹஜ்ருல் அஸ்வத் கல்லைப் பார்க்கும்போது, கஃபாவை புதிப்பிக்கும்போது அல் – அமீன், தங்கள் மீதிருந்த போர்வையை எடுத்து விரித்து, வாதாடிய நான்கு கோத்திரத்தினரையும் போர்வையின் நான்கு மூலைகளையும் பிடிக்கச்செய்து, புனிதக்

கருங்கல்லை அதில் வைத்து தன் கைப்பட கஃபாவின் சுவரில் பொருத்தியது ஞாபகம் வரும்.

ஒற்றுமையை வலியுறுத்தும் மார்க்கம்...

சின்னம்மா... ஷைத்தானின் மீது கல்லெறியும்போது குடும்பத்தின் தேவையற்ற வீறாப்புகள் இனி தோன்றக் கூடாது என்று நினைத்து கல்லெறி!

அனைவருக்காகவும் துஆ கேளுங்கள் சின்னத்தா... இறைத் தூதர் (ஸல்) அவர்களின் திருக் கரங்களினால் 'ஹவ்ளுள் கவ்தர்' என்னும் தடாகத்தின் நீர் அருந்தக் கூடிய பாக்கியத்தை பெற்றுக்கொள்வதற்காக இறைவன் உங்களுக்கும் எனக்கும் வழி காட்டுவானாக..!

சின்னம்மா 14 வருடத்திற்கு முன்பே ஹஜ் செய்திருக்கலாம். ஆனால் யூனுஸ் மாமாவுக்கு வாதம் அடிக்க வேண்டுமே! நானும் ஹஜ்ஜுக்குப் போனால் அவர் என்னைப் பார்த்துக் கூட சிரிக்கக் கூடும்.

ஃபர்ளான தொழுகை நேரங்கள் தவிர ஒரு நொடிகூட விடாமல் ஜனங்கள் சுற்றி வரும் அற்புதம் கொண்ட இடத்தைப் பார்க்க வேண்டும்தான். ஆனால் இந்த தீராத கடன்களெனும் அலை என்று ஓய்வது?

சௌதியில் இருந்துகூட கடமையை நிறைவேற்ற முடியவில்லை. 'சௌதியில் இருந்து கூடவா!? யா அல்லாஹ்..!' என்று என்னைப் பார்த்து ஏளனமாகக் கேட்டார் புரைதாவில் ஒரு பாகிஸ்தானி கிழவர். ஹாஜி. ஆனால் மூன்று வருட விசாவுக்கு பணம் வாங்கிவிட்டு ஒரே வருடத்தில் அதை கேன்சல் செய்ய வைத்து வேறு ஒருவனுக்கு அதை விற்றார். அவனிடமும் 'நீ ஹஜ் செய்தாயா, இல்லையா?' என்றுதான் கேட்பார் அந்த ஹாஜி...

சென்றுவந்த சில ஹாஜிகள் கொஞ்சம் கூட தன் முந்தைய குணங்களை மாற்றிக்கொள்ளாததும் கூட என் 'தாமதத்திற்கு' காரணமாக இருக்கலாமோ?

கம்பெனி டிரைவர் மக்பூல் பட்டானும் 'ஏன் போகவில்லை?' என்றுதான் கேட்டான். 'இராதா கரோ' என்றான்.

'தாக்கத் நஹிஹை மக்பூல்.'

'தாக்கத்? தும்ஸே கம்ஜுர் ஆத்மி ஜாராஹை . . .'

உண்மைதான். அந்த மன உறுதி என்னிடம் இல்லை. விடுமுறையில் போகும் மக்பூல் பாயிடம் 'எப்போது திரும்புவாய்?' என்று முதலாளி கேட்டால் 'ஹம்கோ க்யா மாலும்?' என்றுதான் நெஞ்சை நிமிர்த்தி இரு கையை அகல விரிப்பான் முரட்டுத் தனமாக. 'குதா!' என்று சுட்டு விரலால் மேலே சுட்டுவான். என்ன நம்பிக்கை! நான் ஏன் அப்படி வைக்க முடியவில்லை?

அரபாபிடம் கெஞ்சிக் கூத்தாடியும் கம்பெனியில் நிறைய கூலிகள் போவார்கள். 'தாக்கத் இல்லாதவர்கள் எல்லாம் ஏன் இப்படி போகிறீர்கள்?' என்று அவர் எரிந்துவிழுவார். எனக்கு இப்படி மன்றாடுவதில் விருப்பமில்லை. போதும் குனிந்தது . . . கம்பெனி கொடுக்கும் இந்த சம்பளத்தில் 'தாக்கத்' எப்படி வரும்? வரும். 'ஜங்கிள் மேங் பைட்டோ . . . ஹாத் ஊப்பர் கரோ' – முதலாளியின் தத்துவம். காட்டில் உட்கார்ந்து கைகளை மேலே தூக்கு. நன்றாகத்தான் இருக்கிறது. அதில் ஒரு பாதியை மட்டும் செய்கிறேன் போலிருக்கிறது. அதைத்தான் செய்ய முடியும் இந்த இடத்தில்.

'இன்ஷா அல்லாஹ் . . . அடுத்த வருடம் போகிறேன் . . .' என்றேன் சமாதானமாக.

'அடுத்த வருடம் நீ மௌத்தாகிவிட்டால்?' என்று ஒரு போடு போட்டான் பட்டான்.

மரணம் வரும்போது நாம் இருக்கப்போவதில்லை; நாம் இருக்கும்வரை மரணமும் வரப்போவதில்லை. நாம் இல்லாதபோது வரும் மரணத்திற்கு இத்தனை பயம் ஏன்? இந்த மரணம் என்கிற வார்த்தை படுத்தும் பாடு . . ! அது இல்லாவிட்டால் உலகமே இயங்காதுதான். உலகம் இல்லாத போது இபாதத் எங்கு போகும்? அந்த ஆராய்ச்சியெல்லாம் தேவையில்லை. யூனுஸ்மாமாவே ஒரு ஹாஜிதான். ஆனால் கடைசியில் வந்த பயத்தில்தானே மாறிப் போனார்? சின்னம்மாவையும் சின்னத்தாவையும் வழியனுப்ப ரயிலடிக்கு போயிருந்தாராமே . . .

'ஒரு குறையுமில்லாம சப்ஜாடா எல்லாரும் வந்திருந்தாஹா நானா . . .' என்று சொன்னான் சின்னத்தா மகன். கேட்கவே சந்தோஷமாக இருந்தது.

'லப்பைக் . . . அல்லாஹும்ம லப்பைக் . . .' – தல்பியா முழக்கம் . . .

கடமையை நிறைவேற்றிவிட்டு இருவரும் 'அன்று பிறந்த பாலகர்களாக' ஊர் திரும்பிய ஒரு மாதத்தில் நானும் ஊர் போனேன் விடுமுறையில்.

முதலில் யூனுஸ் மாமாவைத்தான் பார்க்க வேண்டும் என்று தோன்றியது. அகழியையெல்லாம்தான் சின்னம்மா முதலிலேயே தூர்த்தெறிந்து விட்டதே. இப்போது இருப்பது மகன்களால் இடிந்த கோட்டைதான். யாரும் நுழைந்து மன்னருடன் பேசலாம்... போவதற்கு முன் விசிட்டிங் கார்டு மாதிரி வாழைப்பழம் ஒன்றை அனுப்பி, தரிசனம் பெற ஒப்புதல் பெற வேண்டுமோ? வேண்டாம். இது சிரிக்கும் வேளை அல்ல. அவர் மகன் கூட சின்னப்பிள்ளையில் ஒருமுறை காரைக்கால் சினிமா தியேட்டருக்குப் போய், அங்கே டிக்கெட் முடிந்துவிட்டது என்று சொன்னதும் டிக்கெட் கொடுப்பவர் முஸ்லீம் என்று தெரிந்து கொண்டு, 'இஸ்லாத்துக்கு இஸ்லாம் உதவக் கூடாதா நானா?' என்று கேட்டு அடி வாங்கிக் கொண்டுவந்தான். இப்போது நடப்பது சினிமா அல்ல...

நானும் மாமாவும் என்ன, தாங்கள் தொழும் பள்ளிக் குள்ளேயே நுழைந்து துப்பாக்கி சண்டை போட்டுக் கொள்பவர்களா? அல்லது அரபு நாடும் இஸ்ரேலுமா? உடம்பு சரியில்லாதவர்களைப் பார்ப்பது ரசூலுல்லாவுக்கு பிடித்தமான செயல். ஆனால் யூனுஸ் மாமா ஒரு சமயம், வீட்டுப் பெண்களையெல்லாம் கூட்டிக்கொண்டு பெரிய ஆஸ்பத்திரிக்குப் போய், வேலைக்காரனை நலம் விசாரித்தவர், பக்கத்திலிருக்கும் ஸ்ரீனிவாசன் ஆஸ்பத்திரியில் படுத்திருந்த மருமகன் என்னை பார்க்காமல் போனது ஏன்? கேட்கக் கூடாது. சின்னத்தா, அப்போது என் பக்கத்தில் இருந்தாரே..!

மறப்பது சிரமம்தான் என்பதை மறக்க வேண்டும்.

பெரியவர்கள் தவறு செய்தால் சின்னப் பிள்ளைகள் மன்னித்து விடுவதே அழகு! போ!

இப்போது எப்படி என்னை அவர் எதிர்கொள்வார் என்று பயம்தான். தைரியத்திற்கு மனைவியையும் அழைத்துச் சென்றேன். பெண் என்றால் பேயும் இரங்குமாமே..!

பேசாமலேயே பேய் இருந்ததென்றால் முயற்சி செய்யாதிருந்த நானும் எப்படி மஹா மனிதர்களில் சேர முடியும்?

ஒரு முறை என் வாப்பாவிடம், நான் பஸ்ஸில் போய்க் கொண்டிருக்கும்போது அவர் நண்பன் ஒருத்தர் என்னிடம்

உயிர்த்தலம்

பேசாமலேயே வந்ததாகக் குறை சொன்னேன். 'அப்படீண்டா நீம்பரும் அவர்கூட பேசாமதானெ இந்திக்கிறியும்?' என்று மடக்கினார்கள். அது ஞாபகம் வந்தது.

யூனுஸ் மாமாவின் முகத்தில் தெரிந்த உணர்ச்சியை வார்த்தையால் வர்ணிக்க இயலாது. 'ஏங் . . ?' என்று நான் நுழைந்ததும், இன்னும் கோணல் முற்றிலும் நேராகாமலிருந்த அவருடைய உதடுகள் துடித்தன. 'வாப்பா ...' என்றார். எனக்கு மனதை என்னமோ செய்தது . . . இந்த ஒரு வார்த்தைக்கு இத்தனை வருடங்களா மாமா? அவர் மனைவியின் விசும்பல் கூடத்திலிருந்து கேட்டது... அதற்கடுத்த நிமிடத்தில் பெண்கள் பேன் பார்த்துக்கொள்ள ஆரம்பித்தார்கள். சிடுக்கும் அதிகமாகத்தான் இருக்கும் . . ! அவர்களை விட்டுவிட்டு நானும் யூனுஸ் மாமாவும் சின்னத்தா வீட்டுக்குப் போனோம். உறவென்றால் அப்படித்தான். இப்போது யார் எந்த குட்டி என்றெல்லாம் கேட்கக்கூடாது . . .

சின்னம்மா வீடு இப்போதும் கல கலப்பாகத்தான் இருந்தது. வழியனுப்பப் போனவர்களெல்லாம் நேராக ரயிலடியிலிருந்து வந்து இங்கேயே 'டேரா' அடித்துவிட்டார்கள் போலிருக்கிறது. பேச நிறைய இருக்கிறதுதான் . . . எங்கள் இருவரையும் சேர்ந்து பார்த்ததும் கலகலப்பு இன்னும் கூடிப் போயிற்று. இதைத்தானே சின்னம்மா எதிர்பார்த்தது . . !

சின்னம்மா எனக்கு ஜம்ஜம் தண்ணீரைக் கொடுத்தது. எந்த நோக்கத்திற்காக அருந்தப்படுகிறதோ அதற்குரிய பலன் தரும் புனித நீர் . . . அப்புறம் பேரிச்சை, தொப்பி, தஸ்பீஹ் மாலை . . . சந்தோசத்தில் நிறையத்தான் வாங்கி வந்திருக்கிறது சின்னம்மா . . .

சின்னத்தா எங்கே என்று கேட்டேன். ஜூஸ் கடையில் என்றார்கள். ஜூஸ் கடையா?!

சிக்கலார் கடைக்கு பக்கத்தில் திறந்திருக்கிறாராம். சொல்ல முடியாது. யூனுஸ் மாமா கூட அதில் பங்குதாரராக இருக்கலாம். வியாபார ரகசியம்! 'ஒன்னு பாக்கி இல்லே சின்னத்தாவுக்கு . . .' என்று சொன்னபடி யூனுஸ் மாமாவைக் கூப்பிட்டேன். பூனைக்குட்டி போல என்னைப் பின்தொடர்ந்தார், 'நல்லஹாஜி' பழக்கடைக்கு. பெயர் நன்றாகத்தான் இருக்கிறது என்றும் சொன்னார்.

பெரிய கடைதான். எல்லா வகை பழங்களும் திறந்த கண்ணாடிப் பெட்டியில் இருந்ததுதான். ஆனால் கடையின் முன்பு, திருஷ்டிக்கு படிகாரக் கல் தொங்கவிடுவதுபோல ஒரு

பெரிய வாழைப்பழக் குலை! அன்றைய ஸ்பெஷலாக இருக்கும்! 100 கிராம் வாழைப்பழத்தில் என்னென்ன சத்துக்கள் உள்ளன என்று ஒரு சிறிய கறுப்பு போர்டு வேறு! வெள்ளை சாக்பீஸ், சின்னத்தாவின் அழுத்தமான கிறுக்கல் எழுத்தில் மாவாகக் கொட்டியிருந்தது. 103.0 கலோரி சக்தியாம். புரோட்டின் 1.3 கிராம்!

எங்களை ஒன்றாகப் பார்த்த சந்தோஷத்தில் கடைப் பையனுக்கு வேகமான குரலில் ஆர்டர் கொடுத்தார் சின்னத்தா: "ரெண்டு பேயன்..!"

*புது எழுத்து* / 2002

# ஹே, ஷைத்தான்!

'பக்வான் டி.வி'யில் மாட்டிக்கொண்ட ஒரு எழுத்தாளனின் பரிதாப நிலையைப் படித்தபோது இதேபோல் மாட்டிய என் காஞ்சூர் நண்பனின் கதையையும் சொல்லத் தோன்றுகிறது. ஆனால் இது வேறு டி.வி. ஷைத்தான் டி.வி! அவர்கள் Saturn T.V என்று அழகாய் தமிழில் பெயர் வைக்க, தமிழக ஜனங்கள் ஏனோ 'ஷைத்தான் டி.வி' என்று செல்லமாக அழைக்கத் தலைப்பட்டுவிட்டார்கள். சனிபகவானுக்கும் ஷைத்தானுக்கும் என்ன தொடர்பு என்று டி.விக்காரர்கள் கவலைப்பட்ட மாதிரியும் தெரியவில்லை. 'மலம் டி.வி' என்று வைத்தால் கூட மாலைபோட்டு வணங்க மகா ஜனங்கள் ரெடியாக இருப்பார்கள் என்று அவர்களுக்கும் தெரியும்.

ஷைத்தான் டி.வி. உலகத்தில் தெரியாத இடமே இல்லை. ஷைத்தான் இல்லாத உலகமும் இல்லை அல்லவா? 'ஈமான் கொண்டவர்களே! ஷைத்தானுடைய அடிச்சுவடுகளை பின்பற்றாதீர்கள்' என்று பயான் செய்யும் ஒரு காஞ்சூர் மௌலவி கூட பார்ப்பதெல்லாம் ஷைத்தான் டி.வி. ஷைத்தானின் சகோதரனான இன்னொரு டி.வி. நாள் முழுக்க சினிமாக்களை காட்டிக்கொண்டிருப்பதால் நோன்பு காலத்தில் கூட இப்போதெல்லாம் களைப்பே தெரிவதில்லையாம் அவருக்கு.

ஷைத்தான் டி.வியின் பெரும் சாதனையாக, பச்சை வண்ண சால்வையையே எப்போதும் அணியும் பகுத்தறிவுத் தலைவரின் தலையைக் காட்டிக்கொண்டிருப்பதைச் சொல்லலாம். சிவப்பு

ஆபிதீன்

வண்ணச் சேலையே எப்போதும் அணியும் அக்கா (68 வயது)வை ஒரு ஜக்கம்மா டி.வி. சாட்சாத் பார்வதி தேவியாகக் காட்டும்போது தாத்தாவின் மூளையைக் காட்டுவதில் தவறுமில்லைதான். ஆனால் அவரைக் காட்டியதுபோக மீதி நேரங்களில் எல்லாம் பாவாடையை இரு கைகளாலும் தூக்கிக்கொண்டு பின்பக்கத்தை குலுக்கி ஆட்டியபடியே பின் நகரும் வினோத நடனங்களைக் காட்டிக்கொண்டிருக்க வேண்டுமா? 'நாங்கள் எங்கே அய்யா காட்டுகிறோம்? சினிமால வர்றதைதானே போடுறோம்' என்கிறார்கள். நம்மால் பதில் சொல்ல முடியாது. போடட்டும்! மீதி நேரங்களில் எல்லாம் என்றா சொன்னேன்? தப்பு. இடையில் மங்காக்கா வழங்கும் மாலைப்பாட்டு இருக்கிறது. நேயர் விருப்பம். 'அன்புள்ள மங்காக்கா அவர்களுக்கு, அஸ்ஸலாமு அலைக்கும்..!' என்று அரபுநாட்டு தமிழ் ஜனங்கள் எல்லாரையும் மடல் எழுத வைத்திட்ட மகோன்னத நிகழ்ச்சி. அப்புறம் குறட்டை அரங்கம், சட்டி ஒலி என்று நான்காயிரம் வாரமாகத் தொடரும் பத்து நிமிட நிகழ்ச்சிகள் இருக்கின்றன.

ஷைத்தான் டி.வி.யில் நான் விரும்பும் ஒரே நிகழ்ச்சி 'காலேயே வா!' தான். காலைக்கடன் முடிக்காமலேயே வரும் அறிஞர்களை பேட்டி காண்பார்கள் அதில். பேட்டி கண்ட பிறகு அவர்களாலேயே மறுபடியும் பேட்டி காண இயலாது! பே.மு, பே.பி என்ற ஒன்று இருக்கிறது.

பேட்டிக்குப் போனவர்கள் பேயறைந்த மாதிரி திரும்புவதற்கு பேட்டி எடுத்தவர்களின் கேள்விகள்தான் காரணம் என்று பேச்சு நிலவுகிறது. பேட்டி கொடுப்பவர்களின் சாதனைகள் பற்றி முன்பே தெரியவில்லை ஷைத்தான் டி.விக்காரர்களுக்கு என்பது இன்னொரு குற்றச்சாட்டு. தெரிந்ததினாலும் மதிக்காமல் இருக்கலாம் அல்லவா? போகிறவர்கள், இருக்கிறவர்களை முதலில் மதிக்க வேண்டும். இருப்பவர்களை சாதாரணமாக நினைக்கலாமா? நான் பார்த்த பேட்டி ஒன்றில் 'கையெழுத்துப் பத்திரிக்கை ஒன்று சின்ன வயதில் நடத்தியதுண்டு' என்று ஒரு எழுத்தாளர் வானத்தைப் பார்த்துக்கொண்டு சொன்னபோது 'அப்படியாங்க ... எவ்ளோ காப்பி பிரிண்டிங் பண்ணுனீங்கோவ்?' என்று நிதானமாகக் கேட்டது ஒரு அம்மணி! கூட இருந்த இஞ்சிமுரபாவோ, *offset*லெ எவ்வளவு, *screen printing*லெ எவ்வளவுண்டு சொல்லிடுங்க சார். நேயர்களுக்கு உதவியா இருக்கும்' என்றார்.

'அங்கே அப்படித்தான் கேள்வி கேப்பாங்கண்டு தெரியாதா? ஏன் போனே? நான்லாம் போவமாட்டேன். முகம் பூரா பவுடரும் ஒதட்டுக்கு சாயமும் பூசிக்கிட்டு என்னாலெ நடிக்க

முடியாது' என்று வீராவேசமாகப் பேசிய எழுத்தாளர் பரதேசி ('பர' என்றால் கடந்த, தாண்டிய என்று அர்த்தம்) பின்னர் அத்தோடு கண்ணுக்கு மையும் சேர்த்துவிட்டுக்கொண்டு பேட்டி கொடுத்தார். ஆசை காட்டியே ஆட்சியைப் பிடிக்கும் ஷைத்தானுக்கு தெரியும் சைக்காலஜி! எல்லோரையும் தள்ளிக் கொண்டு மேலே வந்து காட்சி தருவதற்கு பல வித்தைகள் தெரிய வேண்டியதிருக்க பரதேசியோ தானாகவே ஷைத்தான் டி.வி தன்னைக் கூப்பிட்டதாகவும், தன் கருத்துக்களை எடுத்து வைக்க ஒரு வாய்ப்பாக எண்ணியே ஒத்துக்கொண்டதாகவும் சொல்கிறார். *Roman Polanski* பற்றி பேசிக்கொண்டு சிங்கத்திற்கு மதம் பிடிக்கவைக்கிற திரைப்படங்களை அளிக்கும் சினிமா கள்ளர்களும் அப்படித்தான். பார்த்தாகிவிட்டது எல்லாப் பாசாங்குகளையும் . . .

'அசையும்போது உணர்ந்து அசைய வேண்டும்' என்று ஆன்மீகம் பேசும் நண்பனும் ஆசையில் இப்போது மாட்டியதெப்படி?

எப்படியோ, எனக்கு மட்டுமல்ல ஊர்க்காரர்களுக்கும் அவன் அசைவில் கொஞ்சம் பெருமிதம்தான் என்று ஒத்துக் கொள்ளவே வேண்டும். தவிர வளர்ந்தவர்களிடமிருந்து கற்றுக் கொள்ள ஏதாவதொன்று இருக்கவே செய்யும். இதற்கு முன் இவனை விட 10 செ.மீ வளர்ந்திருந்த இவனது பெரிய தந்தை ஹலீம் மரைக்கார் இதே நிகழ்ச்சியில் தன் முகத்தை அசைத்துக் காட்டினார். காட்ட வேண்டிய முகம். ஒரு எழவும் தெரியாத கவிஞர்களே உலகத்தை நெம்புகோலால் நிமிர்த்துவிட்டதாகச் சொல்லும்போது பெருமழையாகக் கொட்டும் இவரது சாரலில் அனைவரும் நனைவது அவசியம். 'ஜூட்டு போலே கவ்வா காட்டே' என்று நாம் பாடிய மறு நொடியில் 'சாப்பிட்டு பாரு ரவா தோசே . . .' என்று அம்பு புறப்பட்டு வரும்!

குலாம் அலியின் ஒரு பஞ்சாபி நாட்டுப்புறப் பாடலுக்கு ஹலீம் மரைக்கார் எழுதிய எளிமையான பாடல் மனதை என்னமோ செய்யும். ஊரில் அடங்கியிருக்கும் இறைநேசரை – வழக்கம்போல – கெஞ்சுவார்.

ஓரே நம்பிக்கையில் ஓடி வந்தேன் நாதா
ஒதுங்க ஒரு இடமில்லையா உதவி தர மனமில்லையா
இன்னும் எத்தனை நாள் இந்தநிலை – மீரா
எதற்கும் ஒரு முடிவில்லயா எனக்கும் ஒரு விடிவில்லையா?

விடிவு வந்து, இவர் 'காலையே வா!' நிகழ்ச்சியில் கலந்துகொண்டதை கேள்விப்பட்டேனேயொழிய பார்க்க முடியவில்லை. அந்த சமயத்தில் அபுதாபி எல்லையில் உள்ள

ஒரு பாலைவனத்தில் மாட்டிக்கொண்டு, 160 செல்லப்பெயர்களில் அரேபியர்களால் அழைக்கப்படும் ஒட்டகம் பற்றி பல உண்மைகள் புரிந்திருந்தேன். (ஒட்டகத்தின் மலத்தை அது போட்ட ஒரு மணி நேரத்திற்குள் பற்ற வைத்துவிடலாம். அத்தனை சக்கை. etc.) அந்த இடத்திலிருந்து தப்பித்து வேறு துபாய் கம்பெனியில் சேர்ந்து, விசா மாற்றவும் (அப்படியே 'டி.வி.' பார்க்கவும்தான்!) ஊர் போயிருக்கும்போதுதான் மறக்காமல் அவர் வீட்டுக்குப் போய் பதிவுசெய்த நிகழ்ச்சியை சற்றுப் போடச் சொன்னேன். 'இறைவனை யாருக்குத் தெரியும் நபி இரசூல் இல்லையென்றால்' என்ற அவரின் பாடல் இஸ்லாமிய உலகில் ஒரு புயலையே கிளப்பியதாயிற்றே (அந்த உலகு சும்மாவே புயலைக் கிளப்பிக் கொண்டிருக்கும்!) இது சம்பந்தமாக ஏதும் சொல்கிறாரா என்று கேட்கத்தான். என் புத்திசாலித்தனத்தை என்ன சொல்வது? நேரில் உட்கார்ந்திருந்தவரிடம் கேட்கவில்லை பாருங்கள்! அவர் எங்கே உட்கார்ந்தார்? கேசட்டைப் போட்ட மருமகனின் முகத்தைப் பார்த்ததுமே தலைதெறிக்க வெளியே ஓடிவிட்டார்!

எனக்கு ஆச்சரியாக இருந்தது. உலகப் புகழ்பெற்ற ஷைத்தான் டி.வியில் தன் மாமனார் வந்திருக்க இந்த மருமகனின் முகத்தில் ஏன் இப்படி வெறுப்பு – கொத்துப் புறாட்டா போடும் 'தவ்வா' மாதிரி!

அவனிடமே கேட்டேன்.

'வந்து கேக்குற தெரிஞ்சவங்க அறிஞ்சவங்களுக்குல்லாம் போடுறேன். இதோட முன்னூத்தி எழுபதாவது தடவை! எப்படி நானா இந்த மூஞ்சியெ பாக்குறது!?'

ஹலீம் மரைக்கார், பார்க்க சாபுவீட்டு ஆள் மாதிரி இருப்பார். அவருக்கே இப்படி என்றால் வந்துபோகும் சில கவர்ச்சித் திலகங்களைப் பார்த்து எப்படிக் கதறுவானோ, தெரியவில்லையே!

நண்பன் நல்லவேளையாக அப்படி முகம் கொண்டவனல்ல. அழகன். நிஜமாகவே சாதனை செய்தவன். பட்டினி போட்ட காஞ்சூரிலிருந்து இப்போது திருவண்ணாமலையில் ஏறியிருக்கிறான். பெரிய துணிக்கடை முதலாளி இப்போது. ஒரு புத்தகம் எழுதியிருக்கிறான். கண்ணை மூடிக்கொண்டு, முன்னே உள்ள முந்நூறு படிகளை சுயமாக ஏறிக்கடந்தவனின் எழுத்து ஈர்க்கவே செய்யும். 'காந்தக் கண்கள்' என்ற அந்த புத்தகம் இப்போது விற்பனையில் போடுபோடென்று போடுகிறது. நடந்துமுடிந்த பாண்டிச்சேரி புத்தகக் கண்காட்சியில் கூட கண்ணைக் கட்டிக்கொண்டு அந்த புத்தகம் வாங்க வந்தார்கள் கூட்டம் கூட்டமாக.

எனக்கு அவனைப் பிடித்துப்போனது அவன் எழுத்தால் அல்ல. என் மேல் அவன் காட்டும் அநியாய பாசம்... இவனைப் புகழ ஆயிரம் பேர் இருக்க இவன் என் எழுத்தை புகழ்கிறானே! நான் எழுதிக் கிழித்தவைகளை என் பெயரிலேயே வெளியிட்டவன். நிறுத்தற்புள்ளிகளே இல்லாமல் ஒரு புண்நவீனத்துவ தொகுதியாக மாறிவிட்டிருந்த அதில் வரும் அநியாய அச்சுப் பிழைகள் சம்பந்தமாக மறு புத்தகமும் – அவனது சொந்தச் செலவில் – வெளியிடப்போகிறான். இந்த காலத்தில் நண்பர்கள் செய்யும் வேலையா இது?

'புதன்கிழமை ஷைத்தான் டி.வி.யில் வருகிறேன்' என்று அவனிடமிருந்து என் கைத்தொலைபேசிக்கு தகவல் வந்ததுமே மனம் உற்சாகத்தில் பறந்தது. சற்றுநேரத்தில் இதே தகவலை என் ஊர்க்காரர்கள் என்னிடம் பகிர்ந்துகொண்டபோது எரிச்சலாக இருந்தது. ஒரே செய்தியை ஒன்பதாயிரம் பேருக்கு ஒரு நொடியில் அனுப்பும் உயர்சேவைகள் ஒழிக!

'கூட்டாளி வர்றாஹா போலக்கிதே' என்ற ஊர்க்காரர்கள் அதோடு விட்டுவிடவில்லை. விட்டால் காஞ்சூர் பட்டியலி லிருந்தே நீக்கப்பட்டுவிடுவார்கள் இல்லையா?

'ஏன் நானா, நீங்க எப்போ ஷைத்தான்லெ வரப்போறீங்க?'

'உலகத் தொலைக்காட்சிகளிலே முதன்முறையாக', ஷைத்தானை பேட்டி காணும்போது வேண்டுமானால் என்னைக் கூப்பிடலாம். இதுவரை என்ன சாதித்திருக்கிறேன்? ஒரு 6X8 அடி அறையில், தனிமையின் துயர் தீர்க்க நாலுலட்சம் தடவை குறுக்கும் நெடுக்குமாக நடந்திருக்கிறேன். இதைச் சொல்லலாமென்றால் இதற்கு வேறு ஒரு நிகழ்ச்சி இருக்கிறது என்கிறார்கள். 'காலையே வா' அல்லவா காண்போருக்கு அறிவு தருவது!

முன்பெல்லாம் முப்பதுபேருடன் ஒரு அறையில் வசித்தபோது அந்தக் கட்டிடத்தின் மேலிருந்த ஒரு பெரிய *Analog* டிஷ்ஷில் ஷைத்தான் வந்துகொண்டிருக்கும். நான் மட்டும் பிரேதம் டி.விக்கு திருப்பச் சொன்னால் என்னைக் கொன்றே போட்டு விடுவார்கள். முக்கியமாக மலையாளிகள்! ஒரு மணற்புயலில் நல்லவேளையாக அந்த டிஷ் தூக்கியெறியப்பட்டதும் எனக்கென்று ஒரு தனி ரூம் கிடைத்ததும் அதிர்ஷ்டம். அந்த தனிஅறைக்குப் பக்கத்தில்தான் டிஜிடல் டிஷ் பொருத்த எண்ணினேன். சின்ன முதலாளி ஷஹீன் மாலிக் என்னிடம் பிரியமாக இருப்பான். கெஞ்சியபடி கேட்டேன்.

‘உண்மையை ஒத்துக்கொள். 24 மணி நேரமும் தெரியும் ‘ஜிக்ஜிக்’ சேனல்களைப் பார்க்கத்தானே வேண்டும் என்கிறாய்?’ என்று தன் வலது கையை மடக்கி பக்கவாட்டில் வேகமாக அசைத்துக்கொண்டே குறும்பாகக் கேட்டான்.

‘அதுவும்தான் அப்புறம் இசை சம்...’

‘அது மட்டும்தான் என்று சொல் என் மலபாரி இதயமே’

‘மதறாஸி யா அஹ்ஹூக்’

‘கனீஸ்! எல்லாருமே வீணாப்போனவர்கள்தான். சொல்’

‘அது மட்டும்தான்’

‘யல்லா! உஸ்கோ ஏக் டிஷ் தியோ’ என்று மேலாளரிடம் சொல்லிவிட்டுப் போனான். எனக்கு ‘ச்சோட்டா’ டிஷ் கிடைத்தது (receiverஉடன்தான்). உலகம் அற்புதமான ஒன்றாக மாறிப் போனது. அற்புதத்திற்கு காரணம் அதில் ஷைத்தான் வராததுதான். autoscan செய்தால், டி.வி சேனல்கள் தவிர உலகம் முழுக்க உள்ள FM ரேடியோ அலைகளும் முன்னூறுக்கு மேல் கிடைத்ததில் எனக்குப் பிடித்த இசையைக் கேட்க முடிந்தது. அதைக் கணினியுடன் இணைத்து, JetAudio அல்லது Sound Forge உதவியுடன் mp3யாக மாற்றிக்கொண்டிருந்ததில் (Tips: ‘creative live gold’ sound card, ‘ஸ்ஸ்ஸ்’சைக் குறைக்கும்) கொஞ்சம் குடும்பச் சண்டைகளை மறக்க முடிந்தது.

மனிதன் சந்தோஷமாக இருப்பதாவது! அப்புறம் இறைவன் எதற்கு இருக்கிறான்?

ஷைத்தான் வந்துவிட்டது!

இப்போது அதில் நண்பனும் வருகிறான்.

நான் என் பங்குக்கு இணைய நண்பர்கள் அனைவருக்கும் தெரியப்படுத்தினேன். ஜெர்மனியானாலும் கனடாவானாலும் கிழமைகள் சரியாகவே வருகின்றன! துபாயில் தெரியும் ஷைத்தானின் இன்னொரு கால் தற்போது UK–யில் இருப்பதால் ஒளிபரப்பில் நேரக் குழப்பம் இருந்தது. ஷைத்தானின் அடிமைகள் இதை வைத்து ஒரே நிகழ்ச்சியை இருமுறை பார்த்தார்கள்! எல்லாம் வானிலிருந்து வரும் அலைகளுக்கே வெளிச்சம்! என்னிடம் ‘e-vision’ கிடையாது.

அலுவலக நேரம் உதைத்தாலும் மேலாளரிடம் அனுமதி வாங்கிக்கொண்டு, புதன்கிழமை சரியாக துபாய் நேரம் 9.30க்கு

ஷைத்தான் முன் உட்கார்ந்தேன். இந்த நிகழ்ச்சியை இதற்கு முன்பே நண்பனும், அவனது தகவலால் பரபரப்பான ஊரும் பார்த்திருக்கும் என்ற விஷயம் என் நேரம் சரியில்லை என்று உணர்த்தியது.

வரப்போகும் நண்பன், என்னைப்பற்றியும் ஒரு வரி சொல்லக்கூடுமென்று மனதில் ஒரு நப்பாசை. 'உன்னெட்ட உள்ள ஒரே குறை வளவளண்டு எழுதுறது' என்றதற்கு பதிலாக நான் ஐயன் கோட்டத்து ஆதிமூலமாய் மாறி 'அ' என்று மட்டும் எழுதி ஒரு கதை அனுப்பியதில் அவன் கோபமாகியிருந்தான். இதைப்பற்றிச் சொல்வானா? வளர்ந்தவனின் வசையும் ஒரு இசையே! அல்லது 'கோத்ரா' நிகழ்ச்சியை கோமாளித்தனமாக சித்தரித்துக் காட்டிய ஷைத்தானைக்கு சூடு வைப்பானா? ஷைத்தானுக்கு சூடு வைக்க மனிதனால் முடியுமா? பார்ப்போம்.

வந்தான் பிரதான விருந்தாளி – *cum* – அறிஞனாக நண் . . . இல்லை, வந்தாள் நைஜீரியாவின் பிரபல தமிழ் எழுத்தாளினி திருமதி. மங்களா சந்திரன்!

ஐயோ, பருப்பு ரசமும் கீரை மசியலும் தவிர வேறென்ன தெரியும் உனக்கு? முகவை மோகனாபோல மூர்க்கமாக எழுத முன்னூறு வருடமாகுமே மாமி உனக்கு!

எப்படியாவது தொலையட்டும், நண்பன் எங்கே?

ஒருவேளை அவன்தான் ஆன்மீகப் பயிற்சியின் உச்சத்தில் மங்களாவாக மாறிப் போனானோ? சகோதர மதத்தைச் சார்ந்த சில சாதுக்களுக்குத்தான் அவர்கள் தங்களை பெண் தெய்வமாக நினைக்கும்போது ஸ்தனங்களும் முளைக்கும் என்று கேள்விப்பட்டிருக்கிறேன். இவனுக்குமா? அநியாய பயிற்சி எடுத்திருப்பான் போலிருக்கிறதே!

நான் சொன்னதற்காக அந்த நேரத்தில் உட்கார்ந்த சில நண்பர்களுக்கும் குழப்பம் இருந்திருக்க வேண்டும். கத்தினார்கள். அவர்கள் ஒன்றும் வேலைவெட்டி இல்லாதவர்கள் அல்ல.

எனக்கு குழப்பமும் எரிச்சலும். டி.வியை அடக்கிப் போட்டுவிட்டு ஃபோன் போட்டேன். அவனது மூத்த மகள் ஹசீனா எடுத்தாள்.

'வாப்பா கோவமா இக்கிறாஹா. எங்கேயோ வெளிலே போனாஹா' என்றாள்.

ஊர் மாறினாலும் அவள் பேச்சு இன்னும் மாறாதது சந்தோசத்தை அளித்தது (ஊர் பாஷையில் சொன்னால், 'ஹல்புலாம் குளுந்து போச்சு!')

‘ஏங்கண்ணு’ என்று கேட்டேன் தெரியாதது மாதிரி

‘அஹ ப்ரொக்ராம் நேத்தே வந்திடிச்சாம். இங்கேயும் நாங்க யாரும் பாக்கலே அங்கிள்.’

‘இபுலீஸ்ட்டேர்ந்து தப்பிச்சிட்டொம்ங்குறே!’

‘வாப்பாட்டெ சொல்லிக் கொடுத்துடுவேன்!’

‘ஏ வாலு, கலாட்டா பண்ணி வுட்டுடாதே . . ! வாப்பாவை திட்டுறதுக்குத்தான் ஃபோன் பண்ணுனேன். சரி, வெள்ளிக் கிழமை காலைல உங்க ஊரு டைம் பதினொன்றரை மணிக்கு ஃபோன் பன்றேன். வாப்பாவை இருக்கச் சொல்லு.’

வெள்ளிக்கிழமை மற்றும் அரசாங்க விடுமுறை தினங்களில் ஃபோன் ரேட், நிமிடத்துக்கு 2.69 திர்ஹம்தான். சேமித்து பங்களா கட்டலாம்! சரியாக துபாய் டைம் காலை பத்துக்கு ஃபோன் செய்தேன். ஊரில் யாராவது அவனது நிகழ்ச்சியை பதிவு செய்திருந்தால் அதில் ஒரு பிரதி எடுத்து எனக்கும் அனுப்புமாறு சொல்லவும்தான்.

ஹசீனாதான் போனை எடுத்தாள்.

‘நேத்து காலைல நீங்க சொன்ன டயத்துக்கு கரெட்க்டா வாப்பா காத்துக்கிட்டிருந்திச்சி அங்கிள்!’

**திண்ணை. காம் / செப்டம்பர் 2003**

# ஒரு மோதிரமும் சில பேய்க்கனவுகளும்

வாப்பா தன் கடைசி காலத்தில் அணிந்திருந்த மோதிரம் பற்றி எழுதினால் என்ன என்று தோன்றிற்று. (உலகத்தில் வேற விஷயமே இல்லை, பாருங்கள்!) மோதிரத்தை எங்கே வாங்கினார்கள், யாரிடம் கொடுத்தார்கள் என்று குறிப்பிட்டிருக்கிறார்களா என்பதற்காக அவர்களின் டைரி ஒன்றை புரட்டினேன். வருடா வருடம் எழுதும் டைரி அல்ல அது. கிழிந்துபோன வாழ்க்கை மொத்தத்திற்கும் ஒன்று. ஊரில் பால் பண்ணை வைத்து சொந்தக்காரர்களால் ஏமாந்தது, நாகப்பட்டினத்திற்கு கப்பலில் வந்து இறங்கிய காலத்தில் திமிர் பிடித்த கஸ்டம்ஸ்காரன் போட்ட டூட்டி, பினாங்கில் வாங்கிய தொப்பித் துணி சாயம் போயிருந்தது, பூட்டியா ஆயிஷாம்மா கனவில் சொன்ன சில செய்திகள் பின் உண்மையாகிப் போனது, குணங்குடியப்பாவின் எக்காலக்கண்ணி ஓரிரண்டு, கையானம் காய்ச்சுவது எப்படி?, நான் பிறந்தபோது அசல் சீனாக்காரன் சாயலில் இருந்தது, 'கடவுள் மனது வைத்தால் கழுதை கூட குஸ்தி போடும்' என்ற கனைப்புகள் என்று பலதும் அதில் இருக்கும். மோதிரம்பற்றி மட்டும் இல்லை. 'கமர் பஸ்தா ஹோனா' என்று தலைப்பிட்டு, எந்த ஆலிம்ஷாவோ பேசியதை பேசியதுபோலவே எழுதி அடிக்கோடிட்டும் வைத்திருந்த 786வது பாரா மட்டும் என்னைக் கவர்ந்தது. 'மாக்கான் வருவான்' என்று பிள்ளைகளுக்கு – நாலு வருடத்திற்கு ஒருமுறை ஊர் வந்து – பூச்சாண்டி காட்டிய வாப்பா பயந்ததின் அடையாளங்களில் ஒன்று.

'நாம பயப்படுறதுலெ 99.99% நடக்குறதில்லை. எது நடந்துடுமோண்டு நினைக்கிறோமோ அது நடக்காது. பயம் வருதுல்லெ? ஒரு தாள்லெ எழுதி வச்சுக்குங்க. இப்படி ஒரு பயம் வருது . . . இப்படி ஆயிடுமோண்டு தோணுதுண்டு குறிச்சி வச்சிக்குங்க. அப்புறமா அதை எடுத்துப் பாருங்க. ஒண்ணும் நடந்திருக்காது! இப்படி உள்ள பயம்தான் நம்ம லைஃப்லெ முக்காவாசி நேரத்துலெ செஞ்சிட்டு வரோம்ட்டு புரியும் . . . வேற வார்த்தையிலெ சொன்னா உங்க லைஃப்லெ இதே மாதிரி முட்டாள்தனமான காரியத்துக்குத்தான் டைம் செலவு பண்ணியிருக்கீங்கண்டு புரியும். 'புள்ளக்கி அம்மை வாத்துடுமோண்ட நினைப்பு . . . அந்த நினைப்புலெ சோறு உண்ண முடியாம போறது... பேச வேண்டிய செய்தியை பேசாம போறது . . . ஃபோன் *call*–ஐ அட்டெண்ட் பண்ண முடியாம ஆயிடுறது . . . நல்லா பேசுறவங்கள்ட்டெ கூட தூக்கியெறிஞ்சி பேசுறது . . . இந்த *reaction*லாம் வரும். எழுதிவைங்க. அப்பவே பயம் பாதி குறைஞ்சி போயிடும்!'

இதை மட்டும் எழுதிய வாப்பா தனது பயங்களை ஏன் எழுதி வைக்கவில்லை; எல்லா சபராளிகளுக்கும் அது பொதுவென்றா என்ற கேள்விகள் எழுந்தன. அடுத்த நிமிடம் தூக்கில் போடப் போகிறவனிடமோ அல்லது உயிரைத் துச்சமாக நினைத்து களத்தில் நிற்கிற போராளியிடமோ, ரிபோர்ட்டரிடமோ 'எழுதி வை; ஒன்றும் நடக்காது' என்று சொன்னால் அறிவுரை சொன்ன அந்த ஆலிம்ஷாவைப் பற்றி அவர்கள் என்ன நினைப்பார்கள் என்ற கவலையும் வந்தது.

ஆளாளுக்கு அறிவுரை சொல்ல ஆரம்பித்து விட்டதால்தான் 'ஷைத்தானுக்கு அஞ்சாதீர்கள்; எனக்கே அஞ்சுங்கள்' என்று கட்டளையிடும் ஆண்டவன் பயந்துகொண்டு வெளியில் தலைகாட்டுவதில்லை என்று பட்டது. அப்படியும் சொல்ல முடியாது. பயத்தைச் சொன்னால், 'பயப்படாதீங்க. எல்லாம் சரியாப் பொயிடும்' என்று மூக்குப்பொடி அடைத்த தாயத்து போடுபவர்களுக்கு அந்த ஆலிம்ஷா எவ்வளவோ தேவலைதான்.

தாயத்து பற்றி எழுதும்போது நண்பன் பாஸ்கரனின் ஞாபகம் வருகிறது. சூலமேந்திய சிவனுக்கும் துர்க்கைக்கும், வெட்டரிவாளோடு திரியும் வால்முனீஸ்வரனுக்கும் பயப்படாதவன் ('டேய் . . . இதெல்லாம் எங்கள்ட்டேர்ந்து அவங்களை பாதுகாக்கடா . . !') மேலவாவூர் போய்விட்டு இரவில் திரும்பும்போது இரத்தம் கொட்டும் கண்களை உடைய ஒரு வெண் உருவத்தை, காந்திமேடைப் பக்கத்தில் பார்த்து பயந்து போனான். அது இடிப்புகளின் இன்னல் தெரிந்த தேசப்

பிதாவாகக் கூட இருக்கலாம். வீட்டையே சுட்டெரிக்கும் அகோரக் காய்ச்சல். வாசலில் வேப்பிலை. 'ரரரர ரரரர ரரரர ரரர ரிரிரிரி ரிரிரிரி ரிரிரிரி ரிரிரி . . .' – தேவராய சுவாமிகள் அருளியதெல்லாம் காக்கவில்லை. எஜமானின் தர்ஹாவுக்கு போகலாமா?

தேனே யுறுதி வையவர் பேரிலே – யவர்
தானே யுதவு வாரினு நேரிலே

தானாகவே கையால் 'பூட்டு' பூட்டிக் கொண்டு தலை விரித்தாடும் எத்தனை பேய்கள் வந்து திரும்புகின்றன அங்கே! சாபுமார்களின் 'சாவி' காரணமா அல்லது அவர்களின் அத்தனை கடைகளையும் மீறி முற்றத்தில் புகுந்து கொட்டும் அருள் காற்றா?

'போவாதீங்க . . . சாம்பிராணியோட 'ஹாஹூவ்ஹ்'ண்டு புரியாத பாஷையிலெ பேசி கூடவே மொட்டையும் அடிச்சிடுவாங்க . . .' என்ற லூயிஸ் சார் கடற்கரை சர்ச்சுக்கு கூட்டிப் போனார். அன்பைக் கொட்டுவார் சார். அன்பு, நியாயப்பிரமாணத்தின் நிறைவேறுதலாயிருக்கிறது; அது திரளான பாவங்களை மூடும். பயப்படத்தான் வேண்டும். சர்ச்சில் 'நாம் எதையாகிலும் அவருடைய சித்தத்தின்படி கேட்டால், அவர் நமக்குச் செவிகொடுக்கிறாரென்பதே அவரைப் பற்றி நாம் கொண்டிருக்கிற தைரியம்' என்று சொன்னதும் பாவி பாஸ்கரனின் அதைரியம் கூடிப் போனது . . . கடைசியாகத்தான் வண்ணாந்தெரு நாராயணசாமியார். அங்கேதான் தாயத்து கட்டப்பட்டது. ஆனால் குணமாகக் காணோம். ஆஜாத்பட்டறையில் வேலையில் பார்க்கும் அவன் தி.க. மாமா தாயத்தை உடைத்துப் பார்த்தால் பால்டின் தகரத்தில் (வெள்ளி!) ஒரே ஒரு கீறல்! பாஸ்கருக்கு கொஞ்ச நாளில் தானாகவே – மனநல மருத்துவர் மஸ்தான் மரைக்காயரிடம் காட்டியும் கூட – சரியாகிவிட்டது. பிறகும் குழப்பம் குறையாத அவன், நல்ல சீடனாக அந்த தகட்டை எடுத்துக்கொண்டு போய் சாமியாரிடமே காட்டியிருக்கிறான்.

'அது கோடல்ல மகனே. நான்! நான் போட்ட கோடு!' – என்ன ஒரு சூஃபிஸ்ட் டச்! ஊர் அப்படி!

பாஸ்கர் இங்கேதான் புத்திசாலியாக மாறினான். ஒரு பெரிய கோட்டை சாமியார் வீட்டு வாசலில் போட்டு அதற்கப்புறம் அதைத் தாண்டவே இல்லை! இப்போது ஊரில் பெரிய அரசியல்வாதியிருக்கும் அவனுடைய துணிச்சல் எனக்குக் கிடையாது.

'Tora! Tora! Tora' என்று என் சின்ன வயதில் ஒரு சினிமா வந்தது. 'Tora' என்றால் புலி என்று அர்த்தமாம். இதை

'துரத்தித் துரத்திக் கொலை' என்று மொழிபெயர்த்திருந்தார்கள் போஸ்டரில்! எப்படி பார்க்க முடியும்? பயத்தை விரட்ட, இரத்தம் சீறிப்பாயும் புடைத்த செந்'தலை' காட்டி ஒருவர் நிர்வாணமாகி விடும் சிறுகதை (திரு. அஞ்சாநெஞ்சன் எழுதியது என்று நினைக்கிறேன்) ஒன்றை ஒரு இணைய தளத்தில் போனவருடம் படித்துவிட்டு – நடை நன்றாக இருந்தாலும் – வெலவெலத்துப் போனேன். பெண் பேயோ? பெரும் நோயோ? அற்புதமாக எழுதும் பெண் எழுத்தாளர் வனமோகினியின் எந்தப் பட்டியலிலும் இடம்பெறும் அவரது 'பின்னே ஒரு பிசாசு'வை அந்தத் தலைப்பாலேயே இதுவரை படிக்கவில்லை. சமயங்களில் சில கவிஞர்கள் . . .

பெர்முடா முக்கோணப் பேயின் ரகசியத்தை எனக்குச் சொன்ன கவிப்புலி வீரமுத்து துணிந்து துப்புவதாவது:

ஆசையைத் துப்பு.
ஞானம் வரும்.
அச்சம் துப்பு.
வீரம் வரும்

கெட்டகனவு வந்தால் இடதுபுறமாக துப்ப வேண்டும் என்று ஹதீஸை எப்படி புதுப்பிக்கிறார்! உலகம், 70.8% தண்ணீராலானதா? யார் சொன்னது? எச்சில் ஐயா, எச்சில்!

உப்பத் தெரிந்தும் துப்பத் தெரியாத கவியரசனோ, 'கருவினில் வளரும் மழலையின் உடலில் தைரியம் வளர்ப்பாள் தமிழன்னை ஆ... ஆ... ஆ...' என்கிறான். மரைக்கான் வீட்டுப் பெண்கள், தமிழச்சி அல்லவோ? எனது பயங்கள், முகம் பார்த்து தாய்ப்பால் கொடுத்த (அந்த காலம்!) தாயாரிடமிருந்துதான் ஆரம்பித்தன. 'மஹரி நேரத்துலெ போவாணாம் . . . ரூஹ்ரூஹானி வரும்டா முருவம் . . !' என்று வீரத்தை முளையிலேயே கிள்ளுகிற அச்சுறுத்துலையும் மீறி தெருவில் விளையாடும் 'ஹராங்குட்டிகளி'ன் ஊளைகளும், மறக்காமல் அத்தனை விளக்குக் கம்பங்களின் நிழல்களையும் அகலக்கால் வைத்து தாண்டியபடி வரும் வாவூர் குடிகாரர்களின் அலறல்களும் 'ஆவுசம் . . . ஆவுசம் போச்சு' என்றுதான் குறிப்பிடப்படும். ஆவுசம் என்றால் ஜின் . . . அது உண்மையிலேயே இருக்கிறது என்று தனி அத்தியாயமே ஒதுக்கியிருக்கிறது இறைமறை. ஜின்கள், மறைவாக இருக்கும் மேற்படியான்கள். கண்ணுக்குத் தெரிந்தால் தாங்களும் தீவிரவாதியாக சித்தரிக்கப்பட்டு விடுவோமென்ற பயமோ? இதில் 'ஏன்?' என்று கேட்டவர்கள் கெட்ட ஜின்கள்!

'ஆவுசமாம் ஆவுசம்; எல்லாம் வேஷம்' என்றார் ஒரு சஹர் பாவா – தாழ்ந்த குரலில், சுற்றுமுற்றும் பார்த்துக்கொண்டு!

உண்மை தெரியாமல் வீட்டுக்குள் உறங்கும் பெண்கள் தெருவிற்கு வந்து எட்டிப் பார்த்தால் அல்லவா தெரியும், 'ஆவுசம்' எந்த சபராளி வீட்டு நாச்சியாரிடம் கொசறுகிறது அல்லது எந்தத் திண்ணையில் எந்த சின்னப் பையன்களின் பின்பக்கத்தோடு ஒட்டிக்கொண்டு மூச்சிரைக்க உருளுகிறதென்று . . .

என்னை ஒண்ணுக்கு கூட சரியாகப் பேய விடாத தாயாரால் நான் வளர்ந்தேன். அதட்டி, 'பேயிடா . . .' என்றால்!

'பயப்படுறவங்களை பார்த்தா எனக்கு ரொம்ப பயம்' என்று அடிக்கடி இருட்டறையில் கிசுகிசுப்பார் எனக்கு புகைப்படம் எடுக்கக் கற்றுக் கொடுத்த (*1/15 sec at f22 = 1/30 sec at f16 . . .*) ஒருவர். ஹைதர் காலத்து கேமராவில் அவர் எடுத்த *Double Exposure*ல் மினாராவில் பறக்கும் பாவட்டத்தின் அசைவுகளில் ஒரு சிறு மாறுதல் கூட தெரியாதது அப்போதைய ஆச்சரியம். சாதாரண *ISO 100 speed* ஃபிலிமில் *Shutter Speed 1 sec* வைத்து (*aperture f2.8*) அவர் எடுத்த தர்ஹாவின் வாண வேடிக்கை ஃபோட்டோவும் ஊரில் மிகவும் பிரபலமானதுதான். அதற்காக அவர் கைகள் என் மானியில் அடிக்கடி உரச வேண்டுமா? இப்படி செய்வதின் அர்த்தம் என்ன என்று எனக்குத் தெரிவதற்குள் வாழ்வை எப்போதும் பயமுறுத்தும் சாவுக்கு இரையானார்.

ஒழுங்காக வாழ்ந்தால் சாவு ஏன் பயமுறுத்துகிறது? 'ஆண்டவனே, என்னுடைய அடிப்பாகத்திலிருந்தும் நான் தாக்கப்படுவதிலிருந்தும் உன்னிடத்தில் பாதுகாப்பு தேடுகிறேன்' என்ற 'துஆ', அர்த்தத்தோடுதான் கொடுக்கப்பட்டிருக்கிறது!

பேய்க்கதை மன்னனின் கதைகளில் வருவது போல 'கும்ம்ம்ம்' இருட்டோடு இருக்கும் என் வீட்டின் பெரும் நடுக்கட்டு . . . கரும் பிசாசுகளாய் மாறிவிடும் நெல் பத்தாயங்கள் . . . மறைந்து மறைந்து தெரிந்து பயமுறுத்துவதற்காகவே உயிர்விட்டுக் கொண்டிருக்கும் ஒரு முட்டை விளக்கு . . . 'பித்தம் படபடங்குது பீக்குழா தெறிக்கப் பாக்குது' என்பார்களே . . . அப்படி வரும். முகச்சதை 'ஜிவ்'வென்று இழுத்துக்கொள்ளும். கல்யாணமாவதற்கு முன்பு வரை கூட ஏதாவது வேகமாகப் பாடிக்கொண்டேதான் ஓடிக் கடந்திருக்கிறேன். எல்லா ஒலிம்பிக் ரிகார்டுகளும் அவுட்! சமயத்தில் அந்தப் பாட்டே ஆந்தை முழியுடன் பயமுறுத்தும். 'பயமெனும் பேய்தனை யடித்தோம் . . . ஜயபேரிகை கொட்டடா– கொட்டடா . . !' தமிழ் சினிமாக்களில் திகில் காட்சிகள் வந்தால் (ராஜேந்தர், ராமநாராயணன் படங்கள் தவிர தமிழ் சினிமாவே ஒரு திகில்!) கண்களைப் பொத்திக்கொண்டு விரலிடுக்குகளின் வழியாகத்தான் வீரத்தோடு பார்த்து முடிப்பது. பாடிவரும் பேய்களை இன்றுவரை நெஞ்சம் மறப்பதில்லை! 'யா அலி . . .

என்னைக் காப்பாற்றுங்கள் ..!' இந்த லட்சணத்தில் நான் அப்போது பெரியார் பக்தன்! ஐயாவுக்கும் பயம் கிடையாதா என்ன? இப்போது வந்து அவர் சீடர்களைப் பார்க்கச் சொல்லுங்களேன் பார்ப்போம்.

யார்தான், எதுதான் பயப்படவில்லை? கார்கில் வீரராயிருந்தால் கருந்தேளுக்கு பயப்படமாட்டாரா என்ன? கணினிக்கு வைரஸ் பயம். காலாகாலத்துக்கும் வறுமை பயம். தவளைக்கு பாம்பு பயம். பாம்புக்கு கீரி பயம். ஒரு நிமிடம் நின்று உற்றுப் பார்த்தால் சின்னஞ்சிறு கல் கூட தன் ஆதித்தோற்றத்தையும் மாற்றத்தையும் கதைகதையாய் சொல்லி பயமுறுத்துகிறது.

பயத்தின் மூலத்தைப் பார்க்க, *Hypnotic Regression* செய்யத் தெரிந்தவரிடம் நம்மை ஒப்படைத்து, 'அஞ்சல குஞ்சம் ஆறுமுக தாடி ஏழு பளிங்கு எட்டண கொட்டை துளாங்கு ராஜா தூசிக்கு ராஜா' விளையாடிய நிலைக்கும் கீழே சென்று, இதையும் தாண்டி தாயின் வயிற்றிலிருந்து வெளியேறும்போது நமக்கு ஏற்பட்ட உணர்ச்சிக்கும் கீழே போய் பார்த்து, உண்மையைக் கண்டு பிடிக்கலாமாம். அவர் அங்கே தன்னையே பார்ப்பதற்கும் வாய்ப்பு உண்டுதான். ஆனால் அப்படி கண்டுபிடிப்பவருக்கு நேற்று போட்ட வண்ணான் பில்லோ பகல் ஆக்கிய வவ்வால் மீன் பொரியலோ நினைவில் இருக்கும் என்பதற்கு சாட்சி இல்லை.

மண்ணறைப் புழுக்கள் நெளியாத மனமோ இந்த பாழாய்ப்போன பிரபஞ்சம் எழுப்பும் கேள்விகளில் குழம்பாத இனமோ உண்டா? இறைவனை நெருங்கினால் எல்லா மர்மமும் புரியும் என்று ஹஜ்ரத் உவைஸ் கர்னீ கூறுகிறார்கள். அது எப்படி என்று கிலோமீட்டர் கணக்கு பார்த்து காலம் செலவழிப்பதை விட பெரியவர்கள் செய்வதற்கும் சொல்வதற்கும் ஒரு அர்த்தம் இருக்கும் என்று நம்பிப் போவது நல்லது.

ஒருமுறை, 'உள்ளூர் மையத்தாங் கொல்லைக்கும் வெளியூர் ஆற்றுக்கும் பயப்படனும்' என்று ஒரு பெரியவர் சொல்லும்போது, எனது பயங்களைப் பழிக்கும் சுல்தான் என்னைப் பார்த்து ஏளனமாகச் சொன்னான்: 'பறக்குற பிளேன்லெ ஏறி மனுஷன் நிக்கிற காலத்துலெ பொன்னப்பயலுங்களுக்கு பேப்பயம்! நான்லாம் நடு ராத்திரிலெ கூட சுடுகாடு போயி வந்திக்கிறேன், தெரியுமா? ஆம்புளைண்டா பயப்படக்கூடாதுடா!'

எப்போதுமே எல்லா விளக்குகளையும் போட்டுக்கொண்டு தூங்கும் என்னைப் பார்த்து அந்த 'ஹிம்மத்வாலா' வேறொன்றும்

சொன்னான். ஜெயிலில்தான் அப்படி தூங்குவார்களாம். நம் நாட்டு ஜெயில் அல்ல. அங்கு எங்கே விளக்குகள் இருக்கின்றன? சௌதி ஜெயில். இவனுக்கு எப்படித் தெரியும்? 35 லட்சம் ரியால் கம்பெனி காசை திருடியதாக தவறாக சந்தேகப்பட்டு போலீஸ் ஜெயிலில் வைத்துவிட்டதில் வந்த அனுபவம். சௌதி அரபிகள் முட்டாள்கள். முழு மூடன்கள். சுல்தான் திருடியது முப்பத்து நாலேமுக்கால் லட்சம் மட்டும்தான். எப்படியோ அவனுடைய அண்ணன்காரன் பணத்தை தோது பண்ணிக் கொடுத்து (இதற்கு வேறு அரபி!) ஊர் போய், அங்கே ஒரு ஆளை போட்டுத் தள்ளிவிட்டு துபாய்.

கழிந்துகொண்டு பேய்கள் ஓடாமல் என்ன செய்யும்? அஞ்சுவ தஞ்சாமை பேதமை என்கிறார் செந்நாப் போதார் எனும் நபி.

சிற்றிதழ்களில் எழுதிக் கொண்டிருந்துவிட்டு பின் அதன் *size* பெரிதானதும் கோபித்து தினசரிப் பத்திரிக்கையில் எழுத ஆரம்பித்து விட்ட எழுத்தாளர் வீரத்தெருமகன், *'Taking a new step, uttering a new word, is what people fear most*... ஸம்சயாத்மா விநச்யதி' என்றார். கீதாவ்ஸ்கி! 'பயம் என்பது வியாதி' என்று சொல்லிக் கொண்டே பைத்தியக்காரனாகவும், பிச்சைக்காரனாகவும், துறவியாகவும் மாறி மாறி நடந்து போகும் (இந்த நொடியில் தான்ஜானியாவின் வடபுறத்திலுள்ள *Kilimanjaro*விலோ பெருவின் *Machu Picchu*விலோ இருக்கிறார்.) இருக்கும் இவரிடம் தன் படைப்புகள் எதையும் கொடுக்க நண்பர்கள் பயப்படுகிறார்கள். ஆனாலும் அவர் நடந்துகொண்டே...

வீ.தெ, 'இருட்டை விரட்ட டார்ச்லைட் தேவை' என்று துணிவானந்தா போல எளிமையாகச் சொல்லி கூடவே ரீசார்ஜபிள் பேட்டரிகளும் அனுப்பி இருந்தால் உபயோகமாக இருந்திருக்கும். ஞானத்தின் திறவுகோலான அந்த டார்ச்லைட்டும் சபராளிகளுக்கு உதவும் என்ற உத்தரவாதம் இல்லை.

நானும் கல்யாணமானபின் பேயை விட மனைவிக்கே அதிகம் பயப்பட்டேன். பாட்டனாரின் இரத்தம்! உம்மா வீட்டிலிருந்து என் புகுந்த வீடு (எங்கள் ஊர் வழக்கம்) இருக்கும் ஜீயான் தெரு போவதற்குள் 'அஸ்மா வூடு வரைக்கிம் வரவா தம்பி?' என்று அப்போது ஊர் வந்திருந்த வாப்பா கேட்பார்கள். வாப்பாவின் உண்மையான கரிசனத்திற்கு, மரங்கள் விரித்த கூந்தலுடன் ஆடும், தெருவின் திருப்பத்திலுள்ள இருட்டுப் பள்ளிக் கூட மைதானம் காரணமாக இருக்காது. அப்போதெல்லாம் மோதிரம் போட்டிராத வாப்பாவின் தைரியம் தெரிந்ததுதான். 'R.S.Sகாரனாலெ கலவரம் அடிக்கடி நடக்குது இப்பல்லாம். கல்

வேகமா எரியிறானுங்க. ஜன்னல் கண்ணாடிலாம் நொறுங்கி முத்தத்துக்கு வந்து வுழுது' என்று படித்த என் தங்கச்சி மூலமாக உம்மா போட்ட கடிதத்திற்கு, அழகான நீண்ட திண்ணைகள் உள்ள வாசல் பக்கத்தை இடித்துவிட்டு கண்ணாடி துண்டுகள் பதித்த (நொறுங்கி விழுந்தவைகளே இப்போது உதவின. *Recycling!*) பெரும் சுவரை உடனே எழுப்பச் சொன்னவர்கள். பயணத்தில் இருந்தால் எதுவும் சொல்லலாம்!

இருட்டு எனக்கு எப்போதும் பயத்தை தரும். அதை விரட்ட வரும் அஸ்மாவின் – என் மனைவி – துணிச்சல் அதை விட . . . நடு இரவில் வயிற்றைப் புரட்டும்போது கொல்லைக்குப் போனால் எனக்கு பாதுகாப்பாக வரும் அவள் (என் உம்மாவின் வேண்டுகோள்) நான் கழுவிவிட்டு வெளியே வரும்வரை சமையல் கட்டு பின்புற வாசலில் தனியாக உட்கார்ந்திருப்பாள். கொல்லையைப் பார்த்தாற்போல் இருக்கும் சமையற்கட்டு ஜன்னல், மூங்கில் சட்டங்களிலான பெருக்கல் குறிகள் கொண்டது. உள்ளிருந்து ஜன்னல் வழியாகக் கசிந்து பக்கவாட்டிலும் மெல்லப் பரவும் வெளிச்சமும் இருளும் அவளது வெள்ளை முகத்தில் போடும் கோடுகளின் நெளிச்சல் – இதை அதிகரிக்க அவள் ரொம்ப சாலிஹ் – ஆன பெண்ணாய் தலையை மறைத்திருப்பது – மற்றும் 'நடு ஜாமத்தில் வந்தேனே . . .' பாட்டு . . . மறுமுறையும் நான் கழுவ ஓட வேண்டியிருக்கும். தூங்கும்போதோ அவளுக்கு முழு இருட்டு வேண்டும். நான் எதிர்த்ததால் ஒரே ஒரு சிவப்பு விடி லைட் . . . வேண்டுமென்றே செய்கிறாள் இந்தக் கச்சடா..!

அஸ்மாவுக்கு பயமே கிடையாதா? 'இன்னும் கொஞ்சம் இன்னுங்கம்மா' என்று முதுகில் கால்போட்டு இறுக்கிப் பிணைத்த வண்ணம் என்னைக் கொஞ்சுவதற்குப் பின்னே அது இருக்கிறது. ஊர்லே இருக்க மாட்டாஹலே மச்சான் . . ! ஆனால் மச்சான் ஊர்லேயே இருந்துடுவாஹாண்டும் பயம் . . !

முதல் வளைகுடா யுத்தத்தின்போது 'இங்கே குண்டு போட்டுக்கிட்டிக்கிறான் புள்ளெ . . .' என்று ஒரு சௌதி மாப்பிள்ளை சொன்னதற்கு 'அப்படித்தான்மா சும்மா பொய் சொல்வாஹா. நீங்க அங்கேயே இரிங்க' என்று 'தொதல்' சொன்னதாம். அப்படி வீண் தைரியம் சொல்பவள் அல்ல அஸ்மா. 'ஊருக்கு வந்துருங்க மச்சான், அல்லா இக்கிறான் நமக்கு' என்றாள் அப்போது துபாய்க்கு பிழைக்க வந்த என்னிடம். ஆனால் கூடவே மறக்காமல் ஒரு குண்டைத் தூக்கிப் போட்டாள். கார்ட்டூனிஸ்ட் மதன் எழுதியதை மாற்றிச் சொன்னால் 'அஸ்மா' என்கிற வார்த்தைக்குள் உள்ள 'ஸ' என்ற எழுத்தின் மேலுள்ள புள்ளியில் உட்கார வைக்க முடிகிற நானூறு கோடி அணுக்களில் ஒன்றை மட்டும் எடுத்துப் பிளந்தால் வரும் குண்டு.

'இங்கெ நீங்க வந்துட்டா நம்ம புள்ளங்கெ கதி?' என்றாள். சதி!

வேலைக்கு என்று அரபுநாடு வந்த காலத்திலிருந்து எப்போ அரபி திருப்பி அனுப்பி விடுவானோ என்ற பயம்தான் தினமும் வதைக்கிறது. வேலையே செய்யாமல் அரபியையே பயமுறுத்திக் கொண்டிருப்பவர்களை விட்டு விடுவோம். 'ஏ நாயே, பார். தூசி!' என்று அரபி, சுட்டுவிரலால் தொட்டு நீட்டினான் என்றால் தன் சுட்டுவிரலை தூசியில் தொட்டு நடுவிரலை அவனுக்கு காட்டும் எமகாதகன்கள். ஆனால் என்னைப்போன்ற சோதாக்களுக்கு அலுவலகத்தில் காலை வைக்கும்போதுதான் 'அப்பாடா, இன்னும் வேலையில் இருக்கிறோம்' என்ற நம்பிக்கை வரும். ஆனால் நாளை? அது அனைவரையும் பயமுறுத்துவதற்கென்றே இருக்கிறது. அச்சங்களின் தலைக்காவிரி அது. 'இன்றி'ல் வாழ்ந்து விட முடியும். நாளை எனும் குன்றில் வாழ துணி(வு) வேண்டும். அலுவலகத்தில் உள்ள முக்கியமான ஒருவர் விடுமுறைக்குப் போவதாகச் சொன்னால் அந்தத் துணியும் பறந்து நாணக் கேடாகிவிடும்.

மேனேஜர் அஃப்தாப் ஹஸன், அமெரிக்காவுக்கு (பிள்ளைகள் வேலை பார்ப்பதால் அந்நாடு இப்போதெல்லாம் அவர் மதத்தைக் கருவறுக்க நினைப்பதில்லை!) விடுமுறையில் போவதாகச் சொன்னதும் அடிவயிறு கலங்கிற்று.

விடுமுறை காலங்களில் அவர் துபாயை விட்டு எங்கும் போனவரல்ல. விடுமுறை சம்பளம், டிக்கெட்டுக்கு உண்டான பணத்தை எடுத்துக் கொண்டு இங்கேயே இருந்து விடுவார். ஒரு ஒரே முறை தன் தாயார் மௌத்திற்கு ஒன்றரை நாள் கராச்சி போய் வந்தார். அவர் தாயும் என் பயத்தைப் புரிந்து கொண்டு வியாழன் காலை வஃபாத்தாகியிருந்தது. வெள்ளி விடுமுறை. தப்பித்தேன்.

இந்த முறை இரண்டு மாதம் கச்சிதமாக என்னை சாகடிக்கப் பார்க்கிறார்.

உதவி மேனேஜர், *Personnel Dept.* வேலை பார்க்கும் ஒரு குமாஸ்தா, பியூன் மூவரையும் கம்பெனி 'ஆப்பம்' என்று வேதனையுடன் கிண்டலடிக்கப்படும் *oneway*ல் அனுப்பியிருந்ததால் கம்ப்யூட்டர்களில் கணக்கும் அவைகளின் பிணக்கும் பார்க்கும் கடன்காரன் நான்தான் அவர் வேலைகளையும் பார்க்க வேண்டும்.

அவர் வேலைதான் என்ன? *L.C* சம்பந்தமான கடிதங்கள் எழுதுவது, அரசாங்கப் பண்ணைகளுக்கான கொட்டேஷன்

மற்றும் அங்குள்ள ஊழியர்களுக்கு கொடுக்கும் லஞ்சம் *(Sales Promotion Code : 5201001)* சம்பந்தமாக பிரிட்டிஷ்காரர்களுடன் பேசுவது, *Bank Rreconciliation*. இதர நேரங்களில் தனக்கு கம்பெனி கொடுத்திருக்கும் சீறிப்பாயும் 'ஜாகுவார்'க்கு செலவுகள் வைப்பது. கார் , அமெரிக்காவிலுள்ள பிள்ளைகளுடன் சதா மொபைலில் பேசும். விதவிதமாக சூட்களும் போடும்.

கார் ஓட்டுவது தவிர்த்து மற்ற வேலைகள் அனைத்தையும் நானும் செய்துவிட முடியும். ஆனால் பலுச்சிகளான அர்பாப்களிடம் அவர்களுக்கு விளங்குமாறு கரிக்கோடு போட்டுச் சொல்லும் கணக்கும், அவர்களின் கொடூரமான குதறல்களுக்கு தகுந்தாற்போல் தைரியமாக அவர் சமாளிக்கும் விதமும் எனக்கு அறவே வராது. தவிர தேசிய மொழியான மலையாளத்துடன் போட்டிபோடும் ஹிந்தியோ எனக்கு தடுமாறும்.

மூத்த முதலாளி வந்தால், 'என்றும் சாகாத பின்லேடன் புகழ் வாழ்க'. நடு முதலாளி வந்தால், 'ஒட்டகத்திற்கு எப்படி நகம் வெட்டுவது?' இளைய முதலாளி வந்தால், 'லெபனான்காரிட முலைதான் டாப்'.

அற்புதம். இந்தா *Golden Sand* ல் *Central A/c* யோடு *Fully furnished 3 Bedroom Flat!*

இத்தனை வசதிகளுக்குக் காரணமாக அவர் சொல்வது ராவல்பிண்டியில் பார்த்த ஒரு ஃபக்கீரை! அங்கே அவர் பேங்க் கிளர்க்காக வேலை பார்த்தபோது நடந்த சம்பவம்.

'உதறவைக்கும் குளிர் . . . கம்பளி போர்த்தி, கால் பக்கம் ஹீட்டர் வைத்துக்கொண்டு உறவுக்காரரின் இல்லத்தில் வாசலைப் பார்த்தபடி உட்கார்ந்திருக்கிறேன் – கடுமையாக மழை பெய்கிறது... நனைந்துகொண்டே வாசலில் ஒரு ஃபக்கீர் போனார். அவரை அந்த ஊரில் நான் பார்த்ததே இல்லை. நேரே என்னிடம் வந்தார். உடல் தெரியும்படி வெறும் ஒரு மெல்லிய உடை. . . சும்மா வந்து நின்றார். மற்றவர்கள் அவரைப் பார்த்துக்கொண்டிருக்க நான் மட்டும் 'ச்சாய்' வேண்டுமா என்று கேட்டு கொடுத்தேன். குடித்தார். 'அடுத்த மாதம் நீ இங்கிருக்கமாட்டாய். உனக்கு எல்லா வசதிகளும் வரும்' என்று சொல்லிவிட்டுப் போய்விட்டார். எனக்கு ஒன்றுமே புரியவில்லை. யார் இவர்? 20 கி.மீ தூரத்தில் கோல்ரா ஷரீஃப் என்று இருக்கிறது. அங்கேதான் இப்படிப்பட்ட ஆட்கள் – நேக் ஆத்மிலோக் – சுற்றுவார்கள் . . . நான் வெளியில் வந்து பார்த்தேன். யாரும் இல்லை . . . மறைந்துவிட்டார்! அடுத்த மாதம் துபாய்க்கு வந்து விட்டேன். எது சொன்னாலும் கேட்டுக்கொள்ளும் முதலாளி . . . என் வாழ்க்கையே மாறிவிட்டது. தனக்கென்று எதுவும்

கேட்காதவர்கள் பிறருக்காக கேட்கும் 'துஆ' பலிக்கத்தான் செய்கிறது . . !' – ஹஸனுக்கு இன்னும் வியப்பு மாறவில்லை.

ஹஸன் எனக்கென்று கேட்டாலும் பலிக்கும். ஆனால் அவர் இப்போது ஃபக்கீர் அல்ல. எனவே நான் ஒரு நல்ல ஃபக்கீராக, அல்லது நல்ல ஃபக்கீருக்காக காத்திருக்க, அலுவலகம் இருக்கும் குடவுனிலேயே – புல்கட்டுகளுக்கு பக்கத்தில் – தனியாக ஒரு பழைய போர்டபிள் கேபினில் தங்க சிபாரிசு செய்திருக்கிறார். ஃபக்கீர் வந்தாலும் வருவார். மழை வராது. புழுதிக் காற்றுதான் எப்போதும். எல்லா வசதியானவர்களுக்கும் பின்னால் ஃபக்கீர்கள் இருக்கிறார்கள்.

ஃபக்கீரைப் பார்க்கப் போய் அந்த ஃபக்கீரிடமிருந்தே வாங்கித் தின்ன ஆரம்பித்தவர்களின் கதையும் எனக்குத் தெரியும் . . . ஃபக்கீரை நினைக்கும்போதெல்லாம் மேனேஜர் நினைவுதான்.

மேனேஜர் இந்தமுறையும் இங்கேயே இருந்திருப்பார்தான். மகளுக்கு இவர் போனால்தான் பிரசவமாகும் என்பதில்லை. ஆனால் கம்பெனி இருக்கிற சூழ்நிலையில் இப்போதே *Gratuity* காசை கொஞ்சம் கொஞ்சமாக பலமாதிரி எடுத்தால்தான் உண்டு. அர்பாப்களை பயமுறுத்தும் *Staff Loan* போட்டுச் சென்றார்.

எப்படி சமாளிக்கப் போகிறோம்? பெரும் உருவம் என்னை இறுக்கிக் கட்டிப் பிடித்தது.

'நாம யார்ண்டு தெரியிறதுக்கு சரியான சான்ஸ்ங்கனி இது!' என்று ஆன்மீகம் பேசினார் ஒரு அன்பர். நாமூஸின் வருகையால் திடீரென ஒளிவெள்ளமும் அதைத் தொடர்ந்து *dts*ல் இடிமுழக்கம் போன்ற எதிரொலியும் எழுந்து அலையெனைப் பரவிய குகை . . .

'அதுக்கு கண்ணாடிலெ பாத்தா போதாதா? ஏன், என்னைப் பாருமேன் நீம்பரே இப்ப' என்று சொல்லிவிட்டு நகர்ந்து விட்டேன். 'தட் தட்'டென்று காலடி மெள்ள வைத்தவண்ணமோ, 'சர சர' என்று சருகுகளின் மீது ஊர்ந்த வண்ணமோ இனம் தெரியாத விலங்குகள் என்னைத் தொடர அனுமதிக்கக் கூடாது. அது பயத்தை இன்னும் அதிகப்படுத்துகிறது. இருக்கிற குழப்பங்கள் போதும்.

ஹஸனுக்கு அசாத்திய தைரியம். *Mazen Dana*வாகவோ மனித வெடிகுண்டாகவோ மாறியிருக்கக் கூடியவர். 'உலகம் முழுதும் நம்மவங்கள் மேல் நடத்தப்படும் தாக்குதல்களுக்கு பயம்தான் அடிப்படை' என்பார். யாருடைய பயம்? 'நம்மவங்கள்'தான் உலகமா? 'பரஸ்பர நம்பிக்கையின்மையால் அல்லவா?' என்று கேட்டேன். 'ஜாடு!' என்று ஒற்றுமையை விளக்குமாறால்

அடித்துவிட்டு ஒரு 'கானா கராப் கரேகா' பார்வை பார்த்தார் பாருங்கள் . . . இப்போது நினைத்தாலும் 'வெதக் வெதக்' என்றிருக்கிறது.

அவர் பார்வை பற்றிய என் பார்வை சரிதானா?

அறியாமைதான் பயத்தின் விஷ விதையென்றால் அதைத் தோண்டி எடுத்துவிட்டு தெளிவெனும் மலர் தூவ வேண்டிய கனவுகளோ தீங்கனவுகளாக வந்து தொலைக்கின்றன. துரத்தி வரும் பேய்கள் நெஞ்சின் மேலேறி நின்று குரல்வளையை மிதிக்கும். வற்றி வரண்டு கிடக்கும் அணையின் தெரியும் ஒரே ஒரு சொம்பு தண்ணீரில் நூறு நரகல்கள். கொதிக்கும் கல்லில் வைக்கப்பட்டும் விறைத்து நிற்கும் குறியை யானையின் பாதமென்று மிதித்துக் கூழாக்கும். *Gerome* ன் *'Solomon's Wall'* பாதிப்பில் நான் வரைந்திருந்த பெருஞ்சுவர், கேன்வாஸிலிருந்து குதித்து வெளியேறி பிள்ளைகள் மேல் சரியும் . . . ஐயோ, ஒலுவுடன் ஓதிப் படுத்தும் ஓடவில்லை என் பயம். அபயமளி ஆயத்துல் குர்ஸியே!

'யா முதகப்பிரு' என்று 21 தடவை தினமும் ஓதிவந்தால் கெட்டகனவு வராது' என்று அஸ்மாவுல் ஹுஸ்னா (இறைவனின் திருநாமங்கள்) வில் போட்டிருக்கிறது. இது உண்மையாக இருக்க வாய்ப்பில்லை. இருந்தால் ஈராக் ஜனங்கள் பயன்படுத்தி இருப்பார்களே . . ! பிஸ்மில்லா ஹில்லதி லா யளுற்று மஅ அஸ்மிஹ் ஷைஉன் வஹுவஸ் சமீஉல் அளீம்' என்று ஓத வேண்டுமோ?

'தூங்கும்போது பயமுறுத்தும் கனவுகள் வந்தால் என்ன செய்ய வேண்டும் சாப்?' – மேனேஜரிடம் ஒருநாள் கேட்டேன். மார்க்கமும் அதிகம் தெரியும் அவருக்கு.

'உடனே முழித்துவிட வேண்டும்!' – டுமீல்!

கரைத்துத்தான் குடித்திருக்கிறார். *Electroencephalograph**ஐயே இவர்தான் கண்டுபிடித்தாரோ?

பாதாளத்திலிருந்து புறப்பட்டு வரும் பேய்களை சாந்தப் படுத்தவும், சந்தோஷப்படுத்தி விரட்டவும் முன்னேறிய தைவான்காரர்கள் ஆடும் நிர்வாண நடனம்கூட இவர் சொல்லிக் கொடுத்ததாகத்தான் இருக்கும்.

இவரிடம் கேட்டிருக்கக் கூடாது. ஒரு பொறுப்பை ஏற்றுக் கொண்டால் தானாகவே எல்லாம் தெரியும். 'மந்தூக்' என்று அழைக்கப்படும் கம்பெனியின் *P.R.O* ஊர் போயிருந்த

* An instrument used for recording electrical brain activity.

சமயம் கம்பெனி டிரைவரைத்தான் *P.R.O* வேலையை பார்க்கச் சொன்னார் முதலாளி. அவன் பயந்தான். முதலாளி சொன்னார்: 'சாதி கே பெஹ்லே தும்கோ மாலூம் தா? பாத் 'காம்' அச்சீதரா(ஹ்)ஸே மாலூம் ஹோகயானா?!'

அதாவது முதலிரவில் மனைவியோடு சேர்வதற்கு ஒத்திகையா பார்த்துகொள்கிறோம் என்று . . . ஒன்றும் தெரியாமல் பூந்து (தெரியாமல் பூந்தால்தானே சுவாரஸ்யமே!) விளையாடுவதற்கும் நிஜமான வேலையின் பிரச்சினைகளுக்கும் வித்யாஸம் இல்லையா?

நான் மானேஜரிடம் கண்டிப்பாகச் சொன்னேன்: 'உங்கள் இடத்தில் சசி–ஐ வைத்துவிட்டுப் போங்கள்.' சசி, அர்பாபின் வேறொரு அலுவலகத்தில் இவர் பார்க்கும் அதே வேலையை குறைந்த சம்பளத்தில் பார்க்கும் மலையாளி. பத்மராஜனை நான் பார்த்துக் கொண்டிருக்கும்போது பாக்யராஜைப் பார்ப்பவன். அதிசயமாக இவன் கொடுத்த மலையாள கேஸ்ஸட்டில் ஒரு ஆவி, இன்னொரு ஆவி தன்னைத் தொடும்போது பயந்துபோய் திரும்பும்! இந்த மலையாளிகளின் நகைச்சுவையே தனிதான் . . !

சசிக்கு என் மீது பிரியம் பிறந்தது *Customer Statement Report*க்கும் *Receivable Listing*க்கும் தொகைகளில் வேறுபாடு வரும்போது அதை கண்டுபிடித்து *master dbf* ஃபைலில் தானாகத் திருத்தம் செய்யும் சின்ன ப்ரோக்ராமை எழுதிக் கொடுத்ததால். இவனுக்கும் தெரியாத விஷயமே இல்லை. பிளேன் கூட ஓட்டத் தெரியும்! ரொம்ப சுலபம்தான் அது. வால் பக்கம் நின்று கொண்டு வேகமாக தள்ளிக்கொண்டே போனால் 'டக்'கென்று பறந்து விடும். அந்த சமயம் நாம் உள்ளே குதித்து உட்கார்ந்து விட வேண்டும். அவ்வளவுதான்! 'சம்ச்சா' மட்டும் தனக்கு அதிகம் வராது என்று சொல்லிக்கொள்வான். பரவாயில்லை. 'மஸ்கா' தெரிந்தவன் ஓரிரு நாளில் அதை கற்றுக்கொள்ள முடியும். சாதி கே பெஹ்லே . . .

'அக்கௌண்ட்ஸுக்குத்தான் நீ இருக்கிறாயே . . . *L.C*க்களை அவன் ஆஃபீஸில் இருந்தே சசி பார்த்துக்கொள்வான். அந்த 'ஜமானா' எல்லாம் இப்ப எங்கேப்பா? கொட்டேஷன் மட்டும் அப்பப்ப அடிச்சி கொடுத்துடு. *Cheque/Cash PV* போடுறதுக்கு காசிம்–ஐ இங்கே வச்சிடுறேன்'

யா 'ரப்'பே . . . அவரா? ஊர் 'பிஸாது' தவிர அவருக்கு வேறு என்ன தெரியும்? எந்தத் துப்பட்டி எவன் தொட்டு அழுக்கானது என்று 'கபர்' கொடுத்துக்கொண்டிருப்பார் எப்போதும் . . . இவருக்கு ஒரு ரசிகர் மன்றமே இருக்கிறது சிக்கத்–அல்–ஹைல்

ரோடில். என் தயக்கத்தைச் சொன்னேன் மேனேஜரிடம்.

'முக்கியமாக இந்த 'நஹயத் பேவகூஃப்கள்' – ஐ சமாளிக்கத் தெரியும்.'

அர்பாப்களைத்தான் அதி முட்டாள்களென்று சொன்னார். அறிவாளிகளை வேலை வாங்குபவர்கள் முட்டாள்களா? சரியென்று வைத்துக் கொண்டாலும் அப்படி அவர்கள் இருப்பதால் அல்லவா இன்னும் வேலை வாய்ப்புகள் இருக்கின்றன! 'வழிச்சி நக்கிட்டு போனப்புறம் வந்திக்கிறீங்களே' என்று சிலர் சொல்வதெல்லாம் சும்மா.

காசிம் காக்கா வந்தார். தேஜஸ் பொங்கும் ஹஸன் முகத்தைப் பார்த்துக் கொண்டிருந்த எனக்கு தேரைக்கு முடி முளைத்தாற்போல இருக்கும் புது முகம் எப்படியோ இருந்தது. எங்கள் குடவுன் ஒன்றின் சூப்பர்வைசர் – ஆக இருக்கும் அவரது முகம் பரிச்சயமானதுதான். ஆனால் இந்த இடத்தில் பொருத்திப் பார்க்க மனம் வரவில்லை.

அவருக்கும் இது தற்காலிக இடம் என்று தெரிந்துதான் இருந்தது. ஆனாலும் மேனேஜர் வேலை தெரியாத இந்த மேனேஜருக்கு கம்பீரம் கூடவே வந்து முகத்தில் உட்கார்ந்து கொண்டது. நாற்காலியின் சக்தியோ? எங்கள் ஊரிலேயே அதிகம் படித்து உயர்நீதிமன்ற நீதிபதியான ஒருவரின் ஞாபகம்... நீதிபதி, அந்த சமயம் தமிழக கவர்னர் இறந்ததால், தற்காலிக கவர்னராக நியமிக்கப்பட்டார். அடுத்த நாள் கவர்னராகவே ஊருக்கு பந்தாவாக வந்து அலம்பல் பண்ணிவிட்டுப் போனார். ஒருவாரம் அவரை எல்லோரும் கவர்னர் என்றுதான் அழைத்தார்கள். அதுபோல இப்போது 'முதீர்' என்றால் இந்த முதிர்ந்த காக்காதான்.

'ஆடி ஓடி அலிபாதுஷாவை கொலுவுலெ வச்ச மாதிரிலெ நம்மளை வச்சுப்புட்டாஹா!' என்றார் என்னிடம் பெருமையாக.

'அலி பாதுஷாவா?'

'அந்தக்காலத்துலெ அப்பாஸ் நாடகம்டு, நம்ம ஊர்லெ ஒன்னு போட்டாஹா. அதுலெ வர்ரவரு . . .'

அந்த அலிபாதுஷாவே இவர் முன்னால் எலிபாதுஷா ஆகிவிடுவார் போலிருந்தது. காக்கா அத்தனை அழகாக அர்பாப்களின் குருட்டுக் கேள்விகளைச் சமாளித்தார்.

'நாம ஆபீஸ் வேலை செய்யாக்காட்டி கூட பரவால்லே. இவனுங்களுட அஹடம்புஹடம் வேலைலாம் கரெக்டா

செஞ்சிடனும்' என்றார். அர்பாப்களின் ஈரான் சொந்தக்காரர்களுக்கு மாறிமாறி *transit visa* எடுப்பது, அவர்களின் அமானத் கணக்கில் (உலகத்தில் எங்குமே இல்லாத ஒரு விநோத கணக்கு!) இருக்கிற நண்பர்கள் அனைவருக்கும் *Dewa, Etisalat* பில்கள் மறக்காமல் கட்டுவது, குடவுனில் வளர்க்கப்படும் ஆடு கோழிகளுக்கு தீவனம் வாங்கிப் போடுவது . . .

*Sign Authority*யாக உள்ள பெரிய முதலாளி *Sponser*ஆக இருக்கும் இன்னொரு கம்பெனியின் பார்ட்னருக்கு , கப்பியும் கயிறுமாய் இணைந்த கூட்டாளியாக இருந்தார் காக்கா. ரொம்ப நல்லதாகப் போயிற்று எனக்கு. அர்பாப்களின் தொந்தரவாவது பரவாயில்லை, இந்த அஜியா டிரேடிங் தொந்தரவு . . . அல்ஐன்–ல் உள்ள மராய் பண்ணையிடமிருந்து செக் வந்துவிட்டதா என்று நாள் முழுவதும் உயிரை எடுத்து விடுவார்கள். அங்கேயுள்ள சூடானி அக்கௌண்டன்டிடம் கேட்டபடி சொல்லிக் கொண்டிருக்க வேண்டும் – இத்தனை டன் அல்ஃபால்ஃபா (ஒரு வகை புல்) போனது வந்தது என்று. போகாமலேயே போடப்படும் இன்வாய்ஸுக்கும் அதற்கான செக்குக்கும் தனி கணக்கு . . ! கணக்குக்கு நான். கமென்ட்ரிக்கு காக்கா.

காக்கா, அஜியா டிரேடிங் தவிர (மாட்டிவுட்டுடவான் மரைக்கான்!) மற்ற கம்பெனிகளின் எந்த விசாரணக்கும் பதில் கொடுப்பதில்லை. 'டர்ர்ர்' என்று கிழிக்கும் சத்தம் வந்தால் எங்கிருந்தோ ஃபேக்ஸ் வந்திருக்கிறது என்று அர்த்தம்.

'ஸ்பெயின் கம்பெனிக்கு 24000 டன் பெல்லட்ஸ் ஆர்டர் கொடுத்தோமே, என்னாயிற்று?'

'அர்பாப், குறைந்தது ரெண்டு லட்சம் டன் எடுக்க வேண்டும் என்கிறார்கள்' என்பார் ஃபேக்ஸை பார்த்தார் போல. ஈமெயில் பார்க்கும் நான் 'காக்கா' என்று குரல் கொடுத்தால் 'ஆமா, அந்த ஸ்டேட்மென்ட்தான். பிரிண்ட் எடுங்க' என்று திசை திருப்புவார். 'சப் கஸ்டமர்ஸே பாக்கி வசூல் கர்ணா அபி ஜரூரி ஹை' – இது அர்பாபுக்கு. என் அருகே வந்து 'எல்லா 'பலா'வையும் தாடி வந்து பாத்துக்குவான் . . . நீங்க பயப்படாம இரிங்க. இவனுங்க தரையிலெ நீந்தச் சொன்னா நாம தரைக்கு அடியிலே நீந்துறமாதிரி பாவ்லா காட்டனும்' என்றார்.

நவீன தீயனைப்புக் கருவிகளை உடனே குடவுனில் பொருத்தச் சொல்லி *Defence* அலுவலகத்திலிருந்து ஒருநாள் ஃபேக்ஸ் வந்தது.

'டர்ர்ர்ர்ர்'

நான் பதறினேன்.

'அட, சும்மா இரிங்க ஆபிதீன் . இவன்லாம் இப்படித்தான் பயமுறுத்துவான். எந்த இங்கிலீஸ் கம்பெனியாச்சும் இவனுங்களை பயமுறுத்தியிருப்பான். அதான் . . ! இப்படித்தான் முன்னாலே ஒரு ஷார்ஜா கம்பெனிலே வேலைபாக்கும்போது வர்றதையிலாம் கிழிச்சிப் போடுவேன். ரொம்ப கெடுபுடியான ஃபேக்ஸா இருந்தா மட்டும் என் முதலாளிட்டெ – தங்கமானவன் அந்த அரபி – கொடுக்குறது'

'அப்பாடா . . .'

'குஷ் ஹூம்மக் . . .' ண்டு அவன் கிழிச்சிப் போட்டுடுவான்!

இதைத்தான் அண்டர்ஸ்டாண்டிங் என்கிறார்கள். அந்த அரபி, 'காசிம் மௌஜூத்?' என்று கரகரத்த குரலில் காக்காவின் பெண்டாட்டியிடம் கேட்டால் 'அஹ பாத்ரூம்லெ குளிச்சிக்கிட்டிக்கிறாஹாம்மா . . .' என்று பதில் சொல்லுமாம். அரபிக்கும் புரிந்துவிடும்!

புரிந்துகொண்டு, பயங்களை வேரறுத்தால் முன்னுக்கு வந்து விடலாமோ? என் சம்பளமே வாங்கும் காக்கா குடும்பத்தை வரவழைத்திருக்கிறார். வாடிக்கையாளர்கள் குடவுனில் இவரிடம் கொடுக்கும் பணம் குறைந்தது மூன்று மாதத்திற்குப் பிறகுதான் – தான் ஒரு ஹாஜியாரென்ற நினைப்பு வந்தவுடன் – *RV*யாக மாறும். ரொட்டேஷனுக்கு சைட் பிஸினஸாக 'உண்டியல்'. களிமண் கண்டவனெல்லாம் உண்டியல் செய்கிற துபாயில் இவருடையது உடையாதது. ஆயிரம் ரூபாய்க்கு 50 ஃபில்ஸ் (பைசா) மட்டும் எனக்கு டிஸ்கவுண்ட்.

பிற அனுகூலங்களும் கிடைத்தன.

ஆபீஸ் கம்ப்யூட்டரை *upgrade* செய்கிறேன் என்று ஊரிலுள்ள கம்ப்யூட்டருக்கு தேவையானதையெல்லாம் வாங்கிவிட்டேன். *Light Pen, DVD Writer, Web Camera* . . . பழைய மேனேஜர்போல ஏன், எதற்கு என்று கேட்காமல் உடனே செக்! நான் ஏனோ எனது வெகுநாள் கனவான *IBM Thinkpad* வாங்கிக்கொள்ளவில்லை . . !

'ஆபிதீன், நாம ரெண்டு பேரும் ஒரே ஊர்க்காரனா இக்கிறதுக்கு . . . மனசுவச்சா என்னா வேணும்லாம் செய்யலாம். அஞ்சு நாளைக்கி ஒருமுறை இவனுங்க வூட்டுக்கு தலைக்கி ஆறாயிரம்டு போவுது. கையெழுத்து வாங்கிட்டு அறுபதாயிரம்டு மாத்துனா இந்த மடையனுவளுக்கு தெரியவா போவுது?' என்றார் ஒருநாள்.

என் முகம் வெளிறியது.

'ஆனா நாம ஈமான்தாரிங்க . . . அப்படிலாம் செய்ய மாட்டோம்' என்றார் 'வத்துகல்லிமுனா அய்தீஹிம் வ தஷ்ஹது அர்ஜுலுஹும் பிமாகானு யக்சிபூன்' என்று சூரா யாஸீன் ஓதும்போது நெஞ்சம் நடுங்குபவர். கைகளும் கால்களும் மறுமை நாளில் சாட்சி சொல்லுமாம். தோலே சொல்லுமே வேதத்தில்! சாட்சி சொன்னால்தான் இறைவனுக்கும் தெரிவதை எண்ணி நடுங்கத்தான் வேண்டும் . . !

'சூரத் யாஸின்' பொருட்டாலே
சொர்க்கம் தருவாய் ரஹ்மானே

தினமும் பட்டான் ரெஸ்டாரெண்ட்டில் மணக்கும் புலாவும், தள தளவென்ற 'நிஹாரி'யும், கூடவே இரவுக்கான பார்சல்களும் கிடைத்தன. மலையாளி கடையில் இரவுக்கு ஏதாவது கறி வாங்கி அதை மூன்று வேளை வைத்துக் கொள்கிற எனது பிசுக்குத்தனம் எங்கே போயிற்று? காலையில் வரும்போதே காக்கா, காசு பிடுங்கும் கராமா ஹோட்டல்களிலிருந்து சுதியான டிஃபன் வேறு வாங்கி வருகிறார். சரவணபவன் தோசைக்கு கராச்சி தர்பார் கடாய்கோஷ்தான் சட்னி!

ஹர்ஜ் புல்கட்டுகள் வாங்க *Imprest Account*ல் காக்காவிற்கு கொடுத்திருந்த 25000 திர்ஹத்திற்கு, வாங்கிவிட்டதாக ஒரு *Purchase Voucher (SRV*யுடன் சேர்த்து) போட்டால் என் *Staff Advance*, ஒரு *JV* மூலம் , முதலாளி போலவே கையெழுத்திட்ட காக்காவால் காணாமல் போகும் . . .

'ஆடிட்டர்ண்டு ஒத்தவன் இக்கிறான் காக்கா . . .'

'கொடுக்குற காசுக்கு ரிபோர்ட் எழுதுறவன்தான் தம்பி துபாய்லெ ஆடிட்டர்! அவனுவளும் பொழைக்கத்தானே வந்திக்கிறானுவ . . .'

'. . . . . . . .'

'மிஞ்சி மிஞ்சி என்னாவும்? சௌதி மாதிரி காட்டான் ஊரா இது, தலைவெட்ட? காசையிலாம் செலவு பண்ணிட்டேண்டு சொன்னா கொஞ்சநாள் ஜுமைரா ஜெயில்லெ வச்சிட்டு ஊருக்கு ஒரேயடியா அனுப்புவான். மயிறு ஒண்ணாச்சு. நமக்கு நல்லதுண்டு எடுத்துக்கப் போறோம்!'

என்ன துணிச்சல்! ஊர்க்காரர்களின் குறைகளையெல்லாம் ஒன்று விடாமல் தமாஷாகச் சொல்லி எப்படியெல்லாம் இறுக்கத்தைக் குறைக்கிறார்! என் பயத்தை எழுதிவைக்கவில்லை என்றாலும் ஆலிம்ஷா எழுதியிருந்தது சரிதான் என்று பட்டது. நாம்தான் வீணாக பயப்படுகிறோம்.

'தனிச்சிறியேன்' சிறிதிங்கே வருந்தியபோ ததனைத்
தன்வருத்தம் எனக்கொண்டு தரியாதக் கணத்தே
பனிப்புறும்அவ் வருத்தமெலாம் தவிர்த்தருளி மகனே
பயம்உனக்கென் என்றென்னைப் பரிந்தணைத்த குருவே . . .

ஒரு மாதம் ஓடிய சுவடே தெரியவில்லை. தீய கனவுகளும் வரவில்லை! பயங்கரமான தைரியம். சான்றாக, ஒருநாள் விடுமுறை போட்டுவிட்டு எல்லா மெகா சீரியல்களையும் பார்த்ததைச் சொல்லலாம். ஒரே ஒரு பிரச்சினை, அடுத்த நாள் நான் ஒரு அடி எடுத்து வைக்க அரை நாளாயிற்று, அவ்வளவுதான்!

இன்னும் மூன்று வருடத்தில் நடக்கப் போகிற மகளின் கல்யாணத்திற்கும் பயப்பட வேண்டியதில்லை போலிருக்கிறதே . . . வேலையில்லாமல் ஊருக்கு விரட்டியடிக்கப்பட்டாலும் கூட வீட்டுத் திண்ணையில் ஒண்டிக் கொள்வதெற்கென்று ஒரு நசுங்கிய அலுமினிய குவளையை வாங்க வேண்டிய அவசியமும் இல்லைதான். செல்லும் என் வாய்ச் சொல் . . . வாப்பா போல கடைசி காலத்தில் பயந்து சாக வேண்டியதில்லை.

வாப்பா மலேசியாவில் எல்லாவற்றையும் முடித்து விட்டு ஊரோடு வந்த போதுதான் அந்த தங்க மோதிரம் போட்டிருந்தார்கள். சிலபேரைப்போல கையைவிடப் பெரிதாக கல் வைக்காமல் மிகச் சிறியதாக ஒன்று பதிந்திருந்தது. ஃபைரோஸ் என்று நினைக்கிறேன். மோதிரத்தில் முத்திரையெல்லாம் இல்லை. இருந்திருந்தால் 'காதர்ஷா' 'முஸ்லிம்' 'சபராளி' என்று மூன்று வரிகள் இருக்கலாம். ஆனால் பயணம் முடிந்த சபராளி கிழவர்களுக்கு முத்திரையால் பயன் என்ன?

மோதிரம் எப்படியும் இரண்டு பவுன் இருக்கும். புதியது மாதிரி தெரியவில்லை. ஆனால் பாலிஷ் பண்ணப்பட்டு பளபளப்பாகவே இருந்தது. நான் ஆசைப்பட்டதற்காக ஒருநாள் எனக்கு மாட்டிக்கூட பார்த்தார்கள் வாப்பா. தொளதொளவென்று இருந்தது. கொஞ்சநாளைக்கு பிறகு எனக்கு சரியான அளவில் வந்துவிடும் என்றார்கள். இத்தனை நாள் இல்லாமல் இப்போ மட்டும் என்ன . . . பட்டும் தங்கமும் ஆண்களுக்கு விலக்கப்பட்டதல்லவா என்று ஆளாளுக்கு கேள்வி. 'நாயகம் ரசூலே கரீம் ஸல்லல்லாஹு அலைஹிவஸல்லம் போட்டார்கள் – போடவில்லை – போட்டவரை கடிந்தார்கள் – வெள்ளி முலாம் பூசிய இரும்பு – இல்லை வெள்ளியேதான்' என்று குழப்பினாலும் அது ஹராம் என்பதில் சந்தேகமே இல்லை அவர்களுக்கு. எடு ஹதீஸ்களை! தன்னை நெருப்பு வளையத்தில் இறக்கியவர்களுக்கு பதில் சொல்லாமல் வாப்பா சிரித்துக்

கொள்வார்கள். கேட்பவர்களின் தங்கப்பல் நினைத்தோ? 'ஊண்டி நடக்குற வயசுலெ ஊண்டு கேக்குதோ ஒன் மாப்புள்ளைக்கி? இன்னுமா மஹண்டுபோயி கெடக்குறாஹா?!' என்று கிழத் தோழிகள் வீட்டில் கேலி செய்வதை பொறுக்காதவர்களாய், 'வாதனை . . . கலட்டித்தான் என்னெட்ட கொடுங்களேன் . . .' என்று உம்மா கேட்டதற்கும் அதே சிரிப்பு. வாப்பாவின் நண்பர்கள் – நெய்னா மாமா, செல்லமாலிமார் போன்றோர் – கடைசி காலத்தில் மனைவி பிள்ளைகளால் தூக்கியெறியப்பட்டு பரம்பைசா இல்லாமல் கிழிந்த கைலியும் பரட்டைத் தலையுமாய் தர்ஹா வாசலில் போவோர் வருவோரிடம் காசு வாங்கித் தின்றதை நினைக்கிறார்களா? 'ஒதவும் . . . கையிலெ ஏதாச்சும் இருக்கனும் . . .' என்று முணுமுணுப்பது மட்டும் கேட்கிறது . . .

சௌதியில் இருக்கும்போது வாப்பா மௌத்தான செய்தி . . . 'சந்துக்'கில்தான் எடுத்தார்களாம். இப்போதும் வாப்பாவை நினைத்தால் மோதிரக் கையோடுதான் நினைக்கத் தோன்றுகிறது. கஜ்ஜாலி மரைக்காயர் தெரு முனையில், சைக்கிள்கடை ஜப்பாரின் கேலிகளை காதில் வாங்கிக் கொள்ளாமல் அங்கேயுள்ள உடைந்த நாற்காலியில் உட்கார்ந்து பேப்பர் படித்துக் கொண்டிருக்கும் வாப்பா . . . பேப்பரை பிடித்துக் கொண்டிருக்கும் சுருங்கிய கைக்கு பொருந்தாத மோதிரம் . . . அது கடைசியில் என்னாயிற்று என்று உம்மாவிடம் கேட்க எனக்கு பயம்.

மோதிரத்தை விற்றுவிட்டார்களா அல்லது மாப்பிள்ளை பவுனாக மருமகன்களுக்குப் போயிற்றா? துணிந்து ஒருநாள் கேட்டதற்கு, வாப்பா தோட்டத்தில் குளித்துக் கொண்டிருந்தபோது கிணற்றில் தவறுதலாக போட்டுவிட்டார்கள்; ஆட்களை இறக்கித் தேடியும் கிடைக்கவில்லை என்று சொல்லிவிட்டு உம்மா என்னை வெறுப்பாகப் பார்த்தார்கள். 'பெரீய ரசூலுல்லா மோதிரம் பாரு . . .' என்று முணுமுணுத்தார்கள். தெரியாமல் சொன்னாலும் அதற்கும் ஒரு ஹதீஸ் இருக்கிறது! மூன்றாம் கலீஃபாவான உதுமான் (ரலி), ஒரு கிணற்றில் 'தவறுதலாக' ரசூல் (ஸல்)ன் முத்திரை மோதிரத்தை நழுவவிட்ட சம்பவம். மூன்று நாட்கள் தேடியும் கிடைக்கவில்லையாம். விட்டுவிட்டார்கள். முடியையும் நேசிப்பவனுக்குத்தான் தெரியும் மோதிர நஷ்டம். உம்மா சொன்னதில் நம்பிக்கை வரவில்லை. எனக்குள் வார்த்தைகள் புரண்டன . . .

கனவுகள் ஊறும் பச்சைக்கிணற்றில்
ஏணியிருக்கும் இறங்கிப் போக
ரத்தப் பூக்கள் எட்டிப் பார்க்கும்
பக்கச்சுவர்கள் குத்திக் கிழிக்க

ஆழம் போனால் காலம் நீளும்
வானம் ஏணி தூக்கிப் போகும்!

இதேபோலத்தான் நான் ஹைஸ்கூல் படிக்கும் சமயத்தில் உம்மாவின் தங்க வளையல் ஒருமுறை காணாமல் போயிற்று. 'பால்கிதாப்' பார்த்த தைக்கால்சாபு, அது கிணற்றில் விழுந்துவிட்டது என்று சொல்லியதால் மொத்தக் கிணற்றுத் தண்ணீரையும் சேறையும் வெளியில் கொட்டினார்கள். வளையல் அகப்படவில்லை.

'தேடிப் பார்த்தோம்; காணவில்லை என்று சொல்லி விட்டு வா' என்று உம்மா சின்னமாமாவை அனுப்பினார்கள். சின்னமாமாவுக்கு சாபுவை பிடிக்காது. எந்த அவுலியாக் குஞ்சுகளையும்தான். ஆனாலும் போனார் என்னையும் அழைத்துக் கொண்டு. சொன்னபேச்சைக் கேட்காவிட்டால் சோறு கிடைக்காதென்ற பயம். அங்கே ஒரே பெண்கள் கூட்டமாக இருந்தது பார்க்க வித்தியாசமாக இருந்தது. சாபுக்கு ஒரு பெண்மணி மிக மரியாதையாக சிகரெட் பற்ற வைத்துக் கொண்டிருந்தாள். 'இவளுவ மாப்புள்ளைக்கி ஒரு கிளாஸ் தண்ணி கூட கொடுத்திக்கமாட்டாடா . . . பாத்துக்க' என்றார் மாமா குசுகுசுவென்று. இதை சாபிடம் சொல்ல அவரால் முடியாது. செவுனை செய்துவிட்டால்?! என்னைப் பார்த்ததும் 'யாரு . . . சின்னாச்சி மவனா?' என்று சிரித்துக்கொண்டே கேட்ட சாபு மறுபடியும் கணக்கு போட்டு, 'வெளிலே வந்துட்டேங்குதே . . ! அள்ளிப்போட்ட சேத்தையெல்லாம் தோண்டிப்பாக்கச் சொல்லு' என்றார்கள் மாமாவிடம்.

சேற்றில்தான் இருந்தது! அந்த சாபு இப்போது உயிரோடு இல்லை. பால்கிதாபை விட படைத்தவன்கிதாப் மர்மமானது. ஆயிரம் ஜந்த்ரி வந்தாலும் அளக்க இயலாதது.

வாப்பாவை மோதிரத்தோடு அடக்கியிருக்கவும் மாட்டார்கள். அது எங்கோ இருக்கிறது தேடிக்கொண்டு – முழுதாகவோ வடிவம் மாறியோ . . .

அமெரிக்காவிலேயே பழைய மேனேஜர் தங்கிவிட்டால் அந்த மாதிரி மோதிரம் நூறு வாங்க முடியும் என்னால். என் வாழ்க்கை வடிவம் மாறிவிடும்தான் . . . அப்போதுதான் அவரிடமிருந்து மெயில் வந்தது: 'நான் இங்கே ஜன்னத்திலே இருக்கிறேன். க்யா ஜபர்தஸ்த் மால்ஹை! ஆமாம், அங்கே பிரச்சினை இருக்கிறதா?'

'மொபைல் எடுத்துக்கொண்டு போங்க சாப் . . . ஏதும் பிரச்சினை இருந்தால் கேட்கிறேன்' என்று போகும்போது நான்

சொன்னதற்கு 'தொந்தரவு எல்லாம் செய்யாதே . . . அவசியம் இருந்தால் மட்டும் ஈமெயில் செய்' என்று கறாராகச் சொன்ன மேனேஜரின் நெஞ்சுக்கு என்னாயிற்று?

ஏ தாடி, நீ வந்தால்தான் பிரச்சினை . . . சொர்க்கப் பூங்கா உனக்கு மட்டுமா? இப்போதெல்லாம் கனவுகளில் என் இரு பக்கங்களிலும் விக்டோரியாவும் நயாகராவும் கொட்டுகிறது. மடியில் குழந்தைகள். எதிரே தெரியும் மானசரோவர் சுத்தமான பாலால் நிரம்பியிருக்கிறது. அதில் மேடைபோட்டு நான் மயங்கும் குலாம் அலி கச்சேரி நடக்கிறது. 'துக் கி லஹர்னே ச்சேடா ஹோகா' கஜலில் அவன் வேறுபடுத்திக் காட்டும் லஹர் (*Wave*) களில் ஒரு லஹர், எனக்காகவே ஹார்மோனியத்திலிருந்து புரண்டு வந்து காலை நனைக்கிறது! நுரையாக சாரங்கி . . .

பாடியே என் பயம் போக்கும் குலாம் அலிக்கு பாப்ஃபோபியா! புனிதமான மேடை, குட்டிக்கரணம் அடிப்பதற்கு அல்ல என்பான். இருந்தாலும் நமது எல்லா பயங்களையும் மட்டுமல்ல எல்லை பயங்களையும் போக்கும் நிஜக் கலைஞன். நான் அவனது கஜலில் திளைக்க என் மனைவியோ அவள் பாட்டுக்கு 'பியார் கியாதோ டர்னா க்யா . . .' என்று குஜல் பாடிக் கொண்டிருக்கிறாள் உற்சாகமாக. ஆமாம் என் விலா எலும்பே . . !

'ஒரு பிரச்சினையும் இல்லை' என்று ஹஸனுக்கு பதில் அனுப்பிய அடுத்த நாள் கனவின் தன்மை மாறிவிட்டது. பிரமாண்டமான கக்கூஸ் பேஸினில் பாதி உயிரோடு மிதந்தேன். என் மனைவி எத்தனை முறை *Flush* செய்தும், வாளி வாளியாக தண்ணீர் ஊற்றியும் தொட்டிக்குள் போகாமல் சுற்றிச் சுற்றி வந்தேன். நகங்களை முடிகளாகக் கொண்ட ஒரு தடித்த ஆணின் கை (ஆனால் வளையல் போட்டிருந்தது) எங்கிருந்தோ நீண்டு வந்து அவளை அறைந்து தள்ளிற்று. என்னைப் பிடித்துத் தூக்கி, மூத்திரம் ஆறாய் ஓடும் தரையில் போட்டு உற்றுப் பார்த்தது . . .

திடுக்கிட்டு எழுந்து ஒன்றன்பின் ஒன்றாக சிகரெட்களை ஊதித்தள்ளினேன். துற்சொற்பனம் நீங்க வீரகவிராஜ் இராமசாமி எழுதிய அருட்பா புகையிடையே தெரிந்தது. என்றோ படித்து மறந்து புதைந்த ஒன்றை வேரோடு பிடுங்கி, சரியான சமயத்தில் கொடுக்கும் நமது சக்தியே ஒரு பயம்தான் . . .

'மீரான்ற னிணையடியை' மறவாவிம்
மனத்தினிலே மேவுகாட்சிப்
பேரான கனவில்வரும் பெண்ணாசை யுறமேவும்
பிணியை நீக்கி . . .

அறைக் கதவு மெள்ளத் தட்டப்படும் சப்தம் . . . பயந்து போனேன். இந்த அதிகாலையில் யாராக இருக்கும்? திறந்து பார்த்தால் அங்கே யார் நிற்பார்கள்? 'எதுக்கும் பயப்படக் கூடாது தம்பி . . . உத்துப் பாருங்க . . . பிரச்சினையை நேரா மோதனும் . . .' என்று மௌத்தான வாப்பாவின் குரல் கேட்பதுபோன்ற உணர்வு . . . நிஜமாகவே என் சீதேவி வாப்பா வந்துவிட்டார்களா? 'காணாமல் போன' மோதிரத்தோடு இருப்பார்களா?

தைரியமாகக் கதவைத் திறந்தால் நாத்தூர் நின்றான். சுபுஹ் தொழுவதற்கு இரண்டு மணி நேரத்திற்கு முன்னாலேயே தயாராகி விடுபவன். இறையச்சம் மிக அதிகம்.

'க்யா பீர்பக்ஸ்?'

'ஹஸன் சாப் வாபஸ் ஆகயா ஜீ'

வந்திறங்கியதுமே விமான நிலையத்திலிருந்து அவனுக்கு தகவல் தெரிவித்திருக்கிறார். நரகத்தில் இறங்க ஜனங்கள் மிகவுமே அவசரப்படுகிறார்கள் . . . 'இத்னி ஜல்தீ க்யூங்?' – அமைதியாகக் கேட்டுவிட்டு கொஞ்சநேரம் படுத்தேன். உறக்கம் வரவில்லை. காசிம் காக்காவுக்கும் தகவல் தெரிந்திருக்கும். அவர் இனி நேராகவே ஆபீஸ் வராமல் குடவுனுக்கு போய்விடுவார். குளித்து விட்டு சீக்கிரமே அலுவலகம் போனேன். எனக்கு முன்னால் ஹஸன் இருந்தார் – எல்லா ஃபைல்களையும், வவுச்சர்களையும் புரட்டிப் பார்த்தபடி.

புஷ்'ஷுக்கு புதிதாக முளைத்த முடிகள் பற்றி ஹஸன் பேசாதது குறித்து ஆச்சரியம்தான். சீக்கிரமே அன்று வந்த அர்பாப்களிடம்தான் மெல்லிய குரலில் ஹிந்தியில் என்னமோ பேசினார். மஹ்ரிப் முடிந்ததும் என்னிடம் தன்மையாக அடுத்த வாரம் *oneway*இல் ஊர்போக தயாராக இருக்குமாறு கூறினார். அதிர்ந்துபோய் நின்ற என்னிடம் 'நகல் கஃபாலத்' (*Visa Transfer*) கொடுக்க முடியாததும், 'ஹர்மான்' (*6 month Ban*) ஐ தவிர்க்க முடியாததும் தன்னை மிகவும் துன்பத்தில் ஆழ்த்துவதாகச் சொன்னார். பதினைந்து வருடம் சேர்ந்து வேலைபார்த்த என்னை மறக்க முடியாது என்று தழுதழுப்பான குரலில் கூறியவர், முதலாளி தனது நினைவாக வைத்துக்கொள்ளச் சொல்லிக் கொடுத்ததாக ஒரு பழைய மோதிரமும் கொடுத்தார். வாப்பா அணிந்திருந்த அதே மோதிரம் . . !

**பதிவுகள். காம் / அக்டோபர் 2003**

# மூடல்

**1**

மாந்திரிக யதார்த்தமெல்லாம் இல்லை, நிஜமாகவே இருண்டு திரண்டிருந்த பெரும் கருமேகம் ஒன்று கடைசியாக விமானத்தினுள் நுழைந்தது. மூடலாமா கூடாதாவென்ற விவாதங்களில் கலந்து கொள்ள வந்திருக்குமோ? தெரியவில்லை. 'டக்'கென்று விமானத்தினுள்ளிருந்த அத்தனை விளக்குகளும் அணைந்தாற்போன்றிருந்தது மட்டும் உண்மை. இருட்டு, இந்த மேகத்தின் குணம் மட்டும்தானா? யார்மேலும் அதன் பக்கங்கள் பட்டுவிடக்கூடாதே என்ற பதைபதைப்புடன், படு அதிகாரமாக, 'தேக்கர் ச்சலோ..!' ('பாத்துப் போ..!') என்று சத்தமிட்டபடி அணைத்து வந்த அதன் பாதுகாவலருடையதுமல்லவா? எதையும் நாம் துல்லியமாகச் சொல்லவே முடிவதில்லை...

அத்தனை பயணிகளும் 'இது அதிசயமில்லை' என்று அமர்ந்திருக்க, எழுதுகிறேன் என்று கிறுக்கும் எனக்குப் (சரியாகச் சொன்னாய்!) பக்கத்து வரிசையில், ஒரு சீட் முன்னதாக, மேகம் படர்ந்து உட்கார்ந்தது என் யோகமென்றே சொல்ல வேண்டும்.

துபாயின் நவீன விமான நிலையம் அதிநவீனமாக ஆறு கிலோமீட்டர் தூரம் பயணிகளை எஸ்கலேட்டரிலேயே நடக்க விடுவதில் களைத்துப் போயிருந்த நான், அப்போதுதான் விமானத்தினுள் நுழைந்து, என் இடத்தை ஒருவழியாகத் தேடி, சூட்கேஸை ஜாக்கிரதையாக வைக்கிறேன்

பேர்வழியென்று ஓரிரு தமிழ் தலைகளைப் பதம் பார்த்து திட்டுவாங்கி, கேபினில் ஒருவழியாக வைத்து மூடி, அதை போகும் வரை வாகாகக் கண்காணிக்கவும் (பெட்டியில் ஒரு ஜட்டிவைத்திருக்கிறேன்) வெளியில் மிதக்கிற வெண் மேகங்களைப் பார்க்கவும், ஜன்னல் ஓரமாக உட்கார்ந்திருந்த அரபியிடம் தமிழில் பேசி அவரை நகரச் சொல்லிவிட்டு, அவர் நகராததால் 'ரொம்ப டேங்க்ஸ்ங்க . . !' சொல்லியிருந்தேன். 'அல்லாவே . . . இன்னும் எத்தனை நாளைக்கு இந்த பொழைப்பு . . .' என்று புலம்பிக்கொண்டே உட்கார்ந்தாலும் இன்னும் நடந்து கொண்டிருப்பதுபோலவே உணர்வு.

'அரபி'க்கோ, 'கந்துரா' போட்டும் கூட 'ஐந்துறா . . !'ண்டு கண்டுக்கிட்டானே . . .' என்ற கடுப்பு

அரபியா! உன்னைத் தெரியாதா? முகத்தில்தான் எழுதி ஒட்டியிருக்கிறதே 'சபராளி' என்ற சவக்களை. இன்னும் நீ அரபியல்ல என்று ஆதாரபூர்வமாக நிரூபிப்பதற்கு கந்தூரா பாக்கெட்டில் கையை விட்டால் போதும். கொஞ்சம் பொட்டுக்கடலை வரும். எதற்கு இந்த பந்தா உனக்கு? அதுவும் நாயாய் நடத்துபவனிடமிருந்து கொஞ்சநாள் விலகி நாயகியைப் பார்க்கப் போகிற நேரத்தில்?

அரபு நாட்டின் தூசிப்புயல்களுக்காக அவதரித்த உடையை நீ அவனியெங்கும் பரப்ப அவசியமென்ன? அவசியமெனில் ஒட்டகத்திலேறியல்லவா ஊர் போகவேண்டும்?

நீயாவது பரவாயில்லை. ஏதோ ஆசையில் போட்டவன்போல் தெரிகிறது. சிலர் ஊரிலியே கலர் கந்துராக்களில் – சமயத்தில் அதே கலரில் தொப்பியோடு – வளைய வருவார்கள். 'உம்மாடி . . . அரபி மாதிரியே இக்கிறாஹாம்மா . . !' என்று பொண்டுவ பெருமூச்சு விடுவார்களாம். அவர்கள் ஓவராக விட்டதால்தான் நாம் ஒட்டகம் மேய்க்கப் போனோம் என்பது இருக்கட்டும்; 'ஜைன் . . . ஜைன். ஜைன் ஜைன்.' என்று ஆசுரா பஞ்சாபோல ஆடிவரும் வார்த்தையைத் தவிர வேறெதுவும் தெரியாதவரெல்லாம் அரபியா? மிஞ்சி மிஞ்சிப் போனால், புணரும்போது 'மோய் ஈஜி அல்ஹின் ...' (தண்ணி வந்துடிச்சி) என்று இவர்கள் முடித்தால்தான் உண்டு! நல்ல வேடிக்கை.

ஊரில் இறங்கிய இரண்டாம் நாளே அடகுக் கடை எங்கேயிருக்கிறது என்று அலைந்தாலும் அரபி டிரஸ்–ஐ மட்டும் ஏனோ சிலர் விடுவதில்லை.

மைக்கேல் ஜாக்ஸன் பிரபலமாக இருந்தபோது அச்சு அசலாய் அவனே போன்று நடையுடைகளுடன் என்

நண்பனொருவன் சைக்கிளில் வருவான் ஊரில். பெயர் ஜகன். 'சைக்கிள் ஜக்ஸன்' என்றால்தான் திரும்பியே பார்ப்பான். 'ஓய் . . . ஜாக்ஸன் மாதிரி பாக்குறக்கு இக்கிறியும், சரி. ஜாக்ஸன் மாதிரி இங்கிலீஸ் பேசுவியுமா?' என்று மாமா கேட்டதிலிருந்து உறவு 'கட்'! 'நாமாக நாம் இருக்க வேண்டும்' என்று நாளும் தத்துவம் பேசும் மாமாவே ஒஸாமா போல்தான் இருப்பார். 'அடியொற்றி நடக்க முடியாவிட்டாலும் முடியொற்றி நடப்பவர்கள்' என்று ஒரு வழுக்கை எழுத்தாளன் கிண்டல் செய்தது அவரைத்தான்.

'தாடியை 'ட்ரிம்' பண்ணுனா என்னா மாமா?'

'பைத்தியம். சிங்கம்லாம் 'ட்ரிம்' பண்ணிக்கிட்டா இக்கிது?' – முடியை கோதியபடி கர்ஜித்தார். காக்கா கத்துவது போல் இருந்தது. சபர் முடிந்து வந்த அவருக்கு சல்லிக்காசு கூட கொடுக்காத மாமி அவர் தொண்டையில் உட்கார்ந்திருந்தார்கள்.

அவரை விடுங்கள்; ஊர்போகிறவர்கள் அந்தந்த ஊர்/ நாட்டு வழக்கப்படியும் கலாச்சாரப்படியும்தான் உடையணிந்து போக வேண்டும் என்று நான் சொல்ல வரவில்லை. சில ஊரில் கௌபீனம் மட்டுமே ஆண்களின் உடையாகவும் அதையும் தலையில் கட்டிக் கொண்டுதான் நடக்க வேண்டும் என்பது ஊர்ச் சட்டமாகவும் இருந்தால் என்னாவது? விமானம் பறக்க வேண்டாமா? ஏற்கனவே சோழன் டவுன்பஸ் மாதிரி 'மஹாராஜா'வின் அத்தனை சாமான்களும் ஆடுகின்றன (அப்படிக் குனிந்தால் இப்படித்தான் ஆகும் மன்னா!). இந்த லட்சணத்தில் டிக்கெட் விலைக்காக சேட்டன்கள் வேறு போர்க் கொடி தூக்குவதில் (சட்டைப்பையில் எப்போதும் இருக்கும்) இனி நின்றுகொண்டு ஊர் போக வேண்டியிருக்கலாம்.

உடை மட்டும் அவரவர் இஷ்டம். அட, இதற்குக் கூட சுதந்திரம் இல்லையென்றால்?

அதற்காக மற்றவர்களை அதிர்ச்சியடையவும் வைக்கக் கூடாது!

பத்து வருடங்களுக்கு முன், அல்–கோபர்–ன் (சௌதி) அமெரிக்க கேம்ப்பில் விழா ஒன்றிற்கு போயிருந்த என் கஃபில்தான் சொன்னான். அவனை அழைத்தவரின் மனைவி, உடம்பெல்லாம் மூடியிருக்க புட்டத்தை மட்டும் இட்டத்திற்கு திறந்து வைத்திருந்தாளாம். அவள் 'திட்டத்தில்' மெள்ள என் அரபி கைவைத்து, காரணம் கேட்டதற்கு 'அதிர்ச்சிக்கல்ல; அழகுக்கு!' என்று ஃப்ரெண்ட்லியாக ஒரு ப்ரெஞ்சுக்காரி விளக்கியிருக்கிறாள்! இதெல்லாம் ஓவர், இல்லையா? இப்போதோ

அந்த நகரம் துபாயையே மிஞ்சுவதாக கேள்விப்படுகிறேன். ஆனால் பெண்கள் மட்டும் கார் ஓட்டக் கூடாது! 'பார்வையைத் தாழ்த்திக்கொள்ளுங்கள்' என்ற இறை வசனம்தான் காரணமென முகமூடியரசு முன்மொழியலாம். அப்படியானால் ஆண்களுக்குப் போட்டியாக பாதசாரிகளின் மேல் கார் ஓட்டும் அடுத்த அரபு நாட்டுப் பெண்கள் மட்டும் காஃபிர்களா என்று கேட்டு என்னைக் கலவரப்படுத்தாதீர்கள்.

எங்கோ ஓடுகிறேனே . . . உடை பற்றியா சொல்லிக் கொண்டிருந்தேன்? மாற்றமான கருத்து ஒன்றைச் சொல்லும்போது 'சும்மா பொத்திக்கிட்டிருங்க . . .' என்று சொல்வார்களே . . . அதுபோல இருந்தால் சரிதான்!

மனிதர்கள் அனைவருக்கும் பொருத்தமான ஒரு உடை (ஒரே உடையும் நல்லது!) கனவிலாவது இயலுமா? பிரேம்ரவாத், டிஜிடல் துல்லியத்தோடு குறிப்பிடும் அமைதியெனும் அற்புத உடை அழிந்தோ நாளாகிறது. என்னதான் செய்ய முடியும்? *Hyatt Regency*யின் *ice-ring*ஐ பார்ப்பதற்குப் போனால் 'பாகிஸ்தானியின் 48 மீட்டர்சல்வார்–கமீஸும் சரியான உடையே; கைலி கட்டுபவன் மட்டும் வேண்டாம்' என்றால் கோபம் வரத்தான் செய்கிறது. ஒரு லுங்கி, ரொம்பவே பொங்கி, கலவரமே செய்தது: 'அவன்களுக்கு அது தேசிய ஆடைண்டா எங்களுக்கு இது! ஆகவே வுடனும்'. ஹோட்டல், தங்களின் பச்சைப் புல்வெளிகளில் வளரும் இச்சை எறும்பை வுட்டது. எளியவர்கள் உட்காரக் கூடாதென்பதற்காகவே ஒரு ஏற்பாடு! கப்சிப்! 'என் காக்காவே கட்டெறும்பு உம்மைக் கடிக்குதா?' – பாட்டு.

முழங்கால் வரை மட்டுமே வரும் தோப் அல்லது மடித்த கைலியை உடுத்தி (கூடவே இடுப்பில் ஒரு கத்தி) மஸ்கட் அரபி வந்தால் விடாதா நிர்வாகம்? பணம் எதையும் மூடும். மூட மூடப் பணம்! அக்கினி வெயிலானாலும் ஆங்கிலக் கோட்டு போடுவதும் அதற்குத்தான். சீசா பலகை போல நவீன பெண்கள் எப்போதுமே எதிர்! அவர்கள் மானாகுண்டிலிகோவாவாக மாறி வருகிறார்கள்.

அவளை நினைக்கும்போது என் மாமி சொன்னது ஞாபகம் வருகிறது. இடுப்புக்கு மேல் தொங்கும் குட்டைப் பாவாடையோடு குதித்தாடியவள், பந்தை எடுக்கும்போதெல்லாம் பரவசப்படுத்தினாள். மயிரினும் மெல்லிய ஜட்டியைப் பார்த்து மந்தகாசம் புரிந்தது டி.வி.

'ஜட்டியும்தான் எதுக்கு இந்த ஹைவானுக்கு?' – மாமியின் குரல்.

‘ஜெயிச்சபொறவு கழட்டுறதுக்குத்தான்’ என்றேன். மாமி ஓட்டம்! ‘ஹூம் . . . நல்ல மருமவன்; நல்ல மாமியாரு’ என்று இடித்தாள் என் மனைவி.

‘மறப்பு எதுக்கு மாமிக்கு? நான் மறு – மவன்தானே புள்ளே . . !’

‘ஆஹா, ரொம்ப பாஷை படிக்காதீங்க. அடிச்சே கொன்னுடுவேன்’. ‘அடிச்சே’வில் அநியாய அழுத்தம்!

மார்பில் முடியிருக்கும் மார்டினாக்களுக்கும் மன்றாடினாலும் மூடும் மேகத்திற்கும்தான் எவ்வளவு தூரம்! அடர்ந்த மேகத்தைப் பார்த்தாலே எங்கள் ஊர் எட்டு கெஜத் துப்பட்டிகள் ஞாபகம்தான். ‘வெள்ளைதான் எனக்குப் புடிச்ச கலரு!’ என்று எப்போதோ பாடிவிட்டேன், தெரியுமோ? இப்போதெல்லாம் அவைகள் மெள்ள மெள்ள அழிந்து கொண்டு வருகின்றன. ‘உம்மனம்மா’ மாதிரி அந்த துப்பட்டிகளைப் போட்டு அசிங்கப் படுத்துவர்களை மிதிக்க வேண்டுமென்று வெறி வந்த கல்லூரி காலம் . . . ஊர் வந்தால் ஃபிகர்கள் கண்ணைப் பறிக்கும் வெள்ளைத் துணியில், மையிட்ட மயக்கும் கண்களை மட்டும் காட்டிக் கொண்டு (‘உடலின் இரு ஜன்னல்கள்’ – மௌலானா தல்வார் ஹூசைன் சயீதி), துப்பட்டிக்கு உள்ளே உள்ள கைகளை அப்படியே இடுப்புப் பக்கத்தில் இறுக்கிப் பிடித்துக் கொண்டு நடப்பார்கள் விஷேச நேரங்களில். உற்றுப்பார்த்தால் எங்கள் ‘ஹாஜத்’ நீங்க பீஜூத் நடனம்! இதில் பணக்கார வீட்டுப் பெண்கள் தங்கத்தை காட்டுவதற்கென்றே அடிக்கடி அங்கத்தை வெளியில் நீட்டி ஆட்டுவார்கள் ‘கலகல’வென்று.

ஆடுவது நம் இதயம் மட்டுமா?

‘போட்டே இப்படிண்டா போடாம இந்தா என்னாவும்?!’ என்று ஒரு போடு போடுவான் ஹமீது. தூ . . . பட்டி!

இந்தக் கருமேகம் பார்த்தால் கருத்தென்ன சொல்வான் என்று அவன் நினைப்பு வந்தது. மேகம் இப்போது மெள்ள மிதந்து டாய்லெட்வரை போனது எந்த சீட்டும் இடிக்காமல். அழைத்துக் கொண்டு போனார் அவர். அல்லது சங்கிலியால் பிணைத்திருந்தாரா? இருக்க முடியாது. கதவை சாத்திவிட்டு டாய்லெட்டுக்கு வெளியில் அவர் நிற்கிறார் பாதுகாப்புக்கு. சரி, அவர் டாய்லெட் போனால் மேகம் வெளியில் தனியாக நிற்குமே?

என் பாட்டியாவும் இந்த மேகம் மாதிரிதான் இருந்தார்கள். ஆனால் பழுப்புமேகம். பத்துக்கு மேல் எண்ணத் தெரியாதென்றாலும் ‘விண்ணுக்கு மேலாடை’யை

விரும்பிக் கேட்கும் மேகம். குஞ்சுமைதீன் கடையில் இருக்கும் கழுவவேபடாத, ஆனமுள்ள ஏனம் மாதிரி (கேரளாவிலிருந்து 70 வருஷங்களுக்கு முன் வந்தபோது அவனுடைய வாப்பா கொடுத்த பழைய ஏனம் அது – கழுவாமல்!) துவைக்கவே படாத துப்பட்டி. எத்தனை அழுக்கானால் என்ன, அதில் உயிர்ப்பூவின் வாசம் இருக்கிறது.

பாட்டியா 'ஹயாத்'தாக இருந்திருந்தால் பேத்திகள் அழகான சுடிதாருக்கு மேலே அழகென்று கரும் தாரைப் பூசுவதில் அகமகிழ்ந்துதான் போயிருப்பார்கள். சரியாக வளர்த்தால் சத்தியமாக சொர்க்கமல்லவா! மூடுவதற்குத்தான் எத்தனை அலங்காரங்கள்!

'திறந்து போட்டுக் கொண்டு' ஜியாரத்திற்காக டூரிஸ்டில் வரும் பெண்களைப் பார்த்தால் பாட்டியா எரிந்துதான் விழுவார்கள்.

'தரிபியத்' இல்லைடா தம்பிவாப்பா!'

'மூடியிக்கிறதுதான் 'தரிபியத்'ண்டா நாங்கள்லாம் பொறந்திக்கவே மாட்டோமே!' பாட்டியாவிடம் எதுவும் பகிரமுடியும் நான். தாயிடம் பேசத்தான் தயக்கம்.

'அதப்பியம் பேசாதே படிய வுளுந்துடுவா . . . எதுக்கு எது சொல்றது? தொறக்கற நேரத்துலெ தொறந்துதான் வைக்கனும். அது 'துனியா'! பாட்டியா ரகசியம் திறந்தார்கள்.

'துனியா இல்லே. துணியா!'

வேறென்ன சொல்லி விலக முடியும் நான்? யா ரஹ்மானே, முடிவைச் சொல். நீயோ துத்திப்புக்குள் இருப்பவன் – உள்ளே உள்ளது குருமாவா அல்லது – மாப்பிள்ளைத் தோழன்களை கிண்டல் செய்வதற்கு வைக்கப்படுவது போல் – வெறும் முள்ளா என்று குழம்ப வைத்துக்கொண்டு. திறக்கவும் கூடாதென்ற கட்டளை. மூடியிருக்கும்வரைதான் ரகசியமென்றா? அப்படி யெனில் உன்னைவிட துத்திப்புதான் தித்திப்பு. துதிப்பும் கூட.

ஒன்றை இன்னொன்று; அதை வேறொன்றென்று மூடி மூடி முட்டாளாக்கும் உலகம் (ஏன், இந்த உடலும் என்னவாம்?) மௌனிக்க வைத்தாலும் 'இஸ்லாம் என்ன துப்பட்டிக்குள்ளா இக்கிது?' என்ற கேள்வியை மட்டும் என்னால் மூடி வைக்க இயலவில்லை.

'ஊர்ப்புள்ளையிலுவ போல ஒசுபா இல்லாம இவன் மட்டும் என்னா இப்படி அதபு கெட்டுப் போயி . . !' – பாட்டியாவுக்கு

சங்கடம். ஆனாலும் மெல்லச் சொன்னார்கள் காரணத்தை. அதைக் கேட்டதும் என் முகமும் ஞாபகம் வந்து விட்டது!

சென்னையில் தங்கி கைலி கம்பெனிகளுக்கு *Tricolor* லேபிள் டிசைன் போட்டுக்கொண்டிருந்த காலத்தில் முதலாளி ஷேக் காக்காதான் அடிக்கடி சொல்வார் என்னிடம்: 'தம்பிவாப்பா, உங்க பல்லை கொஞ்சம் சரி பண்ணுங்களேன் . . .'

'பளீர்' வெள்ளையுடன் பளபளக்கும் அவர் பல்லைப் பார்த்து நான் சொல்வேன்: 'சும்மா இருங்க காக்கா . . .' பல்லாலெயா வரையிறேன் நான்?

'அதுக்கில்லெ . . . பாக்க அலஹா இரிக்க வாணாமா? கம்பி கட்டுனா கொஞ்ச நாள்லெ சரியாயிடும்லெ?'

டிசைனுக்கு காசு வராது. டிசைன் செய்ய *Rotring Pen* ம் வராது. ஆலோசனை மட்டும் அள்ள அள்ள வரும்.

அந்த காக்கா ஒருமுறை ஜியாரத்திற்காக என் ஊருக்கு போய் அப்படியே என் வீட்டுக்கும் போய் மூன்று ரூபாய் பத்து காசு கொடுத்துவிட்டு வந்ததும் ஏனோ என் பல்லைப் பற்றி பேச்சே எடுக்கவில்லை. எனக்கே எப்படியோதான் இருந்தது. ஈறுகளும் சேர்த்துத் தெரியுமாறு நான் சிரித்துக் காட்டியும் 'உம்'மென்றே இருந்தார். நானாக 'கம்பி . . .' என்று துவக்கினால் 'சூ, அதை வுடுங்க தம்பி . . . டிசைன் பத்திப் பேசுவோம். அந்த . . . மஞ்சள்லெ நீலம் உக்காரும்போது . . .' என்று தவிர்த்தார்.

வெட்கப்படாமல் ஒருநாள் கேட்டேவிட்டேன் அவரிடம். 'ஏன் காக்கா இப்பல்லாம் பல்லுகம்பி பத்தி எதையுமே பேசமாட்டேங்கிறீங்க?'

தன் பல்செட்டைக் கழட்டிவிட்டுச் சொன்னார்: 'ஒரு ஆளுண்டா பரவாயில்லே . . . ஒங்க குடும்பமே அப்படித்தான் இக்கிது! என்னா செய்யிறது? அல்லாட படைப்புண்டு அப்படியே அக்குசெப்டு பண்ணிக்க வேண்டியதுதான்!'

பாட்டியா சொல்லும் காரணம் உண்மைதானா? தெரியாமல் மஹா குரூபியை கல்யாணம் கட்டி, அவள் தன் 'வித்தை'யைக் காட்டியவுடன் (அதுதாங்க அன்பு!) 'அவ மனசுலெ மயங்கிட்டேன் . . .' என்று அசடு வழிய ஆண்கள் சொல்வதை ஊரில் நாம் கேட்டதில்லையா? மூடாத பெண்களுக்கெல்லாம் கல்யாணமே நடப்பதில்லையா? நிர்வாண சுந்தரிகளைக் க(ா)ட்ட அல்லவா நித்தமும் அலைகிறது உலகம்! இந்தப் பக்கம் பார்த்தால் 'பங்கரை'யான என்னைப் போன்ற ஆண்களை, மூடியிருந்தாலும் சல்லடைக் கண்கள் பார்ப்பதில் சங்கடமுண்டே!

'முதல்லெ மனசை ஒழுங்கா வச்சிக்க தெரியனும். நம்பனும். மத்ததுலாம் அப்புறம்தான்!' என்றேன் பாட்டியாவிடம்.

'உன் நூதனத்தையிலாம் ஒன் பொண்டாட்டிட்டெ வச்சிக்க'

'ஹயாத் பாக்கியிந்தா நீங்க பாக்கத்தான் போறீங்க. எனக்கு வர்றவளை புர்ஹா, துப்பட்டி இல்லாமதான் வச்சிக்குவேன். வெளியிலேயும் கூட்டிட்டுப் போவேன்' – துணிந்து சொன்னேன். நடமாடும் கூண்டாக மாற நாயன் சொல்லவேயில்லையே . . ! அழகென்பது குழப்பமான சொல்லென்று 'அடோனிஸ்' சொல்லாமலேயே தெரியும் எனக்கு!

'தம்பலச்சியை கட்டிக்கப்போறாரு போலக்கிது தம்பி! இந்த மொஹரக்கட்டைக்கி அதுதான் கெடைக்கும்.'

என்னமோ இவர்களிடம்தான் 'பவுனில் செய்த பண்டம்' இருப்பது போல் என்ன ஒரு ஏளனப் பேச்சு! யாராக முதலில் இவர்கள் இருந்தார்கள்? சே, என்னைப் போன்ற பல்லன்களெல்லாம் இந்தக் கிழவிகளை எதிர்த்து பேசவும் முடியாது. ஆனால் பல்லன்களிடம் மாட்டப்போகும் மணமகள் களின் கற்பனையோ வர்ற மாப்பிளையிலாம் நடிகன் கமல்ஜீத் மாதிரி இருக்கனும் (யூசுப் நபி எல்லாம் பழைய ஃபேஷன்!) என்பது! அவன் சப்பாணியாக இருந்தாலும் சரிதான்.

பொத்திக்கொண்டுதான் இருக்க வேண்டும். ஆனால் பல்லை விட வேறொன்று எப்போதும் வெளியில் நீட்டிக்கொண்டு நிற்கிறதே . . ! என்ன செய்வது? இருக்கட்டும். கல்யாணமான பிறகு என் புரட்சிக் கனவுகளை நனவாக்கியே தீருவேன். நான் தீர்ந்தாலும் சரிதான்! அவள் எப்படிப்பட்ட ஆலிம்ஷா வீட்டு பெண்ணாக இருந்தாலும் சரிதான்!

மனிதனை சோதனை செய்வதில் ஆண்டவனுக்கு இருக்கும் ஆனந்தமே தனிதான். எனக்கென்று அனுப்பி வைத்தான் பாருங்கள் ஒருத்தியை எட்டு கெஜ துப்பட்டியோடு!

## 2

கருமேகம் இப்போது சாப்பிட ஆரம்பித்தது. என்னைக் கண்கலங்கவைத்த 'காந்தஹார்' படத்தில் (இயக்கம்: *Mohsen Makhmalbaf*) முடிவற்ற கொடூரமான பயணத்தின் நடுவில், புர்காவின் உள்ளே சிறு கண்ணாடியை நுழைத்து தன்னை அலங்காரம் பண்ணிக்கொள்ளும் நஃபாஸ் ஞாபகம் வந்தாள் ஏனோ. சாதா மனிதர்களின் அவஸ்தைகள் இந்த மேகங்களுக்கு புரியுமா? அல்லது சொல்லப்படவில்லையா? யாரும் பார்க்காமல் எப்படி இது எடுத்து சாப்பிடும் (வாய் இருக்கிறதா?), உள்ளே

'பரகா' எனப்படும் மூக்குக் கவசமுண்டா என்று பார்க்கக் குறுகுறுத்தாலும் நாகரீகம் கருதி பார்க்கவில்லை. தன் 'சொந்த' மேகம் பற்றி கொஞ்சமும் கவலையில்லாமல் ஷோக்காக அதன் பாதுகாவலர் விழுங்குவதை மட்டும் சற்று எட்டிப் பார்த்தேன். என் வாயின் அகலத்திற்கு சற்றும் குறைவில்லை!

பக்கத்து 'அரபி'யைப் பார்த்தேன். அவர் சூப்பராக சோற்றில் *bread*ஐப் பிசைந்து முடித்து ஏனோ தனியாக டீயை அருந்திக் கொண்டிருந்தபடி என் தட்டைக் கவனித்துக்கொண்டிருந்தார். ஐயோ!

'ஐயோ . . !' என்றாலே அஸ்மா அடிப்பாள் (டீயே . . . அதுக்குத்தான் வர்றேன்!)

'அதென்ன தம்பலவன் மாதிரி ஐயோங்குறது? 'அல்லா'ண்டு சொல்லுங்க மச்சான்!'

'அல்யோ! அல்யோ!'

என் கல்யாண தினத்தில் ஒரே ஆண்டவன் நினைப்புதான்! 'இறைவனின் அழகிய முக்காடை மணமகனே விலக்க முடியும்' என்றுவரும் ஒரு உருதுக் கவிதையின் நினைவு. (இதற்கு ஒரு சூஃபிஸ முக்காடு!) ஆனால் அஸ்மா, ஆலிம்ஷாவை விட முரண்டு பிடிப்பவளாக இருந்தாள் புரிதலில். 'அங்குமிங்கும் சாயும் ஒட்டகத்தின் திமில்போல நரகத்தில் (சரியாக உடையணியாத பெண்களின்) தலை இருக்கும்' என்ற ஹதீஸ் (நபிமொழி) தந்த பயம்.

'யா அல்லாஹ் . . . ஸூரா நூர்ஐயும் ஸூரா அஹ்ஜாப்ஐயும் சரியாக விளங்கிக்கொள்ளாத 'பண்ணை'யிடம் ஒப்படைத்து விட்டாயே என்னை. உன்னை. . .' – பல்லைக் கடித்தேன்.

ஆண்டவன் செவிசாய்ப்பவன். இடதா வலதா என்று தெரியவில்லை. ஆனால் சாய்ப்பவன். உண்மைதான். 'பண்ணை', மேய்க்க ஆரம்பித்துவிட்டது! நல்லவேளையாக துப்பட்டியோடு படுக்கவில்லை அஸ்மா!

'மாற்றத்தை, அது அறியாமல் மாற்றவேண்டும்' என்று சூரியனில் உட்கார்ந்தபடி சுந்தாம்ஸ்கி சொல்லியிருப்பதால் அடுப்பாக உடல்கள் மாறும் எடுப்பான சமயத்தில் 'வெளியில் போகும்போது அரை துப்பட்டியாவது போடேன் புள்ளே' என்று அற்புதமாகக் கெஞ்சினேன். அடுத்து நிறைய செய்ய வேண்டியிருக்கிறது. ஆதரவு வேண்டும்!

'ஊஹூம். 'ஒண்ணு அள்ளுது இன்னொன்னு அரைக்கிது'ண்டு ஹயாத்தலிவானுவ பேசுவானுவ!'

'மெஷிண்டா அப்படித்தான்!' – மூச்சிரைக்க மெல்லச் சொன்னாலும் அவள் சொன்னதில் உண்மையில்லாமல் இல்லை. நானே கல்லூரி காலத்தில் அம்மாதிரி கிண்டல்களை பண்ணியிருக்கிறேன். இப்போது நான் கூட்டிக்கொண்டு போகும்போது அப்படி ஒரு comment கேட்டால் என்னாவது? எனக்கோ வீரம் என்றாலே தூரம். செருப்பால் என்னை நான் அடித்துக் கொண்டால்தான் உண்டு!

இவளைக் கொஞ்சம் கொஞ்சமாக மாற்ற வேண்டும். எனக்குத் தெரிந்ததைச் சொன்னேன். அன்னை ஆயிஷா நாயகம், அன்னை சஃபியா சம்பந்தமான ஹதீஸ்கள்...

'உங்களை புத்திசாலிண்டுலெ சொன்னாஹா..!' என்று அறைந்தாள்.

அடிப்பாவி, தெரிந்துவிட்டதா உனக்கும்?! முக்காடு போடாதவள் அடிமை என்றால் அடிமை, சுதந்திரமாக இருந்திருக்கிறாள் என்று அர்த்தம் இல்லையா? போகிறபோக்கைப் பார்த்தால் எனக்கு துப்பட்டி போட்டுவிடுவாள் போலிருக்கிறதே! இவள் போடாவிட்டால் என்ன, சாவெனும் முக்காடுதான் சார்ஸ் என்றும் சார்ஸ்புஸ்ஸென்றும் சதா அலைகிறதே... ஹலோ மலக்குல் மௌத்!

நல்லவேளையாக வெளியில் போகும்போது தனியாக அவளை (துப்பட்டியோடுதான்!) அழைத்துப்போகும் புரட்சிக் கனவை நனவாக்கினாள். அதற்கு ஒத்துக்கொண்டதே எங்கள் ஊரில் பெரிய விஷயம்தான். கல்யாணமானாலும் 'ஒத்தத் துப்பட்டி'யோடு பெண்கள் போக முடியாது. எந்தப் பெண்ணும் ஒரு பெண் துணையோடுதான் போவார்கள். அப்படிப் பார்த்தால் நாலு பெண்டாட்டி கட்டியவரின் பெண்கள், எட்டு பெண்களாக போக வேண்டி வருமோ? கணக்கெடுப்பது சிரமம். அதெல்லாம் தெம்புள்ள வம்பர்களின் சமாச்சாரம். நமக்கெதற்கு? இங்கே ஒன்றைத் தணிப்பதற்குள்ளேயே உள்ளெல்லாம் உதறி ஒடுங்குகிறது. ஸ்ஸ்ஸ்...!

தனியாக நாங்கள் அப்படி வருவதை தெருவில் பார்த்தவர்கள் உம்மாவிடம் வத்தி வைக்கப்போய் பொசுங்கிப்போனதுதான் மிச்சம். நானே எதிர்பார்க்கவில்லை! உம்மா ரொம்பவும்தான் மாறிவிட்டார்கள்!

'அவன் பொண்டாட்டியோடதான் வர்றான். வரட்டுமே... நாங்களுவதான் விதியத்துப்போய் வூட்டுலேயே கெடக்குறோம். எங்க மாப்புள்ளைமார்க்கும் தஹிரியம் இல்லை...'

ஆஹா! இனி அடுத்த முயற்சிதான். என் நண்பரொருவன் ஒரு பிராமணப்பெண்ணை காதலித்து அவளை முஸ்லீமாக மாற்றி கல்யாணம் செய்தும் அவளை துப்பட்டி இல்லாமலேயே ஊரில் வலம் வரச் செய்தான். இதை மட்டும் ஊர் சகித்துக் கொண்டதற்கு நான்கு காரணங்கள்:

1. அந்தப் பெண் ஒரு பேராசிரியர். (இஸ்லாம் பத்தி புத்தகம் எழுதுங்கம்மா . . !)

2. ஒரு காஃபிரை இஸ்லாத்திற்கு கொண்டு வந்தான். (ராமகோபலனுக்கு செம அடி!)

3. அந்த அம்மா இன்னும் இஸ்லாத்தைப் புரிந்துகொள்ள வில்லை (அல்லா சீக்கிரம் மாத்திடுவான்!)

4. நண்பன் வற்றவற்றக் குறையாத பணக்காரன். அதாவது தர்கா டிரஸ்டி!

இந்த நான்குக்கும் எனக்கும் சம்பந்தமில்லையானாலும் வேதாளத்தையே இறக்கியே தீருவேன். அப்போதுதான் நான் ஆணாதிக்கவாதியில்லை. 'திண்ணியம்' ஒதுக்கி பெண்ணியம் பேசும் புண்ணியரும் பாராட்டுவர்.

'அஸ்மா, எப்ப இதையிலாம் தூக்கியெறியப்போறே?'

அஸ்மா என்னை தீர்க்கமாகப் பார்த்தாள்.

'நாங்கள்லாம் உசுரோட இக்கெ வாணாம்?' என்றாள்

'???'

'நம்ம பாளையம், மூஞ்சிலெ 'ஆசிட்' ஊத்துனா என்னாவுறதுண்டு கேட்டேன்'

'!!!'

'ஆத்திர அவசரத்துக்கு ஓடனே வரமுடியாதே ஓங்களாலே மச்சான் அப்ப . . !'

'அதனாலெ?'

'அதனாலெ அல்ல, எதனாலேயும் ஊரோட ஒத்துத்தான் போவனும்மா . . .'

அந்த பதில் என்னைப் பொசுக்கியது. இரண்டு வருடத்தில் ஒருமாதம் ஊரில் இருக்கிறவன் ஊராரை மதிக்காமலிருப்பது முட்டாள்தனம். இல்லையேல் கலவரங்களின்போது காப்பாற்ற மாட்டார்கள். ஊரின் பயத்திற்குக் காரணமுண்டு என்றாலும் தனித்துத் தெரிவதே பிரச்சினையாகிறதே! சல்லியூரிலிருந்து

பெண்கள் சாரைக்காலுக்கு பஸ்ஸில் போய்த் திரும்புவது இப்போதெல்லாம் சாதாரணமாக இல்லைதான். வேறு இனத்து நாகங்கள் விரட்டிக் கொத்துகின்றன. தனியே ஆட்டோவில் போனாலும் தர்மம் மீறுகின்றன. தப்பியோடி எங்கே போய் நின்றாலும் நின்ற இடத்திலிருந்து நெருப்பு ஆறு பொங்குகிறது . . .

என் மன ஓட்டத்தில் மேகத்தின் நிழல் விழுந்ததில் பயந்தேன். இன்னதென்று அனுமானிக்க முடியாத உருவங்களில் ஒரு பேய் உலா வந்தால் பயம் வராமல் என்ன செய்யும்?

முழுத் துப்பட்டியைப் பார்த்தாலும் பேய் ஞாபகம்தான். ஆனால் சிரிப்பு காட்டும் பேய். சுற்றுப்புறத்திலுள்ள நெருக்கமான சொந்தங்களைப் பார்க்கத்தான் துப்பட்டி. அங்கேயும் வீட்டில் நுழைந்த உடனேயே அவர்களுக்கு கிடைக்கிற முதல் மரியாதை: 'வாதனை . . . இந்த துப்பட்டியை வுட்டுத்தான் இரிங்களேன்மா . . !' தான். அதாவது மூச்சு விடுங்கள் ராஹத்தாக! சொந்தம் தாண்டினால் அதிக பட்சமாக ஐம்பது கிலோமீட்டர் வரை துப்பட்டி தாங்குமா? எங்கே . . ? டிரெயின் ஏறியதுமே 'உம்மாடி . . .' என்ற நிம்மதிப் பெருமூச்சுடன் கழட்டி அடியில் வைத்துவிடுவார்கள் – பிளேனில் ஏறியதுமே ஜீன்ஸுக்கு மாறும் அரபிப் 'பெங்குவின்கள்' போல. இறங்குவது துப்பட்டி ஊராக இருந்தால் மீண்டும் மாட்டு துப்பட்டியை! இவர்களைத் துப்பட்டி இல்லாமல் கொஞ்சம் பார்க்கலாமென்றால் நத்தர்ஷா கந்தூரி நடத்தி நாலைந்து படங்களையும் பார்க்க வைக்கும் நகரம்தான் சல்லியூர் பையன்களுக்கு சாலச் சிறந்தது.

அங்கே ஆசையாய் பார்க்கப்போய் நான் அலறியடித்து ஓடிவந்த சம்பவங்களும் உண்டு. இதற்கா ஆசைப்பட்டாய் பாவகுமாரா? பர்தா ஜோ உட்கயா தோ பே குல்ஜாயேகா . . !

வருடங்கள் நிறைய ஆகிவிட்டன. அரபுநாடு வந்து ஆண்மை மறந்த நான், மறைப்பதே மனிதர்களுக்கு அழகென்று நினைத்துக் கொண்டிருக்கிறேன். பாஸ்போர்ட்டும் பதாகாவும் இல்லாதவர்களை மறைக்க அரபிகளுக்கு புர்காக்கள் எப்படியெல்லாம் உதவுகின்றன! மதர்த்த முலை காட்டியலைந்த 'மாதவிக்குட்டி'யும் இப்போது முழுக்க முண்டுடித்தி, முகமும் போர்த்தி, 'சுரையா' ஒரு குறையா?'வென்று கேட்குமளவு பறைய வைத்துவிட்டாளே! பாதுகாப்பு . . . மார்க்கம் வேறானாலும் சினிமா கதாநாயகிகளும் சில சமயம் அதைப்போட்டுக் கொண்டுதான் வில்லனிடமிருந்து தப்பிக்கிறார்கள் (கதாநாயகர் களிடமிருந்தும்தான்!). முகம் காட்டி உடல் மறைத்தால் நன்றாகத்தான் இருக்கிறது. யாருக்கும் இடைஞ்சலில்லை.

அவர்களைத் தவிர?

முற்போக்கு நண்பர்கள், 'உன்னைப்போல் ஒரு *Hypocrite* இருக்க முடியாதுடா ... *You Fundamentalist*..!' என்று என்னை விளாசுகிறார்கள். அதிலொருவன், அவன் அலுவலகத்தில் இருக்கும்போது நான் அவன் வீட்டுக்கு போகக் கூடாதென்று தடை விதிக்கிறான். தனித்திருக்கிறாளாம் மனைவி. உலகத்துக்கே 'சுப்பரா' போடுவதுபோல 'பேட்டா' கட்டிய இன்னொருவன் உந்திச்சுழி காட்டிய உத்தமியை முந்தி உதைத்தவன். அடுத்தவன், தன் மகளை பெண்கள் கல்லூரியில் விடாப்பிடியாகச் சேர்த்து அவள் பெண்கள் பஸ்ஸில் மட்டுமே போக வேண்டுமென்கிறான். நான்காகவன் மட்டுமே முழு புரட்சிக்காரன். கல்யாணமே செய்து கொள்ளவில்லை! (அழகிப்போட்டியை ஆதரிக்கும் அம்மணிகளோடு கலவிசெய்தபடி 'கலகம்').

இவர்களா எனக்கு 'பட்வா' வழங்குவது? (பட்டுமாமாவை அழைப்பதுபோல் அப்படி எழுதுவதற்கே முதலில் நான் 'ஃபத்வா' வழங்க வேண்டும்!) ஆனால் முள்ளாகக் குத்தி உறுத்தல் ஏற்படுத்தியிருக்கிறார்கள். நன்றி சொல்லத்தான் வேண்டும் – முள்ளை முள்ளால் எடுக்க முடியாதென்று சிந்திக்க வைத்ததற்கு.

சிந்திப்பதிலுள்ள ஒரே சிரமம் ஆயுதங்களோடு திரண்டிருக்கும் எதிரிகளின் நினைவு முதலில் வருவதுதான்.

பின் யார் வேண்டுமானாலும் தலையில் துண்டு போட்டுக் கொள்ளட்டும். எனக்கென்ன? நான் கதையின் இறுதிப்பகுதிக்கு வந்து கொண்டிருக்கிறேன்.

விமானத்தின் உட்புறம், பணிப்பெண் மற்றும் பயணிகளின் அசைவுகள் அத்தனையையும் அங்குலத்திற்கு ஆயிரம் பக்கங்கள் வீதம் எழுதும் எழுத்தாளரிடம் மானசீகமாக ஒப்படைத்து விட்டு மேகத்தைப் பார்த்தேன். இன்னும் அதன் கருப்பு மாறவே இல்லை. ஒரு துளிகூட வெளிச்சம் பூசாத கருப்பு. எதிரில் பெரிதாகத் தொங்கும் மெல்லிய திரையின் பக்கம் அது திரும்பியிருந்த மாதிரி இருந்தது. அங்கே 'மேக்மல்ஹார்' பாடி மழையை வரவழைத்துக் கொண்டிருந்த அற்புதமான பாடல் முடிந்து (உள்ளூர்க் குழாயில் மட்டும் ஒரு சொட்டு நீர் வரவழைக்கத் தெரியாத ராகம்!) மிகச் சரியான கோர்வையில் 'ஆ ... இந்தா ..!' ஆரம்பித்திருந்தது பண்பாட்டைக் காக்க.

'எப்படி இதைப் பார்க்க விடுகிறார் பாதுகாவலர், ஹராமல்லவா?' ('என்ன ஒரே ஹராம். ஹராம் ..!' – ஓவியம் வரைந்தபடி சதுரங்கம் ஆடும் ஒப்பற்ற நான் ஒப்பாரி வைத்ததற்கு,

'ஒப்பாரி வைப்பதும் ஹராம்' என்றார் ஒருவர்!) என்று அவரைப் பார்த்தால் அவரோ குறட்டை விட ஆரம்பித்திருந்தார் – குடை மறந்து!

'மஹாராஜா' கொடுக்கும் நல்ல விஷயம் 'ஜூஸ்' கலந்த தண்ணி வகைகள் . . .

இப்போது திரையும் தூக்கப்பட்டு, விளக்குகள் அணைந்து, என்னையும் பைலட்டையும் தவிர மற்றவர்கள் உறக்கத்தில் கிடந்தார்கள். இல்லை. மேகமும் தூங்கவில்லை. என்ன செய்து கொண்டிருக்கிறது?

என்னைப் பார்த்துக் கொண்டிருக்கிறதோ?

'அல்லாஹும்ம அரினல் ஹக் ஹக்கன் வ அரினல் பாதிலன் பாதிலா'* – எனக்கு மிகவும் பிடித்த 'துஆ'வை ஓதிக் கொண்டு கண்ணயர்ந்து, வழக்கம்போல என் பேகம் என்னைத் திட்டிய கனவொன்று வந்ததில் ('கைப்படம் இல்லேண்டா காலை வைக்காதிங்க!') சோகம் கொண்டு விழித்துக்கொண்டேன். சென்னை வர இன்னும் ஒருமணி நேரம் இருக்கலாம். இப்போது எத்தனை கிலோமீட்டர் உயரத்தில் இருக்கிறோம்? ரொம்ப அவசரம்! உடனே மூத்திரம் பெய்தாக வேண்டும் போலிருந்தது எனக்கு. முட்டிக்கொண்டு வந்தது முத்திரப்பை தெறிப்பது போல்.

வேகமாகப் போகிற நிலையிலும் மேகம் பார்த்தேன். இல்லை. ஆண்கள், பக்கத்தில் போனாலே அடிப்பதுபோல முறைக்கும் அழகுக் காவலர் அசந்து தூங்கிக்கொண்டிருந்தார் இன்னும். இவரை விட்டுவிட்டு மிதந்து மிதந்து எங்கே போயிருக்கும் இந்த மேகம்?

பச்சையில் 'vacant' sign தெரிந்ததால் டாய்லட் கதவை அவசரமாகத் தள்ளித் திறந்தேன்.

கலைந்திருந்தது மேகம்.

**திண்ணை. காம் / பிப்ரவரி 2004**

---

* துஆ (பிரார்த்தனை) – 'இறைவா, உண்மையை உண்மையென்றும் பொய்யை பொய்யென்றும் காட்டு!'

# ‘பச்சை’ மணிக்கிளியே!

சூப் விரும்பிகளின் புனைபெயர்தான் ‘சூஃபி’ என்று ரொம்பகாலத்திற்கு முன்பு நினைத்திருந்தேன். இதன்படி என் பழைய காதலி மர்யம் கூட மஹாசூஃபியாகிவிடுவாளே . . . (திணறிவிடுவேன்!), உண்மையான சூஃபி என்பது யாரைத்தான் குறிக்கும் என்ற கேள்வியும் குழப்பமும் எனக்கு நீங்காமலேயே போயிருக்கும் – அஷ்ரஃப் மட்டும் இல்லையென்றால்.

முஹம்மது அஷ்ரஃப், ‘பாக். ஒரு கதிரின் உதிரம்’ நூலில் காட்டப்படாத பாகிஸ்தானி. (இந்த ‘னி’ நிஜமாகவே ஒரு தமாஷ். ஆஃப்கானி, சூடானி, சுல்தானி, பேஈமானி . . . இரண்டு கேள்விகளுக்கு பதில் சொல்லும் ஒரே சொல். ‘நீ எங்கே போகிறாய்? தலையில் எப்படி காயம் வந்தது?’ என்ற கேள்விகளுக்கு ‘செங்கல்பட்டு’ என்பது மாதிரி!).

அவன் பெரிய சூஃபியாகவே எனக்குத் தெரிந்தான். யார் சூஃபி? தண்டனை கொடுக்கும் தெய்வத்தைச் சொல்லித் திகைப்பூட்டாமல் அன்பின் வடிவாக ஆண்டவனைக் காட்டுபவன் சூஃபி. ‘வாடிய பயிரைக் கண்டபோதெல்லாம் வாடுபவன்’ சூஃபி. சிலர் சூஃபிக்கு ‘இஸ்லாமிய இறைஞானி’ என்று பொருள் சொல்வார்கள். சூஃப், சஃப் , ஸஃபா, சஃபூ என்று நமக்கு ஷிஃபா தேவைப்படுமளவுக்கு வார்த்தையில் விளையாடுவார்கள். தேவையற்ற குத்தகை. சுத்தமான இறைஞானி என்று புரிந்து கொள்வதே சரி.

உலகின் முதல் நல்ல மனிதப் பிறவியை சூஃபியென்று வைத்துக்கொள்ளுங்களேன். அவனது/அவளது பரம்பரை பரவாத இடமுண்டா? எண்ணிக்கையில் குறைவான அவர்கள் எல்லோரையும் எல்லாவற்றையும் ஒன்றுபோல் பார்க்கும் பெருந்தன்மையுள்ளவர்கள். அதனால்தான் 'தூய்மை' என்று ஸ்பெஷல் இறைவனுக்காக பெருக்கியும் கூட்டியும் கூட அதைத் 'தூமை'யென்று கழித்து மகான்களின் காலடியில் மலர்கள் தூவப் படுகின்றன இன்றும். அது நிஜாமுதீன் அவுலியாவாக இருந்தால் என்ன நிஜம் சொன்ன ரமணமஹரிஷியாக இருந்தால் என்ன?

யமுனையின் கரையில் சூரிய நமஸ்காரம் செய்து கொண்டிருந்த ஒரு பெண்ணைப் பார்த்து சீடர் ஒருவர் பரிகாசமாகச் சொன்னபோது அவரைக் கண்டித்த அந்த அவுலியா, 'வலி குல்லின் விஜ்ஹத்துன் ஹுவ முவல்லிஹா' என்று ஓதினார்களாம். 'ஒவ்வொரு (கூட்டத்த)வருக்கும், (வணங்குவதற்கான) ஒரு திசையுண்டு. அவர்கள் அதன் பக்கம் திரும்புபவர்களாக உள்ளனர்' என்று அர்த்தம் (2:148). To each is a goal to which he turns என்றும் சொல்லலாம் என்பார் குழப்பம் தரும் அடைப்புகள் தவிர்க்கிற யூசுஃப் அலி.

பேதமில்லாத மனத்தோடு சமூகத்தின் மேன்மைக்கு உழைக்கும் சகலரும் சூஃபிதான். சத்தியமாக நான் சூஃபி இல்லை. சட்டை போட்ட சாதாரணன். முஸ்லீம் என்றாலே பச்சை சட்டையை சில எழுத்தாளர்கள் அணிவித்து விடுவதால் அதே வண்ணத்தையே போட்டுக்கொள்கிறேன். இதிலென்ன இருக்கிறது? உங்களுக்கு சந்தோஷம் வந்தால் சரிதான்.

அஷ்ரஃப் ஒரு சூஃபிதான் என்பதற்குக் காரணம் அவன் தன்னை சூஃபியென்று சொல்லிக்கொள்ளாதது மட்டுமல்ல, துக்கத்தையே காட்டாத தூய முகத்தால். அந்த முகம் சூஃபிக்கு மட்டுமே வரும். உலகின் துக்கம் அத்தனையையும் கவனித்து வாங்கிக்கொண்டாலும் அதைமாற்ற அமைதியாகச் செயல்படுவதால் தேவையற்ற பதட்டம் இருக்காது. அதேசமயம் சந்தோஷமும் தெரியாது! உப்புமில்லாமல் உறைப்புமில்லாமல்... மல்லாக்கொட்டை மாதிரி...

கண்ணில் அன்பு எப்போதும் வழியும் கனிவாக.

அஷ்ரஃபுக்கு அப்படி ஒரு கண்கள்.

பாகிஸ்தானியென்றாலே படிக்காத முட்டாள்கள் என்பது மாதிரி முட்டாள்தனமான ஒரு கருத்து இருக்கிறது அரபு நாடுகளில்... முட்டாள்களுக்கு நாடு வித்தியாசம்தான் ஏது? விமர்சிக்கும் நாட்டவன் ஒருவன் இந்த துபாய் கம்பெனியில்

முன்பு ஆஃபீஸ்பாயாக இருந்தவன்தான். அப்போது முதலாளிகள் வியாபாரத்திற்கு பதிலாக ராஜ்ஹன்ஸ் (அன்னப்பறவை) இரண்டு வளர்த்துக்கொண்டிருந்த காலம். அதிலொன்றைக் காட்டி அது பெண்ணா ஆணா என்று முதலாளி கேட்டபோது அவன் சொன்னானாம் குழம்பியபடி:

"மாலும் நஹீஹைங் அர்பாப். கபிகபி அண்டா தேத்தாஹை . . !" ("தெரியலே முதலாளி, அப்பப்போ முட்டை மட்டும் போடுது . . .")

இப்போது அவன் ஏதோ ஒரு நாட்டில் பெரிய வேலையில் இருக்கிறான். படு தெளிவாக அறிவாளிபோலவே பழமொழிகளெல்லாம் பேசுகிறானாம். அதுவும் அதே ராஜ்ஹன்ஸ் பற்றி.

கவ்வா ஹன்ஸ்கி ச்சால் ச்சலா
அப்னி பீ பூல்கயா!

'கானமயிலாட'வின் உருதுப் பதிப்பு. முட்டாள் வளர்வான் ஐயா . . !

வளராத தன் நாட்டு முட்டாள்கள் பற்றி பில்லியன்களாக சுருட்டிய பேய்நசீரும் என்ன சொன்னாள் – பத்திரிக்கைகள் அவளை திருட்டைக் கிழித்தபோது? 'லிக்கே ஜாவோ . . !' படித்தால்தானே ஜனங்களுக்குத் தெரியும்? 'சத்தம் போடாதே!' என்று நான் அலுவலகத்தில், உருதுவில் எழுதிவைத்த கதைதான்! அலுவலகம் வரும் பாகிஸ்தானி டிரைவர்கள் நான் எழுதியதைப் பார்த்தபடியே பயங்கரமாக சத்தம் போடுவது மட்டுமல்ல, என் டேபிளில் ஏறி, இரு கைகளையும் கால்முட்டியில் தேக்கியபடி குந்திக்கொண்டு உட்கார்ந்துகொண்டுதான் செலவுக் கணக்கே சொல்வார்கள்!

ஆனால் என் பாகிஸ்தானி மேனேஜர் நிஜமாகவே படித்தவர். யாருக்கும் தெரியாத இந்த உண்மையை (அவருக்கே தெரியாது!) நான் உரக்கவே சொல்கிறேன். குர்ஆனை வைத்து அற்புதமாக அவர் அரபாப்–ஐக் கவிழ்க்கும் கலை ஒன்று போதுமே!

இந்த மாதிரி ஆட்களைப் பற்றித்தான் பாடங்கள் என்ற பெயரில் சாம்புசார் பயமுறுத்தினாரா? பாகிஸ்தான் = பகைநாடு, பாகிஸ்தானி = பயங்கர பூதம். இந்த வாத்தியார்களுக்கு முஸ்லிம் மாணவர்களைப் பார்த்தாலே தனியொரு முறுவலிப்பு! நிறையச் சொல்லலாம், இல்லையா? இதேபோலத்தானே பாகிஸ்தானிலும் பாரதம் பற்றி அங்குள்ள உஸ்தாதுகள் சொல்வார்கள்? வாழ்க கல்வி! வளர்ந்த பிறகு, பாகிஸ்தான் என்ற நாடு இருப்பதால்தான் பாரதத் திரு(நா)ட்டு அரசியல்வாதிகளுக்கும் அதன் ராட்சத

ராணுவத்திற்கும் பிழைப்பு ஓடுகிறதென்று புரிந்துபோனது. இதேபோலத்தான் பாகிஸ்தானுக்கு பாரதம் தேவையாக இருப்பதும் இந்த இரண்டு 'பா'னாக்களின் தேவை வல்லரசு நானாவிற்கு என்பதும் புரிந்தது.

அப்புறம் . . . முதன்முதலாக பாகிஸ்தானிகளை சௌதியில்தான் பார்த்தேன். பெரும் பலசாலிகள். உடல்வலிமை எந்த வேலையை செய்யச் சொல்லுமோ அதைத்தான் செய்து கொண்டிருந்தார்கள். ஆனால் அரபிகள் என்றாலே இந்தியர்கள் நடுங்கிக் கழியும்போது தாங்கள் விட்ட அறைகளால் கர்வமிக்க சௌதிகளை நடுங்க வைத்தார்கள். 'Oneway' என்று ஊருக்கு உதைத்துத் தள்ளப்படும்போதும் ஒரு துளிகூடக் கண்கலங்காமல் 'குதா . . !' என்று ஒற்றை வார்த்தை சொல்லியபடி ஒருவிரலை மேல்நோக்கிக் காட்டிவிட்டு அலட்சியமாகப் போனார்கள். இது வெறும் உடல்பலம் மட்டுமல்லவே என்று தெரிந்தது. தனக்குள் எப்படி அடித்துக்கொண்டாலும் விருந்தோம்பலில் வியக்க வைக்கும் அவர்கள் மேல் மரியாதையும் வந்தது. என்ன ஒன்று, அவர்கள் தினம் குளிக்கலாம் . . ! ஒரு நண்பர் எழுதியதுபோல ஒரே மைதாமாவு வாடை! வேடிக்கை என்னவென்றால் நண்பன் ஒருவனைப் பார்க்க அவன் வேலைசெய்யும் துபாய் ஏவியேஷன் கிளப் ரெஸ்டாரண்ட் போனால் அங்குள்ள கஜகிஸ்தான்காரிகள் ஓடுவார்கள் என்னைப்பார்த்து. மசாலா மணம்! பாகிஸ்தானியானாலும் இந்தியனானாலும் அந்த நாற்றத்திற்குப் பெயர் 'Indian Smell'! நாற்றத்திலாவது ஒற்றுமை வந்தால் சரிதான்.

என்னுடைய கீழான உலகத்தில், பார்த்த மிகச்சில அதிகாரிகளைத் தவிர்த்து அரபுநாட்டு பாகிஸ்தானிக் கூலிகளின் வாழ்க்கை லட்சியம் ஹெவிடிரைவிங் லைசன்ஸ். கிடைத்து விட்டால் எல்லாமே கிடைத்த மாதிரிதான் என்ற நினைப்பு. மாறாது வீசும் வெப்பக் காற்றுக்கும் மடைதிறந்த வெள்ளமாய் ஊற்றும் வியர்வைக்கும் ஒன்றும் ஆகாத உடல்வாகு.

'பச்சை' என்றால் பாகிஸ்தானிகளைக் குறிக்கும் என்றும் சௌதியில்தான் முதலில் தெரிந்தேன். எங்கள் ஊரிலெல்லாம் அமெரிக்க டாலரைத்தான் பஜாரில் 'பச்சை' என்று சொல்வது வழக்கம். பாக். பச்சை, தேசியக் கொடியைப் பார்த்து வந்ததாக இருந்தால் 'பிறை' என்று கூப்பிடலாமே? வளரும். உடனே தேய ஆரம்பித்துவிடும்! அல்லது 'நட்சத்ரா'. லட்சோபலட்சம் மைல் தூரத்திலுள்ள அதிசயம். முழுதாக கண்ணுக்குத் தெரியாமல் சிமிட்டும் – நம் உள்ளொளியைப்போல! கொடியின் நிறம்தான் காரணமாக இருக்கும்போலும். பச்சை,

உயிர்த்தலம் ❈ 105 ❈

தியாகத்தின் வர்ணமென்பார்கள் சிலர். 'பச்சை பச்சையாக' என்பது வேறொன்றையல்லவா குறிக்கும்? அல்லது 'பச்சைக் குழந்தை' என்பார்களே, அதற்கா? பச்சைத்தண்ணீர்? ஆனால் பச்சை வண்ணம் உஸ்மானியர்களின் ஆட்சிகாலத்தில்தான் இஸ்லாமியர்களின் சின்னம்போல் சித்தரிக்கப்பட்டது என்று வரலாறு கூறுகிறது. வரலாற்றுக்கு எத்தனை வர்ணம் உண்டென்று நம் எல்லோருக்கும் தெரியும்.

புடவை விற்பவன் , 'இது கிளிப்பச்சை. அது இலைப்பச்சை' என்று விவரிக்கும்போது ஒரு தமிழ் கதாநாயகிதான் கேட்பாள் இரண்டுக்கும் என்ன வித்யாஸம் என்று. அவன் சொல்வான்: 'இது இலைமாதிரி இருக்கும். அது கிளிமாதிரி இருக்கும்' என்று. ஞாபகம் வருகிறது.

வண்ணங்கள் நம் உணர்ச்சிகளை மாற்றவல்லவையென்று விஞ்ஞானமும் சொல்கிறது. பச்சை, மனதை அமைதியாக்கும், குணப்படுத்தும் வண்ணம் என்பார்கள். ஆன்மீகபலம் சேர்க்க பசுமையான மலையை கற்பனை செய்ய அல்லது பார்த்துக் கொண்டிருக்கச் சொல்வது சில தரீக்காக்களில் உண்டு. தரீக்கா என்றால் ஞானப்பாதை.

ஆனால் 'சாபுநானா தரீக்கா'வில் பச்சை வண்ணம், திங்கட்கிழமை அணியவேண்டிய அல்லது வெளிப்படுத்த வேண்டிய வர்ணத்தைக் குறிக்கும். ஆடை நல்லது. இயலாதவர்கள் பச்சை வர்ண பேனா, கைக்குட்டை (பெண்களாயின் வளையல்) என்று எதையாவது வைத்துக்கொள்ளலாம். அதற்காக 5 லிட்டர் பச்சை பெயிண்ட் டின்னை தூக்கிக்கொண்டு போகக் கூடாது! சொல்வதை ஒழுங்காகப் புரிந்துகொள்ள வேண்டும். செவ்வாய் – சிகப்பு; புதன் – நீலம்; வியாழன் – மஞ்சள்; வெள்ளி – வெள்ளை; சனி – கருப்பு; ஞாயிறு – தங்க மஞ்சள்!

முட்டாள்தனமாக இருக்கிறது இல்லையா?

சூஃபிகள் சொல்றது முட்டாள்தனமாகத்தான் இருக்கும்! அதாவது அப்படித் தெரியும். தனி உடை, வண்ணம் என்ற கட்டுப்பாடுகளெல்லாம் குருவுக்கு கட்டுப்பட்டு நடக்க வேண்டும், சொந்த புத்திக்கு இடம் கொடுக்கக்கூடாது என்பதற்காக என்று நினைக்கிறேன். பனாஃபே ஷேக்! குருவே எல்லாம். *No Arguments!*

'இல்முல் ஜஃபர்' பற்றிப் பேசும்போது, "*Sound*க்கு ஒரு *Vibration* இக்கிறமாதிரி *color*க்கும் இக்கிது. மாத்திப்போட்டா? உங்களுக்கு நல்லா இக்கிற மாதிரி தோணலாம். ஆனா 'அட பைத்தியமே . . .'ண்டு சூஃபியாக்கள் சிரிப்பாஹா. வர்ற ரிசல்ட்–ஐ

அனுபவிச்சிக்க வேண்டியதுதான்!" என்ற ஹஜ்ரத்தின் குரல் கேட்கிறது.

ஒரு சீடர், அடிக்கும் ராமராஜ சிகப்பு நிறத்தில் சட்டையணிந்து திங்கள்கிழமை வந்ததோடு மட்டுமல்லாமல் அது பச்சைதான் என்றும் வாதித்தார். ஹஜ்ரத்திற்கே இலேசாக சிரிப்பு வந்துவிட்டது. அப்போதுதான் 'முதல்லெயிலாம் அடலைபுடலையா வரும் ஹஜ்ரத், ஒங்க கிட்டெ சேந்தபொறவு பாதி குறைஞ்சிபோச்சி' என்று ஒரு சீடர் சொன்னதற்கு 'அதாவது . . . அடலையா மட்டும்தான் வரும்ங்குறா?!' என்று கேட்டு தன் ஜமாவை சிரிக்க வைத்திருந்தார்கள்.

"நல்லா உருப்பட்டுடுவே!" என்று கிண்டல் செய்தார்கள். உண்மையிலேயே அவன் உருப்படத்தான் செய்தான் கார்களும் பங்களாக்களுமாக.

கட்டுப்பட்டு நடந்தவனெல்லாம் காணாமல் போய்விட்டான்.

நானும் காணாமல் போய்விட்டேன் என்று கூறமாட்டேன். கதைகள் சொல்லத்தான் சாலேமாலிக் டிரேடிங்கில் வந்து சேர்ந்து விட்டேனே . . . முழுக்க முழுக்க பாகிஸ்தானிகளே உள்ள கம்பெனி. சரளமாக ஹிந்தி பேசிய அரபி முதலாளியும் எனக்கு பாகிஸ்தானிபோலவே தெரிந்தார். அவர் உடை மட்டும்தான் வித்தியாசம். அதுவும் விரைவில் மாறிவிடும் போல்தான் தெரிந்தது. அத்தனை பாகிஸ்தானிகளும் வஜீர்–ஏ–ஆலம்கள். மலபாரி தோற்றான்! மார்க்கமற்ற நான் எப்படி திறமையைக் காண்பிப்பது? தவிர நான் தென்னாட்டுத் தெருப்புழுதிவேறு. படு!

அஷ்ரஃப் இங்கேதான் பழக்கமானான்.

பறக்கும் தட்டு சைஸுக்கு கோதுமை ரொட்டிகள் சுட்டு அதையும் ஒரேநேரத்தில் ஒன்பது சாப்பிடும் பீமன்களுக்கு இடையில் மூன்று மெல்லிய சப்பாத்திகள் தானே பிசைந்து சுட்டு அதில் ஒன்றை எனக்குக் கொடுத்த அஷ்ரஃப் எனக்கு மிகவும் பிடித்துப் போனான்.

இவனைக் கவர்வதற்காக மெஹ்தி ஹஸனின் 'அப்கே ஹம் பிச்டே'யை மெலிதாகப்பாடி நிறுத்தி அவன் முகத்தை உற்சாகமாக நோக்கியபோது 'மிகவும் நன்றி' என்றான். நிறுத்தியதற்காகத்தான் இருக்குமென்று நினைக்கிறேன்.

"எங்கள் நாட்டில்தான் 24மணி நேரமும் இவன்களையே காட்டிக்கொண்டிருப்பார்களே, நீ வேறேயா? ஹரிஹரன் தெரியுமா?"

அட, நம்ம ஆள்! அதுவும் குறிப்பாக ஹரியின் முதல் ஆல்பமான 'கஜல்கா மௌஸ்'த்தை தனக்கு ரொம்பவும் பிடித்ததாக அவன் சொன்னதுமே எனக்குப் பரவசமாகிப்போனது. எவ்வளவு அலைந்து நான் வாங்கிய ரிகார்டு! இப்போது அந்தப் பயல் ரஹ்மான் புண்ணியத்தில் 'அஜக் . . . அஜக்' பாடுகிறான் ('நிலா காய்கிறது . . .' விதிவிலக்கு). இதைச் சொல்லி அஷ்ரஃபின் முகத்தை மாற்ற விரும்பவில்லை. எப்போது பார்த்தாலும் அமைதியும் நிம்மதியும் தரும் முகமும், சுத்தமாக தன் அறையை வைத்திருக்கும் பாங்கும், மரியாதையான பேச்சும் . . . ஸோஹன் ஹல்வாவை சுடச்சுட சாப்பிடும் அனுபவம்! மார்க்கம் புரியாத மூர்க்கமே இருக்காது. பாகிஸ்தானிதானா இவன்?

ஒருவேளை இன்னும் கல்யாணமாகாமல் இருப்பதால்தான் அந்த முகம் இப்படி இருக்கிறதா? ஏன் சொல்கிறேன் என்றால் பஜாரில் போன ஒரு ஜோடியைப் பார்த்து 'இது சரக்கு' என்று முடிவுக்கு வந்தான் ஒரு நண்பன்.

"எப்படி சொல்றா?"

"கூட்டிக்கிட்டு போறவன்ற மூஞ்சியைப் பாரு. எவ்வளவு சந்தோஷம்! பொண்டாட்டியா இந்தா மூஞ்சி 'பொரிச்ச வாடா' மாதிரி இக்கிம்!"

பெண்களுக்கும் அந்த அவஸ்தை உண்டுதான். அதனால்தான் கல்யாணமானபிறகு அவர்களும் சூஃபியாகிவிடுகிறார்கள் என்று கேள்வி! வேறு மாதிரி சொல்லப்போனால் மௌலானா ரூமி போல நிறுத்தா அருவியாகக் கொட்டாமல், கவிதை எழுதாததாலேயே சூஃபியாகிவிடுதல்!

எனக்கு ஆச்சரியமோ ஆச்சரியம். 38 வயது வரை அவன் கல்யாணமாகாமல் இருப்பதால் அல்ல, துபாய்க்கு வந்து ஐந்து வருடங்களுக்கு மேலாகியும் தன் 'அம்மிக்குழவி'க்கு வேலை கொடுக்காமல் அழ வைத்திருக்கிறானே . . !

பெண் துணைக்குத் தவிக்கும் லட்சக்கணக்கான தொழிலாளர்களின் ஒரே மாற்று வழி கை (கரசேவை என்று எழுத கை நடுங்குகிறது!). செலவுக்கு யோசனை செய்யாதவர்கள் பஜாருக்குப் போய்விடுகிறார்கள். இப்போதெல்லாம் வெறும் பத்து திர்ஹத்திற்குக் கூட கிடைக்கிறது என்கிறார்கள்.

புழுத்து நாறுகிறது துபாய். ரஷ்யா, உகாண்டா, சீனா, லெபானான் . . . அதுதான் போலித்தனமில்லாத மாண்புமிகு எழவரசரே சொல்லிவிட்டாரே – 'மஸ்ஜிதுகளும் கட்டியிருக்கிறோம். 'மற்றது'ம் வைத்திருக்கிறோம். விரும்புகிற

இடத்திற்கு அவரவர்கள் போய்க்கொள்ளுங்கள் – மற்றவர்களுக்கு தொந்தரவு தராமல். இது எண்ணெய் வளமில்லாத நாடு'

என்ன வளம் இல்லை? மண் முதல் விண் வரை பணம் எதையும் கொண்டு வரும். அது இன்னும் அதிகமிருந்தால் ஆண்டவனையே விலைக்கு வாங்கி ஆட்சிக்கேற்ற அத்தியாயங் களையும் இறைமறையில் சொருகிவிடும் மன்னர்கள்...

அபிப்ராயங்கள் மாறுபடலாம். ஆனால் குடும்ப சொத்தாகவே ஒரு நாடு இருந்தாலும் அதை முன்னேற்ற நாயாய் உழைத்து செலவும் செய்கிறார்களே... பாராட்டாமல் இருக்க முடியுமா?

ஆமாம், இத்தனை பணம் எங்கேயிருந்து வருகிறது? பில்லியன் பில்லியன்களாக 'ப்ராஜக்ட்'கள்! கொடுத்து வைத்த துபாய்தான்.

'சப் ரண்டிகா பரக்கத் ஹை!' என்றார் மானேஜர் சிரிக்காமல். துபாயின் C.I.D மூஸாக்களுக்கு பாலியல் தொழிலாளிகள்தான் பலமாம். வர வர ரொம்ப தமாஷ்தான் செய்கிறார் இவர். ஆனால் ஒவ்வொரு தமாஷும் என் சம்பளத்தில் சறுக்கல் ஏற்படுத்தும் வல்லமை வாய்ந்ததாக இருக்கிறது.

அவரிடம் கேட்டேன்: 'எப்படி சாப், லாட்ஜில் தங்க வழியில்லாதவள் கூடத்தான் விசிட்விசாவில் வருகிறாள் – ஏழை நாட்டிலிருந்து. பஜாரில் எங்கே கூட்டிக்கொண்டு போவாள் ஆட்களை?'

அவர் சொன்ன பதிலை உருதுவில் சொன்னால் அழகாகத் தான் இருக்கும். குஸ்பிலாத்தாக்கள் குறை சொல்வார்கள். வேண்டாம்.

ID கார்டு கொடுத்து அப்படியே அம்பது திர்ஹமும் லாட்ஜில் கொடுத்துவிட்டால் அழகழகாய் பங்காளியும் பம்பாய்காரியும் கிடைக்கிற செய்தியில் என் மனைவியை மிரட்டியிருக்கிறேன்.

"ரொம்ப துள்ளாதடி கச்சடா. இங்கே வெறும் அம்பது ரூவாதான். தெரியும்லெ?"

"கசங்கொண்டது. வெளக்கமாறு பிஞ்சிப்போவும்" – அஸ்மா ஃபோனை வைக்கும் சப்தம் துபாய்க்கு கேட்கும்.

யாரை அடிக்கிறாள்? என்னையா அல்லது கசங்கொண்டவள் களையா? பூடகமாகப் பேசுவதை விடவேயில்லை இவள் இன்னும். அப்படித்தான் ஊரில் ஒருநாள் வீட்டில் நுழையும்போது

உயிர்த்தலம் 109

‘வாங்க . . !’ என்று என்னைக் கூப்பிட்டுவிட்டு, அடுத்த நொடி ‘அட நாயி!’ என்றாள். திடுக்கிட்டுப் பார்த்தேன். மடியில் அனீஸ் பால்குடித்துக் கொண்டிருக்கிறான்!

“வெடைக்கிறியாடி நீ?” – கத்தினேன் ஆங்காரமாக. வம்சம் அப்படி.

“நாயி கடிக்குது” – அனீஸை சொல்கிறாளாம்!

சும்மா அவளை துபாயிலிருந்து ஃபோனில் மிரட்டியிருக்கிறேனே தவிர நான் எவளிடமும் போனவனல்ல. தேவை அதிகம்தான். ஆனால் தலைகாணியைக் கிழிப்பதோடு தாண்டவம் முடிந்து விடும்! தவிர அதிகம் மிரட்டி, ‘இங்கே காசில்லாமலேயே கிடைக்கிது’ என்று அங்கிருந்து பதில் வந்தால் என்னாவது? தியாகம் என்பது இரண்டு பக்கமும் இருக்க வேண்டுமென்ற தத்துவம் பேசி நம்மை ஏமாற்றிக்கொள்வதிலும் ஒரு ஆனந்தம் இருக்கத்தான் செய்கிறது.

பெண்கள் விஷயத்தில் நாட்டமில்லாதவனாக இருந்தான் அஷ்ரஃப். மற்றபடி ‘விஷயம்’ புரியாதவனெல்லாம் இல்லை. சின்னவயதில் பக்கத்து வீட்டுப் பெண்ணைக் கவர்வதற்காக தன் குறியின் முனையில் மெஹந்தி (மருதாணி) தடவிக் காண்பித்தவன். அந்தப்பெண் பயந்துபோய் ஆனால் கண்சிமிட்டாமல் பார்த்துக்கொண்டே இருந்திருக்கிறது! பயலுக்கு இப்போது ஏனோ நாட்டமில்லை. அவ்வளவுதான். ‘ரஹ்மானியத்’ ஐ அதிகம் சேர்ப்பதற்காக இருக்கும்! இவனது ரூமில் இருக்கும் ரிசீவர் விலையுயர்ந்த வில்லங்கம். கார்டு போடாமலேயே கண்டதும் தெரியும். சௌதியிலெல்லாம் முத்தவாக்கள் டிஷ்ஷின் மேல் கல் வீசுகிறார்களாம் கலாச்சாரம் காப்பாற்ற. இது ‘இஸ்லாமிய’ துபாயென்றுதானோ என்னவோ அஷ்ரஃப் மட்டும் ரேடியோ கேட்பான் அதில். எப்போதாவது – நகைச்சுவை தேவைப்படும் சமயத்தில் – *mute* போட்டுவிட்டு இந்திய, பாகிஸ்தானி படங்களின் டான்ஸ்கள். ‘இந்தியா யா பாகிஸ்தான் சப்ஸே படா சல்மான்கான்!’ என்கிறது துபாய் சேனல் 33.

சௌதியிலிருந்து எங்கள் கம்பெனிக்கு லோட் (புல் கட்டுகள்) எடுத்துவரும் பட்டான்கள் அவன் அறையில் தங்கும்போது பொழுதன்னைக்கும் ‘தோநம்பர்’ சேனல்கள்தான் ஓடும். அவர்களிடம் ஏதாவது கம்பெனி விஷயமாகச் சொல்ல அறைக்குப் போனால் வலது கையால் தாடியையும் இடது கையால் தடியையும் உருவியபடி டிவி பார்த்துக்கொண்டிருப்பார்கள். தோ நம்பருக்குள்ளும் ஒரு தோ! பிருஷ்டப்ரியர்களின் அந்த வேலையை ‘துவாங்பியாங்’ என்பார்கள் ஊரில். நாக்கில் எச்சில் ஊறச் சொல்வார்கள். என் ஊர் இதில் பிரபலம்தான். ‘பையனூர்’

என்று ஊர்பெயரைச் சொன்னாலே சக எழுத்தாளர்கள் நகர்ந்துதான் உட்காருவார்கள். ஓய், இதில் எத்தனை பிரபலமான ஆட்கள் இருக்கிறார்கள், தெரியாதா? அல்லது ஆணுக்குள் பெண்ணும் பெண்ணுக்குள் ஆணும் இருக்கும் ரகசியம் புரியாதா? உங்களையெல்லாம் அழைத்துவந்து அரபுநாட்டில் அடிமை வேலை செய்யச் சொல்ல வேண்டும். சுவர் துவாரமும் சுகந்தமுள்ளதாகப்படும் அப்போது!

ஆனாலும் பட்டான்களை சலித்துக்கொள்வேன்: 'என்னாப்பா காலங்கார்த்தாலேயே . . . சே!'

"ஹமாரா நாஷ்டா யேயீஹைநா பாய்!" பதில் சரிதான். நாஷ்டாவாக பாயாவில் ரொட்டியை ஊறவைத்து தின்பது பாக்–ல் பிரபலம்.

அஷ்ரஃப் மட்டும் ஏன் மாற்றம்? இப்போது முடியாதா? முயற்சி எடுக்கவில்லையா அவன் பெற்றோர்கள் – கல்யாணம் செய்துவைக்க?

இவன் போனால் அல்லவா கல்யாண முயற்சி! வந்தபுதிதில் ஒருமுறைதான் போனானாம் ஊருக்கு. இங்கே என்னதான் வேலை?

கீசஸ் குடவுனிலிருந்து இரவு திரும்பியதுமே அலுவலகத்தில் என்னிடம் கணக்கை ஒப்படைத்துவிட்டு, அறைக்குப்போய் குளித்துவிட்டு, வெளியில் வந்து குடவுனின் மேற்குமூலையில் உள்ள பெரும் கூண்டுக்கு வெளியில் நின்று, புறாக்களுக்கு தீனி போட்டுக்கொண்டிருப்பான். முதலாளியின் புறாக்கள். அஷ்ரஃபைச் சுற்றிப் பூனைகள். சொறி மட்டும் பிடித்தது, கறி மட்டும் பிடித்ததென்று நான்கு. ஒன்று மட்டும் அழகு.

ஒருவேளை, இவைகள் அவன் ஆசையைத் தணிக்க உதவுகின்றனவோ? எப்படிக் கொஞ்சுவான்? செல்லமாக வாலைத் தடவியா? அஸ்தஃபிருல்லா! மறைவான விஷயங்களை ஆண்டவனே அறிந்தவன்தான். அதற்காக வீண்பழி போடக் கூடாது. வல்லாஹுல் அழீம் . . !

பூனைக்கு அவன் காட்டும் அன்பையே எடுத்துக் கொள்வோமே . . . அந்தப் பூனைகள் முதலில் என் அறை வாசலுக்கும் வந்ததுண்டு. கேம்பிற்கு எதிரிலுள்ள மலையாளி கடைக்குப் போய் சாப்பிடாமல், அந்த கடையிலிருந்து 2 ппп 'மத்தி'மீன் இருக்கும் மோட்டாசெட்–ஐ ஒருநாள் விட்டு ஒருநாள் வாங்கிவரும் என் உத்தியைத் தெரிந்துகொண்டபோது என் அறைப்பக்கம் வருவதை அவைகள் நிறுத்தியேவிட்டன!

போயேன், யாருக்கு நஷ்டம் ? தனியாக வருடக்கணக்கில், முக்கியமாக வீட்டு விசேஷ தினங்களில், மகனும் மகளும் ஓவியமாய் இருக்கும் சுவரைப் பார்த்துக்கொண்டே நான் சாப்பிடும் அந்த உன்னத வைபவத்தைப் பார்க்க உனக்கு கொடுத்த வைக்கவில்லை. போ! (அஸ்மா, முன்னூறாவது பட்டுப் புடவையை மு.ரா சன்ஸில் எடுத்து விட்டாயா?)

பூனைகள் என்னைவிட்டு வெறுத்து ஓடியதற்கு இன்னொரு காரணமும் உண்டு. எல்லா உயிர்களின் உணவுப்பிரச்சினைக்காகவும் கவலைப்படும் உன்னத மனம். ஒருநாள் ஒ . . . ரு திர்ஹத்திற்கு *Bread* வாங்கிவந்து அதை உலகுக்குப் பறைசாற்ற ஓடி ஓடி சொன்னதைப் பார்த்தபோது அவைகள் அதிர்ச்சி அடைந்து விட்டன. 'உதவியைச் சொல்லிக்காட்டுபவர்களுக்கு நரகம்தான்' என்ற ஹதீஸ்–ஐ எப்படி இவன் மறந்தான்?

"பூனைகளை நாம் நேசிக்க வேண் . . ."

"சைஸுக்குத் தகுந்த மாதிரி பேசு பாய்!"

கடைசியாக அஷ்ரஃப்தான் பாக்கி. அவனிடம் சொல்வதற்குப் போனால் அப்போதுதான் அவன் கீஸஸிலிருந்து வரும்வழியில் *carrefour*க்கும் போய் பெரிய பார்சலோடு வருகிறான். பனிரெண்டு திர்ஹத்திற்கு விற்கும் பெரிய முழுக்கோழி ரோஸ்ட் இரண்டு – பூனைகளுக்கு!

வாயைப் பொத்திக்கொண்டு வந்துவிட்டேன். அதற்குப்பிறகு எந்தப் பூனைகளையும் கண்டாலும் பயமாக இருக்கும்.

பூனைக்கு கோழியை மட்டுமல்ல தன்னையே கொடுப்பான். அத்தனை பிரியம். ஒவ்வொன்றுக்கும் ஒரு பெயர் வைத்திருக்கிறான். மூன்றுக்கும் வெவ்வேறு கடவுள்களின் பெயர்கள், அழகான கடைசிப் பூனையின் பெயர் மட்டும் அருள் என்று பொருள்படும் ரஹ்மத் . . ! ஒரு சபராளிகூட தன் பெண்டாட்டியின் ஒரிஜினல் பெயர் 'ரஹ்மத்' என்றிருந்ததை ஜவஹர்நிஷா என்று மாற்றிவிட்டார் – யாராவது பார்க்கவரும்போது மனைவி வீட்டில் இல்லையென்றால் 'ரஹ்மத் வீட்டில் இல்லை . . .' என்று எவராவது சொல்லிவிடக் கூடாதேயென்று. இவர் ஊர் போகும்போதெல்லாம் அவள் இல்லாதது ஞாபகம் வருகிறது.

ஆனால் அஷ்ரஃபின் 'ரஹ்மத்' எங்கேயும் போகாது. அவனையே சுற்றிச் சுற்றி வரும். வரும்வரை வாசலிலேயே காத்திருக்கும். புறாக்கள் சிறகடிக்கிறதென்றால் அஷ்ரஃப் கீஸஸி லிருந்து கிளம்பிவிட்டான் என்று அர்த்தம். புரிந்துகொள்ளும். மார்க்கம் சம்பந்தமாகக் கேட்கலாமா? பூனையிடமல்ல, அஷ்ரஃபிடம்! தாராளமாக.

பதில் எப்போதாவது கிடைக்கும். சூஃபிகள் அப்படித்தான்.

"எல்லா காலத்திற்கும் ஏற்ற என்று புகழப்படும் இறைமறை அடிமைமுறை பற்றிப் பேசுகிறதே... இப்போது அடிமை எங்கே இருக்கிறான்? அடிமைகள் சேர்ப்பு, விடுதலைகள் . . . வேடிக்கை!" என்று கேட்டேன்.

"இந்த 'விசா'க்களையெல்லாம் என்னவென்று நினைக்கிறாய் பின்னே?" என்றான். அட, ஆமாம்! ஆனால் ஒன்று சந்தோஷப்படலாம். அரபிக்கு நாம் அடிமை; அவர்கள் மன்னருக்கு அடிமை; மன்னர்கள் Uncle Samக்கு. அவர் ஆயுதவியாபாரிகளுக்கு (நன்றி : ஞாநி). ஆக அவர்கள்தான் உலகை ஆளுபவர்கள். பின் ஆண்டவன் என்னதான் செய்கிறான் அஷ்ரஃப்? ஆயுதமாக இருக்கிறானா? அடிவயிறு காயுமளவு வறுமையில் உழலும் ஆயிரம்கோடிப்பேர்களுக்கு பதில் சொல்ல முடியாமலா?

கேட்கலாம். ஆனால் நான் தவிர்த்துவிடுவேன். "கேள்வி கேட்பவன்லாம் பதிலை வாங்குற ஞானமுள்ளவனல்ல. அதுக்கு 'விலாயத்' வேணும். 'விலாயத்'ண்டா தகுதி. விலாயத்கான்—டு ஞாபகம் வச்சிக்குங்க. ம் . . . விலாயத் இருந்தா கேள்வியே கேட்க வராது. பதில்தான் *already* கிடைச்சிடுச்சே . . !" என்பார்கள் ஹஜ்ரத். ஒரு ஆயத்தையும் சொல்வார்கள். '(வீண்) கேள்வி கேட்டதனால்தான் உங்களுக்கு முன்னுள்ள சமுதாயமெல்லாம் அழிந்தது' என்று வரும் வசனம்.

அப்படியென்றால் பதில் சொல்வதற்கும் ஒரு 'விலாயத்' வேண்டாமா? வசனம் சொல்லி வாயை அடைப்பதுதான் விலாயத்தா?

அஷ்ரஃபின் பதிலைப் பார்ப்பதில்லை நான். அவன் தன்மையைத்தான். பொறாமை, பொச்சரிப்பு அவனிடம் கொஞ்சம் கூட இல்லையென்பது என்னைப் பொறாமைப்பட வைத்தது. 'விழுப்பேற்றின் அஃதொப்பது இல்லையார் மாட்டும் அழுக்காற்றின் அன்மை பெறின்'. அழுக்காறு. கூவத்திற்கு சரியான பெயர்! ஆனால் நல்லவைகளுக்காக பொறாமைப்படலாம். படவேண்டும்.

நான் அப்படியில்லை. கம்பெனியில் ஒவ்வொருவனுக்கும் கிடைக்கும் வசதிகளை, அன்பளிப்பைக் கண்டு மனம் சுருங்கிப் பிணமாகும். காய்ந்த பீயின் புளித்த நாற்றம் என்னைச் சுற்றிப் பரவும்.

அஷ்ரஃபுக்கு அந்தப் பிரச்சினையே இல்லை. 'எப்படி நிம்மதியா இருக்கே?' என்று ஒருவனைச் சுற்றிச்சுற்றி வந்து ஒருபடத்தில் நாகேஷ் வயிற்றெரிச்சலில் சாவான். அதுமாதிரிதான்

எனக்கும் வந்தது. ஏதாவது கேட்டுக்கொண்டே இருப்பேன் அவனிடம்.

"என்னடா இது. உன் கூட இருக்கிற முதீர் (பொறுப்பாளர்) கம்தாத் ஷஃபிக்கு கைரேகை கூட வைக்கத் தெரியாது. வாரக்கடைசியில் கூலிகளுக்கு சம்பளம் போடும்போது அவன் தன் பெயரையும் இணைத்துக்கொள்கிறான் அந்த பலுச்சி. கூடவே வாராவாரம் அரபாப் கொடுத்த அன்பளிப்பென்று ஐநூறு திர்ஹமும் போட்டு வாங்கிக்கொள்கிறான். புல்கட்டுகளுக்காக வாங்கும் கயிறுக்கு கமிஷன் வேறு. இதையெல்லாம் பார்த்தால் எங்கேயோ போய் நிற்கிறது. நீ என்னடாவென்றால் பில்போடுவதிலிருந்து கஸ்டமர் வரைக்கிம் பார்ப்பவன். என்ன, நான் சொல்வது காதில் விழுகிறதா இல்லையா? கூலியை விட சம்பளம் குறைவாகக் கிடைக்கிறது உனக்கு!"

"எனக்கு இது போதும் பாய். எனக்கு என்னா செலவு?"

எக்ஸ்ட்ராவாக கிடைக்கிற தருணத்தையும் தவிர்த்து விடுவான். கேம்ப்பில் உள்ள சாதா டிஷ்களை விடுவோம், முதலாளிகளின் வீடுகளிலுள்ள சுழலும் மிகப்பெரிய டிஷ்கள் அவன் செட் செய்து கொடுத்தவை. *Frequency*யை ரிஸீவரில் கொடுத்துவிட்டு டிஷ்ஷின் திசை பார்க்க சிரமமே படுவது கிடையாது. வேறு எந்த மந்திரக் கருவிகளும் இல்லை. கைவைத்து ஒரே ஒரு திருப்பு. திசை கிடைத்துவிடும்! இவனுக்கான டிஷ் வேறு ஏதோ நாம் அறியாத சேனலில் தொடர்பு வைத்திருக்கிறது! பிரமிப்பு தோன்றும்.

மூவாயிரத்து மூன்று சேனல்களைக் கொடுக்கும் டிஜிடல் டிஷ்களை செட் செய்வதற்கு சாட்டிலைட் கம்பெனிகளை தொடர்பு கொண்டால் கிழிந்துவிடும். முதலாளிகளோ முப்பது திர்ஹம் நீட்டுவார்கள். அதையும் வாங்காமல் வந்து விடுவான். தான் மற்றவர்களை மகிழ்வித்ததுதான் வெகுமதியாம்.

"அப்போ சம்பளத்தை எனக்குக் கொடுத்துடு!"

"எடுத்துக்கயேன்! எனக்கும் பூனைகளுக்கும் மட்டும் தெனம் சாப்பாடு கொடுத்துடு"

"அதுக்கில்லே அஷ்ரஃப். வீட்டுக்கு அனுப்பலாமே நீ?"

"வாலிதா (அம்மா) கராச்சியில் இருக்கிறார்கள் தம்பிகளோடு. அவர்கள் அவளை நன்றாக கவனித்துக்கொள்கிறார்கள்"

"வாப்பாவுக்காவது தனியா அனுப்பலாமில்லையா?"

"வாப்பா? வஃபாத்தானவங்களுக்கு பணம் தேவைப்படாது என்று உனக்குத் தெரியும்"

எனக்கு சொல்லிச் சொல்லி அலுத்துப் போயிற்று. போகிறபோக்கைப் பார்த்தால் இவன் தன் சம்பளத்தைக் குறைக்கச் சொல்லி முதலாளிக்கு கடிதம் எழுதிவிடுவானோ என்று வந்தது. அப்படி ஒருத்தனை எனக்குத் தெரியும் சௌதியில். கஃபிலிடம் அப்படிச் சொல்லியே நூறு ரியால் சம்பளத்தில் ஏற்றிக் கொள்வான் ஒவ்வொருமுறையும். சொல்லாமல் தானே ஏற்றுவது தனி. அநேகமாக அவனும் இப்போது சூஃபியாகத்தான் இருப்பான் என்று நினைக்கிறேன்.

வாழத்தெரிந்தவன்தான் சூஃபியோ?

எனக்கு சொல்லத் தெரியவில்லை.

அஷ்ரஃபைப் பார்த்து என் பொறாமை அதிகமானதுதான் மிச்சம். வேறொன்றும் கேள்விப்பட்டேன். அவன் பெரிய கோடீஸ்வர வீட்டுப் பிள்ளை! அரபாப் முஹம்மதோடு நூல் தொழிற்சாலை தொடங்கலாம் என்று சௌத் ஆப்பிரிக்காவிலிருந்து வந்த யூசுபுபாய் – அஷ்ரஃபின் வாலித்(அப்பா) – இங்குள்ள வேறு பாகிஸ்தானிகள் மில்லியன் கணக்கில் துரோகம் செய்ததில்தான் ஹார்ட் அட்டாக்கில் போய்ச் சேர்ந்திருக்கிறார். நல்லவர்களை ஆண்டவன் சீக்கிரம் கூப்பிட்டுக்கொள்வானாமே . . .

அஷ்ரஃப் மட்டும் இங்கேயே தங்கிவிட்டான்.

"அப்படி சொல்லுங்க . . . ஊர்ல பணக்கார குடும்பம் இருக்கிற திமிர்லெதான் இவன் எளிமையா இருக்கிறானா?" என்றேன் மேனேஜரிடம்.

"அப்படி சொல்லாதே. இப்போ பிச்சைக்காரன் அவன். கொஞ்சநஞ்சம் தனக்கிருந்த பங்கையும் அங்கேயுள்ள அனாதை இல்லத்திற்கு கொடுத்துவிட்டு வந்துட்டான், தெரியுமா?"

இது பரவாயில்லை. ஹிந்து வாடிக்கையாளர்களைப் பார்த்தால் கம்பெனி பாகிஸ்தானிகள் 'சலாம்' என்று மட்டும்தான் சொல்வார்கள். இவன் மட்டும்தான் 'அஸ்ஸலாமு அலைக்கும்' என்று பிரார்த்தனையோடு முழுதாகச் சொல்வான்.

வெறிபிடித்த ஒரு பட்டான் டிரைவர் , "காஃபிர் எதாச்சும் கொடுத்தா அவன் கொடுக்குற திண்பண்டங்களை பாத்து சொல்லனும்: 'குத்தா, ஜா யஹாங்ஸே!'ண்ட்டு. மூணு முறை ஒரு குச்சியாலே அடிச்சி விரட்டனுமாம்" என்றபோது அஷ்ரஃப் மட்டும்தான் எதிர்த்துக் கேட்டது. நான் பயந்துகொண்டுதான் நின்றிருந்தேன்.

"உனக்கு இஸ்லாத்தை சொல்லிக்கொடுத்த முட்டாள் மௌலவியை அப்படி விரட்டு மக்பூல். நீ ஓட்டுறீயே கார் . . .

இது, இந்த பெட்ரோல், முஸ்லீம் கண்டுபிடிக்கலே! காஃபிரோடண்டு வேலையை விட்டுட்டுப் போய்டுவியா?”

இப்போது சொல்லுங்கள், ஏன் நான் அஷ்ரஃபை சூஃபியாக சொல்லக் கூடாது? இப்பேர்ப்பட்டவனிடம் போய் தறுதலை தாவுத்இபுறாஹிமுக்கு தஞ்சம் கொடுத்த – பயங்கரவாதிகளை அழிப்பதாக பாவ்லா காட்டுகிற – தர்வேஷ் ‘ஜெனரல்’–ஐயும் அவன் அணுசதி விஞ்ஞானியின் மேல் ஆகாயத்திலிருந்து தூக்கிப்போட்ட குற்றத்தையும் பேசலாமா? எந்த அதிபரையும் தூக்கில் போடாத நாடு என் நாடென்றாலும், குஜராத் இரத்தம் காயாத அதன் திருமுகத்தைக் கிழித்தால் எங்கே நான் போவேன்? ‘உங்கள் ராணுவம் மட்டுமென்ன ஆன்மீகக் கொழுந்தா?’ என்று *amnesty* அறிக்கைகளை காட்டினால் என்ன பதில் சொல்ல? காலத்தின் முடிவில் கூட தீர்க்கப்படாத காஷ்மீர் பிரச்சினைகள் வேறு இருக்கிறது. இன்னும் எத்தனை போர் வரும்? ‘ஊரைக் கொள்ளையடிச்சி உம்மா பெயர்லெ ஃபாத்திஹா ஓதிய கதை’யாக ஜனங்களின் பணம் இன்னும் எத்தனை போர்களுக்கு செலவாகும்? சொல்ல முடியவில்லை. அருந்ததிராய் இஸ்லாமாபாத்தில் சொன்னதுபோல இரு அரசுகளும் தன்நாட்டில் பிரச்சினைகள் ஏற்படும்போதெல்லாம் தொப்பிக்குள்ளிருந்து மாய முயலை வரவழைக்கிறார்களோ? இல்லை, தொப்பியே இல்லாமல் வரவழைப்பார்கள் – தங்கள் ‘தலை’க்குள்ளிருந்து. வருவதும் முயல் அல்ல, பன்றிகள் . . !

என்ன செய்யலாம்? காஷ்மீர் என்ற பெயரை ‘குஷிமீர்’ என்று மாற்றிவிடும் அசட்டு யோசனையிலிருந்து இரண்டு நாடுகளும் இணைவது சம்பந்தமான (இறைவா, இது உலக யுத்தத்தில் விடாது என்று உறுதி அளிப்பாயாக!) நல்ல யோசனைகள் வரை என்னிடம் பல உண்டு. மஹா ஜனங்கள்தான் கேட்டால் மேலும் சொல்லலாம். ஆனால் காஷ்மீருக்கும் இந்தக் கதைக்கும் சம்பந்தமில்லையே . . . எனவே வேறு கேட்கலாம் அஷ்ரஃபிடம். முக்கியமாக சாந்திமார்க்கம் பேணும் நாட்டில் சுன்னியை ஷியாவும் ஷியாவை சுன்னியும் – அதுவும் பள்ளியிலேயே – கொல்வது அங்குதான் அதிகம். அனைத்துமே அரசியல்வாதிகளின் விளையாட்டென்று நம்ப நான் தயாராக இல்லை. ஆனால் மனித வாயில் மலம் திணித்த என் நாட்டைக் கேட்பானே . . ! இதனால் அபூர்வமாக மலர்ந்த ஒரே உறவும் மக்கி மடிந்துவிடாதா? ‘மத்ஹப் நஹீன் சிகாதா ஆபஸ் மே பேர் ரக்னா’ என்று அல்லாமா இக்பால் கவிதை பாடுபவனிடமா? வேண்டாம்.

அவன் சூஃபியாகவே இருந்துவிட்டுப் போகட்டும்.

நான் கட்டிப்பிடித்து முத்தமிடுமளவு அவன் ஒரு பதில் சொன்னதுதான் அவனை நான் நிஜ சூஃபியாகக் கொண்டாடுவதின் காரணம்.

சூஃபியைப் பற்றி பேசுகிறாயே, 'அனல்ஹக்' தெரியுமா என்று அனல் கக்காதீர்கள். ஒரு கனத்த இரும்புத் திரை, குறைந்துகொண்டே வந்து மெல்லிய பட்டுத் திரையாக மாறி, 'டக் . . .'கென்று கிழியும் நிலையைத்தானே சொல்கிறீர்கள்? இறைநாமத்தை 'திக்ர்' செய்யும்போது வார்த்தை தன் பொருள் இழந்து போய் வெறும் நாக்கசைவாக மாறி , அது இறைவனின் கண்ணாடியாக நம் மனதை மாற்றுவதில் தெறித்து விழும் பேருண்மை என்பீர்கள் பெருமையாக. சரிதானே? இதனால் யாருக்கு என்ன நன்மை – ஒரு வாள்வீச்சைத் தவிர? சூஃபிகள் அற்புதங்கள் புரிய வேண்டாம். முகம்பார்க்கிற கண்ணாடியை கரையிலிருந்து முப்பது கி.மீ தூரத்திற்கு தூக்கியெறிந்து மூழ்கப்போன கப்பலின் ஓட்டையை அடைக்க வேண்டாம். நன்றி சொல்லவந்தவனின் சந்தேகத்தைப் போக்க நாகூர் ஜோப்பில் கைவிட்டு ஹாலந்திலிருந்த பச்சைக்கிராம்புக் கொத்தை கொண்டுவர வேண்டாம். வேண்டுவது, இதைச்சொல்லியே பிழைக்கிற கூட்டத்தை உருவாக்காமலிருப்பது.

'முஹாசபா', 'முராக்கபா' என்று முர்த்தபா (புறாட்டா) போடாமல் இயல்பாக இரு. இன்றே நீ சூஃபி. அவன்தான் அப்படி ஒரு பதில் கொடுக்க முடியும்.

'கல்யாணம் செய்யாமலிருக்கிறாய் சரி. குழந்தை? அதுவும் உன் குழந்தை. எப்பேர்ப்பட்ட சொத்து, சந்தோஷம்! அதை இழக்கிறாயே அஷ்ரஃப்' என்பது என் கேள்வி.

"கல்யாணம் செஞ்சா, ஏன் தத்தெடுத்தால் கூட, என் குழந்தை மட்டும்தான் குழந்தையா படும். இப்போ எல்லார் குழந்தையும்லெ என் குழந்தையா படுது!" என்றான்.

அற்புதமில்லையா இந்த பதில்? கேட்கும்போதே சூஃபிகளின் 'ஜெதபு' வரவில்லையா? 'அவன் முஸ்லீம் என்பதால் புகழ்கிறாய்' என்று கொச்சைப்படுத்தாதீர்கள். சந்தேகமிருந்தால் மறுபடி ஆரம்பத்திலிருந்து, அவனது குணங்களாக நான் விவரித்ததைப் படியுங்கள் தயவுசெய்து.

அப்பேர்ப்பட்ட சூஃபி இரண்டு நாளாக என்னிடம் முகம் கொடுத்துப் பேசவில்லை. முகம் சகிக்கவில்லை. 'ஏன்' என்று கேட்டால் பதில் சொல்லாமல் வெறுப்போடு தன் அறைக்குள் போய்விடுகிறான். வெளியேயும் வரவில்லை. தட்டினாலும் திறப்பதில்லை. என்னாயிற்றென்று மேனேஜரிடம்

கேட்கலாமென்றால் கண்கெட்ட பிறகு காந்தராவ் படம் பார்க்க அவர் அரபாபுடன் ஈரானுக்கு போய்விட்டார். வியாபாரம் படுத்திருந்ததில் கூலிகளும் முடங்கிக் கிடந்தார்கள். சோகமான முகத்தோடு வானத்தை நோக்கியபடி இருந்தார்கள். இவர்களை விடுவோம், அஷ்ரஃபுக்கு என்னாயிற்று? 'அப்க்யா சோச்சே க்யா ஹோனாஹை ஜோ ஹோகா அச்சா ஹோகா!' – நுஸ்ரத்தின் ஓலம் உரக்கக் கேட்கிறது அவன் அறையிலிருந்து. கேட்கும்போதெல்லாம் கண்ணீரை வரவழைக்கும் பாட்டு. தன்னைத் தேற்றிக்கொள்ள இசையைவிட ஒன்றும் இல்லைதான்.

முன்னூறு யுகங்களுக்குப் பிறகு நமது நாடுகள் செவ்வாய் கிரகத்தில் முதல் ஒற்றுமை மாநாடு நடத்தி அதைக் கொண்டாட மேட்சுகளும் நடத்துகிறதே . . ! இந்த இனிய பொழுதில் ஒரு சூஃபி நீ இப்படி இருக்கலாமா? என்ன நடந்துவிட்டது இப்போது? தோல்வியும் வெற்றியுமில்லாத மைதானம் அங்கேயும் இல்லை என்ற வருத்தமா?

பூனையிடம் கேட்பதுதான் வழி!

கேம்ப்பை விட்டு மற்ற பூனைகள் ஓடியே போய்விட்டபோது அழகான அந்த 'ரஹ்மத்' மட்டும் என்னைப் பார்த்து நின்றது. கேட்டேன்.

பதில் சொல்லாமல் என் அறைக்குள் நுழைந்தாள்.

**திண்ணை. காம் / ஏப்ரல் 2004**

# தினம் ஒரு பூண்டு

சுமார் ஐநூறு மீட்டர் தூரத்திலிருந்த மரத்தின் கிளையில் தாவிக்கொண்டிருந்த ஒன்றை அது ஒரு குரங்குதானென்று கண்டுபிடித்து என் மனைவியிடம் சொல்லுமுன்னரே அவள், 'ஹை . . . ஆம்புளெ கொரங்கு' என்று பரவசமாக என்னிடம் சொன்னாள் முன்பு. அத்தனை கூர்மையான கண்கள் அவளுடையது. அந்தக் கண்கள் இப்போது கடுமையான கோபத்தில் சிவந்திருந்தன.

பெண்களின் கண்களே இப்படித்தானாம். சக்திப்பிழம்பாகச் சொல்வார்கள் ஹஜ்ரத். "ஒரு செகண்ட்தான் பாப்பா. ஓங்க மூக்கு முடி, கம்கட்டு மஞ்ச பூத்துக்கிறது, கால்நவம் வெட்டாம இக்கிறதுண்டு எல்லாம் தெரிஞ்சிடும். ஒரு படத்துலெ சொல்லுவான்: 'அஹ தூங்கிக்கிட்டிக்கிறாஹா. நாம வெளையாடிக்கிட்டிக்கிறோம் அஹ முழிச்சாஹா . . ? நாம தொலெஞ்சோம்'ண்டு. அவ்வளவு பவர் இக்கிது. அவ பேசுறதுலாம் இல்ஹாம். துனியாவெ அலஹாக்குறதே கொளந்தெயும் பொம்பளெயும்தாம்ப்பா . . . ஒண்ணு தெரியுமா? எதுக்கும் கட்டாயப்படுத்த முடியாது அவளுவளெ . . . ஏதோ பக்கத்து வூட்டுக்காரி எதுத்த வூட்டுக்காரி சொல்லிக்கொடுத்துட்டா . . . பால் கொடுக்கனும் பாய் விரிக்கனும்ண்ட்டு. அவளுவளும் ஏமாந்துபோயி ஏத்துக்கிட்டு . . . ஏதோ ஓடுது. அதுவரைக்கிம் சலாமத்து."

இப்படியும் பெண்கள் ஆண்களிடம் கருணை காட்டிவிடக்கூடாது. ஆனால் ஹஜ்ரத்தின் பேச்சில்

உண்மையும் இருக்கிறதுதான். அஸ்மாவின் பார்வையில் நான் எரிந்து விடுவேன் போல்தான் இருந்தது. பொதுவாக அபூர்வமாகவே அவளுக்குக் கோபம் வரும். அபூர்வம் இனி தினமும் வரும் போலிருக்கிறது.

ஏதோ பாடப் போகிறாள் என்னை. திட்டுவதை, பாடுவது என்பது ஊர் வழக்கம். பாட்டம் உடுறது . . . சாபம் வாங்கித் தொலைத்த சபராளியை என்ன சொல்லிப் பாடினாலும் தகும்தான். *pond+frog+plop?** அவன் எதுவும் அல்ல.

வலா ஹவ்ல வலா குவ்வத்த . . .

பொறுத்துப் பொறுத்துப்பார்த்துதான் அஸ்திரத்தை வீசியிருக்கிறாள். எழுந்து கண்ணைக் கசக்கிக்கொண்டிருந்த அதே நொடியில் வீழ்ந்தேன் வேறு வழியில்லாமல். பரம்பைசா இல்லாத முஸாபரைப் பார்த்து பால்பவுடர் வாங்கச் சொல்கிறாளே . . . அப்படி ஒன்றும் நான் பிச்சைக்காரனல்ல. முழுதாக ஒரு பதினோரு பைசா நாணயம் என் சட்டைப் பையில் இருக்கத்தான் செய்தது. இந்த செல்வச் செழிப்பு இருந்தும் கூட அனீஸின் பசியைத் தீர்க்க முடியாதது என் குற்றமா அரசாங்கத்தின் குற்றமா? வேலை தராத பா–ரதமாதா, என்னை இந்தப் பாடு படுத்துகிறாயே . . .

அஸ்மாதாவிடம் அமைதியிழந்து சொன்னேன்: "இவ்ளோபெருசா வச்சிக்கிட்டு ஏன்புள்ளே இல்லேங்குறா? கொடேன்." சுரப்புக்கும் அதற்கும் சம்பந்தமில்லையென்ற விஞ்ஞானமெல்லாம் தெரியாத கொழுப்பெடுத்தவன் நான்.

"சுத்தமா நிண்டுடிச்சி மச்சான் . . . நீங்களும் அப்பப்ப வாயை வச்சிப்புடுறீங்க . . . என்னா பண்ணித் தொலையிறது?" – படபடப்பாகச் சொன்னாள். என் அசட்டு இளிப்பைப் பார்த்து அத்தோடு விடாமல், "பெருசா இருந்தா வரணும்டு சட்டமா? பக்கத்துவூட்டு நானாவுக்கு 'பலாப்பளம்' பெருசாத்தான் இக்கிது" என்று பொரிந்தாள். 'மர்ஹபா' என்றேன். நொடியில் சுதாரித்துக்கொண்டு, " . . . ண்டு சொல்றாஹா . . ." என்று தொடர்ந்தாள். "அஹலுக்கு புள்ளையை காணோம். நான் பெத்த சீதேவி மவனுக்கு இவ்வளவு நோவுனை . . ." என்று முடித்து அழுதாள். "மர்ஹப்தைன்" என்று பாராட்டைப் பன்மையாக்கினேன். சௌதியிலிருந்தவனல்லவா? ஊரில் 'ரெட்டெ மர்ஹபா' என்பார்கள் எளிமையாக. 'கொட்டெ மர்ஹபா' என்பதுதான் இன்னும் பொருத்தமாயிருக்கும் என்று நினைக்கிறேன்.

---

* pond . . . frog . . . plop! - Matsuo Basho's Haiku Translated by James Kirkup

குடித்துவிட்டு உளறும்போதும் துக்கத்தை பிழியப்பிழிய அழுது தீர்க்கும்போதும் உண்மை வெளிப்படும் என்று சொல்வார்கள். உண்மைதான் போலிருக்கிறது. பார்த்தால் கூட பலாப்பழம் இனிக்குமே . . . முள்தோல் போர்த்திய ‘மூன்றுமுடிச்சு’ காட்டி வேதனையிலும் முறுவலிக்க வைத்தீர்களே நானா, நீர் வாழ்க. அஸ்மா, உன்னைச் சொல்லி குற்றமில்லை. கொல்லைசுவர் இடிந்து விழுந்திருப்பதில் நானும் கூடப் பார்த்தேன். ‘கொல்லையிலெ போவா’ என்று ஏகத்திற்கு நாம் சின்னவயதில் திட்டுவாங்கியதன் பலனால்தான் இம்மாதிரி பெரும் கொடைகளைக் கொள்ளையடித்து நம் கொல்லை கொடுக்கிறது போலும்.

பெரிதாக இருப்பதாலேயே சிறப்பு வந்துவிடாதுதான். என்னைக்கூட ஊரில் பெரிய அறிவாளி என்றுதான் ஒருவர் கருதுகிறார். அட, நான் அல்லங்க அது. எதற்கு வீண்வம்பு என்று யாருடனும் பேசாமல் ஒதுங்கிப் போனால் இப்படியா? பேசினால் உளறிவிடுவேன் என்ற பயத்தில்தானே அப்படி வாயைப் பொத்துகிறேன். அப்போதும் விடுவதில்லை.

“ரொம்ப நாளா சத்ததையே காணோமே” என்று கேட்டார் அவர்.

“பாங்குதான் சொல்லனும் அதுக்கு.”

“அல்லாஹு அக்பர், ஒங்கட்டயா பேசமுடியும்?” என்று நகர்ந்து விட்டார் அவரும் பேச்சில் அப்பைசப்பையல்ல. வறுமை ஏறஏற வாய்க்கொழுப்பு அதிகமாகுமோ? தர்ஹா மார்க்கெட்டில் அவரை “உல்லான் வாங்கலையாங்கனி . . ?” என்று கேட்டிருக்கிறான் கடைக்காரன். “உள்ளானுக்கு உல்லான். நான் இல்லான்” – இவர். ‘ஜோக்’ அடிப்பதல்ல, கொல்லாபுரம் மனிதர்களின் இயல்பே அதுதான். என்னமோ சொல்ல வந்தேனே . . . ஆங் . . . நான் அறிவாளியாகத் தெரிவதற்குக் காரணம் அகலமான என் நெற்றியாம். இந்த சாமுத்திரகா லட்சணப்படிப் பார்த்தால் அஸ்மாவுக்கு கூடத்தான் நெற்றி அகலம்.

தமாஷுக்குச் சொன்னேன். ‘மஹ்சரின் கண்’ணாக ஐந்தாவதோடு வீடடக்கப்பட்டாலும் அஸ்மா அறிவாளிதான். என்னைப்போன்ற பிழைக்கத்தெரியாத மடையனுக்கு அவள் கிடைத்தது பேரதிர்ஷ்டம். ‘புராக் மாதிரி இக்கிது அந்த புள்ளே’ என்று ஊர்ப்பெண்களை பராக்கு பார்க்க வைத்த பேரழகி. ஜிவ்வென்று தூக்கிக்கொண்டு பறக்கும் குதிரை. *Oneway*ல் ஊர் வந்திருந்த நான் கொஞ்சம் கூட முகம் சுண்டக் கூடாதென்று நினைப்பவள். அவள் மட்டும் இல்லையென்றால் கஷ்டங்கள்

வந்திருக்குமா? 'கஷ்டங்கள் வருவது புடம்போட. நாம் யார் என்று தெரிய' என்பது ஆன்மீகத்தின் பாலபாடம். ஆன்மீகமே கஷ்டம்தானே என்கிறீர்களா? அதைப்புரிவதும் ஆன்மீகம்தான் – குருவை நிராகரிப்பவர் பெரும் குருவாவதுபோல.

குரு என்றதும் கக்கூஸ் ஞாபகம் வருகிறது. கக்கூஸ் இல்லாத வீடு ஒரு வீடா? முடியெடுப்பதற்கு மட்டுமல்ல கக்கூஸ், முக்கிக்கொண்டே முடிவெடுக்கவும்தான். முதுகுத்தண்டை நேராக வைத்துக்கொண்டு குதத்தைச் சுருக்கி விரிக்கச்சொல்லும் அந்த தரீக்கா ரகசியங்களெல்லாம் இப்போது வேண்டாம். எடுப்புக் கக்கூஸை எடுத்தெறிந்து எங்கள் மானம் காக்க தீர்மானம் போட்டாள் அஸ்மா. மாமிக்கு கால்வலியென்று ஸ்பெஷலாக யூரோப்பியன் கக்கூஸ் போட்டதில் பாதி காசு போயிற்று. *W.C*யின் மேல் வெளிநாட்டு கம்பெனி பெயர் *DURR* என்று – *U*க்கு மேல் இரண்டு புள்ளிகளுடன் – இருந்ததில் மாமிக்கு வெள்ளைக்காரி போல ஒரு மிதப்பு. அவர்கள் போய் வரும்போதெல்லாம் மிதக்கும். 'ஏன்டி, *flush* செய்ய மாட்டாஹலா ஒங்க உம்மா?' என்று அஸ்மாவிடம் கேட்டால், 'செஞ்சிப்பாஹா மச்சான்; அஹ பீக்கு வெயிட் பத்தலே போலக்கிது' என்று சொல்லிக் கொண்டேயிருந்தாள். இதற்குமா செலவு செய்வது? 'ஒலக்கையெ முழுங்கட்டும்' என்று சொல்லிவிட்டு மீதியிருந்த மூவாயிரம் ரூபாயில் காரைக்கால் போய் கம்ப்யூட்டர் கற்றேன். திறமை வளர்ந்தால் சந்தர்ப்பம் தானாக வருமென்பார்களே . . . அதனால்தான். அந்தப் பெரும்பிசாசு அந்த நேரத்தில்தான் எங்கள் ஊர்ப் பக்கம் வந்திருந்தது. இப்படியெல்லாம் செய்வதற்குப் பதிலாக மிருகத்தின் உடல்பலத்தையும் வேட்டையாடும் லாவகத்தையும் பெற்றிருந்தேனென்றால் எதையாவது பிடித்தோ அடித்தோ லட்சங்கள் சம்பாதித்திருக்கலாமோ? தெரியவில்லை. இப்போது புலம்பிப் புண்ணியமுமில்லை.

சவுதி அராம்கோவிலிருந்து திருடிவந்த – கறுப்புத்திரையில் பச்சை எழுத்துக்கள் வரும் – அந்த ஒரே ஆயுதத்தை வைத்து அந்த ஆள் சார்லஸ்பாபேஜின் சகாமாதிரி அலட்டினாலும் நான் கொஞ்சம் கற்றுக்கொண்டேன் என்றே சொல்ல வேண்டும். முக்கியமாகக் கற்றது, எப்படி முட்டாள்தனமாக நாம் செலவழிக்க வேண்டும் என்பதுதான். ஆனால், மானிடரை 'உர்ர்'ரென்று முறைத்துப் பார்க்கும் உலகக்கலையில் தேர்ந்தேன். இதற்குக் காலைதோறும் போய்வர பஸ் செலவு? அஸ்மாதான் கொடுத்தாள்.

மாலைநேரக் கடைத்தெருவில் கமிஷன் வேலை பார்த்து நான் கொடுத்த காலணாவில், 'குண்டும் இல்லாம மருந்தும் இல்லாம' குடும்பத்தை ஓட்டுவதற்கு அவள் பட்டபாடு கொஞ்ச

நஞ்சமல்ல. பரிசாக அவளுக்கு நான் கொடுத்தது, இரவுநேரத்தில், 'தொப்பித்தலையன்' என்று அவள் செல்லமாக அழைக்கும் என் 'துப்பாக்கி'யிலிருந்து வந்த தொடர் குண்டுகள்தான். உடல் சரியில்லாத சமயங்களில் 'ஊசி' போடச்சொல்வாள். அவ்வளவுதான். 'சே, இதுவா . . .' என்றால் பிரிவின் கொடுமை உணர்ந்த மனைவியின் நோக்கில் பாக்கனும்ங்க . . . 'உம்மாவெ பிரிஞ்சி வாப்பா, ஒன்னெப் பிரிஞ்சி நான்' என்று காத்து பிரிஞ்சிக்கிட்டே கவிதை வாசிப்பதெல்லாம் பத்தாது. முப்பது வருடம் தொடர்ந்து சபரில் இருந்தால் –ஆமீன்– முப்பது மாதம் மனைவியுடன் சேரலாம். நல்லபிள்ளையாக மாதம் இருபது என்று அதைக் கணக்கிட்டால் கூட மொத்தத்தில் ஆறுநூறு முறைதான் மனைவியை மருவலாமென்றால் என்ன மயிரு வாழ்க்கை இது? அனுபவித்திருக்கிறீர்களா? இடக்கரலடக்கல் பற்றி மட்டும் இளித்துக் கொண்டு சொல்ல வந்து விடுவீர்கள். எல்லாம் தொங்கிப்போன வயதில், குறியைத் தூக்கிப் பிடித்துக் கொண்டு, 'அஸ்மா, சரியா சொன்னா ஒனக்கு பத்து மார்க். லெஃப்ட்லெ வுலுவுமா ரைட்லெ வுலுவுமா?' என்று நான் பந்தயம் கட்டப் போகும் காலத்தை நினைத்தாலே பகீர் என்கிறது. அஸ்மாக்கள் தோற்கவே மாட்டார்கள்.

சௌதியிலிருந்தபோது, 'ஊரில் இருப்பவர்கள் எல்லோரும் அசந்து குசுநாறிப்போய் பெண்டாட்டியைச் செய்வார்கள். நாங்கள் ஊர் வந்தால் ஒட்டுமொத்தமாக சேர்த்து ஒரேமாதத்தில் போடுவோமாக்கும்' என்று மேதாவி மாதிரி நான் கடிதம் எழுதியதற்கு நண்பன் ரகுதான் செருப்பாலடித்த மாதிரி பதில் எழுதினான்.

"நல்லா இருக்கேடா நீ சொல்றது . . . ஒண்ணு செய், ஏன் தினமும் பேலனும்? அதையும் ரெண்டு வருஷம் சேர்த்து வச்சி ஊர் வந்து ஒரேயடியா பேலுங்க."

இன்னும் அந்த வாசகம் மறக்கவில்லை.

அதற்காகத்தான் செல்லக்கிளி *alias* வெட்டுக்கிளி அத்தனை முக்கியத்துவம் கொடுத்தாள் இப்போது. செமபோடு. அவள் உடல் தந்த நிம்மதி இந்த ஜென்மத்திற்கும் போதும். அத்தனை வகைகள். கலவி ஒன்று போதும் கவலை மறக்க. இதில் *Top: #89*தான். 'விஷயத்தை' பரஸ்பரம் சும்மா பார்த்துக்கொண்டே இருப்பது. ஒரே ஒரு கஷ்டம், மறதி அநியாயமாக வரும். பார்த்ததாகத் தெரியாது. மறுபடிமறுபடிப் பார்ப்போம்.

"பொண்டாட்டியோட படுக்குறதை சாதாரணமா நெனச்சிடாதீங்க. அதை வுட ரூஹானியத், இபாதத் கிடையாது. சரியா செய்ய முடியாத காரணத்துனாலதான் அதுக்குள்ள

லாபத்தை அடையமுடியாம போவுது உங்களாலெ . . .” என்பார்கள் ஹஜ்ரத் – தன் சீடர்களிடம். ஒரு பாட்டும் வரும் உற்சாகமாக:

உச்சந் தலையிலு முகங்கண்ணிலு
    முவந்த இருகன்னங் குழிதமும்
இச்சையுட னிருவிலாபுறமு
    மிசைந்த தனமிரண்டு மிடை நடுவும்
பச்சமுடன் றெப்பு ழரையல்குலும்
    பரிந்து நாவு கொண்டாட்டி நீட்டி
யச்சமின்றியே யமுதம் வாங்கி
    யருந்தும் பெரியோர்களமலாகுமே*

அமல் . . . கல்யாணமான ஹஜ்ரத்துகளின் கானாப்பாட்டே தனிதான். வக்கிரமோ உக்கிரமோ, தஸவ்வுஃப் தெரிந்தபிறகு தவறு செய்யக்கூடாது. அதுவும் நக்கலாக எழுதுபவன். ஆனால் இப்போது அமல் அல்ல, அமுல்தான் தேவை. அரேபிய மருத்துவத்தில் அற்புதப் பங்கை வகிக்கும் தேனைச் சுவைத்தும் தேனீக்கள் கொட்டின. உவாங் வேண்டியிருந்தது எதற்கும்.

யுவாங்சுவாங்கைகூடப் பார்த்துவிடலாம், இந்த ‘உவாங்உவாங்’ஐப் பார்ப்பது அத்தனை கஷ்டம். உவாங் என்றால் ஊரில் பணம். மலாய் பாஷை. ‘ஆப்பாபியாங் ஓராங் ஆப்பையெ தூக்கிட்டு ஓட்றான்’ என்பார்கள் என் வாப்பா வேடிக்கையாக. உண்மையிலேயே முப்பது வருஷம் ஆப்பையைத் தூக்கிக்கொண்டு நெருப்பில்தான் நின்றார்கள் கோலாலம்பூரின் மஸ்ஜித்இந்தியா ஹோட்டல்களில். என் சீதேவி வாப்பா . . .

என்ன செய்வதென்று புரியவில்லை. சொந்தங்கள், கடைத்தெரு என்று எல்லோரிடமும் கடன் வாங்கியாகிவிட்டது. துபாய் கஃபாலத் விசாவை வாங்கி இதோ அனுப்புகிறேன் அதோ அனுப்புகிறேன் என்று ஒரு நண்பன் இழுத்தடித்துக் கொண்டிருந்தான். பணத்திற்கு எப்படித் தோது பண்ணுவதென்று தெரியவில்லை. உம்மாவின் முகமோ எரிமலையாய் இருந்தது. அப்படி அவர்கள் முகம் காட்டினால்தான் ஃபிரான்ஸில் தட்டு கழுவி பணம் அனுப்பும் தம்பிக்குப் பிடிக்கும். என் பங்காக மாதப்பணம் கொடுத்து மாதங்கள் பலவாகிவிட்டன. ஆயினும் தொடர்ந்து பகல் சாப்பாடை மட்டும் உம்மா வீட்டில்தான் சாப்பிட்டேன். ‘உம்மா என்றழைக்காத உயிரில்லையே . . . உம்மாவை வணங்காமல் உயர்வில்லையே . . .’ என்று உயிரை விட்டுப் பாடினேன் காசுதாஸாக. பாட்டா? யாருக்கு வேணும்? நோட்ட தா மவனே . . .

---

* நூஹுலெப்பை ஆலிம் அவர்களின் வேதபுராணத்திலிருந்து (இல்முன்னிஸா படலம்)

கல்யாணமாகாத மூத்த தங்கச்சியால் அன்போடு வைக்கப்படும் தட்டின் சத்தம் நாளுக்கு நாள் அதிகரித்தது. தாய்சொல்லைத் தட்டக்கூடாது. வெறும் தட்டை வைத்தாலும் சாப்பிடு. திட்டைப் பொருட்படுத்தாமல் அங்கே கோபித்துக்கொண்டு பகல்வேளையில் மனைவியிடம் போனால் என்னால் அவளுக்கு மேலும் செலவு அதிகரிக்குமென்று தவிர்த்தேன். கடன் வாங்கியாவது காடை பொறிப்பாள் அஸ்மா. என் 'காடை'க்கு ரொம்ப முக்கியம். அஸ்மாவின் உம்மாவும் முணங்க ஆரம்பித்தார்கள். மகளின் நகைகள் வட்டிக்குப் போவதும் விற்கப்படுவதும் அவர்களுக்குப் பிடிக்கவில்லை. என்ன செய்வது? அந்த நகைகளுக்கும்தான் பிடிக்கவில்லை. அஸ்மாவை செய்வதைத்தவிர வேறு ஏதாவதும் நான் செய்தாக வேண்டும். என்ன செய்ய?

அஸ்மாவிடம் புலம்பினால் 'அல்லாஹ் இக்கிறான்' என்கிறாள் பெரிய அவுலியா மாதிரி. அட, யார் இல்லையென்றது? அல்லாஹு ஸமது . . . எந்தத் தேவையுமற்றவன். மனிதர்களைக் காப்பாற்றும் தேவை கூட அவனுக்குக் கிடையாது. தன்னைக் கேடயமாக வைத்துக்கொண்டு பிழைக்கும் முஃப்திகளின் பரிந்துரையில், எழுத்தாளர்களின் தலைக்கு மேலே ஃபத்வா கத்திகள் தொங்கினால் மட்டும் பரம இன்பம். கொடுப்பவர்களும் வாங்குபவர்களும் பாலுக்கு நாயாய் அலைபவர்களல்ல என்றா? 'நானோ என் நபியோ அப்படி சொல்லலையேப்பா . . .' என்று அவனும் புலம்பலாம். அவன் படும் கஷ்டம் சொல்லி மாளாது. சரி, அதைவிடு அஸ்மா, உனக்கு என்ன வேண்டும் இப்போது? பால்பவுடர். செரிமானத்தை *lock* செய்யாத செரிலாக் அல்ல, அமுல். ஆறுமாதம் வரை அதுதான். எப்படியாவது வாங்கி வந்து கொடுக்க வேண்டும். அவ்வளவுதானே?

"காசுக்கு எங்கேடி போவேன்?"

"வலா ஹவ்ல வலா குவ்வத்த இல்லாபில்லாஹ் . . . போக்கு காட்டாம புள்ளைக்கி மாவுடின்னுக்கு வளியெ பாருங்க. ஹும் . . ." – முகத்திலடித்தாற்போல சொன்னாள் அஸ்மா.

பெரிய அரபுக்காரி என்ற நினைப்பு . . . ஆனால் வாக்கியத்தின் அர்த்தம் தெரியாமலேயே சொல்கிறாள். சங்கடம் வரும்போதெல்லாம், மகத்துவமிக்க அல்லாஹ்வின் புகழை இப்படித்தான் ஊர் பாடுகிறது. 'அல்லாஹ்வைத் தவிர எந்த ஆற்றலும் யாருக்கும் இல்லை' என்று அர்த்தம். இல்லாபில்லாஹி = அல்லாஹ்வைத் தவிர. இதைக் கொல்லாபுரம் ஆலிம்ஷாக்களிடம்தான் கேட்டறிந்தேன். வேறு ஒரு அரபி

வாக்கியம் சொல்லி அதற்கு அர்த்தம் கேட்டபோது இது கிடைத்துவிட்டது. எது தெரிந்து என்னாகப் போகிறது, எனக்குத் தெரிய வேண்டியது அஸ்மாவின் கோபத்தை எப்படித் தணிக்க வேண்டும் என்பதுதான்.

டெலிஃபோன், டி.வி என்று அவள் கேட்பதற்கெல்லாம் நான் ஏதாவது சால்ஜாப்பு சொல்லிக் கொண்டிருந்ததில் கோபம் வரத்தான் செய்யும். நான் என்ன செய்வேன்? அப்போது அதெல்லாம் பெரிய மனிதர்கள் வீட்டில்தான் எங்கள் ஊரில் இருந்தது.

பாவம், கோபப்படக்கூடாது அவள்மேல். பால்கொடுக்க வெல்லாம் கட்டாயப்படுத்த முடியுமா? 'ஒட்டகத்தின் அம்பாரியிலிருந்தாலும் கணவன் கூப்பிட்டால் மனைவி வரவேண்டும்' என்ற ஹதீஸைப் படுக்கைக்குப் பயன்படுத்தவே பதறும்போது, பால் நின்றுபோனவளிடம் பாய பைத்தியமா? பெண்களின் அத்தியாவசியக் கடமையா இது? வேறுவேலையற்ற வானவர்கள் விடியும்வரை வைதால் வைதுவிட்டுப் போகட்டும். நான் சொல்லமாட்டேன். வானவர்களைவிட மனிதன் உயர்ந்தவன் என்று குறிப்பாகச் சொல்கிறது இறைமறை*.

அந்தக்கால அரபுநாட்டில் பால்கொடுக்கவே தனியாக செவிலித்தாய்கள் இருந்திருக்கிறார்கள். நாயகத்திற்கு கொடுக்கவந்த ஹலீமாவின் வற்றிப்போன மார்பகம் கூட வற்றாத ஜம்ஜம் – ஆக மாறி அமுதம் சுரந்ததும் பக்கத்தில் படுத்திருந்த கிழட்டு ஒட்டகையின் மடு கூட பருத்ததும் வரலாறு. 'பெண்மணி ஆமினா பெற்றிடு தவமணி ஹலிமா வின்பால் அருந்திய மன்மணி'யான நாயகமா நாமெல்லாம்? இன்னல்லாஹ வ மலாயி கத்தஹூயுஸல்லூன அலந்நபிய்யி யா அய்யுஹல்லதீன் ஆமனூஸல்லூ அலைஹிவ ஸல்லிமூ தஸ்லீமா**. 'கரடுமுரடான' சிறுகதைக்குள் நாவல் எழுதக் கூடாதென்பது விதியென்பதால் தொடராமல் விடுகிறேன்.

வெளியாளை வைத்து ஏற்பாடு செய்யலாம். என் சொந்தக்காரர் ஒருவருக்கு வீட்டு வேலைக்காரி பக்கிரிச்சிதான் பால் கொடுத்தாளாம். வளர்ந்தபிறகு அவர், பால்கொடுத்தவளின் மகளையே பதம் பார்த்தாரென்றாலும் பாசம் மட்டும் மாறவில்லை. அஸ்மா வீட்டில் வேலைக்காரி கிடையாது. என்மேல் அவ்வளவு நம்பிக்கை. அடுப்படிவேலைக்கு உதவுகிறேன் என்று ஒரு கிழவி எப்போதாவது வரும். அஸ்மாவின் உம்மாவைச் சொல்லவில்லை,

---

* – குர்ஆன் வசனங்கள் : 2 : 30–32

** – குர்ஆன் வசனங்கள் : 2 : 33:56

கோபித்துக்கொள்வார்கள். தன் துணிகளைத் துவைக்கும்போது அப்படியே காற்றில்லாத நீள பலூனாகத் தொங்கும் தன் முலைகளையும் தரையில் விட்டு அலசிப்பிழிந்து முதுகுப்பக்கம் போட்டு காயவைக்கும் முத்திமுறுவுன கிழவி அது. நானாவது கொடுக்கலாம் என்றாலோ பாழும் இந்த இயற்கை பெரும் வஞ்சனை செய்துவிட்டது. இயற்கையை வெல்லவே மனிதன் பிறந்திருக்கிறான். அவன் பால்பவுடரைக் கண்டுபிடித்தான்.

தாய்ப்பாலுக்கு இருக்கிற நோய்எதிர்ப்பு சக்தி, அதைக் கொடுக்கும்போது பிள்ளைக்கும் தாய்க்கும் உருவாகும் விவரிக்க இயலாத உறவு, பால்பவுடரில் கிடையாது என்கிறார்கள். எனக்கு இதில் நம்பிக்கையில்லை. என் உம்மாவுக்கும் எனக்குமுள்ள உறவே சாட்சி. சாலியா, சதக்குப்பை என்று லேகியம் கிண்டி சாப்பிடாமலேயே திடனாக இருந்த உம்மா, எனக்கு நாலு வயது வரை தாய்ப்பால் கொடுத்தார்கள். எதற்கும் ஒரு பாதுகாப்புக்கென்று வாங்கிவைத்த மாவுடின்னுக்கு வேலையே இல்லையாம். எனக்கிருக்கும் எழுபத்தெட்டு நோய்கள் இருக்கட்டும், வந்ததும் வளர்ந்திருப்பதும் உறவா? துறவு. தாய்ப்பால் குடிக்கும் பிள்ளைகள் மற்றபிள்ளைகளைவிட புத்திசாலிகளாக இருக்கும் என்பதும் சரியில்லை. உலகத்தில் நான் ஒருவன் மட்டும் இருந்தால்தான் அது உண்மையாகும். எதிலுமே உண்மை கிடையாது என்று தத்துவம் பேசிக்கொண்டிருக்க நேரமில்லை. அனீஸ"க்கு இப்போது பால் வேண்டும். அதை வாங்கப் பணம் வேண்டும். பணம்தான் உண்மை. ஆன்மிகமெல்லாம் அப்புறம்தான்.

அஸ்மா பக்கமும் இதில் குற்றம் இருந்தது. என் உம்மாவிடம் போட்ட சண்டைகளைச் சொல்லவில்லை. சண்டையில்லாமல் மருமகளா? ரகுவின் படித்த மனைவி எழுதியிருந்த ஒரு பாட்டிவைத்தியத்தை அவள் ஆரம்பத்திலிருந்தே கடைப்பிடிக்காததைச் சொல்கிறேன். அது ஒன்றுமில்லை, அற்பத்திலும் அற்பமான பூண்டு. அதை *Elixre of Life* என்று சொல்லியிருந்தது ரகுவின் மனைவி. அண்டவாதம், கபால வாயு, மூலவாயு போன்ற முன்னூற்றிருபது நோய்கள் போக்குவது தவிர பால் சுரக்கவும் அற்புதமான மருந்தாம் அது. பாலில் நாலைந்து பூண்டுப் பல்லைப் போட்டு சிறிது ஏலப்பொடியும் சேர்த்துக் காய்ச்சி கொடுத்து வந்தால் பால் நன்றாக சுரக்குமாம். பூண்டு தின்னும் தாயின் பால், குழந்தைகளுக்கு ருசியாகவும் இருக்கும் என்று சொல்லியிருந்தது அது. *Allium sativum*, பைபிள், சீனா *A.D. 510*, வெஸ்டர்ன் ரிசர்வ் யுனிவர்சிட்டியில் ஆஸ்டின் எஸ்.வீஜ், பர்ஜர், ஜாக் பென்ஸ்கி ஆகிய விஞ்ஞானிகள் ஈடுபட்ட புற்றுநோய் ஆய்வு , செலீனியம் ஜெர்மானியம் . . . இதெல்லாம்

அதிகப்படி. சரிதான், இஞ்சிப்பூண்டு நிறையக் கொடுத்த எந்தக் கறிப் பெரட்டல் ஆனாலும் போட்டு சுழாட்டும் அஸ்மாவுக்குப் பிடிக்க வேண்டுமே ... "பால்லெ கொதிக்கவச்சா கெழங்குமாதிரி இக்கிம்" என்றார்கள் மாமி. உவ்வே ... "நாலஞ்சி பல்லை சுட்டாச்சும் திண்ணுடி" என்றும் சொன்னார்கள். அதற்கும் மறுத்துவிட்டாள். இறைவனின் கருணையை நினைத்து என் காதுகள் அசைந்தன. அதிகம் அசைந்தால் தங்களை முகரவைத்து விடுவான் என்று நிறுத்திக்கொண்டன.

பூண்டின் நாற்றம் எனக்கும் பிடிக்கவே பிடிக்காது. பெயரே முதலில் சரியில்லையே ... Stinking Rose. எனவே 'A garlic a day keeps everyboby away' என்பதில் முழு உடன்பாடு – சின்னவயதிலிருந்தே.

அப்போதெல்லாம் மலேயாவிலிருந்து மீன் எண்ணெய் மாத்திரைகள், பூண்டு மாத்திரைகள் பாட்டில்பாட்டிலாய் வரும் என் உம்மா வீட்டுக்கு. மீன் எண்ணெயாவது பரவாயில்லை. குத்தும் இந்தப் பூண்டின் நெடி ... சகிக்காது. அலறவைக்கும் யுத்த நெடியிலும் மலக்குவியல்களுக்கு நடுவேயும் மனிதர்கள் வாழும் பல இடங்களின் கொடூரத்தைப் படித்தும் கொஞ்சம் பார்த்தும்கூட இந்த சாதாரணப் பூண்டுக்கு இத்தனை அருவருப்படைவது என் நாற்றத்தைச் சொல்லவே சொல்கிறது. ஆனாலும் என்ன, பூண்டு நாற்றம்தான். நாயகத்தை எனக்கு பிடித்துப் போனதுகூட 'பச்சைப் பூண்டு, வெங்காய நாற்றத்தோடு – பள்ளிக்கு – வராதீர்கள்' என்ற ஹதீஸ்தான் காரணம் என்று நினைக்கிறேன். அடுத்த மனிதர்களின் சிறுமுகச்சுளிப்பைக் கூட அளந்த எங்கள் அருமை நாயகம். 'மஹா லௌகீக தந்திரி'. எங்கள் ஊர் கவிஞர், 'இருட்டில் இருந்தான் இறைவன் – நபி இங்கே பிறந்திடும் முன்பு' என்பார். தன் வீட்டில் மின்சாரமே இல்லாத நிலையிலும் அப்படிப்பாட எவ்வளவு அன்பு வேண்டும் ... அல்லது தன்னையே இறைவனென்று சொல்லிக்கொண்டாரா? இருக்கலாம். இந்த சூஃபிஸம் படாதபாடு படுகிறது.

அந்த நாயகம் பிறந்த மண்ணில், பின்னர் நாய்படாத பாடு நான் பட்டதற்கு ஆலிவ் எண்ணெயில் ஊறிய பச்சைப் பூண்டை மென்றுகொண்டே இருந்த ஒரு அரபியும் காரணம். புராதன எகிப்தியர்கள் பூண்டை வணங்கினார்கள், கிரேக்க ஒலிம்பிக் வீரர்களுக்கு அது பெரும் சக்திப்பிழம்பாக இருந்தது என்றெல்லாம் அவன் சொல்வான். தான் தொழப்போவாததற்காகவும் இருக்கலாம். அதிசயமாகப் படித்தவன் இல்லையா? சம்பளம் கேட்டால் மட்டும் வாயை 'ஃப்பூ' என்று ஒரு ஊது. ஏய், உன் மனதை விடவா அது நாற்றம்? முன்னரோ பின்னரோ – நாம் ஏறி ஓட்டியே ஆகவேண்டிய – மரணம் என்ற 'ஜமல் அஸ்வத்'

நம் ஒவ்வொருவரின் வீட்டு வாயிலும் நிற்கிறது . . . புரிந்து நட ஏ . . . முதலாளியே . . . என் அப்துல்லா–அல்–கால்தியே . . .

“யா தஅபான், ஹதா மூ கஸ்வா. கருப்பு ஒட்டகம்தானே? அதில் ஏறும்முன் அதையும் ‘ஏறி’க்கொள்கிறேன். ப்பூ . . .” – மறுபடியும் பூண்டு நாற்றம். தத்தரிகிட தத்தரிகிட தித்தோம் . . . ‘த்தோம்’ என்றால் அரபியில் பூண்டு. ‘பஸல் அபியத்’ என்பார்கள் என்னைப்போல உட்டாலக்கடி அரபி பேசுபவர்கள். எந்த மொழிதான் எனக்குச் சரியாக வந்திருக்கிறது, மௌனம் உட்பட?

என்னதான் சொல்லுங்கள், சுட்டாலும் குடலைப்பிடுங்கும் நாற்றம்தான் அது. பூண்டைச் சொல்கிறேன்.

என் ருசிபற்றித் தெரியாமல், கோமளாதேவி குத்தாலிங்கம் என்ற விசிறி வேறு அதையே போட்டுத்தாட்டி ஒரு சமயம் கொடூரமாகப் பழிவாங்கினார். மாயவரத்தில் இருந்தார். எழுதிய ஒரே கதைக்கு கிடைத்த ஒரே விசிறி. முடை சிற்றிதழில் வெளியாகியிருந்த எனது ‘தொங்கல்’ அவருக்கு ரொம்பப் பிடித்துப் போனதாலோ என்னவோ கடிதம் போட்டு அன்போடு கூப்பிட்டிருந்தார். அப்போது நான் தனியன். அஸ்மா தப்பித்திருந்தாள். செலவுசெய்து விருந்துக்குப் போனால் . . . பூண்டில் எத்தனைவகையுண்டோ அத்தனை வகையும். பூண்டு ரசம், பூண்டுக் குழம்பு, பூண்டு ஊறுகாய். பூண்டு சோறும் பூண்டுத் தயிரும் மட்டும்தான் இல்லை. பூண்டோடு ஒழிந்தேன். அதைவிடக் கொடுமை, அவர் ரசித்துப் பாராட்டிய அந்தக் கதை . . . அந்தக் கதை . . . அது என் கதையே அல்ல. இது காதில் மாட்டுவதாக்கும். ஆனால் நாமொன்று எழுதினால் தாமொன்று வலியப் புரிந்துகொள்ளும் – குழாயைத் திறக்கச் சொன்னால் மூடியே வைக்கச் சொல்வதாக ‘உரிமையுடன்’ எடுத்துக் கொள்ளும் – வாசகர்களுக்கு இந்த டாக்டரம்மா தேவலைதான். ஒரு உண்மையையும் சொல்ல வேண்டும். காதைக் காட்டுங்கள். அந்தக் கதை என் கதையைவிட நன்றாகவே இருந்தது.

கதை எழுதுவதையே விட்டுவிட்டேன் அன்றிலிருந்து.

ஒருவேளை அதற்காகத்தான் அந்த விசிறி பூண்டு வைத்தியம் எனக்குச் செய்தாரோ என்னவோ. என்னிடம் நேரில் சொல்லியிருக்கலாம் இல்லையா? அங்கிருந்து கழன்றுகொண்டு வருவதற்குள் உயிர் போய்விட்டது. கழன்றுகொன்டு . . . ஊர்பாஷையில்: புண்டுகிட்டு. பூண்டு மட்டுமல்ல இந்தப் புண்டும் ரொம்ப அபாயமான வார்த்தை. ‘புஞ்சை’ பற்றி பிரமீள் அடித்த கமெண்ட் ஞாபகம் வருகிறதா? அஸ்மா

அதைப் பயன்படுத்தும் விதம்தான் ஜோர். பொரித்த கோலாமீன் சாப்பிடும்போது அதன் முள்ளை நாசூக்காக எடுத்தவண்ணம் சதையைப் பிட்டுப்பிட்டு எனக்கு வைப்பவள், பிடரியிருந்து அற்புதமாகப் பாடும் அரபிப் பாடகிகளின் ர ஹ ஸ் ய மா ன குரலில், குறுகுறுபார்வையோடு சொல்வாள்:

"ஒங்களுக்குத்தான் புண்டமீனுண்டா ரொம்பப் புடிக்குமே."

உண்ட மீனெல்லாம் வெளியில் வந்துவிடும் எனக்கு சிரிப்பில். அடி ஷைத்தான், நான் தேவல புள்ளே . . .

பூண்டைத் தின்னமாட்டேன் என்று என்னைப்போலவே சங்கற்பம் _ பூண்ட இவளிடம் போய் என்னத்தைச் சொல்ல? பாரதியை மீண்டும் இழுக்கலாமா? 'வலிமை சேர்ப்பது தாய்முலைப் பாலடா'. ஆமாண்டா, உன் செல்லம்மாவுக்கு வந்தது. என் செல்ல அஸ்மாவுக்கு வரலையே... என்ன செய்ய? அதற்கு மாற்றுதான் கேட்கிறாள் இப்போது. வழி தெரியவில்லை. சீட்டுக்கவிகள் எழுதினால் சீ.கு. சீனிவாசன் M.Dக்குப் பிடிக்காது.

பசும்பாலைக் கொடுக்கலாம் என்று பார்த்தால் டீச்செலவைக் குறைக்கிறேன் என்று அதையும் நிறுத்தியாகி விட்டது. தேவைப்பட்டால் பிள்ளைக்கு மட்டும் வாங்க வேண்டியதுதான் என்று நினைப்பு. "அரபிலாம் சுலைமானிதான் குடிப்பானுவ" என்றுசொல்லி அடக்கி வைத்திருந்தேன். "அரபிட்ட காரும் இக்கிமே" என்று கேலிசெய்த அஸ்மாவை பொருட்படுத்தவில்லை. எந்தப் பக்கம் அவள் சொல்வாளோ அந்தப்பக்கம் எனக்கு காது கேட்காமல் போய்விடும் கடுமையான வியாதி வந்திருந்தது.

அஸ்மா படு உஷார். ஒரு டியூப் வைத்து என் இருகாதையும் இணைத்து உரக்கச் சொன்னாள்: "வர்ற வெள்ளிக்கிழமை செடிக்கால்பாளையம் தர்ஹாக்கு கார் எடுத்துக்கிட்டு போவனும். புள்ளைக்கி நேர்ந்திருந்தேன்"

"அல்லாவே, வர்ற வெள்ளிக்கிழமையா?"

"ஏன்மா?"

"அன்னக்கி எனக்கு அம்மை வார்க்கும் புள்ளே"

அந்த சமாளிப்பெல்லாம் இப்போது நடக்காது. உடனடியாகச் செய்ய வேண்டியது பக்கத்து வீட்டுக்கு வந்ததால் பகையாளிகளாகப் போனவர்களிடம் கடனேயென்று பால் வாங்கச் சொல்வது. அடுத்தது நான் ஆண்பிள்ளையென்று 'காட்ட' வேண்டும்.

செவ்வாய்க்கிழமை பஜார் விடுமுறை. பீடையாம். எலியட் இருந்தால் *'Ash Tuesday'* என்று பாடியிருப்பான். பஜார் தப்பித்தது மனிதர்களிடமிருந்து. என்னிடமிருந்தும்தான்.

நூருலமீன்நானாவைப் பார்க்கப்போனால் என்ன?

வெளிப்படையாக உங்களுக்கு காரணத்தைச் சொன்னால், வீட்டிலிருந்து வெளியே ஓடினால்தான் வழிபிறக்கும் என்று பட்டது. குஞ்சுகளுக்கு இரைதேட தாய்ப்பறவை வெளியில் போகிறதே . . . எத்தனை தீர்மானம், நம்பிக்கை. ஏதாவது கொண்டுவருகிறதா இல்லையா? நம் குஞ்சு பொரித்த குஞ்சுக்கும் இப்படித்தான் வழிதேட வேண்டும். இறைவன் மேலானவன்.

தொக்குத்தெரு சென்றேன். நாட்டுக்கு ஒரு குத்பு – இறைநாயகர் – வேண்டுமென்றால் நாலு குத்பு வேண்டும் இந்தத் தெருவுக்கே. அவ்வளவு கொடுமையான தெரு. அதிலிருந்த ஒரே மனிதன் அவர்தான். அதனால் தனியாகத்தான் இருந்தார். அவரிடம் பேசிக்கொண்டிருக்கும்போது மனம் ராஹத் ஆகும். குழப்பம் அதிமானால் தெளிவு பிறக்கும், இல்லையா? ஹஜ்ரத் மவுத்தானபிறகு மனசு ரொம்ப குழப்பமாக இருந்தால் அவரைத்தான் நாடுவது வழக்கம். ஹஜ்ரத் இருந்திருந்தால் ஏன் குழப்பமும் வருகிறது?

'க்யூங் ஜிந்தகி கி ராஹ் மேங் மஜ்பூர் ஹோ கயே' என்று பாடிக்கொண்டிருந்தவர், கசங்கிய என் முகத்தைப் பார்த்ததுமே உடனே புரிந்துகொண்டார். "அதாவது . . . ஜனாபுக்கு தற்கொலை பண்ணிக்கலாம்டு வருது" என்றார்.

"சரியான எடத்துக்குத்தானே வந்திக்கிறேன்."

"இது போதும். நம்மட வேலையெ இன்னொருத்தவனை வுட்டு பண்ணணும். இப்ப இந்த வூட்டு வரி, காட்டு வரிண்டு இக்கிது. நானா கட்டுறேன்? சிங்கப்பூருலேந்து ஒருத்தன் நான்தான் கட்டுறேண்டு கெஞ்சிக்கெஞ்சி கட்டுறான். என்னத்தைக் கொடுக்குறேன் அவனுக்கு? வெறும் மொஹப்பத். அன்பு."

"அதெல்லாம் எனக்குத் தெரியாது நானா. இப்ப மாவுடின் வேணும் எனக்கு. கையிலே ஒரு பைசாகூட இல்லை. இருந்தா கொடுங்க."

"ஓய் அடப்பு. அது தெரியாது எனக்கு? டன்ஹில்லேர்ந்து பீடிக்கு வந்து அதையும் தெருவுல பொறுக்குற எத்தனெப் பேரெ நான் பாத்துக்கிட்டிக்கிறேன். ஓமக்கு மாவுடின்தானே வேணும்? அதுக்கு 'மின்னல் ஹபீபு' எதுக்கு? மொனைக்கடை ஜானிபாய்ட்டே நான் சொன்னதா சொல்லி வாங்கிக்கும்."

“அவனுக்கு நீங்க காசு கொடுத்துத்தானே ஆவனும் நானா?”

“கொஞ்ச நஞ்சமில்லே . . . முழுசா முப்பதாயிரத்து நானூத்தி சொச்சம். அதெ அடுத்தமாசம் சாதுல்லாகாக்காட்ட வாங்கி கொடுத்துடுவேன், இன்ஷா அல்லாஹ்.”

“சாதுல்லாகாக்காக்கு திருப்பிக் கொடுக்கனும்லே நானா எப்படியும்?”

“அதெ அடுத்தவருஷம் ஹாஜாமரைக்கார்ட்டெ வாங்கி கொடுத்துட்டாப் போச்சு.”

எனக்குத் தலை சுற்றியது. போகிறபோக்கில் என்னிடமே கடன் வாங்கிடுவார்போல் இருந்தது. அப்படியெல்லாம் செய்யவில்லை. வற்புறுத்தி, பகல் தன்னுடனேயே சாப்பாடு சாப்பிட வைத்தார். அது எந்த ஹோட்டலிலிருந்தோ வந்திருந்தது. அடுக்குசட்டியை வைத்தவனும் ஏதோ ராஜாவுக்கு வைக்கிறார்போல்தான் வைத்தான். நான் நானாவைப் பார்த்தேன். சிரித்தார். ‘கொடுக்குறது அவன்’ என்று மேலே கை காட்டினார். ‘அவன்’ இவரிடம் நிறைய கடன்பட்டிருந்தாற்போல்தான் தோன்றியது. “தைரியமா போவும் வூட்டுக்கு. அல்லா வழி காட்டுவான். நம்பிக்கையில்லேண்டா ஜானிகடை. *ok?* ஃபிஅமானில்லா” என்றார்.

மாலை திரும்பும்போது , இடையில்வந்த ஜானிகடையின் மேல் கண் பதிந்தாலும் ஏதோ அசட்டுத்துணிச்சலில் தாண்டினேன். மனதில் இனம் தெரியாத நம்பிக்கையும் தைரியமும். போகிறவழியில் வானத்திலிருந்து மாவுடின் பொத்துக்கொண்டு விழுந்தாலும் விழுமென்றில்லை, உம்மாவிடம் கடைசியாக கேட்டுப்பார்க்கலாமென்றுதான். உம்மாட்ட போயி யாராச்சும் மானம் அவமானம் பாப்பாஹலா? எரிஞ்சி வுழுந்தாத்தான் என்னா? ‘பொன்னும் மணியுமிங்கே – பெற்ற தாய்தமக் கிணையாமோ?’ என்பார் கவிஞர் அம்புடன்புஹாரி.

உம்மாவீட்டில் நுழைந்தால் வீடு பரபரவென்றிருந்தது. கொல்லையிலிருந்து லாப்பை சுடும் வாசம் வந்தது. பண்டாரிவைத்து பெரிய அளவில் பண்ணிக்கொண்டு இருந்தார்கள். உம்மாவைப் பார்த்தேன். “அஸ்மாவுக்கு பா . . .” என்று ஆரம்பித்ததுமே விருட்டென்று முகத்தைத் திருப்பிக் கொண்டு போனார்கள். ‘ல்’ஐ நெருப்பில் எரிந்தேன்.

என்ன நடக்கிறது?

தெருவாடி மனிதர்கள் ஒவ்வொருவராய் வீட்டுக்குள் நுழைந்து கூடத்தில் விரித்திருந்த பாயில் உட்காரும்போதுதான்

மெல்ல விளங்கிற்று. நடக்கப்போவது தங்கச்சியின் கக்கிலி. கல்யாண முன் ஒப்பந்தம். அதாவது . . . இரண்டாவது வரை படித்த அரபுநாட்டு புரட்சி மாப்பிள்ளைக்கு, அருவருப்பான பணம் வேண்டாம், அழகான பங்களா மட்டும் போதும் போன்றவைகளை உறுதிபடுத்திக்கொள்வது. என் புர்ரட்சியை உம்மா ஏமாற்ற அவர்களை அஸ்மாவின் உம்மா ஏமாற்றியது தனிக்கதை. அப்புறம் சொல்கிறேன்.

அறையில் அடைந்திருந்த துப்பட்டிக் கும்பலில் என் அஸ்மா மட்டும் இல்லை. கூப்பிடாமலிருந்தால்தான் சொல்லியும் வரவில்லையென்று நிறுவலாம். நிகழ்ச்சி முடிந்து ஜனங்கள் வெளியேறும்வரை நெருப்பில்தான் குளித்தேன் என்று சொல்ல வேண்டும். "என்னாடீ . . . வூட்டுக்காரஹ நீயே 'நே . . .'ண்டு பாத்துக்கிட்டு நிக்கிறா. லாச்சாராவுலெ இக்கிது . . . லட்டும் சர்பத்தும் ஓலுங்கா பவுந்தியா இல்லையா வந்தஹலுக்கு . . ?" – ஒரு பொன்னையனின் குரலில் சற்று உஷார் வந்தது. இவர்களாவாவது பிறந்திருக்கலாம்.

வூட்டுக்காரஹ . . . நானா? லாத்தாவின் முழுக் கல்யாணச் செலவும் என் தலையில் விடிந்ததிலிருந்து நிறையச் சொல்ல வேண்டும். நேரமில்லை. அஸ்மாவையும் தேடுகிறது. என்னதான் செய்திருக்கிறாளோ என்னை . . . முக்கியப் பிரச்சினை என் கல்யாணத்திலிருந்துதான் ஆரம்பித்தது என்று மட்டும் சுருக்கமாக சொல்லிக்கொள்கிறேன். நான் அஸ்மாவுடன் வீட்டிற்கு வந்து தங்குவதில்லையென்பதும் உம்மாவின் பெரும் குறை. எங்களுக்கென்று இருக்கும் ஒரே அறையில், அந்தப் பழைய வீட்டில், எப்படி எல்லோரும் தங்க முடியும்? – மனம் ரணமானது.

ரணத்திற்கு ஒரு மணமும் உண்டுதான். மச்சான் ஞாபகம் . . . உம்மா போலவே ஜைனப்மாமியும் அவர்களின் மகனைப்பற்றிக் குறைப்பட்டார்கள். தன் உயரமான மனைவியை வீட்டுக்குக் கூட்டி வந்த சித்திக்மச்சான், அவர்களின் ஒரே அறைக்குள்ளேயே படுதாவைப்போட்டு மறைத்து, அடுத்த பக்கத்தில் எம்பிஎம்பி இயங்கியதில் ஏக ரகளை. மருமகள், 'ஹா . . . ஹ ெ' என்று பெருமூச்சு விட்டாலும் பரவாயில்லை, "அங்கதான் . . . அங்கதான் . . ." என்று ஆவேசமாக சத்தம் போட்டால்? ஒரே கூக்குரெ ஆகிவிட்டது. 'இஸ்லாமான பொம்பளையிலுவ அடக்க ஒடுக்கமா இக்கிறதில்லே . . ? சீ . . .' என்று தெருபூராவும் பேச்சு. என் விஷயம் நேர் எதிர்.

ரகசியம் எப்போதும் ரகசியமாகவல்லவா இருக்க வேண்டும்? உம்மாவிடம் ரகசியம் ஏதுமில்லை. மகனை அவமானப்படுத்த

வேண்டுமென்றில்லை. மறந்துவிட்டார்கள். அவ்வளவுதான். சம்பாத்தியமே இல்லாமல் மலேயாவில் முடங்கிப்போன வாப்பா இப்போது வீட்டில் இருந்தாலும் அவர்களிடமும் சொல்லியிருக்க மாட்டார்கள் என்றுதான் நினைக்கிறேன். 'உரவோர் உரவோர் ஆக மடவம் ஆக மடந்தை நாமே' பாடிய மாதா மரித்துப் போனாள்.

"உலகிலேயே உற்றதுணை எனக்கு யார் யா ரசூலுல்லா?" என்று கேட்டவரிடம் நாயகம் (ஸல்) சொன்னார்கள்: "உன் தாய்." "அடுத்தது?" "உன் தாய்." "அடுத்தது?" "உன் தாய்." "அடுத்தது?" "உன் தந்தை."* தந்தையர்தாம் மடையர். கல்யாணம் முடிஞ்சாவது சொல்வியா உம்மா? 'தாயில்லாமல் நானில்லை' என்று தாய் மடியில் படுத்துக்கொண்டே தமிழ் கதாநாயகர்கள் காலாகாலத்துக்கும் தம்பட்டம் போட்டுக்கொண்டிருப்பதெல்லாம் சும்மா இல்லை. தாயின் சபதங்களுக்காகத்தான் பக்கத்து நாடுகளை பதம் பார்க்கின்றன தாய்த்திருநாடுகள். தாய்மொழி. தாய்க்குத் தலைமகன். தாய்க்குப் பின் தாரம்... மா துஜே சலாம்.

'உங்கள் சொர்க்கம் உங்கள் தாயின் காலடியில் இருக்கிறது' என்று நாயகம் (ஸல்) சொல்லியிருக்கிறார்கள். 'இருமூன்றில் தாய் இழந்த நபி'யின் தாய்ப்பாசத்திற்கு ஈடில்லை. அதனால்தான் அவர்களின் உம்மத்துக்களுக்கு, ஒன்றுக்குப் பதிமூன்றாக தாய்மார்கள் கிடைத்தார்கள்.**

பழங்கணக்கை விடுவோம், நமக்குக் கிடைத்த ஒரு தாய், தாயாக இருந்தால் போதாதா? சொர்க்கத்தை யாருக்கும் காட்டக்கூடாதென்று அவர்கள் ஏன் ஒரே இடத்தில் நிற்க வேண்டும்? ஏன், இப்படியும் எடுத்துக்கொள்ளலாம்: சொர்க்கத்தை மிதித்துக்கொண்டு நிற்கிறார்கள் அவர்கள். ஆமாம், அதுதான் சரி. இது தந்தையாலா சிந்தையாலா? தாயின் காலடியில் சொர்க்கம் என்றால் அவர்களின் செருப்பை சொர்க்கமென்று எடுத்துக் கொள்ளனுமோ? மகான்களின் மிதியடியை தலையில் பவ்யமாக பல பக்தர்கள் வைத்துக்கொள்கிறார்களே, அதுபோலவா? இல்லை, இதெல்லாம் இலக்கிய நயம். 'கண்கள் குளமாகுதம்மா கர்பலாவை நினைக்கையிலே'வைக் கேட்பவர்கள் ஹனிஃபாவின் கண்ணில் இறங்கி நீந்தவா செய்வார்கள்? மிதிபடும் சுவனம்... எப்படியோ, வாழ்க சுவனத்துச் சுந்தரிகள். கோபத்தைக் கொட்ட வழி தெரியவில்லை. கடவுள் எல்லா இடங்களிலும் இருக்க முடியாதாகையால்தான் தாயைப் படைத்தான் என்கிற யூதப் பழமொழி நினைவுக்கு வந்து இன்னும் என்னை எரிச்சல் படுத்திற்று.

---

* புஹாரி ஹதீஸ் 8:2

** ஜமால் எழுதிய 'மறுவிலா முழுமதி'. 11ஆம் பதிப்பு. பக் : 289

ஆமாங்கனி, அதனால்தான் இருக்கமுடியாமல் தொலைந்து போனான். அதுகூட அவனுக்கு உம்மா இல்லாமலிருந்ததால் தான் முடிந்திருக்கும்.

ஊர் உம்மாக்களை மாற்ற ஒரே வழி, வீட்டு ஆண்கள் சாமத்தியம் பண்ணுவதுதான். அதற்கு சபர் போக வேண்டும். பிறகு மறு சபர் போவதற்கும் சாமத்தியம் பண்ண வேண்டும். இன்னும் எத்தனை சபர் போக வைப்பாய் என் ரப்பே . . .

சபரில் மாட்டிகொண்டு முழிப்பதை வேப்பமரத்துப் பேய்பிடிப்பதாகச் சொல்வார்கள். அது ரொம்பப் பழசு. உமர்குட்டி என்ற மலையாளிதான் சவுதியில் சொன்னான் புதுசாக. ஒன்றுமில்லை, குஞ்சாலிஹாஜியார் ஒரு எருமை வளர்த்தார். வளைந்த இரு பெரும் கொம்புகள் அதற்கு. ஹாஜியார் மிகவும் புத்திசாலி. எருமையின் கொம்புகளுக்கிடையே தன் தலையை விட்டுப் பார்த்தால் என்ன என்று நினைப்பு வந்தது அவருக்கு. ரொம் . . . ப நாளாக யோசித்து யோசித்து கொம்பின் இடையில் தன் தலையை ஒரு நாள் நுழைத்தும்விட்டார். அவ்வளவுதான். அது வெறிகொண்டு ஓட ஆரம்பித்துவிட்டது. அல்லாஹ்வைக் கூப்பிட்டு அலறியபடி தொங்கிக்கொண்டே போனார் அவர். அல்லாஹ்தான் எங்கும் இருப்பானே . . . எவனோ ஒருவனது வேடத்தில் வந்து அவரைக் காப்பாற்றிக் கேட்டிருக்கிறான்:

“முட்டாள் ஹாஜியாரே. . . இதெல்லாம் யோசிச்சி செய்யவாணாமா?”

ஹாஜியார் சொன்னாராம் அப்பாவியாக: “ரெண்டு வருஷமா யோசிச்ச பொறவுதானே தலையை வுட்டேன்.”

ஹாஜியார்களை அவன் காப்பாற்றலாம், என்னைக் காப்பாற்றுவானா?

கனத்த மனத்துடன் அஸ்மா வீடு சென்றேன். இருள் கப்பியிருந்தது தெரு. போகும் வழியெல்லாம் ஒளிமயமான தெய்வத்தின் நினைப்புதான். ஒவ்வொரு மதத்து தெய்வங்களும் கருணையாகவே தன் பக்தர்களுக்கு பால் ஊட்டியிருக்கின்றன போட்டி போட்டுக்கொண்டு. விஸ்வரூபமெடுக்கும் சில தெய்வங்கள், பக்தர்களின் பாலை ரத்தத்தோடு உறிஞ்சவும் செய்யும். அது வேறு. பாற்கடல் . . . மந்திரக்கோலால் மனங்கவர்ந்த லா.ச.ரா கதைகளில்கூட தெய்வத்தின் மார்பிலிருந்து பால் பீறிட்டடிப்பதில் பலமுறை நனைந்திருக்கிறேனே . . . இல்லை, இவைகள் வெறும் கதைகள்.

அனீஸை வைத்துக்கொண்டிருந்த மாமியார் என்னைப் பார்த்ததுமே திடுக்கிட்டு, ‘யாநபி பைத்’துக்கு எழுந்திருப்பதைப்

போல நின்றுகொண்டார்கள். ஓடவில்லை. மருமகன் மேல் ரொம்பவும் அன்பு. "தோ . . . பாரு . . . காக்காபீ . . ." என்றார்கள் என்னைக் காட்டி. அவனும் அது சரிதான் என்பதுபோல் மிழற்றினான். முகம் தெளிவாகத்தான் இருக்கிறது. என்னமோ நடந்திருக்கிறது. 'காக்காபீ'யைப் பார்த்ததாலோ? காக்காபீ ஒரு பைத்தியம். வாயால் 'கிர்ர்ர்' என்று ஓசையெழுப்பிக்கொண்டே அங்குமிங்கும் ஊரில் ஓடிக்கொண்டிருப்பான். நிஜத்தில் அவனாகவே இருந்திருக்கலாம். தொல்லையே இல்லை. அவனால் ஊர் ஜனங்களுக்கு சந்தோஷமும் கூட. ரெட்டிப்பு சந்தோஷம் சமயத்தில் அவன் ஆடையில்லாமல் ஓடுவது.

"அஸ்மாவா? ரூமுலெ இக்கிறாம்மா" என்றார்கள்.

அனீஸைக் கூட வாங்காமல் ரூமில் நுழைந்தேன். அங்கே ஆச்சரியம் காத்திருந்தது. ஆமாம், அஸ்மாவின் காலடியில் நிஜ சொர்க்கம் இருந்தது. ½ அடியுள்ள அமுல்டின். ஆனால் பழையது. ஆனாலும் அந்த டின்னுக்குள் பால்பவுடர்தான் இருக்கும் என்று எனக்கு சர்வநிச்சயமாகத் தெரிந்தது. பெண்ணுக்கு மட்டும்தான் பொங்கிக்கொண்டு இல்ஹாம் வருமா என்ன? 'இல்ஹாம்' என்றால் . . . ம் . . . ஆன்மிக அரபியில் இருப்பதால் பெரிதாக நினைத்துவிட வேண்டாம்...' ஸ்ட்ரைக் ஆச்சு எனக்கு' என்கிறோமல்லவா? அதுதான். 'பொறி தட்டியது' என்பார்கள் எலித்தாளர்கள்.

நான் நுழைவதைக்கூட பார்க்காமல் இவளின் பார்வை என் அபூர்வமான புத்தக அலமாரியில் ஏன் நிலைத்திருக்கிறது? கொஞ்சம்கூட விளங்காத மொழிகளில் உள்ள உலக இலக்கியங்களை சிரமப்பட்டுச் சேர்த்த என் மேதைமை புரியவில்லையா? விரைவில் எடைக்குப் போட்டுவிடுகிறேன் என் கண்ணே . . . இல்லை, எடுக்கமாட்டார்கள். வெட்டாறு வீணானலும் சரி, அதிலேயே போட்டுவிடுவோம்.

ஆணோ பெண்ணோ மனித இனமே அசடுதான். கீழே சொர்க்கத்தை வைத்துக்கொண்டு எதையோ பார்த்துக் கொண்டிருக்கும் வர்க்கம். ஆனால் அன்னை ஒரு ஆலயமென்பதை மட்டும் மறுக்கக்கூடாது. அஸ்மா ஒரு பள்ளிவாசல் என்பதையும்தான். நான்? வாசலுக்கு வெளியிலுள்ள பல்லி. அவமானப்பட்டு நிற்பவனைப் 'பல்லியாப் போய்ட்டாஹா . . .' என்பார்கள் ஊரில். அவமானப்படும் மனிதன்தான் வளரமுடியுமென்றாலும் அவமானமென்றால் என்னவென்று பல்லிக்குத் தெரியுமா?

"எப்படி வந்திச்சி புள்ளே இது?"

“ஒங்க உம்மாதான் மருமவளுக்கு கொடுத்து வுட்டாஹா . . .”

“அல்லாஹு ரப்பி. ஹக்கானபடிக்கி?”

சத்தியம்தான். “ரொம் . . . ப அவுரியமான சாமான். ஆனா அல்லா காப்பாத்திட்டான். இப்ப நல்லா பால் சொரக்குது, தெரியுமா? ஒங்களுக்கும் வைப்பேன்” என்றாள். குரலில் மட்டும் ஏனோ புகைச்சலும் கேலியும். தொலையட்டும், எந்த மருமகளுக்குத்தான் மாமியாரைப் பற்றிச் சொல்லும்போது மனிதகுணம் வருகிறது?

எனக்குள் ஏதோ ஒன்று உடைந்தது. என் உம்மா . . . உனக்கும் பார்வை கூர்மைதான். கண்கலங்கிற்று. அஸ்மா சொன்ன அந்த ‘ஆனா’ மட்டும் நெருடுகிறதே . . . அதைப் பற்றிக் கேட்குமுன் சின்னதாக ஒரு சிணுக்கம் கூடத்திலிருந்த அனீஸிடமிருந்து வந்ததைக் கேட்டு, “என்னட ஜுஜுஜு . . .” என்று வேகமாக விரைந்தாள். பிள்ளையின் பெயரை சரியாக அழைப்பவள் இவள் ஒருத்திதான். ‘மருமகள் வரும் கணத்திலே மவுத்தாவாள் உம்மா’ என்றாலும் பெரும் நுணுக்கம் இந்தப் பெண்மை. கந்தூரி களேபாரத்திலும் கூட கவனம் சிதறாது. ரத்தம் பாலாகும் அதிசயங்கள் நிறைந்த அற்புதப் படைப்பென்பதிலும் சந்தேகமேயில்லை. பிள்ளைக்கென்றே பதமாக வரும் பாலின் அந்த இளஞ்சூட்டை நினைத்தாலே பரவசம்தான். இதற்குமுன், ‘கோதுமைக்கனி’க்காகக் கொக்கரிக்கும் அகங்காரம் பிடித்த ஆண் கண்டிப்பாக ஒரு பல்லியேதான். தவிரவும், ஆணுக்குச் சுரப்பதெல்லாம் அஹமது மரைக்காயர் செக்காலையில் சும்மாதானே கிடைக்கிறது.

“ஹும் . . . விந்தோட மதிப்பு மட்டும் புரிஞ்சீங்கண்ணா முகத்துலெ தடவிக்கிட்டு அலைவீங்க . . .” என்பார்கள் ஹஜ்ரத். சொல்லிமுடித்த அவர்களின் முகத்தை உடனே நான் பார்த்தேன் அப்போது. அவர்களுக்கும் தெரிந்திருக்கவில்லை. அல்லது துடைத்துவிட்டுச் சொன்னார்களா? இருக்கலாம்.

அஸ்மா நகர்ந்ததும், அந்த டின்னை ஏனோ திறந்து பார்க்கத் தோன்றியது. நான் குழந்தையாக இருக்கும்போது உம்மா வாங்கிய அதே டின்போலத் தெரிந்தாலும் ஊர்ஜிதப்படுத்திக் கொள்ள வேண்டாமா? அஸ்மாவுக்கு மறுபடியும் சுரக்காவிட்டால் உபயோகப்படுமே . . . அப்படியொன்றும் கடவுள் கருணையில்லாதவன் இல்லைதான். அமுதச்சுனை கொஞ்சமாவது உலகத்தில் அங்கங்கே வற்றாமலிருப்பதற்கு அவனுடைய அருள்தான் காரணம்.

டின்னைத் திறந்தேன்.

என் இல்ஹாமில் இடிவிழ. பால்பவுடரா? 'குப்'பென்று கொடும் நாற்றத்தைக் கிளப்பியவண்ணம் வெள்ளை வெளேரென்று என்னைக் கேலி செய்தபடி உருண்டோடின உரித்த பூண்டுகள். வலா ஹவ்ல வலா குவ்வத்த இல்லா பில்லா, அல்ல, பொல்லாப் பூண்டுகள். வெகு தூரத்தில் பெரும் எருமைக் கொம்புகளுடன் ஒரு வினோத கறுப்பு ஒட்டகம் வந்துகொண்டிருப்பதுபோல காட்சி. . . அஸ்மா வந்ததும்தான் கேட்கவேண்டும் அது ஆணா பெண்ணா என்று.

***படித்துறை* / டிசம்பர் 2004**

# உயிர்த்தலம்

தொடையில் ஓங்கி ஒரு அடி . . !

வலியில், வஹாப் – என் தம்பி – எழுப்பிய சத்தம் மனதை அறுத்தது. இது வலி என்றோ அது எந்த இடத்திலென்றோ அல்லது அடித்தது தன் லாத்தாதான் என்றோ அவன் உணர்வானா? பார்வை, எப்போதும் வானத்தை மறைக்கும் முற்றத்துப் பந்தலின் ஏதாவது ஒரு மூங்கிலில் பட்டு நிதானமில்லாமல் அலைய, எச்சில் வடிகிற கோணல் வாயில் மொய்க்கும் ஈக்களை விரட்டத் தெம்பில்லாத தன் திருகிய கைகளைத் தொட்டியில் அடித்துக்கொண்டு இருப்பவன் அவன். தொட்டியின் கம்பிகளைச் சுற்றிப் பிணைந்துள்ள அவன் சூம்பிப்போன கால்களுக்கு என்ன தெரியுமோ அதுதான் அவன் மூளைக்கும் தெரியும். மூளை இருக்கிறதா? உடலின் எந்த பாகங்களுக்கும் வித்யாஸம் தெரியாத ஒரு பிறவியை குழந்தை யென்று சொல்வது பொருந்துமா? இப்போது அவன் பேண்டிருக்கும் மலத்தின் நாற்றம் கூட அவனுக்குத் தெரியவில்லையே . . .

நாற்றமெல்லாம் நமக்குத்தான்.

எல்லோரும் தாழ்வாரத்தில் உட்கார்ந்து பேசிக் கொண்டிருக்கும்போது குபீரென்று கிளம்பும். அது ஒன்றுமில்லை என்பதுபோல பாவனை காட்டுவார்கள் பெரியவர்கள். அவர்களில்

ஒருவர் பிசுக்கிவிட்டிருப்பதற்கும் வாய்ப்பு இருக்கிறதே . . . இல்லை, இது வஹாப் செய்த வேலையேதான். தொள தொளவென்று தொங்கும் அரை நிஜாரின் வழியே தொடைப் பக்கத்தில் புடைத்துக்கொண்டு மலம் கண்ணுக்குத் தெரிய ஆரம்பித்துவிட்டது . . . வயிறு சரியில்லாத சமயங்களில் சத்தத்துடன் பிய்த்துக்கொண்டு தொட்டியின் இடுக்களின் வழியே தாழ்வாரத்தில் ஊற்றும்.

சுத்தம் செய்ய தாழ்வாரத்துத் தொட்டிதான் வசதி. வஹாபின் கழிவுகள் எல்லாம் முற்றத்தில் பாய்ந்து அப்படியே அதன் ஓரத்தில் இருக்கும் சாராக்குழியின் வழியாக தெருவுக்கு ஓடிவிடும். டெட்டால் வாசம் வீட்டில் மணத்தாலே வஹாபு வெளிக்கிப் போயிருக்கிறான் என்று அர்த்தம். லாத்தாதான் கொஞ்சமும் அருவருப்பு படாமல் கழுவும். நாற்றமே தெரியாது லாத்தாவுக்கு. சின்னப் பிள்ளையாக இருக்கும்போது அவனோடு மாக்குவலி போட்டுக் கழுவிய உம்மா, தூக்கிச் சுமக்க முடியவில்லை என்று பொறுப்பை இப்போது லாத்தாவிடம் ஒப்படைத்துவிட்டார்கள். கழுவுவதாவது பரவாயில்லை, வஹாபின் குறியைப் பிடித்து ஒரு கிளாஸில் விட்டு அவனை ஒண்ணுக்குப் பேய வைப்பதற்கு கனியாப்பிள்ளையான என் லாத்தாவை தொழத்தான் வேண்டும்.

'நான் செய்றேனே லாத்தா...' என்று உதவிக்குப் போனால் 'அவன் எனக்குத்தான் அடங்குவான்டா' என்பாள் லாத்தா. அதுவும் உண்மைதான். அவளது கையின் வலிமை அவனுக்குத்தான் தெரியும். உம்மாவிடமிருந்து வந்த வலிமை.

அவர்களைத் தப்பும் சொல்ல முடியுமா? திடீர் திடீர் என்று வரும் ஜுரத்தின் உச்சத்தில் வெட்டு வந்து அடங்கிய பிறகு இரண்டு மூன்று நாளைக்கு வஹாபின் பிடிவாதம் தாங்காது. எதையும் வாயில் வைக்காத பிடிவாதம். நன்றாக இருக்கும்போது கொடுப்பதே ஆடிக்கொண்டேயிருக்கும் கோணவாயின் உள்ளே போகாமல் பாதி சட்டையில் சிந்துகிறது . . . இப்போதோ, பேச்சும் வராமல் 'வ்வாஆ ஆ . . .' என்று கத்திக்கொண்டே உடம்பை அஷ்ட கோணாலாய் புழுவென வளைப்பதில், உணவென்ற பெயரில் கொடுக்கும் பிசைந்த இட்லியும் உணர்வூட்டக் கொடுக்கப்படும் மருந்துகளும் தொட்டிக்குத்தான் போகிறது.

வஹாப் பிறந்த இரண்டு வருடத்திற்குப் பிறகு இந்த தொட்டிதான் அவன் வீடு என்று சொல்ல வேண்டும். பலவீனமான உத்தரத்தில் தொங்கும் வீடு. எப்போது அறுந்து விழும் என்று யாருக்கும் தெரியாது..

இந்தத் தொட்டிக்கு வரும் முன்பு அவன் இருந்த துணித் தொட்டில் அழகு – அவனைப் போலவே. கூட்டுப் புருவம் வைத்துக் கொண்டு, கொழுகொழுவென்று . . . 'உம்மாட சீன புக்கான் மூக்கும் வாப்பாட தலையும்!' என்று கிண்டல் செய்யப்பட்டாலும் பார்க்க அம்சமாகத்தான் இருந்தான் – 'ஒங்க வூட்டு புள்ளையிலுவளுக்கு சிக்லாவை ரெண்டு பக்கமும் கவுத்து வச்சாப் போல ஒரு கன்னம்..!' என்ற குடும்ப அடையாளத்தோடு.

தலை மட்டும் நிற்காமல் ஆடிக்கொண்டே இருந்தது. எப்போதும் அது அவனது மார்பின் துணையைத் தேடியது. 'நரம்புக் கோளாறு; சரிசெய்து விடலாம்' என்றுதான் ஜமால் டாக்டர் சொன்னார். என்னென்னமோ மருந்து மாத்திரைகள். தலை போகட்டும், போலியோ வந்துபோன பிறகு நிற்க முடியவில்லையே என்று காலுக்கு எல்லா வகை வைத்தியமும் பார்த்தார்கள். கடைசியில் காசு செலவு இல்லாத, மண்ணில் புதைத்து வைக்கும் மருத்துவமே சரியென்று கண்டார்கள்.

வஹாபின் இடுப்பு அளவுக்கு வாசலில் குழி தோண்டப்பட்டது. வேலைக்காரன் நாவப்பாதான் கூடவே இருப்பான். பெண்கள் வாசலுக்கு வர முடியாது. உம்மாவும் லாத்தாவும் கண்ணீரோடு ஜன்னலில் பார்த்துக்கொண்டு இருப்பார்கள். ஓரிரு மணி நேரம்தான். நான் கடைக்கு ஏதாவது சாமான் எடுக்க வீட்டுப் பக்கம் வரும்போது சமயத்தில் பார்ப்பதுண்டு. என்னைப் பார்த்ததும் வஹாபுக்கு அப்போதெல்லாம் புன்சிரிப்பு வரும். புரிந்து கொண்டதன் அடையாளமாகத்தான் இருக்கும் என்று நினைக்கிறேன்.

மண்ணின் கீழுள்ள அவன் கால்களைப்பற்றியும் புரிந்திருப்பானா?

'இந்தோ அந்தோ' என்று நம்பிக்கையாய் எதிர்பார்த்து அது பொய்த்துப் போனதும் தொட்டிலோடு அடக்கிவிட்டார்கள். நானா சௌதி போகும்போதெல்லாம் கூட இப்போதுள்ள அளவு மோசமில்லை. ஒரு பெரும் ஜுரத்தில் காலும் கையும் முறுக்கிக்கொண்டு கண் மேலே பார்க்க ஆரம்பித்துவிட்டது. 'எப்படி இருக்கிறான் வஹாபு?' என்று நானாவிடமிருந்து கடிதம் வரும்போதெல்லாம் சமாளிப்பாக பதில் எழுதிக் கொண்டிருந்தார்கள். வாப்பாவிடமிருந்து சரியாக பணம் காசு வராத நிலையில் அவரும் கோபித்துக்கொண்டால் என்னாவது? பயந்து, நேர்ந்துகொண்டு தர்ஹாக்களுக்கு போவதைக் கூட மறைத்தார்கள். கடைசியில் நானாவுக்கு விஷயம் தெரிய வந்தபோது அவர் ஒன்றும் கோபித்துக்கொள்ளாதது எனக்கு

ஆச்சரியம். நம்பிக்கையால் குணமானால் நல்லதுதான் என்று எழுதிவிட்டார். வஹாபுக்கு காசு செலவு பண்ணத் தயங்கித்தான் இந்த மழுப்பல் என்று வீட்டில் பேச்சு வந்தது. வஹாபை ஏதோ ஒரு மரக்கட்டையை பார்க்கிற மாதிரி பார்க்கும் அஸ்மா மச்சியை நினைக்கும்போது அது உண்மையாக இருக்கலாம் என்றுதான் தோன்றுகிறது.

நானாவின் மகன், 'வகாபு சின்னாப்பா' என்று பிரியத்தோடு தொடப்போகும்போது ''ஏ' இக்கிம். போவாதே ...' என்று அதட்டும் மச்சியை எனக்கு பிடிக்கவில்லை. 'சூ.சு' என்று ஒரு பட்டப் பெயர் வைத்திருக்கிறேன் அவர்களுக்கு. அர்த்தம் என்னைத்தவிர யாருக்கும் தெரியாது. மச்சியைப் பிடிக்காதே தவிர நானாவின் மகன் அனீஸை எனக்கு ரொம்பவும் பிடிக்கும். என்னைப் போலவே ரஜினி பிரியன். ரஜினி சண்டை போட்டால் 'என் லைஃப்லெ இந்த மாதிரி சண்டை பாத்ததில்லை' என்பான் அந்த மூணு வயது வால்! வீட்டிற்கு வரும் சமயங்களில் கடைத் தெருவுக்கு கூட்டிப்போய் ஏதாவது வாங்கிக்கொடுத்து அவனை சந்தோஷப்படுத்தலாம் என்றால் மகனை இலேசில் வீட்டுக்கு அனுப்ப மாட்டேன்கிறது மச்சி ...

எங்கள் வீடு முழுக்க மல நாற்றமாம்!

மச்சியின் அலட்சியத்தைக் கழுவாத நானாவையும் இப்போதெல்லாம் பிடிக்கத்தான் இல்லை. தவிர, இவரால் அல்லவா லாத்தாவும் நானும் படிக்க முடியாமல் போனது! நானாவின் படிப்பால் வாப்பாவுக்குக் கடன் சுமை. அவர்களால் செலவுக்குச் சரியாக அனுப்ப முடியாமல் போனதில் நான் காலேஜ் போக முடியாமல் காடம்படி *IT*யில் காக்கிச் சட்டையோடு பொருமினேன். லாத்தா , வயசுக்கு வரும் வரை – குடும்பத்தின் எதிர்ப்போடு – படித்தாள். 'நம்ம சமூகத்துலெ பொம்பளைப் புள்ளைங்க படிச்சாத்தான் தன்னோட புள்ளைங்களை சபர் செய்ண்டு பேயா விரட்டாது' எனும் வாப்பாதான் அவளுக்கு ஆதரவு. புரியாத புத்தகங்களையெல்லாம் புரிந்த மாதிரி பந்தாவாக படிக்கும் நானாவும் ஆதரவுதான். ஆனால் அப்போது அவர் சௌதி போயிருக்கவில்லை. 'பயணம் போவாத பண்டி' எப்படி ஆதரவு கொடுக்க முடியும்? காலேஜ் படிப்பை முடித்து விட்டு தர்ஹாலைனிலுள்ள சிங்கப்பூர் கடையில் வேலை பார்த்துக் கொண்டிருந்தார். வேலை விஷயத்தில் நானும் அவரும் ஒன்றானது அந்த சமயத்தில் எனக்குப் பெருமையாகத்தான் இருந்தது. ஆனால் படிச்சவன் பயணம் போவட்டும் என்று அவருக்கு மட்டும் உம்மா பல தர்ஹாக்களுக்கும் நேர்ந்து கொண்டிருந்ததில் அந்தப் பெருமை தொலைந்தது. ஒரே நேரத்தில்

எனக்கும் நானாவுக்கும் நேர்ந்தால் அவுலியாவுக்கு பிடிக்காது போலும். 'நீ நேந்துக்கிறதுனாலேதான் எனக்கு விசா கிடைக்க மாட்டெங்குது' என்று நானா கோபப்படுவார்.

நானா பெரிய அவுலியா எதிரி. ஒருமுறை, ஏதோ ஒரு வீட்டுக் கல்யாணத்துக்காக எழுபதடிபாவா அடங்கியுள்ள ஊர்ப்பக்கம் போய், பாவாவின் கபுருக்கு பக்கத்தில் இருந்த மிக உயரமான பனை மரத்தைப் பார்த்துவிட்டு 'பாவா, ஜட்டியை காயப் போடுறதுக்கா இது?' என்று கேட்டு அடி வாங்கியவர்! இப்போது மட்டும் எப்படி மாறினார்? அந்தப் பனைமரம் அங்கேயேதான் அப்படியே இருக்கிறது.

வஹாபைக் கூட்டிக்கொண்டு ஒரு பாவாவின் தர்ஹாவுக்குப் போகும்போது நானும் உடன் போயிருந்தேன். நாய்பாவா தர்ஹா. கூத்தானூர் குளத்துப் பக்கம் இருக்கிறது. வாலையில் இரண்டு நாள் இருந்தோம். வஹாபைப்போல எத்தனையோ பேர்... யாருக்கும் குணமான மாதிரி தெரியவில்லை. ஃபாத்திஹா ஓதுபவர்கள்தான் திடகாத்திரமாக இருந்தார்கள். பாவாவோடு அலைந்த நாய்கள் இப்போது வருவதில்லையாம். பாவா உயிரோடு இருக்கும்போது வஹாபைக் கொண்டுபோயிருக்க வேண்டும்.

நாய்பாவாவை நான் பார்த்ததில்லை. வீட்டில் அவர்களின் ஒரு பழைய ஃபோட்டோ மட்டும் இருக்கிறது பூச்சி அரித்துப் போய். பாவா இன்னும் நாயோடு இருக்கிறார்கள் என்பது சேச்சிமாவின் நம்பிக்கை. சேச்சிமா என் பாட்டியா. 'நம்புனா எல்லாம் குணமாவும்' என்பார்கள். 'அப்படிண்டா அல்லாவை நம்ப வேண்டியதுதானே?' என்று நானா கேட்பார் எகத்தாளமாக. படித்தவர் இல்லையா? 'அல்லாதான் அவுலியாவை நம்பச் சொல்றான்' என்று வாதம் பண்ணும் சேச்சிமாவிடம் நானாவின் விஞ்ஞான விளக்கம் எல்லாம் செல்லுபடியாகாது. 'போடா போடா பொக்கப் பயலே' என்று புறமொதுக்கிவிடும். அந்த நாய்பாவாவின் ஹந்தூரி ரொம்ப விசேஷம். ஊரே ஒற்றுமையாகத் திரண்டு, மத பேதம் பார்க்காமல், வரும் பக்தர்கள் அனைவருக்கும் சோறு போடுவது பெரிய விஷயம். தண்டவாளத்தை ஒட்டிய திடலில் நடக்கும் விருந்து. தான் போகாமல் இருந்தாலும் யாரிடமாவது சொல்லி அந்த சீராணியின் ஒரு பருக்கையையாவது, 'அஹட சோத்துக்கு ஒரு தனி மணம்...' என்று வாயில் வைக்கும் வரை சேச்சிமாவுக்கும் தூக்கமே வராது. இதை அவர்கள் சொல்லும்போது 'சோ', 'சூ'வாக ஒலிப்பதில் மற்ற பெண்களுக்கும் தூக்கம் வராது!

உயிர்த்தலம்

நாய்பாவா என்றால் சேச்சிமாவுக்கு அவ்வளவு பிரியம். ஒருசமயம் பெரிதாகச் சிரித்துக்கொண்டே சேச்சிமாவை தன் மடியில் இறுக்கிக்கொண்டு கொஞ்ச நேரம் இருந்தார்களாம் பாவா. இது பாட்டிமார்கள் பிஸாதில் இடம்பெறும்போது 'பாவாட வப்பாட்டியா இக்கிறதுக்கு கொடுத்து வச்சிருக்கனுமே..!' என்று சேச்சிமா சொல்லி எல்லோர் வாயையும் அடைத்து விடும். சேச்சிமாவின் மூத்த பையனான சேத்த காக்காவை பாவா அல்லவா நடக்க வைத்தார்களாம் . . ! 'ஓங்க ஊருலே ஒரு புலியை வச்சிக்கிட்டு இங்கே ஏண்டி வந்தே கச்சடா சிறுக்கி' என்று சேச்சிமாவை திட்டியபடி சேத்த காக்காவின் தொடையில் ஓங்கி ஒரு அடி – இப்போது வஹாபுக்கு லாத்தாவும் உம்மாவும் செய்கிற மாதிரி. இது தொந்தரவின் விளைவு. அதுவோ உயிர் மேல் உள்ள கருணை. நாய்களுக்குக் கருணை காட்டியவர்கள் மனிதர்களுக்கு காட்டமாட்டார்களா?

'அடிச்ச அடிலெ புள்ளெ சுருண்டுட்டான் . . . 'போ ஊருக்கு திரும்பி'ண்டாஹா. வந்த மூணே நாளுலெ நடக்க ஆரம்பிச்சிட்டான் . . !' என்றார்கள் சேச்சிமா வியப்புடன். சேத்த காக்கா நடப்பதற்குப் பெயர் நடையா? கோணல் மாணலாகப் புதையும் கால்களின் ஒவ்வொரு அசைவும் அல்லாஹ்வைக் கேலி செய்வதுபோல இருக்கிறது. வேகமாக வீசிப்போகும் கைகளோ – காற்றோடு கூடிக்கொண்டேயிருந்து – குத்தும் ஊரின் கேலி அணுக்களை விலக்கி விலக்கிக்கொண்டு . . . ஆனாலும் உயிர் நடப்பதென்பது அழகு.

வஹாப் நடக்க முடியாது. கனவில் வந்தாலும் தொட்டியில்தான் சுருண்டிருப்பான். வேகமாக ஓடிவந்த நாயின் இரைப்பும் காளையின் சீற்றமும் கலந்த ஒரு சப்தம் வெளியாகிக் கொண்டிருக்கும். வீட்டுக் குழந்தைகளை யார் அடித்தாலும் வெளிப்படும் மாறாத உறுமல் . . .

உம்மா, 'கொடுத்தவன் நேராக்குவான் . . .' என்று இன்னும் கொஞ்சம் நம்பிக்கை வைத்திருந்தார்கள். 'நீ மச்சானுக்கு அளவுக்கு மீறி கொடுத்ததனாலதான் கோணலாச்சு' என்று மாமி சொல்லும் உம்மாவிடம். 'கொடுத்தது' என்று சொல்லும்போது குரலில் ஒரு குஷி. 'வாங்குன பொறவு வயித்துக்கு மாத்திரை போட்டா வர்றது வயிறெரியிற மாதிரிதான் வரும்' என்று 'வ'னாவிலேயே வாரவும் செய்யும். மாமியும் நானா வைத்திருக்கும் புத்தகங்களை படிப்பார்களோ என்னவோ . . . நானா படிக்கும் புத்தகங்கள் எல்லாம் அவரது பரு வெடித்த முகம் மாதிரிதான் பைத்தியக்காரத்தனமாக இருக்கும். அவரது நண்பர்களோ . . .

எல்லாம் லூசுகள்! தன் அத்தை பெண்ணிடம் 'பூந்து பொறப்பட' ஆசைப்பட்ட குரு என்ற லூசு, 'சுகாதாரம் மட்டுமல்ல. நல்லா செய்யலாம்' என்ற நானாவின் பேச்சைக் கேட்டு சின்னத்து செய்துகொண்டு தன் வீட்டுக்குள் பூற முடியாமல் எங்கள் வீட்டிலேயே கொஞ்சநாள் கிடந்தது.

அந்த லூசுகள் படிக்கும் வெளிநாட்டு எழுத்தாளர்களின் பெயரெல்லாம் 'ஸ்கி', 'ஸ்கி' என்று முடியும். அல்லது அப்படிப்பட்ட பெயரைப் பார்த்துத்தான் படிக்கிறதோ என்னவோ . . . 'தமில்லெ யாருமே இல்லையாண்ணே? என்று ஒரு லூசிடம் கேட்டதற்கு 'ஒனக்கு இது போதும்' என்று வண்ண நிலவன் என்பவரின் கதை ஒன்றை படிக்கக் கொடுத்து 'திருந்துடா!' என்று வேறு சொன்னது. என்ன திமிர் பாருங்கள்! தலைப்பு, எஸ்தரோ புஸ்தரோ . . . கதை சொன்ன விதம் புதுமையாகவும் எனக்குப் பிடித்தும் இருந்ததுதான். ஆனால் கதை என்றால் குடும்பப்பத்திரிக்கை 'அல்லி'யில் வருவது போல பிரச்சினையில்லாததாகவும் எளிமையாகவும் இருக்க வேண்டாமா? 'அல்லி . . . அலஹான பொம்பளை. ஆனா பின்னாலெ செய்யத்தான் லாயக்கு!' என்று நானா கிண்டல் செய்வதை விடுங்கள், அந்தக் கதை என்னை ரொம்பவும் பயமுறுத்தியது. பஞ்சம் பிழைக்க வெளியூர் போகும் குடும்பத்தின் பொம்பளை ஒருத்தி, சாகக்கிடக்கும் கிழவியை கழுத்தை நெறித்து கொன்று போடும் பயங்கரம் . . . அதைப் படித்து ரொம்ப நாள் உம்மாவும் வஹாபைச் சாக அடித்து விடுவார்கள் தொந்தரவு தாங்காமல் என்று மிகவும் பயந்தேன். மழை சீசனில் வஹாபைத் தொட்டிலோடு நடுவூட்டு அறையில் போடுவார்கள். தொட்டியிலிருந்து தனியே பிரித்து தூக்கி எடுத்து வைப்பது சிரமம் என்றுதான் இப்படி. தவிர தரையின் சில்லிப்பு ஏறி அவனுக்கு வெட்டு வந்து விடும் என்றும். முற்றத்தில் படுக்கும் நான், அறையிலிருந்து காலையில் உம்மா வெளிவரும்போதே வஹாபின் மவுத் செய்தியைச் சொல்லிவிடுவார்களோ என்று அவர்களின் முகத்தையே 'உர் . . .'ரென்று பார்ப்பேன்.

இதுவரை அப்படி ஒன்றும் நடக்கவில்லை. அவ்வளவு பெரிய பஞ்சத்தில் எங்களை வாப்பாவும் நானாவும் வைக்காததுதான் காரணம். பஞ்சம் இல்லாவிட்டால் என்ன, 'மொட்டைப் பூலான்களைக் கருவறுப்போம்' என்று வெளிப்படையாகவே வெறுப்பைக் கரைத்து எழுதி, பழைய பஸ் ஸ்டாண்ட் சுவரில் – பக்கத்திலுள்ள போலீஸ் ஸ்டேஷனைக் கண்டு கொள்ளாமல் அல்லது அவர்களின் ஆசியோடு – துணிச்சலாக வைப்பவர்களால் அந்த நிலைமை வந்துவிடுமாம் – மூட்டிவிடுகின்றன சில

அரசியல் கட்சிகள். செம்படபுரத்திற்கும் பெருமாவீதிக்கும் இடையே, கிடுக்கிப்பிடியில் அல்லவா எங்கள் தெருக்கள் மாட்டி இருக்கின்றன! உண்மையில், ஆட்டுவதா நீட்டுவதா என்று அடித்துக்கொண்டிருக்கும் இந்த கட்சிகளுக்கிடையில்தான் நாங்கள் மாட்டிக்கொண்டிருப்பது தெரியாமல் பயம்... உம்மாவோ லாத்தாவோ தப்பி ஓடினால் அந்தக் கதையில் வரும் சம்பவம்போல நடந்தும்விடலாம்தான் . . .

ஊனமுற்ற ஊர்பாட்டுக்கு ஊர். அதோடு ஓடிக்கொண்டே நம் ஊனங்களை நாமே சரிசெய்துகொள்ள வேண்டும். 'லகத் கலக்னல் இன்ஸான ஃபி அஹ்ஸனி தக்ரீம்' என்கிறது இறைமறை. நம்பிக்கையின் அர்த்தம்: நிச்சயமாக அல்லாஹ் மனிதனை மிக அழகிய அமைப்பில் படைத்துள்ளான். அத்தியின்மீதும் ஜெய்த்தூனின் *(olive)* மீதும் சத்தியமாக!

வஹாப் விஷயத்தில் உம்மா செய்வார்களோ இல்லையோ, இல்யாஸ் மாமா செய்துவிடுவார் போலிருந்தது. மாமா அதிகம் படித்தவர் அல்ல. ஆனால் விஷய ஞானம் உண்டு. நிறைய பத்திரிக்கைகள் படிப்பார். *euthanasia* என்று ஒன்று இருக்கிறது என்று அவர்தான் அடிக்கடி சொல்வார். தவிர வஹாப் ரொம்ப நாள் உயிரோடு இருக்க மாட்டான் என்று அவன் பிறக்கும்போதே டாக்டர் அவரிடம் சொன்னாராம். அதிக பட்சம் 16 வருஷம் என்றாராம். இப்போது வஹாபுக்கு பதினேழு நடக்கிறது. நாள் குறித்த டாக்டர் உயிரோடு இல்லை!

எல்லோருக்கும் நல்ல பெயரைக் கொடுக்க, நக்கரித்துக்கூடப் போகத் தெரியாத வஹாப் தற்கொலைதான் செய்து கொள்ள வேண்டும் போலும். ஆனால் அவனுக்குத் தன்னையே தெரியாதே . . . சின்னம்மா மகன் மஹதி அப்படித்தான் ஹொத்துவா பள்ளி கிணற்றில் விழுந்து தற்கொலை செய்துகொண்டான். என்னை விட ஒரு வயதுதான் சிறியவன். பார்க்க சேட் வீட்டுப் பிள்ளை மாதிரி இருப்பான். வெடிப்பாகப் பேசுவான். நாலு வருடங்களுக்கு முன் மூளைக் காய்ச்சலில் மாட்டி காது சுத்தமாகக் கேட்காமல் போய்விட்டது. சென்னையில் வைத்து நிறைய செலவு செய்தும் பலனில்லாமல் போனதில் வெறுத்துவிட்டது அவனுக்கு. வெறுக்க வைத்துவிட்டார்கள் என்பேன். தான் சொல்வது மற்றவர்களுக்கு சரியாகக் கேட்காது என்று அவனாகவே ஒரு கருத்தை ஏற்படுத்திக்கொண்டு ரொம்பவும் சத்தமாக இழுத்து இழுத்து பேசுவதைப் பார்த்து எல்லோரும் சிரிக்கிறார்களே . . ! சிரிப்பவர்கள், தாங்கள் சொல்வது மஹதிக்கு கேட்காது என்பதற்காக கையை அதிகமாக அசைத்தும் முகத்தின் தசைகளையெல்லாம் ஒரே சமயத்தில் இயக்கியும் பதிலுக்கு

விளக்குவதில் அவனுக்கு வேறு ஏதோ ஒன்று விளங்கிவிட்டது . . . முதல் முறை, வீட்டுக் கிணற்றில் விழுந்து தப்பித்துக்கொண்டான். இரண்டாம் முறைதான் பள்ளிக் கிணறு. துல்லியம். தொழுகை நடக்கும்போது 'யா அல்லாஹ் . . .' என்று வெளியில் ஒரு குரல் கிளம்பி அடுத்து 'தொளக் . . .' என்ற நீரின் பெரும் சப்தமும் வெளியில் கேட்பதை யாரும் கண்டுகொள்வதில்லை. ஆனால் மின்விசிறி நின்று போனால் மட்டும் புழுங்கிவிடும்!

'அல்லா ஜல்ல ஜலாலஹூ௳த்தஆலா தந்த உசிரை மனுசன் அவனா போக்கிக்குறதுக்கு உரிமை கிடையாது. தற்கொலை செய்றவங்க எப்படி அதை செஞ்சாங்களோ அதே மாதிரிதான் நரகத்துலெ இருப்பாங்கண்டு நாயஹூம் சொல்லியிருக்குகின்றார்கள்' என்று கொஞ்ச நாள், கேட்டவர் களின் உயிரையெல்லாம் இறுக்கினார்கள் பயானில். நரகத்தில் பள்ளிக் கிணறும் இருக்குமா? என்னதான் அங்கே இல்லை? அங்கே இல்லாதது பயான் மட்டும்தான்.

நீங்கள் உங்களையே கொலை செய்துகொள்ளாதீர்கள் – குர்ஆனில் வரும் வசனம் . . .

'ஹாலந்து கோர்ட்லெ வேதனை தாங்காத நோயாளிக்கு சாக அனுமதி கொடுத்திருக்காங்க!' என்று இல்யாஸ் மாமா வேதம் ஓதினார் வாயாலெ சாபுவிடம். எதாவது நாம் வினோதமாகச் சொன்னால், 'உங்க வாயாலெ சொல்லாதீங்க . . .' என்று ஒரு விதமான ராகத்தில் சொல்வதால் சாபுவுக்கு அந்த பெயர்.

'ஏடா கூடமா எதையாவது சொல்லாதீங்க . . . சாக கெடக்கும்போது ஹராமான பொருளைக் கூட சாப்புட நம்ம மார்க்கம் அனுமதிக்குது – உசிரு பொழைக்கிறதுக்கு. ஆனா சாவுறதுக்காக எதைச் செய்யவும் நமக்கு அனுமதி கொடுக்கலே ரப்புல் ஆலமீன்' என்று பதில் சொன்னார் சாபு.

'சாவு! உங்களுக்கு என்னா தெரியும்? எந்த கேள்வியும் கேக்காம அல்லாட பாதையிலெ போர் செய்யுங்கண்டு எங்களை சாவ சொல்லிட்டு நீங்க போவ மாட்டீங்க!' – மாமா ஆழம் பார்த்தார்.

'அடடே . . . தப்பா புரிஞ்சிக்கிட்டிங்களே . . ! அந்த சின்ன ஜிஹாத் – ஜிஹாதுல் அஸ்கர் – முடிஞ்சி போச்சி. ஜிஹாதுல் அக்பர் – மனசோட போராட்டம் நடத்தி ஜெயிக்கிற பெருசு – தான் இப்ப வேணும்டு சொல்றோம். அப்படி ஜெயிச்சவங்கதான் சிராத்துல் முஸ்தகீன் பாலத்தைக் கடக்க முடியும்'

'நான் ஏன் அந்த பாலத்தை கடக்குறேன்? அடுத்த பக்கம் போவாம கீழே குதிச்சிடுவேன்!'

'மார்க்கத்துலெ விளையாடக் கூடாது' – வாயாலெ சாபு காதைப் பொத்திக்கொண்டு முடிவாகச் சொன்னார். வாயாலெதான்!

மற்றவர்கள் அவர் முன் அப்படிப் பேச முடியாது. என் வீட்டுக்கு நெருக்கமான சாபு என்பதால் மாமாவுக்குத் துளிர் விடுகிறது. வீட்டில் ஏதாவது ஃபாத்திஹாக்கள் நடத்தும் போது வாயாலெ சாபுதான் வருவார். ஊருக்கு ஒரு 'அதாரிட்டி' மாதிரி இருக்கிற சாபு எங்கள் வீட்டுக்கு வருவதில் எங்களுக்கு பெருமைதான்.

வாயாலெ சாபு மேல் எனக்கும் பிரியம் உண்டு. வீட்டுக்கு வந்தால் எப்போதும் வஹாப் அருகில் போய் தொட்டிக் கட்டையில் உரசு உரசி நிரந்தரமாகப் புண்ணாகிப் போயிருக்கிற அவன் நாடியை அன்போடு தடவிக் கொடுப்பவர் அவர். 'அல்லாஹ் ஏன் இப்படி சிலருக்கு வேதனை கொடுக்குறாண்டு தெரியலேயே . . .' என்று அலுத்துக்கொள்வார். எப்பேர்ப்பட்ட மேதைக்கும் கிடைக்காத பதில் சாபுக்கு மட்டும் கிடைக்கும் முனகலாக: 'ம் . . . எதுக்கோ கொடுக்குறான்!'

நேற்று வந்த சாபு மறுபடியும் அலுத்துக் கொண்டபோது, 'துஆ செய்யுங்க சாபு...' என்று உம்மா சொன்னார்கள். தழுதழுத்த குரல்.

'உங்க வாயாலெ அதை சொல்லாதீங்க. மாப்புளெ இந்த தடவை வரும்போது எல்லாம் சரியாப் போயிக்கிம், இன்ஷா அல்லாஹ். தொட்டியை விட்டு வஹாபுதம்பி இறங்கிடுவாரு பாருங்களேன் . . .'

'இவனோட தொசங்கட்டி மாளலே . . . அல்லா கருணை காமிக்கட்டும் . . .'

'எளியவன் மேலே நீங்களும் காட்டணும். ரெண்டு முழுத் துப்பட்டி சொல்லியிருந்தேன். இதுவரைக்கிம் அனுப்பலே ஒங்க மாப்புளே . . .'

'எலுதுறேன் சாபு . . . மறந்திருப்பாஹா வஹாபுட கவலையிலெ . . .'

'ஆங் . . . வஹாபுண்ட ஒடனே ஞாபகம் வருது. சின்னத்து செஞ்சிடுங்க அவனுக்கு'

'ஆவு! ஒங்க வாயாலெ சொல்லாதீங்க சாபு . . .' – உம்மாவுக்கு கண் கலங்கியது.

நானா இருந்தால் எதாவது சாபுவிடம் கேட்பார். மகனுக்கு சின்னத்து பண்ணும்போது அவன் அழுத அழுகையைப் பார்த்து, 'வுட்டுடுங்க ... அவன்ற வாப்பாட மாதிரியே இந்துட்டு போவட்டும்' என்று ஒரு உம்மா சொல்வதாக ஒரு 'தமாஷ்' சிறுகதை எழுதியவர். 'சொர்க்கத்தின் சாவி தொழுகை என்றால் பூட்டு எது?' என்று வித்யாசமாகக் கேட்டவராயிற்றே! ஆனால் அவர்தான் 'அல்லா இக்கிறானா?' என்ற என் கேள்விக்கு 'இக்கிறானா இல்லையாண்ட கேள்வியே இக்கிறதுனாலேதானே வருது! 'உலகில் இல்லதற்கு இல்லை பெயர்'ண்டு தொல்காப்பியம் சொல்லுதுப்பா' என்று, தோல்காப்பியம் மட்டும் தெரிந்திருந்த எனக்குத் தெளிவு தந்தவர். அவருடைய அந்தக் கதையால் நானும் சில விஷயங்களை தெரிந்துகொண்டிருக்கிறேன்.

சின்னத்து, ஆரம்பத்தில் யூதர்களின் பழக்கம்; இன்றும் அது அவர்களுக்கு ஃபர்ளும் கூட; ரசூலுல்லாவுக்கு, பிறக்கும்போதே அப்படி பண்ணப்பட்டு இருந்தது; சின்னத்து செய்வதால் ஆண்குறியின் முன்புறமுள்ள 'மாவு' (அழுக்கு) நீக்கப்பட்டு தொழ ஏதுவாக உடல் சுத்தமாகிறது *etc* . . . சில ஆப்பிரிக்க நாடுகளில் இன்றும் பெண்களுக்கு செய்யப்படும் வக்கிரமான *FGM* பற்றியும் அறிந்து அதிர்ந்தேன். 'ஒரசுனா ரொம்பக் கேக்கும்டு 'நோனி'லெ பண்ணுனாஹா. உம்அதியா சொல்ற ஹதீஸ் கூட அபுதாவுதுலெ இக்கிது. ஆனால் அது லாயிஃப்' என்று ஒரு பாத்திரம் சொல்லும் வரிகூட ஞாபகம் இருக்கிறது. விஷயம் எனக்கு முழுக்கப் புரியாவிட்டாலும், தைப்பது போன்ற சித்திரவதைகளையும் சொல்லிச்செல்லும் கதை.

ஆனால் இப்போதைய பிரச்சினையில் நான் என்ன சொல்வது?

மனிதர்களுக்கு, அவர்கள் மனிதர்களாக இருக்கிறார்கள் என்ற ஒரு அடையாளம் மட்டும் போதாதா – 'கடைசி அடையாளம்' வரை என்று எனக்குள் கேட்டுக்கொண்டிருந்தேன். எனக்கும் சிந்தனை வருமாக்கும்! ஒரே ஒரு சந்தேகம், அத்தனை அற்புதமான ஒழுங்கோடு உடலைப்படைத்த நாயன் 'அங்கே' மட்டுமா மறந்து போயிருக்க முடியுமா என்பதுதான். மறந்தானென்றால் அது இறையின் ஊனமல்லவா? ஹ்ம், என்னை யார் கேட்கிறார்கள்?

எப்போதும் கையில் *sharpner* வைத்திருப்பவர் மாதிரி மாமா மட்டும் தீர்க்கமாய் சொன்னார்: 'அந்த காலத்துலெ இபுறாஹிம் அலைஹிஸ்ஸலாம் எம்ப்ளது வயசுலெ தனக்குத்தானே சின்னத்து பண்ணிக்கிட்டாஹலாம், தெரியுமா? பாக்க அலஹ்ு மட்டுமில்லேங்கனி . . . சீவுன பென்சில்தான் எழுதும்!'

பேனாவினால் எழுத வேண்டியதுதானே . . ? ஓ, அப்போதும் மூடியைத் திறக்க வேண்டியிருக்குமோ . . ? கடைத்தெருக் கூட்டாளி ஒருவனிடம் சந்தேகம் கேட்டேன். 'டேய் . . . ஒனக்கு பண்ணியாச்சா இல்லையாண்டே சந்தேஹமா இக்கிது . . . கடற்கரைக்கி வா!' என்றான் அந்த முட மசுரு முளைத்தவன். 'குஞ்சமா இருந்து தலைப்பாக்கட்டா மாறிய'தைப் பார்க்க அத்தனை ஆர்வம்! நான் போகவில்லை. 'அவுத்துப் பார்த்தா இவனுங்க யாருண்டு தெரிஞ்சிடும்' என்று 'யாருக்கும் தெரியாத' வழி சொல்லும் முனிரத்னஹாசன் படம், பாதுஷா திரையரங்கத்தில் ஓடக்கூடாது என்று உண்ணாவிரதம் நடத்திய வேறொரு கூட்டாளியிடமும் கேட்டேன். அவனோ கம்ப்யூட்டர் கொஞ்சம் படித்தவன். *format* செய்ததை *unformat* செய்ய முடிகிற மாதிரி ஒரு புது டெக்னாலஜியை நாசுவர்கள் கண்டுபிடித்து விட்டால் பிரச்சினை இருக்காது நமக்கு என்றான்.

பஜாரில் இப்போதெல்லாம் படித்தவர்களாகப் போய் விட்டார்கள். எனக்கு அவன் சொன்னது சரியாக விளங்கவில்லை. இப்போது சாபு சொல்வது மட்டும் விளங்குகிறது.

'இப்ப, பொறந்து ஒரு வாரத்துக்குள்ளெ எல்லா ஆம்புளைப் புள்ளைக்கிம் அரபு நாட்டுலெ பண்ணிடுறாஹா . . . மவுத்து – ஹயாத் எல்லாத்துக்கும் இக்கிது. இவனும் இப்பவோ அப்பவோண்டு கிடக்குறான்லெ ? . . .' என்றார்

'மொஹத்துலெ பிளேடு பட்டாவே அவனுக்கு கொப்பளம் கொப்பளமா வருதுண்டுதான் தாடி மீசையெல்லாம் வளந்து மிஸ்கீன் மாதிரி இக்கிறான். இப்ப 'மானி'லேயா? வெட்டு வந்து பொரக்கணையில்லாம போயிடுவான் சாபு . . . டாக்டர் வாணாண்டுக்கிறாரு. வாணாம்.' என்றது லாத்தா தீர்மானமாக.

'எந்த டாக்குடர்ரு...? ஒண்ணுக்குப் போயிட்டு கழுவாதவனாயிக்கிம் . . !'

'கழுவுறவனுவ மட்டும் காசு வாங்காமத்தான் வைத்தியம் பண்ணுறானோ?' – லாத்தா அவரது திமிரை அடித்தாள்.

'முஸ்லீம் பேரை வச்சிட்டு முஸ்லீம் புள்ளையாவே போய் சேருறதுதான் நல்லது . . . பண்ணிடுங்க உடனே . . . இது வாஜிபு . . !' என்று தீர்மானமாக உம்மாவிடம் சொல்லிவிட்டு ஏதோ அனுமதி வாங்குவது போல 'என்னஙகனி . . . மஜ்குத்தா பண்ணி காக்காக்கு கொஞ்சம் பிச்சிக் கொடுப்போமா?' என்று வஹாபிடம் வேறு கேட்டார் வாயாலெசாபு. வாஜிபுதானா? இருக்கலாம்; இல்லை. தீர்மானமாக யாருக்குத் தெரியும்? இல்யாஸ்மாமா பாங்காக் போயிருக்கும் இந்த சமயத்தில் மார்க்கம் தெரிந்தவர்

வாயாலெசாபுதான். ஆயிரத்தெட்டு ஹதீஸ் தொகுப்புகளையும் அவரால்தான் புரட்ட முடியும். லாத்தா துடைக்கத் துடைக்க வஹாபின் வாயிலிருந்து தொடர்ந்து வழியும் வாணியைக்கூட கவனிக்கவில்லை சாபு. வஹாப் ஏதோ முனகியதைக் கேட்டு, 'இப்ப பண்ணலேண்டா அப்புறம் நாசுவன் அரிவாளை எடுத்துட்டு வர்ற மாதிரி ஆயிடும்குறாறு வஹாபுதம்பி . . .' என்று அனைவருக்கும் விளக்கம் சொன்ன சாபு இன்னொன்றும் சொன்னார்.

சாதாரண சமயத்தில் அது சிரிக்கக் கூடியதுதான். அலங்கரிக்கப்பட்ட உரலில், அசைய முடியாமல் தொடைகள் விரிக்கப்பட்டு, 'தயாராக' உட்கார்ந்திருந்த ஒரு வளர்ந்த பையனின் குறியைப் பார்த்து (குலவை சத்தத்தில் எனக்கெல்லாம் உள்ளே போய்விட்டது அன்று!) ஒரு நாசுவன் . . . வேண்டாம், ரொம்பப் பச்சையாக இருக்கும். ஒவ்வொரு சின்னத்துகல்யாணத்தின் போதும் சொல்லப்படும் அந்த 'ஜோக்'கால்தான் எல்லா இளங்காய்களும் பழுக்கின்றன என்று மட்டும் சொல்லி நகர்ந்து விடுகிறேன். இது சிரிக்கும் சமயமல்ல.

சாபு சொன்னபோது, கொல்லை சமையல்கட்டுப் பக்கத்தில் அமைதியாக அமர்ந்திருந்த உரல்தான் ஞாபகம் வந்தது. வஹாப் உட்காரப்போகும் சமயத்தில் ஜிகினா பேப்பரெல்லாம் ஒட்டப்பட்டு அலங்காரமாகிவிடும் அது, நெருங்கி வரும் மவுத்தின் அடையாளமாகப் பட்டது. இந்த மவுத்துதான் எத்தனை வடிவங்கள் எடுக்கிறது! உரலில் வைத்துத்தான் செய்வார்களா அல்லது தொட்டியில் வைத்தே கதையை முடித்து விடுவார்களா? வாப்பா, நானா இதற்கு அனுமதிப்பார்களா? அல்லது 'பிரமிடு' தவிர்க்கும் பெரியாஸ்பத்திரிக்கு போகச்சொல்வார்களா? நேர்த்திக்குறைவை விடுவோம், அங்கே மவுத் வராதென்பதற்கும் என்ன உத்தரவாதம்? கத்தியால் முடியாவிட்டாலும் புத்தியாலாவது அதை வரவழைத்துவிடமாட்டாரா காதர்ஒலி டாக்டர்? எல்லாவற்றுக்கும் முடிவைத் தரத்தானே இந்த மவுத்தும் இருக்கிறது . . .

'மவுத் என்பதே உயிரை சின்னத்து செய்வதுதான்' என்பார் என் நானா கண்ணைச் சொருகிக்கொண்டே. சமயத்தில் தலைக்கு மேலே மிதக்கும் தன் இரு கண்களை எடுத்துப் பொருத்திக்கொண்டு. என்ன அர்த்தம் இதற்கு? எனக்கு ரொம்பக் குழப்பமாக இருக்கும்.

வஹாபுக்கு ஒரு குழப்பமும் இல்லை. அற்ப விஷயத்துக்குப் போய் ஜனங்கள் இப்படி பயப்படுகிறார்களே என்று நினைத்திருப்பானோ என்னவோ...

உயிர்த்தலம் 151

பயங்காட்டும் பெரும் ஒலியை அவன் எழுப்பினான். அது சிரிப்பா, அழுகையா? யாருக்கும் தெரியாது. அந்தச் சத்தத்தில் வெளியேறிய பீ மட்டும் அனைவரது கண்ணுக்கும் தெரிந்தது. ஒரு புட்டு மொத்தத்திற்குக் கறுத்த புழுவாக நெளிந்தபடி அது அவனது சிறுவார் வழியாக வெளியேறியது. உம்மா உட்பட எல்லோரும் மூக்கைப் பொத்திக்கொண்டு கொல்லைக்கு நழுவினார்கள் மெல்ல. 'உம்மாடி . . . வாசம் தாங்கலையே . . . எப்பவும் இல்லாத அளவுக்குலெ இக்கிது' என்று தண்ணீர் எடுத்து வரப்போனாள் லாத்தா. வஹாபின் பக்கத்தில் நின்றிருந்த சாபு, 'அல்லாஹ்வே . . . பெரிய அல்லூறாவுலெ இக்கிது – ஆலத்தையே பொரட்டிப் போடுற மாதிரி . . !' என்று தொட்டியை வேகமாக தள்ளி விட்டுவிட்டு வெளியே ஓடினார் பொறுக்க முடியாமல்.

நிலை குலைந்து ஆடும் தொட்டியையே பார்த்துக் கொண்டிருந்தேன்.

**பதிவுகள். காம் / ஏப்ரல் 2005**

# அமானுதம்

இரண்டு வருடம் கழித்து ஊருக்குப்போய் வீட்டில் நுழைந்ததுமே என்னைக் கடித்துத் தின்று விடுவதுபோல் ஆசைபொங்க நோக்கிய அஸ்மாவைப் பார்க்காமல், அம்மணமாக திரிந்துகொண்டிருந்த மகனை அப்படியே அணைத்துத் தூக்கினேன். என் முகப்பக்கம் வந்த அவன் தொடைகளின் நடுவே முகம் புதைத்து, அங்கிருந்து கிளம்பும் மூத்திர வாசத்தில் மெய் மறந்தேன். உதடு, தம்பித்தோழன் இல்லா தனிமையில் ஆடும் அவன் குஞ்சில் உரசிற்று. கூசிச் சிரித்தான் மகன். 'அமானுத சாமான் மச்சான் அது. பாத்து . . . பாத்து . . .' என்று எச்சரிக்கை விடுத்தாள் மனைவி. அஸ்மா சொன்னால் அப்பீல் ஏது? வீடு கலகலத்தது.

அன்று இரவு எங்கள் அமானுதங்கள் சரியான இடங்களைக் கண்டு பொருந்திக் களிகொண்டன. பசியைத் தின்று தீர்த்தோம் காலைவரை. களைத்துத் தூங்கிப் போனாள் மனைவி. நான் கட்டிலுக்கு பக்கத்தில் தொங்கிய தூளியில் அமைதியாக உறங்கிக்கொண்டிருக்கும் மகனையும் மகனுடை யதையும் பார்த்தேன். என்ன அழகு, அவனும் அவனுடையதும் . . .

அமானுதம்தான். யாருக்காகவோ படைக்கப் பட்டு அது காத்துக்கொண்டிருக்கிறது – உரியவரைப் போய்ச் சேரும் ஆவலுடன். அது பெண்ணாகவும் அவள் முன்னாகவும் இருக்க ஆண்டவன் அருளட்டும்.

அமானுதம்... இதைப்பற்றி யோசித்தால் என்ன? எளியவருக்கு கட்டுரையாகவும், எழுத்தாளருக்கு கதையாகவும் தோணும் ஒன்று தோன்றும். 'இப்போதெல்லாம் எதுவும் பேசமாட்டேன் என்கிறாய். நே... ரா ஒரு கதை' என்று நண்பர்கள் கிண்டல் செய்வதை பொருட்படுத்தாமல் எழுதிவிட வேண்டியதுதான். அப்படியே அவர்களையும் – பதில் சொல்வதாக இருந்தால் – ஒரு கதை எழுதச் சொல்லிவிட வேண்டும். எழுத்தே இன்பம்; எழுதும் இந்தப் பேனாவோ பேரின்பம். இல்லை, பெருந் துன்பம்...

பிறரிடம் கொடுக்கச் சொல்லியோ பாதுகாப்பிற்காகவோ நம்மிடம் ஒருவர் ஒப்படைக்கும் பொருள் அமானுதம் என்று அழைக்கப்படுகிறது. வலிய பிறர் பொருளை நாம் எடுத்துக் கொண்டால் அது கூட அமானுதம்தான். கொடுத்தாக வேண்டும் திருப்பி. பாலஸ்தீனியப் பகுதிகள், ஈராக் ஆட்சி இவைகள் முறையே இஸ்ரேல் மற்றும் அமெரிக்காவுக்கு அமானுதம் (ஒரு சௌகரியத்திற்கு தனித்தனியாக சொல்கிறேன்). இந்தியாவின் சில பகுதிகள் சீனாவுக்கு அமானுதம். சில இந்தியாவுக்கே அமானுதம். இதைச் சொல்லும் பாக். குண்டும் அமானுதம்தான். இப்படிப் பார்க்கப் போனால் காலணி நாடுகளில் அடித்த கொள்ளைகள் பிரிட்டிஷ் அரசுக்கு; வீழ்ந்த புத்த சிலை, தாலிபான் தடியன்களுக்கு; இடிந்த மஸ்ஜித், 'குரங்குப்படை'களுக்கு என்று போகும்.

ஏய், அரசியல் பேசாதே...

*Poly tic(k)s?* சரி. அது புர்ர்ரட்சி தீபங்களின் இலாகா. புரட்சிதான் என்ன? தண்டவாளத்தில் தலை வைத்துப் படுத்த தானைத் தலைவனை எதிர்த்து மூன்று பேர் மட்டும் படிக்கும் இதழில் ஒரு வரி – 'அப்போது டிரெயின் வேறு டிராக்கில் போய்க்கொண்டிருந்ததது...' என்று – எழுதுவது. அது உண்மைதான். ஆனால் தைரியமென்பது அந்த டிராக்கில் – டிரெயின் கவிழ்ந்தாலும் பரவாயில்லையென்று – முதல்வி மொத்தம்மாவை ஓட வைப்பது.

வேண்டாம். நாம் அமானுத டிராக்கிற்கு போய்விடுவோம். கண்ணுக்குள்ளே ஜெ. கம்பிகள் தெரிகின்றன ...

ஒரு டாக்டர், அறுவை சிகிச்சையின்போது நம் வயிற்றில் கத்தியை வைத்துவிட்டால் அது கூட அமானுத சாமான்தான். ஆனால் இந்த விஷயத்தில் திருப்பி எடுத்துக்கொள்வது (வேறொருவர் வயிற்றில் வைக்க?) டாக்டரின் கடமை.

‘அமானா’ என்றால் அரபியில் பாதுகாப்பு, நம்பிக்கை என்று அர்த்தம். அந்த வார்த்தைக்கே அர்த்தம் கொடுத்தது ‘அல்–அமீன்’ [நபி (ஸல்)] என்பார்கள். நான் அரபியில் புலவனல்ல. சுருக்கமாக, நம்பிக்கை சம்பந்தமான வார்த்தைகள் என்று விளங்கிக் கொண்டால் போதுமானது. அமானுதம் சம்பந்தமாக வேதம் நிறைய எச்சரிக்கிறது. அதனால் எனக்கென்ன என்கிறீர்களா? நீங்கள் கீழே உள்ளதைப் பார்க்காமல் நேராக சொர்க்கத்திற்கு போய் விடலாம். அது ரொம்ப ஜாலியான இடம். ஒரே பரிசு மழை . . .

*Cashier*ஐ ‘அமீன் சந்துக்’ என்பார்கள் அரபுநாட்டில். பணப்பெட்டியை பாதுகாப்பவர் என்று அர்த்தம். பெட்டியை மட்டும் பாதுகாத்துக்கொண்டு அதில் உள்ள பணத்தை எடுத்து விடுபவரை அப்படிச் சொல்ல முடியாது. அந்தச் சிலர் (அடிக்கோடிடுக) நாம் விடைபெறும்போது தங்கள் முகமெல்லாம் மலர ‘ஃபீ அமானுல்லா’ என்பார்கள் சீதேவித் தனமாக – ‘எனக்கு’ என்று மனதிற்குள் சொல்லிக்கொண்டு. ‘அல்லாஹ்வின் பாதுகாப்பு உண்டாகட்டும்’ என்று பொருள். சொல்லும்போது கணக்காகச் சொல்லவும் திறமை வேண்டும் . . .

‘அமானத் கணக்கு’ என்றே ஒரு ஸ்பெஷல் கணக்கு துபாயில் உண்டு. அரபிக்கு எவனாவது கடன் கொடுத்திருப்பான். அல்லது ‘வைத்துக்கொள்ளுங்கள்; அப்புறம் வாங்கிக்கொள்கிறேன்’ என்று வங்கியிலிருந்து வட்டி வாங்க பிரியப்படாத நல்லோர் சொல்லியிருப்பர். சொல்லிவிட்டு, கொடுத்த பணத்தைவிட அதிகமாக வாங்குவர். அது அமானத் கி அமானத். நம்ம வார்த்தைச் சித்தர் வலம்புரி தவறாது சொல்வதுபோல தவறுகளின் தவறு.

‘அமானா’தான், ஊரில் ‘அமானுதம்’ என்றாகிவிட்டது. சில வார்த்தைகள், முற்றாக வேறுபொருளில் ஊரில் சொல்லப்படுவதற்கு ‘அமானா’ தப்பித்ததென்றுதான் சொல்ல வேண்டும். உதாரணமாக . . . வேண்டாம்; ஏற்கனவே ‘உன் கதைகள் இஸ்லாமியக் கலாச்சார ஆனம் (குழம்பு) அதிகம் ஊற்றப்பட்ட குழைந்த சோறு’ என்று கிண்டலடிக்கிறது ஒரு அடி பிடித்த சோறு. எனவே அமானுதம் பேசுவோம்.

அமானுத சாமான் அவ்வளவு முக்கியம். நமது பொருட்களை விட அமானுத சாமான்களை முதலில் திருப்பிக்கொடுத்து விடுவதற்கு சபராளிகள் துடிப்பார்கள். ஏனெனில் நாயகம் (ஸல்) அவர்கள் இதுபற்றி நவின்றுள்ளார்கள் என்றுதான். நவிலப்படாமலேயே நல்லது செய்யும் சபராளிகளும் உண்டு.

அவர் பினாங்கிலிருந்து வந்தாலும் சரி, அமெரிக்காவிலிருந்து வந்தாலும் சரி. ஊர் வந்து பெட்டியைப் பிரித்ததுமே முதலில் அமானுத சாமான்களை வெளியே எடுத்து அவரவர்களிடம் சேர்த்தால்தான் அவருக்கு நிம்மதி. நிம்மதி அவருக்குத்தான். அவரது பெண்டாட்டிக்கு அல்ல. ஏனெனில் எப்போதுமே அமானுத சாமான்கள் கண்ணைக் கவருகின்றன. தவிர பயணப்பெட்டியின் வாசமே தனி. அது 'ஐஸ்ஓடுக்கலான்' *(No. 4711)* கசியாத பெட்டியானாலும் சரி. சொல்லப்போனால் மாப்பிள்ளையை விட அதுதான் வாசம். வாசமுள்ள அமானுத சாமான்கள், சுருட்டி மடக்கப்பட்டு இரும்புப் பெட்டியில் வைக்கப்பட்டிருந்தாலும் அதிலிருந்து தேவைப்பட்டதை எடுப்பது ரொம்ப சிம்பிள்: 'கஸ்டம்ஸ்கார பலாக்கொள்ளுவான் எடுத்துக்கிட்டாண்டு சொல்லிடுங்கம்மா . . .' க்ளோஸ்.

அமானுத சாமான்கள், விமானத்தில் உட்காரும்வரை 'விர்ர்'ரென்று வரும். 'ஒண்ணுமில்லே . . . ஒரே ஒரு சின்னோண்டு கவுன் – என் பேத்திக்கு' என்போர் வருவதைப் பார்த்தாலே 'பகீர்'. ஒரு பெரிய 'அர்பானா' வண்டியில் சாமான்களை நிரப்பித் தானே தள்ளிக்கொண்டுக்கொண்டு வருவார். ஒருவேளை அன்று ஊர் புறப்படும் எல்லா தெரிந்தவர்களிடமும் ஒவ்வொன்றாக டெலிவரி செய்வதற்கோ? இல்லை. எல்லாமே நமக்காக. வருவதெல்லாம் தட்டிக் கழிக்க முடியாத சொந்தம் வேறு. நாம் போனமுறை அதனிடம் கொடுத்தனுப்பிய ஒரு கிராம் தங்கத் தோடுக்கு இப்படி ஒரு பெரிய மொய் எழுதாமல் விட்டால் மெய்யாகவே அதற்கு தூக்கமே வராது.

நமக்கு புத்தி இல்லையா, நாம் ஏன் முதலில் அதனிடம் கொடுத்தோம் என்றால் ஊரில் ஒரு பேய் உட்கார்ந்துகொண்டு நீங்க சாமான் அனுப்புனாத்தான் உண்டு என்று சொல்கிறதே ஐயா . . . அரபுநாட்டில் கிடைக்கும் 'கடப்பாசி' மதுரையிலிருந்து வர, அதை வியாபாரி *'made in malaysia'* என்று முத்திரை குத்தி ஒரு பாலிதீன் பையில் போட்டபிறகு தரமோ தரம். வாங்கி அனுப்பத்தான் வேண்டும். இம்மாதிரி அமானுத சாமானை கொடுக்கப் போனவர் தன்னுடையதையும் சேர்த்துக் கொடுக்கும் வில்லங்க விவகாரங்களும் வெளிவரத்தான் செய்கிறது . . .

ஊரிலிருந்து வரும்போதும் போகும்போதும் வரும் அமானுஷ்ய அமானுதத் தொந்தரவுகளை விடுவோம். ஊரிலேயே பக்கத்து வீட்டுக்காரர்களிடம் ஒப்படைப்பது சரியாகத் திரும்பி வரும் என்றா நினைக்கிறீர்கள்? எங்கள் ஊர் சியாளிராவுத்தர் தெருவில் ஒரு பெரும் பணக்கார வீடு ஒன்றில் 'ரெய்டு' நடந்தபோது, பாங்காக்கில் சேர்த்த வைரங்களை

பக்கத்து ஹாஜியார் வீட்டில் கொடுத்து வைத்தார்கள். எல்லாவற்றையும் ஊர் பேங்க் லாக்கரில் வைக்கவும் முடியாது. திறந்து காட்டுவதற்கல்லவா சொத்தென்றும் ___ த்தென்றும் பெயர்? 'ரெய்டு' முடிந்து, அரசாங்கத் திருடன்கள் போனபிறகு திருப்பிக் கேட்டதற்கு அடிதான் கிடைத்தது. மத்யஸ்தம் நடந்தது. கிடைத்தது நாலைந்து அஜ்மீர் இமிடேஷன் கற்கள் – 'அல்லா மேல ஆணையா இதைத்தான் கொடுத்தாஹா . . .' என்ற பதிலோடு. அல்லாஹ் மேல் 'தவக்குல்'ஐ (நம்பிக்கை) வைக்கச் சொன்னால் தவக்களை வைப்பவர்கள் அப்படித்தான் சொல்வார்கள்.

ஈரானி ஒருவன் சொன்னது ஞாபகம் வருகிறது. புனித ரமலான் மாதத்தின் பகலில், வலது கையின் நடுவிரலை மட்டும் நீட்டிக்கொண்டு அனைவருக்கும் சவால் விடுத்தபடி போன ஒரு 'பது' (பூர்வீகக் குடி) அரபிப்பெண்ணை சப்புக் கொட்டியபடி பார்த்தான் அவன். 'ஹரீஷ்' கொடுக்கும் தினவு. 'என்னடா இப்படிப் பார்க்கிறேயே இந்த நேரத்தில் . . . கண்ணை நோண்டிவிடமாட்டான்களா?' என்று கேட்டதற்கு 'வோ அலக் ஹை, யே அலக் ஹை' என்றது அந்த ஹராமி. 'எழுத்து வேறு; வாழ்க்கை வேறெ'ன்று செருப்பியல் தத்துவம் பேசுவார்களே சிலர், அதைப்போல.

ஒரு வீட்டில் திருடப் போன *YYY*, இறைவணக்கத்திற்கான நேரம் வந்தவுடன் திருடிய பொருட்கள் இருக்கும் பெரிய மூட்டையை தன் பக்கத்தில் வைத்துவிட்டு ரொம்ப சின்ஸியராக வணங்க ஆரம்பித்துவிட்டானாம். வீட்டுக்காரன், துணிச்சல் திலகமாய் *YYY*ஐக் கேட்டிருக்கிறான் பலமுறை. நம்பினால் உயிரையே கொடுப்பவர்களும் குழந்தை மனம் கொண்டவர்களுமான இந்த *YYY*கள் படிப்பறிவின்மையால் முரடர்களானவர்கள். எச்சரிக்கையாக இருக்க வேண்டும். *XXX*நாட்டு வடமேற்கு எல்லைப்புறத்தைச் சேர்ந்த இவர்கள் இரண்டு 'பந்துக்' (துப்பாக்கி) எப்போதும் வைத்திருப்பவர்கள். முதலாவது, முகத்திரை நீக்கும் தங்கள் மனைவிகளுக்கு. இரண்டாவது 'துப்பாக்கி', அம்மனைவிகளுக்கும் மேலாக இவர்கள் மோகிக்கும் *yyy*க்கு.

இறைவணக்கத்திற்கு இடைஞ்சலும் செய்யக் கூடாது. சங்கடப்பட்டுக்கொண்டே வீட்டுக்காரன் *YYY*ஐ தொடும்போதெல் லாம் 'ஸ்சூ . . .' என்று கையைத் தட்டிவிட்டு, அவன் பாட்டுக்கு வணக்கத்தைத் தொடர்கிறான். சிந்தனை சிதறாமல் ஒருமுகப்படுத்துவதோ வணக்கத்திற்கு மிக முக்கியம். ஏ இறைவா, வழிகெடுக்கும் வீட்டுக்காரர்களை மன்னித்து விடு . . .

‘நான் திருடியது சம்பந்தமாக என்னவோ திட்டிக் கொண்டிருந்தீர்கள் . . . வணங்கும்போது எதுவுமே எனக்குக் கேட்பதில்லையென்று உங்களுக்குத் தெரியும்’ – *YYY*.

‘உன்னை என்னால் புரிந்துகொள்ள முடியவில்லை முட்டாளே’

‘நமாஸ் மேரா ஃபர்ஜ்ஹை. சோரி மேரா பேஷாஹை.’ – வீரம், நெஞ்சை நிமிர்த்திச் சொன்னது.

அதாவது . . . வணக்கம் அவனது கடமை. திருடுவதோ தொழில்.

எல்லா *YYY*களுமா? இல்லை. என் கம்பெனி அக்கவுண்ட் சாஃப்ட்வேரைத் தயாரித்தவனே ஒரு *YYY*தான். அபூர்வம். அவ்வளவுதான். ஆனால் ‘அது வேறு; இது வேறு’ சொல்லும் திருடர்களை ஏமாந்த பணக்காரரின் மகனுக்குத் தெரியாது. அவன் அந்த ஹாஜியார் வீட்டில் இப்போது எடுபிடி வேலை செய்கிறான். படித்த பையன். இபாதத் அதிகம். *‘Allah doth command you to render back your trusts to those to whom they are due’* என்று சொல்லத் தெரிகிறது. *‘Love all, trust a few’* என்று ஷேக்ஸ்பியர் தமிழில் சொல்லியிக்கிறானே தம்பி . . .

அமானுதம் பற்றி மேலும் விளங்கிக்கொள்வதற்காக ஆன்மீகம் மிகப் பேசும் பெரியவர் ஒருவரிடம் கேட்டேன். *3:75, 4:58, 23:8, 33:72* என்று சொல்லி வாயை மூடிக்கொண்டார். கண்டிப்பாக இது இறைமறையாகத்தான் இருக்க வேண்டும். இதை ஆலிம் சி.டி நொடியில் செய்துவிடுமே, ஏன் இப்படி செய்கிறார்? அவருக்கு கொடுக்கப்பட்ட ஞானமே அமானுதம். அதனால்தான். அமானுதத்தை வீணடிக்காமல் தகுதியானவரிடம் ஒப்படைத்தால்தான் மறுமைநாளில், இறந்துபோன அவரது ஞானகுருவை சந்தோஷமாகப் பார்க்க இயலுமாம். இது அவரது ஞானகுருவுக்கு தெரியாமல் போனது ஒரு துரதிர்ஷ்டம்தான்.

அதென்னமோ கொடுக்கப்படும் வைரங்கள் எல்லாமே அடுத்த நொடியே கரியாகப் போய்விடுகிறது . . . எண்களை விரைவாகச் சொன்னதே பெரிதென்று எண்ணி வைத்தேன் ஒரு நூறு. பைசாதான். அதற்கே மகாபயங்கரமான குரலில் பாட ஆரம்பித்துவிட்டார் மனுஷன். வார்த்தைகளே இல்லாத கவாலியும் இருக்கத்தான் செய்கிறது.

அதை அடக்க நூறு ரூபாய். சொல்அமானுதம் பற்றிச் சொன்னார். அதாவது ஒருவர் அல்லது ஒரு அவை ஏதேனும் ஒரு விஷயத்தைச் சொல்லி அதை யாரிடமும் சொல்லக்கூடாது என்று உத்தரவு போட்டால் அதுதான் சொல்அமானுதம்.

அதற்காக கொள்ளையடிக்கவும், கற்பழிக்கவும் முடிவுசெய்து அதை யாரிடமும் சொல்லக் கூடாது என்றால்? அதற்கு விலக்கு இருக்கிறது. உரியவரிடம் போய் சொல்லி மனிதப் பண்பைக் காப்பாற்றிட வேண்டும். ஆனால் இது 'குர்ஆனின்குரலி'ல் வந்த கட்டுரை என்று நினைவு.

கூர்ந்து தேடினால், இணையம் கூட கொடுத்துவிடும். இவர் எதற்கு? எனக்கு போதவில்லை. மேலும் கொடுக்க பணமும் இல்லை.

கடற்கரைக்குப் போய் தங்கை, அவள் பிள்ளைகளுடன் உட்கார்ந்தேன். மனைவி வரவில்லை. தங்கையுடன் ஒற்றுமை. எல்லா வகைப் புழுக்கமும் போக இந்தக் காட்டூருக்குக் கிடைத்த கடலும் காற்றும் கூட அமானுதம்தான் என்று தோன்றியது. காட்டூரான் சிந்திப்பதா? நிறுத்து.

என் தங்கையிடம் கொஞ்சம் பணம் வாங்கிக் கொண்டு போன என் எட்டு வயது மருமகன் ஆஷிக் சற்றுநேரத்தில் எல்லோருக்கும் சுண்டல் வாங்கிக்கொண்டு வந்தான். பிள்ளைகள் இந்த காலத்தில் உஷாராக இருக்கிறார்கள். என்னுடைய சுண்டலையும் எடுத்துக்கொண்டு மறக்காமல் கொன்னையை பிரித்துக் கொடுத்தான் அவன் மரியாதையாக.

அசிரத்தையாக, பிரிந்திருந்த கொன்னையைப் பார்த்தபோது ஆச்சரியமுற்றேன். திசை மாறிவிட்டதா 'தினமனம்'? அமானுதத்தை விளக்கும் ஹதீஸ் இருக்கிறதே . . . கோமான் பெருமை சொன்ன கொன்னை வாழ்க.

மக்கா வெற்றியின்போது நாயகம் (ஸல்) அவர்கள் கஃபாவில் நுழைவதற்கு சாவி கேட்கிறார்கள். அது உஸ்மான் பின் தல்ஹா என்பவரிடம் இருக்கிறது. கஃபாவின் பாதுகாப்பாளர் (சதானா) அப்போது இஸ்லாமியரல்ல. தயக்கத்துடன் சாவியைக் கொடுக்கிறார் உஸ்மான். உள்ளே சென்று, பின் கஃபாவை விட்டு வெளியில் வந்ததும் அதைப் பூட்டி, மறக்காமல் சாவியை உஸ்மானிடமே திருப்பிக் கொடுத்துவிட்டு '(சாவி) ஊழிகாலமட்டும் உம்மிடமும் உம் சந்ததியினரிடமுமே இருந்து வரட்டும்' என்று சொல்கிறார்கள் உத்தமத் திருநபி. அமானுதம் சம்பந்தமான முக்கியமான இறைவசனம் பிறந்த இடமும் இதுதான். நாயகத்தின் பெருந்தன்மையையும், கனிவையும், அமானுதப் பொருளில் அவர்களுக்கிருந்த எச்சரிக்கையையும் பார்த்து நெகிழ்ந்து, சாந்தி மார்க்கத்திடம் சரணடைந்து விடுகிறார் உஸ்மான். கஃபாவின் சாவி இன்றுவரை அவருடைய சந்ததியிடம்தான் இருக்கிறது.

துணுக்கை, சங்கீத விமர்சகன் –*cum*– எழுத்தாளன் மணிதாசன் எழுதியிருப்பதுதான் விசேஷம். 'மறுவிலா முழுமதி'க்கு நன்றி கூடச் சொல்லவில்லை. எல்லாமே அமானுதம்தானென்றா?' இவனுக்குப் புடிச்ச ராகம் 'சுருட்டி'லெ?' என்று தர்ஹா வித்வான் ஜாஃபர்கான் வெடைப்பது சரிதான்.

பொருத்தமான ஹதீஸ் . . . ஆனால் நான் புரிந்துகொண்டதை விட, 'ஹயாத்'தே (உயிர்) அமானுதம்தானே. . .' என்று தன் முதல் கணவன் மௌத்தான சமயத்தில் அழாமல் பேசிய, என் லாத்தா (அக்கா) தான் அதிகம் புரிந்துகொண்டவளாகத் தோன்றுகிறது.

கதை முடிந்துவிட்டது. சுபம்.

இதை எழுதிய இந்த அழகான *18Ct – Gold plated – Cross* பேனாவை நாளை ஒரு பேராசிரியருக்கு கொடுக்க வேண்டும். அமானுதப் பொருள். 'சங்கப்பாடலில் சமரசம்' காய்ச்சப்போகும் அவர் தலைப்புக்காகவாவது . . . அடியே அஸ்மா, இங்கேயிருந்த பேனாவை எடுத்துத்தொலைத்துவிட்டாயா . . ?

**திண்ணை. காம் / நவம்பர் 2003**

# இஸ்லாமியக் கதையெழுத இனிய குறிப்புகள்

இருபத்தைந்து வருடத்தில் இரண்டே முக்கால் கதைகளேயே எழுதிய நான் இப்படியொரு தலைப்பில் தைரியமாக எழுத வரக்கூடாதுதான், அதுவும் தமிழ்ச் சூழலில். எது சிறந்ததென்று எழுந்து 'லிஸ்டிக்க' நான் எந்த மலையுச்சியிலும் உட்கார்ந்திருக்கவில்லை. ஆனால் ஒரு பிய்ந்த விசிறியைக்கூட பிடிக்கா இயலா ஓரிரண்டு விசிறிகள் கிடைத்த 'தனுவு'–ல் எழுதுகிறேன். எல்லா உயிர்களுக்கும் பிடித்தமாதிரி இந்த 'இபுலீஸ்' எழுதுவதில்லையென்று இங்கிலிபீஷில் பொளந்து கட்டும் இளையவர்களுக்காகவும் எழுத நேர்ந்து விட்டது. மாப் கீஜியே பாய் . . .

பக்தி இருப்பினும் பழசுக்கெல்லாம் போக வில்லை. 'சீறா'வின் சிறப்பைச் சொல்ல நேரமும் தகுதியும் எனக்குப் போறா. இதனாற்றான் யான் குணங்குடியப்பா, குலாம்காதரப்பா, சித்தி லெவ்வை, சித்தி ஜுனைதாவை எடுக்காதது. கடந்த கால் நூற்றாண்டாக வெளிவந்த நவீன இஸ்லாமியப் படைப்புகளை அவ்வப்போது படித்தும் வந்ததால் கொஞ்சம் சொல்லத் தோன்றிற்று.

நவீன இலக்கியத்தில் இஸ்லாமியக் கவிஞர்களுக்கு பஞ்சமில்லை. 'ஹக்'ஐ விரும்பும் ஹபீபுர் ரஹ்மான், 'நூதனமா' எழுதுகிற நுட்பபுத்திரன், 'பதுவுஸா' குண்டு போடும் பரக்கத்பாய், சத்தமாக சந்தம்

விடும் சஹாரி, 'எல்லா தெரிதல்களுடனும்' சாத்திரமுடைக்கும் சலீமா என்று எத்தனை பேர்! பெரிதும் மதம் சார்ந்து எழுதினாலும் மனதைக் கவரும் ஓரிரு கட்டுரையாளர்களும் உளர். கம்பனுக்கே நயம் கூறும் ஒரு நீதியரசர் உதாரணம். கதை சொல்லிகளைத்தான் காணோம். நன்றாக எழுதும் இருவரில் ஜனாப். ஜதீத்மரைக்காயர் இருநூறு வருடம் சொன்னாலும் குறையாத தன் சமூகத்து கதைகளைத் தூக்கிப் போட்டுவிட்டு தத்து(வப்)பித்தென்று 'தலித்கதை' எழுத புறப்பட்டுவிட்டார். ஜனாப்.தாஜாலெப்பையோ இந்தியா ஒளிர்கிற இருட்டு கிராமமொன்றில் சகல சௌபாக்கியங்களோடும் உட்கார்ந்து கொண்டு சிலோன்அமைதி பற்றி சிந்தித்துக்கொண்டு ('இப்ப புக் வந்தா சரியா போவாதே . . .') இருக்கிறார் . எத்தனை நாளைக்கு 'மக்கத்து சால்வை'யையே போர்த்திக்கொண்டிருப்பது? அல்லது பக்கத்து 'பஷீ'ரின் சாதனையை பார்த்துக்கொண்டிருப்பது? அம்பலவாணனின் 'ஐஸாபீவி' ஒரு அற்புதம்தான். ஆனால் 'இஷானுல்லா' என்று பெயர்/பாத்திரம் இருப்பதாலேயே ஒன்று இஸ்லாமியக் கதையாகிவிடாது. இதனை மாற்ற வீறுகொண்டு புறப்பட்ட நான் (இதில் ஒரு கை உடைந்துவிட்டது) சிறிதும் பெரிதுமாக குறிப்புகள் எழுதிவைத்தேன். எனக்கு மட்டுமல்ல எழுத முனையும் சகோதர சமயத்து புதியவர்களுக்கும் இது உதவலாம். இலக்கியத்திற்கும் மதப்பற்றுக்கும் (இந்த வார்த்தையில் கூட ஒரு குறிப்பு இருக்கிறது) இடைவெளி அவசியமென்று புரிந்து வைத்திருக்கிற மண்ணைச் சேர்ந்தவர்களுக்கு இது தேவைப்படாது. மற்றவர்கள் அமெரிக்க இசைக் கலைஞர்களுடன் ஈராக் இசைக்கலைஞர்கள் 'ஒற்றுமையாக' வாஷிங்டனில் வாசித்த *'Sweet Sweet Sound'*ஐ கேட்டு மகிழ்ந்துகொண்டிருக்கட்டுமாக, ஆமீன்!

தலைப்பை, 'முஸ்லீம் கதையெழுத . . .' என்று வைத்திருந்தேன் முதலில். அதற்கு 'முப்பது குறிப்புகள்' என்று முடிக்காவிட்டால் 'ரைமோடு எழுதுடா மரைக்கான் . . .' என்ற 'சலாங்பலாங்' வாத்தியார் கோபித்துக்கொள்வார். மஹா கொச்சையாக 'துலுக்கன் கதையெழுத' என்றாலோ குறிப்புகள் தொன்னூறாகும். 'பாய் கதையெழுத பத்து குறிப்புகள்' என்றால் பையனைச் சொல்கிறாயா படுக்கிற பாயைச் சொல்கிறாயா என்று 'பாய்'வார்கள். 'நொண்டியா இருக்கலாம் ஆனா ஒண்டியா இருக்கக் கூடாது' என்று நாகேஷ் சொல்வது மாதிரி பாயாக இருக்கலாம் ஆனா பேயாக இருக்கக் கூடாது. என்ன செய்வது? கைவசமிருக்கிற எண்ணிக்கைக்கு தலைப்பு இப்படித்தான் வைக்க முடிந்தது. சில உபகுறிப்புகளும் தானாகவே – இறைவனருளால் – சேர்ந்துகொண்டால் அதற்கு நான் பொறுப்பல்ல. அல்லது

எல்லா குறிப்புகளும் ஒரே குறிப்புதான் என்று உங்களுக்குத் தோன்றினால் அதற்கும் நான் பொறுப்பல்ல.

இஸ்லாமியக் கதையெழுதுவதற்குள்ள தகுதி இஸ்லாம் பற்றி தெரியாமல் இருப்பதுதான் என்று என் பத்திரிக்கை நண்பர் திரு. அறப்ரியன் எழுதியிருந்தார். அறவே சரியில்லையென்று வன்மையாக மறுக்கிறேன் இதை. எது பற்றியும் தெரியக்கூடாது! சாட்டையை எடுக்காதீர் சகோதரர்களே ... 'அல்லாஹ் ஜல்ல ஜலாலஹூத்தஆலாவைத் தவிர' என்று அர்த்தம். எதுவுமே தெரியாத ..? இதற்கு என்னைவிட்டால் ஆளில்லை! உண்மை போதும். இனி குறிப்புகள்:

1. தலைப்பு, 'கபர்ஸ்தான்', 'மக்ரிப்', 'கல்லி வல்லி' என்று ஒரு உருது/அரபிக் டச்சோடு இருந்தால் நல்லது. ஆனால் புத்தகமாகப் போடும்போது புரியா பதிப்பகம் இடைஞ்சல் கொடுக்கும். எனவே புரிவதுபோல வைக்கலாம். அதற்காக 'சீனி முகமது பற்றி சீனி முகமது' எழுதியவர் சீனி முகமது 'என்றிருந்தால் அதை சீனி முகமது மட்டுமே கசந்துபோய் படிக்க வேண்டியிருக்கும் – சீனி முகமது வெளியிட்டால்! ஆனால் கண்டிப்பாக நான் வைத்தமாதிரி மட்டும் வைக்க வேண்டாம். என்னுடைய முதல் சிறுகதையின் தலைப்பு 'வாழைப்பழம்'! கையில் விழுந்த உடனேயே அடுத்த நொடியில் விமர்சக நண்பர் சிரமராஜன் கேட்ட கேள்வி: 'இது உம்ம வாழைப்பழமா?' ருசித்த இன்னொரு எழுத்தாள நண்பன் சற்று மேலே போனான். 'உனது வாழைப்பழத்தின் நீளம் அதிகம்!' அடப்பாவிகளா! 'திராவியா' முடிந்து 'தப்ருக்' ஆக கொடுக்கப்படும் ஒரு வாழைப்பழம் கிடைக்காமல் போனதால் என் குடும்பத்தைச் சேர்ந்த இரண்டு ஹாஜியார்கள் அடித்துக்கொண்டு பதினாலு வருடகாலம் பகையாளிகளாப் போனதை உருக்கமாக நான் எழுதினால் அதற்கு இப்படி ஒரு நிலையா? வெளியிட்ட சிறுபத்திரிக்கையும் தன் பங்குக்கு, இன்னாருடைய வாழைப்பழம் என்று தலைப்பை வைத்துத் தொலைய, பார்த்த என் மனைவி 'ஹதாப்புலெ!' என்று பதறினாள் ஃபோனில். கிண்டலடிக்கலாம் என்று பார்த்தால் என் மகள் கேட்டதைச் சொன்னாள்: 'வாப்பா ஏம்மா இப்படிலாம் அசிங்கமா எழுதுறாஹா?' செருப்பால் அடித்த மாதிரி இருந்தது. அதற்கப்புறம் 'உங்க வாலப்பலம் பாத்தேன்' என்று யாராவது

சொல்லி நமுட்டுச் சிரிப்பு சிரிக்கும்போதெல்லாம் பற்றிக்கொண்டுதான் வரும். இப்போதெல்லாம் எந்த விஷயத்தையும் நேராகத்தான் பார்க்கிறேனாக்கும்!

2. சில சொல்லுக்கு அதன் விளக்கம் அடைப்புக்குறிக்குள் இருக்க வேண்டும். உதாரணமாக அல்லாஹ்க்கு 'ஜல்', ரசூலுக்கு 'ஸல்'. 'அப்ப... காஃபிர்(கொல்) – ஆ? – ஒரு வாசகர். ரப்பில் ஆலமீனாய தம்புரானே... கூடாது. 4:89, 9:5, 47:4 வசனங்களெல்லாம் போர்க்காலத்திற்காக. 'நகர்ந்துகொள் பையா; நாட்டைப் பிடிக்கப் போகிறேன்' என்று எந்தப் படையாவது சொல்லுமா? அரைகுறை 'அன்வர் ஷேக்' கைப் படித்துவிட்டு அநியாயமாக பேசக் கூடாது. இண்டு இடுக்கெல்லாம் தோண்டும் 'இப்னு வரகா'வின் இழிமனதையும் புரிந்துகொள்வராக. காஃபிர் (கிள்). சரியா? இதேபோல் அல்லாஹ்வுக்கும் ரசூலுக்கும் உவப்பான சஹாபாக்களுக்கு 'ரளி'. அவுலியாக்களுக்கு 'வலி'. மாற்றிப்போட்டால் மனசுக்கு பிடிக்கும் கிலி. அல்லது 'உம்மத்'ஆல் சிறகுகள் இழக்கும் உங்கள் 'கிளி'.

3. கதையை விட அருஞ்சொற்பொருள் பெரிதாக இருக்க வேண்டும். சபராளிகள், அவர்கள் போன இடமெல்லாம் கடன்வாங்கிக் கலந்த 'தமிழூர்தரபிலாயார்ஸி' என்ற வினோத பாஷையில் பெருசாத்தான் வரும். கவலை வேண்டாம். இந்த 'ஹராம் = தடுக்கப்பட்டது' மட்டும் வேண்டாம். அது தெரியாத மனிதர்களே இல்லை. தெரிந்தும் செய்யாத மனிதர்களும் இல்லை. பொருளுக்கு பொழிப்புரை எழுதினால் அதுவும் ஒரு கதையாகிவிடும் என்பது கூடுதல் வசதி. நமது படைப்பு நம்மையறியாமலேயே உருவாகிறது என்பது இதைத்தான். 'கதை நாலு பக்கம் மட்டுமே இருக்க வேண்டும்' என்று ஒரு நாத்தம் புடிச்ச ஃபார்முலா சொல்வார்கள் பத்திரிக்கைக்காரர்கள். கேட்காதீர்கள். நாலே வரி! இதைவிட சிறப்பாக ஒரே வார்த்தையிலும் எழுதலாம். முற்றும்!

4. 'நூறு மஸ்லா' தேவையில்லை. ஏழெட்டு மசாலாவே போதும். துஆ, நிக்காஹ், ஈமான், சுன்னத், பாங்கு, ஹஜ், ரமலான், பிறை, தலாக்... அங்கங்கே 'படைச்சவனே... யா ரஹ்மானே... யா ரப்பே... யா காதர்வலி... யா ஜீலானி...' போன்ற முந்திரிப்

பருப்பையும் தூவி சீசன் நேரத்தில் ஆயிரமாயிரம் கதைகள் சமைத்து, வணிகப் பத்திரிக்கைகளின் பசிக்கு கொடுத்துவிடலாம். பிரசுரமாக, கோடீஸ்வர கோமாளிகளின் காலடியை நக்கி 'சரியான பதார்த்தம்' என்ற சர்டிஃபிகேட் வாங்கத் தெரிய வேண்டும்.

புலவர் ஆபிதீன்காக்கா பற்றி 'கபர்' ஒன்று சொன்னார் கவிஞர் ஜபருல்லா.

'அல்லா பத்தி ஒரு பாட்டு எழுதுங்க பாய்' என்றாராம் ஒரு பணக்காரர். ஒரு ரூபாயும் கொடுத்திருக்கிறார். பணக்காரர்தான்.

'இருக்காண்டு எழுதுனுமா, இல்லைண்டா?' – புலவர்

'என்னாங்க இது!?'

'இல்லை . . . இது ஒங்க காசு. அது எதை சொல்லுதோ அதை எழுதுறதுதானெ மரியாதை!'

நீதி: எங்கே, யாருக்கு என்று தெரிந்து படைப்பதும் புத்திசாலித்தனம். சரியாகப் படைத்தால் பசி தீர்க்க இரண்டு ரூபாய் வெகுமதி உண்டு. இதை வாங்க புதுக் கைலியோடும் தொப்பியோடும் – 250 ரூபாய் செலவு செய்து – போவது அவசியம்.

5. எல்லா சமயத்தவருக்கும் பிடித்த, தொந்தரவில்லாத தளம்: a. ஐந்து தூண்கள் தாங்கும் வானம் (magical realism); b. கைக்கூலி ஒழிக! (வீடொன்று வேண்டும்); c. ஓ . . . மனித நேயமே . . . (உடுத்து ak47 கைலி); d. 'ஜின்' கொண்டுவந்த Bun (சிறுவர் இலக்கியம்); e. துன்பத்தை சகித்தால் இறைவன் உதவுவான்; f. மௌத்துக்குப் பிறகு etc. . . கடைசி இரண்டு ப்ளாட்கள் நம் கதை வெளியான பிறகு உள்ள நம் நிலைமையைச் சொல்வதால் 'சுயகிண்டல்' என்ற வகையில் பாராட்டப்படும்.

6. மரியாதை என்று நினைத்துக்கொண்டு 'அல்லாஹ் சொன்னார்' என்றெல்லாம் எழுதக் கூடாது. என் நண்பர் ஒருவர் அவர் மச்சானை மச்சார் என்றுதான் சொல்வார். மரியாதையாம்! 'ஹ, இறைவனா?!' என்று ஏளனம் செய்கிற 'விஞ்ஞான வெட்டியான்கள்' கொஞ்சம் நகருங்கள். 'அறிவிலிருந்து ஒரு சிறு பகுதிதான் (மனிதர்களுக்கு) கொடுக்கப்பட்டிருக்கிறது' என்ற 'ஆயத்'தை (இறை வசனம்) கவனிக்கச்

சொல்கிறது 'இல்ஜாமுல் அவாம் அன் இல்மில்கலாம்'. அண்டத்தின் கணித ஒழுங்கை வியக்கும் ஐன்ஸ்டீனே ஆன்மீகத்திற்கு முக்கியம் கொடுக்கவில்லையா? அந்த மர்மத்தை விடுவோம். 'இல்லாதிருந்து இயங்கும்' ஏக இறைவனுக்கும் நமக்குமிடையே உள்ள தோழமையின் நெருக்கம் காட்ட 'அவன்' போடுவதுதான் அழகு. அதற்காக அல்லாஹ் தந்த அருமை ரசூலை 'அவன்' என்று சொல்வது அழுக்கு. 'நித்தந் திக்கை வணங்குந் துருக்கர்' என்று என் பாரதி முரசு கொட்டியதும் அழுக்குதான். நல்லவேளையாக 'யமபயங் கெடச் செய்பவன்' என்று 'அல்லா'வின் சரணத்தில் தப்பித்தது அவன் மீசை.

7. முஸ்லிம் பாஷை சொல்கிறோமென்று 'நம்பள்கி', 'நிம்பள்கி' என்றெல்லாம் பேச வைப்பதோ 'பாலிருக்கி... பழமிருக்கி' என்று பாடவைப்பதோ கதைக்–கி உதவாது. இதற்கு பாங்கு சொல்லிக் கொண்டிருக்கும்போதே தொழுவதை காட்டும் தமிழ்ப் படங்கள் பார்ப்பதைத் தவிர்க்க வேண்டும். முஸ்லீம் என்றாலே மூன்றடி துருக்கிக் குள்ளாயைத் தலையில் கவிழ்த்தும் முட்டாள் இயக்குனர்களின் பேட்டியையும்தான். குல்லாவுக்கு குஞ்சம் கிடைக்கவில்லையென்று குதிரையின் வாலை வைத்தான் ஒரு இயக்குனன்! இப்போதான் 'நதிக் கரையினிலே' என்று பொன்வண்ணனால் பொழுது விடிந்திருக்கிறது. சாரா அபூபக்கரின் அந்தக் கதையையும் சாக்கிரதையாக விமர்சிக்கிறது ('கத்தி மேல் நடக்கிறது ..!') ஒரு பத்திரிக்கை. இன்னொருவன் 'தலாக்' செய்த பெண்ணை மறு கல்யாணம் செய்ய முடிவெடுத்த கிழவனைப் பார்த்து சாகக்கிடக்கும் அவன் மனைவி (No.1?) பார்க்கும் அந்த பார்வை ... அடடா!

பாஷை, இலக்கியத்தின் உயிர் நரம்பான வட்டார வழக்கில் இருப்பது கதைக்கு உயிர் தரும். 'யூனிவர்ஸல் எழுத்து'தான் உயர்வென்று ஓடாதீர்கள். மரைக்கானும் ராவுத்தனும் தக்னி(பட்டானி)யும் இந்த பிரபஞ்சத்தில் வசிக்கவில்லையா அல்லது வசிக்கக் கூடாதவர்களா? கருமஞ்சாமியும் கருப்பாயியும் யூனிவர்ஸலாகும்போது கப்ப மரைக்கானும் கஜ்ஜாநாச்சியாவும் ஆகமாட்டார்களா என்ன?

'அவாள்' தமிழாகும்போது 'அஹ'வும் தமிழாக வேண்டும். இந்த காரணத்தினால் நான் என் கதைகளில் எங்கள் புலவர்கோட்டை (ரெட்டைக் கொம்பு 'க'!) பாஷையை தைரியமாக உபயோகப்படுத்துவேன். வாசகனை கஷ்டப்படுத்துவது சீரியஸான கதையின் லட்சணமுமாயிற்றே! 'க்ஷேமம்' 'ராஹத்' ஆகும். 'இருக்கேன்' 'இக்கிரேன்' ஆகும். சமயத்தில் புலவர் கோட்டை புலவர்களுக்கே இவைகள் தெரியாமல் இருப்பதுதான் தமாஷ்! அதனாலென்ன? ஊர் பெயரையெல்லாம் பார்க்காமல், 'பொட்டி ஒங்கடையா?' என்ற குரல் கேட்டதுமே 'பேஷ்! கோட்டை வந்துஹ்டுத்து . . .' என்று சரியாக எங்கள் ஊரில் இறங்கி விடுவார்கள் பக்தர்கள். பள்ளனுக்கும் பார்ப்பனுக்கும் பேதமேதும் பார்க்காத பாவாவின் ஊருக்கொரு பாஷை உண்டு. சமயத்தை, அதன் சங்கடங்கள் தாண்டி புரிந்துகொண்டால் விளங்கும் அது.

8. கதை, அவுலியா (இறைநேசர்)வின் கருணையைச் சொல்வதாக இருந்தால் 'சூஃபிஸம்' அல்லது 'இருபதிஸம்' பேசும் இதழ்களுக்கு அனுப்புக. 'மன் அறஃப நஃப்ஸஹூ, ஃபக்கத் அறஃப றப்பஹூ' என்று ஆரம்பிக்க வேண்டும். 'வசியத்து மாலை', 'முனாஜாத்து மாலை'யில் உள்ளவைகளையும் இடையில் கோர்க்கலாம். 'அல்லாஹ் அல்லாதவற்றை நீங்கள் திட்டினால் அவர்கள் அல்லாஹ்வை திட்டுவார்கள்' என்று 6:108 சொல்வதைக் கேட்காமல், கப்ர் (சமாதி) வணக்கத்தையும் 'காவிப்படை'யை கண்டனம் செய்வதாக இருந்தால் 'வஹாபிஸம்' அல்லது 'எட்டிஸம்' பேசும் இதழ்களுக்கு அனுப்ப வேண்டும் – 'யா அல்லாஹ்! எனது மண்ணறையை வணங்கப்படும் சிலைகள் போன்றதாக ஆக்கிவிடாதே' என்ற ரசூலின் பிரார்த்தனையுடன். 'அதெப்படி எல்லா மதமும் சமமாக முடியும்? 2+2 மட்டுமே 4 எனும் 'எட்டு'க்கு 1+3வும் 4ஆக முடியும் என்று விளக்க வேண்டாம். கணினிக்கே கண்முழி பிதுங்கிவிடும். 'எட்டு'க்கும் இலக்கியத்திற்கும் ஏணிவைத்தாலும் எட்டாதென்றாலும் சிந்திப்பவர்கள் என்று சொல்லிக் கொள்பவர்களாதலால் என்றாவது எட்டும் என்று நம்பலாம். இருபது ? அது 'ஒரு கடலோர கிராமத்தின்

கதை' என்ற குண்டுமணி தன்னிடமிருந்துதான் கிடைத்தென்று பெருமைகூட பேசாதிரு(ப்)பது. வீரம் விளைவித்த 'மஹ்ஜபீன்'ஐ மறந்திருப்பது. கொதிக்க வைத்த குஜராத் கொடுமைக்குக்கூட குறட்டையொன்றையே கொடுத்தது.

நட்போடு இஸ்லாமிய மலர்கள் வெளியிடும் வேறு சமயத்தைச் சார்ந்த பத்திரிக்கைகளுக்கு கதை அனுப்புவதாக இருந்தால் நகம் வளர்ந்(த்)த அரசியலை நக்கல் செய்யாமல் 'புதுமையாக' எழுதவும். கதைச்சுருக்கம் (உதா.): மாடுகள் ஒற்றுமையாகத் திரிந்தபோது அந்த சிங்கத்தால் ஒன்றும் செய்ய முடிய வில்லை. அல்லது ஒன்றுமே எழுதாமல் ஒரு வெள்ளைத் தாள். வெகுமதியுண்டு. எந்த வகை மலருக்கும் சமத்துவக் கதைகள் அனுப்புவதற்கென்றேயுள்ள சமர்த்துகளிடம் ஆலோசனையும் பெறலாம்.

9. ஏன் விமர்சிக்கிறீர்கள்? 'அப்டியே சாப்டுவோம்' மாதிரி 'அப்டியே நம்பு' என்று ஆண்டவன் சொல்லியிருக்கிறான். ஆதம் அலைஹிவஸ்ஸலாத்தின் வரலாற்றைக் கூட (carbon dating என்றால் என்ன?) நம்பி விடலாம் போலிருக்கிறது, ஒரு அ.இ.மு.வி.க தமிழரின் அதிசயக் 'கண்டுபிடிப்பு'! ஆதம் (அலை) பேசிய மொழி தமிழாம்! நரகம் பற்றிய பயமே இல்லையா இந்த பாய்க்கு? இந்த உலகத்தைவிடவா நரகம் மோசமாக இருந்துவிடப் போகிறது என்று நினைத்திருப்பார் போலிருக்கிறது. சரிதான் . . . நரகமும் நாயன் படைத்ததுதானே . . ! தயைகூர்ந்து விமர்சனம் வைக்க வேண்டாம். 'தஸ்லிமா . . .' என்று லேசாக இழுத்தாலே 'நீ முஸ்லிமா?' என்று முதல் தாக்கு! அட விமர்சனம் கூட அல்ல, 'ருஷ்டி வேறு நல்ல கட்டுரைகளும் எழுதியிருக்கிறான் . . .' என்று ஒரு காம்பூர் ஜட்ஜ் சாதாரணமாக சொல்லப்போய் ஜட்ஜின் சொந்த ஊரான புலவர்கோட்டைக்கே நீதி சொல்ல விட்டான் ஒரு காம்பூரான். கையிலோ ஒரு கடப்பாறை. வேடிக்கை என்னவென்றால் ஜட்ஜ் அப்போது காம்பூரில் இருந்ததுதான்! கவிஞன் 'H.G.ரஃபீக்'ஐயும் ('எச்சி.ரஃபீக்'ண்டு போடு – ஏக இறைவனின் எழில் தொண்டர்) ஊர் விலக்கம் செய்தார்கள். ஏனோ தலையைப் புதைத்து கல்லால் அடிக்கவில்லை. எனவே,

ஏழாவது நரகத்தின் வாசலில் நபி (ஸல்)ஐ அவன் அழவைத்தது போதனைகளை பொருட்படுத்தாமல் வாழ்ந்து நரகம் போன 'உம்மத்'துகளுக்காக என்று மறந்தும் வாதிட வேண்டாம். 'ஏனய்யா விமர்சிக்க மாட்டேன்கிறீர்கள்?' என்று பகுத்தறிந்த பாலகர்கள் கேட்பதற்கு (பிறை பார்ப்பதில் அடித்துக்கொள்வது தெரிந்திருக்குமோ?) பதிலும் சொல்லாதீர். பெரிது பெரிது உயிர் பெரிது. இதைக் காப்பாற்ற நாம் ஓடும் ஓட்டத்தில் பின் தங்கும் வாழ்வு சிறிது.

10. காட்சி சித்தரிப்பில் கூடுதல் துல்லியம் தேவை. உதாரணமாக கந்தூரியின் போது 'கூடு' வருகிறதென் றால் தேர், சப்பரம்போல இல்லாமல் இடையில் சுற்றும் அடுக்குகள் கொண்ட கூட்டின் அமைப்பு தாயிப் முற்றுகையின்போது உபயோகப்படுத்தப்பட்ட 'தப்பாபா'வின் மாதிரியென்று வாசகருக்கு அறிவூட்ட வேண்டும். கொடி வரும் கூட்டில் தடியும் குடியிருக்குமா என்று வியப்பார் அவர். தடியில்லாமல் கொடியேது ஓய்! 'தப்பாபா', 10 X 10 சதுரங்கப் பலகையில் (*Shatranj Al-Husun - Citadel Chess*) இருக்கும் போர் இயந்திரமென்று கூடுதலாகவும் சொல்வது கூடு விட்டு கூடு பாய்ந்து குமுறுபவர்களுக்கு குளிர்ச்சியும் தரும். அதற்காக ஒவ்வொரு கதையிலும் கந்தூரியைக் கொண்டாடவும் கூடாது. வேண்டுமானால் கந்தூரியின் பெயரை மாற்றிக் கொள்ளவும். பெரிய ஆண்டவர் கந்தூரிக்கு பதிலாக சின்ன ஆண்டவர் கந்தூரி. இரண்டும் சொல்லிவிட்டால் பக்கத்து ஊர் அவுலியாக்கள். இவர்கள் அடங்கிய ஊரில் ஏன் மதக் கலவரங்கள் அவ்வளவாக நடப்பதில்லை என்று கேள்வி எழுப்ப வேண்டும். இங்கே சூஃபிகளின் சிறப்பு அல்லது அவுலியாவின் 'காரணம் விளங்குறது'. அவுலியா, ஒரு வெற்றிலையை எடுத்துக் குதப்பி மலடிக்கு கொடுத்தார்; 'புதிய சத்திய சரித்திர வித்து ஒன்று சுத்த பத்திய கன்னி நிலத்தில் நித்திய ஜீவவேர் பாய்ச்சத் துவங்கிற்று . . .' அத்தோடு முடித்துக் கொள்ள வேண்டும். அவுலியா ஏன் தன்னைவைத்துப் பிழைக்கிற ஒரு வியாபாரக் கூட்டத்தை சந்ததியாக உண்டு பண்ணினார் என்று கேட்க வேண்டாம். வருகிற பதிலில் நாம் அவுலியாகிவிடுவோம் அப்புறம்.

11. அரபுநாட்டுக்கு போன அப்துல் காதர்கள், அரபிகள் அநியாயங்கள் செய்வதாக அளந்து விடுகிறார்கள் – 'கப்பலுக்குப் போகாத மச்சான்' கதையளப்பதைப்போல. இதைத் தவிர்க்க வேண்டும். 'எதுவும் நிரந்தரமல்ல' என்ற குவைத் பாடத்தை அரபிகள் இத்தனை சீக்கிரம் மறந்து செல்வத்தில் திளைக்கிறார்கள் திமிரோடு என்றால் திரியட்டுமே கொஞ்ச நாள். உலகின் எந்த இனமும் இவர்களைப் போல கொடூரமான சீதோஷ்ணமுள்ள நாட்டில் இருந்ததுண்டா? அரபிகள் பட்ட சிரமத்திற்கு ஆண்டவன் கொடுத்த பரிசென்று எடுத்துக் கொள்ள வேண்டியதுதான். ஆனால் நிஜ அரபிகள் என்பவர்கள் உண்மையில் யார்? 'யஹூதி'கள் கூட அந்தப் போர்வையில் உலா வருகிறார்கள் ...' என்று பாலைவனத்தில் முணுமுணுக்கும் பாவப்பட்ட 'பது'க்களின் சார்பாக அந்தக் கேள்வியை பதிவு செய்துவிட்டு, 'அரபி எந்த விலையுயர்ந்த பொருளானாலும் சரி, ஒருமுறை உபயோகித்து விட்டு தூக்கி வீசி எறிந்துவிடுகிறானெ'ன்ற குற்றச்சாட்டையும் மறுக்கவும். அப்போதுதான் ஒரு விஷயத்தின் பல பக்கங்களையும் பார்க்கிறீர்கள் என்று அர்த்தம். மறுபக்கம்: அது அந்தக் காலம். அது தின்பண்டமானாலும் சரி பின் பண்டமானாலும் சரி அத்தனையும் ஆயிலையும் ஆயுளையும் வாங்க வந்த அமெரிக்க பிரிட்டிஷ் தந்திரம். அவர்களைபார்த்து அப்படியே காப்பி அடிக்கும் அரபிகளைப் புரிந்து விளையாடும் விளையாட்டு. ஒன்றைத் தூக்கி எறிய வைத்து நூறைக் கொட்டி உறிஞ்சும் கொடுமை. இதையெல்லாம் நாசூக்காக உங்கள் கதைகள் சுட்ட வேண்டும். சும்மாக்காச்சுக்கும் இங்கிருந்து அங்கும் அங்கிருந்து இங்கும் 'புர்ர்...' 'புர்ர்...' ரென்று ராணுவ வண்டிகள் ஓட்டும் அரபு வீராதி வீரர்களுக்கு, 100 கிராம் சோற்றுக்கு 200 கிராம் முந்திரி போடச் சொல்வது வீரத்தை வளர்க்கவா? இந்த இக்கனூண்டு ராணுவத்திற்கு தேவைப்படும் ஒரு *Tank* கிற்கு நூறு *Tank* அனுப்பி அதையும் அடுத்த வருடம் *Scrap* கம்பெனிகளுக்கு ஏலம் விட்டு இடம்பெயர்க்கும்போது ரொம்பப் படித்த அரபிகள் 'சுக்ரன் வ ஜஜீலன்' சொல்வதற்கல்லவா? அய்வா ..! புதுவிதமாக பார்க்கிறீர்கள்; வல்லரசுகளையும்

விளாசுகிறீர்கள்! 'ஹுக்கூமத்'தின் 'ஹிக்மத்'தைச் சொல்லும்போதே 'ஈச்சை மரத்து இன்பச் சோலை'யில் சட்டி கழுவுவதற்காக சட்டியின் உள்ளே இறக்கப்பட்டவனையும் சொல்லுங்கள். நாலுமாதமாக சம்பளம் கொடுக்காத அரபி அவனை வெளியிலேயே எடுக்கவில்லையாமே . . . அப்படியே தீ வைத்துவிட்டானா? விசாரியுங்கள். 'தண்ணீரில் மீன் அழுதால் கண்ணீரை யார் அறிவார்?' என்று கதறுவார் ஒரு பாகவி. பிரச்சினையின் கொடூரம் சொல்லி உயிரை அறுக்கும் *'Garshom'* போன்ற படங்களையும் (கதை, இயக்கம்: P.T. குஞ்சுமுஹம்மது) பார்க்கவும். அரபு நாட்டிலிருந்து ஒரேயடியாகத் திரும்பும் சபராளிக்கு ஆறுதலாக இருக்கும் தாயார், மனைவி, பிள்ளைகள் பாத்திரங்களைப் படைப்பதற்கு மட்டும் யோசனை செய்யுங்கள். உண்மையா அது?

12. நவீன இலக்கியத்தில் சமையல் குறிப்பும் இடம் பெற வேண்டியது அவசியமாதலால், ஒரு இஸ்லாமிய பதார்த்தம் செய்வது எப்படி என்பதை விளக்கலாம். இங்கே உதாரணத்திற்கு வட்டலப்பம். 16 முட்டையை உடைத்து கலக்கி ஒரு பாத்திரத்தில் ஊற்றி, சீனி 400 கிராம் + ஒரு சிட்டிகை உப்பு சேர்க்க. இத்துடன் பிஸ்தா 100 கிராம், முந்திரி 100 கிராம் (கெட்டியாக வேண்டுமானால் தோலெடுத்த பாதம் 100 கிராம் சேர்த்துக் கொள்ளலாம்) மாவு போல – தண்ணீர் சேர்த்து – அரைத்து இத்துடன் இடைச்சி மார்க் *(condensed sweet milk)* பாலையும் சேர்த்து எல்லாவற்றையும் மிக்ஸியில் போட்டு கலக்கவும். வாசத்திற்கு வெண்ணிலா *essense* (முட்டை கவுச்சியை நீக்குவதற்காக) சேர்க்கலாம். இதைஅலுமினிய ஃபாயிலில் மூடிய சட்டியில் வைத்து – இட்லியை வேக வைப்பது போல – *steam* செய்யவும். 20–25 நிமிடம் வரை போதும். வட்டலப்பம் ரெடி. என்ன ருசி! அடுத்த கதைக்கான வேறு பதார்த்தம் (போனவம், ஓட்டுமாவு *etc*) தெரியவில்லையென்றால் இதே வட்டலப்பத்தையே முட்டைகளின் எண்ணிக்கையை மாற்றிக்கொண்டு சொல்ல வேண்டும்.

13. பொருத்தமான இடத்தில் அண்ணல் நபியின் அமுதமொழிகளை இணைக்கவும். 'இரு தாடைகளுக்கும் தொடைகளுக்கும் இடையில் உள்ளதை

பேணிக்கொள்ளுங்கள்' என்ற ஹதீஸை, உணர்ச்சிகள் நம் கட்டுப்பாட்டுக்குள் இருக்க வேண்டும் என்று சொல்ல வேண்டிய இடத்தில் சொல்ல வேண்டும். உலகின் பிரச்சினைகள் அனைத்துமே கட்டுமீறுவதால் தானே வருகிறது. ஆனால் அந்த ஹதீஸை வட்டி வாங்குவது பற்றி நாம் வாங்குவாங்கென்று வாங்கும் இடத்தில் சேர்த்தால்! ஷைத்தானின் தூண்டுதல்தான் இதற்கு காரணம். ஷைத்தான் இவ்வளவு தூரம் வெற்றி பெறுவதற்கு உதவுகிற இறைவனை விமர்சிக்க வேண்டாம். குறிப்பு எண் 9 இடிக்கும். பிரச்சினைக்கு காரணமாக நாவை சொன்ன நபிகளார் போலவே நடிகனும் சொன்னான் ஒரு படத்தில்: 'நாஃப்ஸே ஊப்பர் நாஃப்ஸே நீச்சே!' தொப்புளுக்கு மேலும் கீழும் உள்ளதால்தான் தொந்தரவாம். அண்ணலா அவன்? இல்லை. அஜ்னபி. 'அஜ்னபி'க்கு என்னா அர்த்தம்?' என்று ஒரு ஆச்சிமாவை கேட்டேன். 'அஹ ஒரு நபி வாப்பா!' என்று அவர்கள் அற்புதமாக விளக்கம் கொடுத்தார்கள்!

14. கஜல் & கவாலிகளை இடையே சேர்க்கலாம் – மொழிபெயர்க்காமல் (பெயர்த்தால் வியர்த்து விடுமே!). இயன்றால் தப்லா அல்லது கைத்தட்டுடன்.

பலட் பலட் பலட் தேரா த்யான் கிதர் ஹை
ஸோச் தேரா அஸ்லி மகான் கிதர் ஹை..!

இது ஒரு 'effect' கொடுக்கும்! இம்மைதாசனின் 'இசையும் இறைவனும்' கட்டுரை படித்தும்கூட 'இசைக்கு இசையுமா இஸ்லாம்?' என்று தாடியை தடவிக்கொண்டிருந்தால் இந்த ஜென்மத்தில் இலக்கியம் படைக்க முடியாது. அரேபிய சேனல்களில் வராத ஆட்டம் பாட்டமா? 'ஆத்மசுகம் தரும் அற்புத இசையே ஆண்டவன்தான்' என்ற வரியை சேர்த்துக்கொள்ளவும். குஃப்ர்? 'இந்த இறை வசனத்திற்கு இது மட்டுமே அர்த்தமென்று அறுதியிட்டு உறுதியாகச் சொல்வது மட்டும் 'குஃப்ர்' இல்லையா? இறைவனுக்கும் எனக்கும் இடையில் இவர்கள் யார்?' என்று தைரியமாக எழுதுங்கள். அப்புறம் ஜமாஅத்–ன் காலில் விழுந்து வாபஸ் பெற்றுக் கொள்ளலாம். மனதுக்கு கஷ்டம்தான் . . . குலாம் அலியை குர்பானி போட்டுவிட்டு பிஸ்மில்லாகானை 'பிஸ்மி' சொல்லி அறுத்து

விட்டு உள்ளமுருக வைக்கும் *'Oud'*ஐ உடைத்துப் போட்டுவிட்டு பிரமாதமாக சுவனத்துப் பூங்காவில் என்ன சாதித்துவிடப் போகிறோம்? பெருநாள் போன்ற விஷேச தினங்களில் குறைவான வாத்தியம் கொண்டு இசைத்ததை நாயகமே தடுத்ததில்லை. கவிதை பற்றி கருத்து சொல்லும்போது, 'மூஃமினாவன் தன் நாவைக்கொண்டும் போரிடுகிறான்' என்று அவர்கள் சொல்லியிருப்பதை இசைக்கும் எடுத்துக் கொள்ளலாம். கலாச்சாரங்களை இணைக்கும் பாலமாக இசை இருக்கும் என்று நாம் நினைத்தால் கழுத்து நரம்பு அறுபடுவது போல காஞூர் கலிஃபுல்லா பாடுவது அதற்கல்லவாம்!

'நாயனிடம் கையேந்துங்கள் – அவன்
'நஹீ' என்று சொல்லுவதில்லை!'

15. நகைச்சுவை! இது இல்லாமல் தமிழ் இலக்கிய நிலமே பாளம் பாளமாய் வெடித்துபோய் கிடக்கிறது. மழை மனது வைத்தாலல்லவா சேமிப்புத் தொட்டிகள் சிறக்கும்? நல்லா நல்லா சொன்ன முல்லாவை படைத்த வானத்திலோ துளியூண்டு கூட அதன் அறிகுறிகளே இல்லை. முஸ்லீம்கள் முசுடுகளா?! இஸ்லாமியக் கலைக்களஞ்சியம் நீங்கள் பார்க்கவில்லை போலும். செவியின்பத்தை சேதப்படுத்தவே பிறப்பெடுத்த செல்ல முஅத்தின், சொல்லத் தெரியாமல் பாங்கு சொன்னதைக் கேட்டு, மதம் மாற வந்த கிருத்துவர் ஓடியே போய்விடுவார் அதில் – ஜென்மத்துக்கும் இந்த கொடுமை வேண்டாமென்று! உண்மையை தமாஷாக சொல்ல முடியுமென்றாலும் தமாஷுக்கு சொல்வதெல்லாம் உண்மையாகிவிடாது. பாங்கோசை கேட்ட சிலிர்ப்பில் 'அபூர்வ மன எழுச்சியடைந்து' மதம் மாறியவர்கள் இல்லையா, என்ன? அப்போதுள்ள பெரியவர்கள், பலவீனன்தானே பயப்படுவானென்று சாதாரணமாகவே எடுத்துக் கொண்டார்கள். 'தாப்பா திறக்கிற பாப்பா'வை உற்சாகப்படுத்தவும் செய்தார்கள். இப்போது அப்படியெல்லாம் முடியாது. எண்ணிவிடுவார்கள் எலும்பை. இதையும் மீறி 'முட்டியாப்பா' குறுநாவலில் 'பலூன்' காட்டி சிரிக்க வைத்தார் பாக்கர் சாபு. ஆனால் நகைச்சுவை, நாசூக்காக இருக்க வேண்டும். உதாரணமாக என் உம்மாவுக்கு மிகவும் பிடிக்குமென்று விலை உயர்ந்த முந்திரி பகோடா வாங்கி வந்தேன்

நாசப்பட்டினத்திலிருந்து. சுமா செட்டியார் கடை ரொம்ப ஃபேமஸ். முழுசு முழுசாக முந்திரிப் பருப்பு ... பாக்கெட்டைப் பிரித்துப் பார்த்தால் பகோடாவில் முந்திரிப் பருப்பையே காணோம். 'நாசமத்து போவான் ... அரைச்சிப் போட்டுட்டான் போலக்கிது!' என்றார்கள் உம்மா. 'நாசமத்து போவான்..!' என்ற திட்டே சிரிப்புதான். 'நாசமுற்று' என்று நினைத்துக்கொண்டு சொல்கிறார்கள். ஆனால் நாசம் அற்றுவிடுகிறது! என்னை உம்மா இப்படி திட்டும்போதெல்லாம் 'இன்னும் திட்டுமா..!' என்று நான் சொல்வது வழக்கம். அப்போது மட்டும் உம்மா 'கிருத்துவம் புடிச்ச மூதேவி' என்று சரியாக என்னைத் திட்டுவார்கள். 'மூதேவி' எந்த மதத்தைச் சார்ந்தவள் என்பது இருக்கட்டும், 'கிருத்துவம்' என்றால் இவர்களுக்கு 'பேய் பிடித்த' என்று அர்த்தம். கவனமான மொழிபெயர்ப்பு. அப்போ கிருத்துவர்கள் எப்படி திட்டுவார்கள்? 'முஸ்லீம் புடிச்சவன்' என்றா? ஒவ்வொருவருக்கும் ஒவ்வொன்று பிடிக்கிறது ...

16. மேற்சொன்ன குறிப்புகள் படி எழுதுவது சிரமமாக இருந்தால் எழுதி வைத்திருக்கிற உயிர் நண்பனிடமிருந்து அவன் அனுமதியில்லாமல் எடுத்து உங்கள் பெயரைப் போட்டு பிரபல பத்திரிக்கைக்கு அனுப்பவும். பரிசும், உணர்வுபூர்வமான ஒற்றுமையுடன் சமரசம் விரும்பும் இஸ்லாமிய இதழ்களில் பேட்டியும் நிச்சயம். போஸ்ட்மாடர்னிஸ்டாக பூவுலகில் வலம் வரலாம்.

வாழ்த்துக்கள்!

**பதிவுகள்.காம் / ஜனவரி 2004**

# ருக்உ

## 1

'நானா' என்றால் அண்ணன் என்று அர்த்தம். அண்ணனைக் காக்கா என்றும் சொல்வார்கள் சில ஊரில். இருவரில் யார் ஒசத்தி என்று ரொம்ப நாளாக வெளியே தெரியாத புகைச்சல் உண்டு. இந்த இருவர் சொல்வதும் சரியில்லை என்று சொல்பவர்கள் சில 'அண்ணே' ஊர்களில் இருக்கிறார்கள். இந்த மூவர் சொல்வதும் சரியில்லை என்பவர்கள் 'பாய்' ஊர்களில் இருக்கிறார்கள். பெயரே 'நானா' என்றிருப்பவரை அவர்கள் மன்னித்து தமிழ் முஸ்லீம், இல்லை, தமிழக முஸ்லீம்களில் ஒருவராக ஏற்றுக் கொண்டு ஒற்றுமையை தொழுகையில் காட்ட விரைந்து வருவார்களாக!

நகுதாவுக்குத்தான் அந்தப் பெயர். நகுதா நானா என்றுதான் கூப்பிட வேண்டும் முறையாக. ஆனால் ஊர், 'நானா' என்றால் முதலில் அது நகுதா நானாவைத்தான் குறிக்கும் என்று வைராக்கியமாகச் சொல்லி விட்டதில் நானாவின் நானா (அண்ணன்) கூட தன் ஒரே தம்பியை, 'நானா . . .' என்று கூப்பிட வேண்டிய நிலை. 'என்னா இப்படி கூப்பிடுறியும்?' என்று அண்ணன்காரரிடம் ஒருவர் கேட்டதற்கு 'பின்னே 'பானா'ண்டா கூப்புட முடியும்?' என்று எரிச்சலுடன் பதிலளித்தார் அவர். நகுதா என்று கூப்பிட்டால் திரும்பிப் பார்க்கமாட்டேன்கிறானே தம்பி ! 'நானா நானா' என்று கூப்பிட வேண்டுமோ?

'நானா' அப்படி ஒட்டிவிட்டது நகுதாவுக்கு. கூப்பிடும்போதே மரியாதையாக ஒரு பட்டப் பெயர் அமைந்துவிடுவது ஒரு அம்சம்தான். ஊரிலுள்ள கழக அமைப்பு மட்டும் நானாவின்

பெயரைப் போடும்போது விளக்கமாக–அது இரங்கற் கூட்டங்களில் தலைமை தாங்குவதாக இருந்தாலும் சரி – 'நகைச்சுவை நாயகர் நகுதா நானா' என்று போடும் – குழப்பத்தைத் தவிர்க்க. அது சரி . . . 'ந. நா' என்பதுதான் 'நானா' வாக மாறியிருக்கிறதோ. . ? யாராவது இறந்தால்தான் அது தெரிகிறது போங்க . . .

நானாவால் மரணம் சிரிக்கிறது. மரணத்தைவிடப் பெரிதாக வாழ்வின் நகைச்சுவை ஏதாவது உண்டா?

சிரிப்பிற்கு மரணமே கிடையாது என்று, 'நக்கல் நானூறு', 'விரி, சிரி!' என்பன போன்ற தலைப்புகளில் புத்தகங்கள் வெளியிடும் பதிப்பகங்கள் சொல்கின்றன. வாழ்வதே நாம் சிரிக்கவும் மற்றவர்களை சிரிக்க வைக்கவும்தானாம்.

சிரிக்க வைப்பது ஒரு பெரிய கலைதான் – சிரிப்பதைவிட. நானா அதில் கில்லாடி. வெடை மன்னன். அவரே சொல்லும் 'சோலா பூரிலெ ரெண்டு ஈ ஒக்காந்திக்கிற மாதிரி வரைஞ்சா அது நாந்தான்' முகம் காட்டும் பாவத்தில், குரலின் ஏற்ற இறக்கமும் சரியான விகிதத்தில் சேர – 'தொபுக்கடீர்' என்று – மேலே தொங்குகிற சிரிப்பு முத்துக்களால் ஆன சரவிளக்கு தொங்கும் கம்பியை தன் பல்லாலேயே அறுக்கத் தெரிந்தவர் அவர். யாரும் எதிர்பாராமல் இருக்கும் போது ஒரு நொடியில் செய்கிற கண்கட்டு வேலை அது. பெரிய ஜாலம் . . .

நானா, கூட்டத்தை விலா நோகச் சிரிக்க வைக்கிறார் என்று பொறாமைப்பட்டு ஒரு மௌலவி, நானாவின் புகழ் பெற்ற ஒரு ஜோக்கை தன் ஜோக்காக ஒரு ஊரில் போய் சொல்ல, கேட்ட கூட்டம், மைய்யத்து ஊர்வலமாக மாறியதும் ஒரு நகைச்சுவைதான்.

ஒன்றுமில்லை . . . குத்துச்சண்டை வீரர் குல் முஹம்மதுவின் வீட்டில் நுழைய எந்தத் திருடனும் பயப்படுவான். குல் முஹம்மது, வாசலில் ஒரு போர்டு மாட்டி வைத்திருக்கிறார். 'இது குத்துச் சண்டை வீரர் குல் முஹம்மது வீடு. இவரை இதுவரை குத்துச் சண்டையில் ஜெயித்தவர் யாருமில்லை' என்று. எவன் நுழைய முடியும்? ஆனால் ஒருவன் நுழைந்து திருடியும் விட்டான். அவனைப் பிடிக்கலாம் என்று பாய்ந்தால் திருடன் எழுதி வைத்துவிட்டுப்போன ஒரு தாள் படபடக்கிறது. 'இதை திருடியவர் ஓட்டப் பந்தய வீரர் ஒலி முஹம்மது. இவரை இதுவரை ஓட்டப் பந்தயத்தில் ஜெயித்தவர் யாருமில்லை!'

இதை நானா சொல்லிக் கேட்க வேண்டும். அந்த இரண்டு வீரர்களுமே உயிரோடு வந்து சிரிப்பார்கள். கேட்டுச் சிரிக்காத

ஊர்கள் தமிழ் நாட்டில் ஓரிரண்டு இருக்கலாம். அப்படிப் பட்ட ஊரைத் தேடிப்பிடித்து மௌலவி போய் சொல்லியும் அவர் பாச்சா பலிக்கவில்லை. 'குல் மு . . . ஹ . . . ம் . . . ம் . . . ம் . . . ம . . . து . . .', 'ஒலி மு . . . ஹ . . . ம் . . . ம் . . . ம் . . . ம . . . து . . .' என்று ரசூலுல்லாஹ் பெயரைச் சொல்வது போல் பச்சை வர்ணம் பூசிய பக்தி நடுக்கத்துடன் அழுத்தமாகச் சொன்னால் . . ! கூட்டம், 'அல்லாஹு ம்ம சல்லி வ சல்லி வ பாரிக் அலைஹி' சொல்லிக்கொண்டு தேம்பித் தேம்பி அழ ஆரம்பித்துவிட்டதாம். சில பேர் அளவுக்கு மீறி சலவாத் சொல்லி தங்கள் கைகளை தொடர்ந்து முத்தமிட்டுக்கொண்டதில் மயக்கமுற்றுவிட்டார்கள் என்று கேள்வி.

அதே ஊரில் போய் நானா திரும்பவும் நாற்பது முறை சொன்னாலும் ஜனங்கள் சிரிப்பார்கள். இதைத்தான் நாடி பிடிப்பது என்று சொல்வார்கள் போலும். அப்போதுதான், 'தொழுவாம இருந்த பள்ளியை *R.S.S*காரன் இடிக்கிறதுலெ என்ன தப்பு?' என்று ஜனங்களை ஆவேசப்படுத்தியிருப்பார். 'எல்லா அறங்களிலும் தலையாயது 'கொடுப்பது' என்ற மெய்யறிவின் அடிப்படையில் சர்ச்சைக்குரிய இடத்தை முஸ்லீம்கள் பெருந்தன்மையுடன் விட்டுக்கொடுத்து ஒட்டுமொத்த இந்திய மக்களின் வாழ்வுக்கு இறைவனின் பெயரால் ஒளியேற்ற வேண்டும்' என்று தினமணியில் எழுதிய தன் ஊர்க்காரனை அடிக்க, முன்தினம் ஆவேசத்துடன் கிளம்பிய அதே ஜனங்கள் இப்போது தொழுகையைப் பற்றி நானா ஏதோ சொன்னாரே என்று நினைக்காமல் சிரிப்பில் தங்களை மறந்து போயிருப்பார்கள். ஆவேசத்திற்குப் பிறகு வருவதையும் ஆவேசச் சிரிப்பு என்று சொல்லலாம் என்று கருதுகிறேன். சரிதானே?

அயோத்திக்கு நானாவை அனுப்பியிருந்தால் பிரச்சினை எப்போதோ முடிவுக்கு வந்திருக்கும்; பெயரின் உண்மையான அர்த்தமான அயுத்தத்திற்கு வந்திருக்கும். சொல்ல முடியாது . . . கர சேவகர்கள், இடிப்பதை மறந்து தொழவும் ஆரம்பித்து விடலாம். ஆவேசம் அடங்கிய பிறகே ஞானம் பிறக்கிறது. அதுவும் தொழாத ஒருவர் சொல்லும்போது ஞானம், ஊனமில்லாமலேயே பிறந்துவிடுகிறது. ஞானம்தான் வாணி வடிக்காத, சளியே ஒழுகாத எவ்வளவு அற்புதமான குழந்தை . . !

நானா, தொழுகையை விட்டு நீண்ட காலமாகிவிட்டது. 'அப்போ இன்னும் திருந்தாத காலம் . . .' என்று இப்போது கிண்டல் செய்யும் அவரைத்தான் பள்ளிவாசல் திறப்பு விழாவிற்குச் சிறப்புப் பேச்சாளராக ஜனங்களும் அழைக்கிறார்கள். 'வக்த்' நேரத்தில் – அதுவும் முதல் நாளன்று – திறப்பு விழா நடத்தும் அமைப்பாளர்களை, 'பள்ளிவாசல் திறப்பு என்பது தொழுகை;

விழா நடத்துவதல்ல' என்று கடுமையான விமர்சனம் செய்தாலும் அவர்களின் புண்பட்ட மனதை, ஹவுலு நீரால் கழுவுவது போல 'இபாதத்' பற்றியும் சொல்லிக் குளிர வைத்து விடுகிறாரே . . ! அதுவும் யார் சொன்னது? கௌதுல் அஃலம்! 'என்னிரு கண் மணியே முகியித்தீனே' என்று குணங்குடியப்பா உருகி உருகிப் பாடிய, ஞானிகளின் வேந்தர். 'விழுந்துகிடந்த இஸ்லாம் எனும் முதியவரை தூக்கி நிறுத்தினாரா?!' என்று உருவகக் கதைப் புரியாமல் பாய்கிறார்களே சில இளைஞர்கள், அவர்களின் கோபத்திற்கு ஆளான அந்த ஞானியேதான். வேண்டுமானால் இவர்களின் கோபத்திற்கு ஆளானதால் ஞானியானவர் என்று வைத்துக் கொள்ளுங்கள்.

உண்மையில் அது கௌதுல் அஃலம் சொன்ன கதையே அல்ல. கற்பனை முழுக்க முழுக்க நானாதான். ஜீலானி எங்கே சொன்னார்கள் எப்போ சொன்னார்கள் என்று தலை முடியின் எண்ணிக்கையைப் பார்ப்பது போல ஒருவன் தன் வாழ் நாட்களை இதற்கென்று செலவிட முடியுமா? இடையில் தொழுகை நேரங்கள் வேறு இருக்கின்றன . . . நரகத்தை விட்டு நம்மைக் காக்கும் தொழுகை . . . 'தொழுகையை நிலை நிறுத்துவீராக! நிச்சயமாக தொழுகை மானக்கேடானவற்றையும் தீமையையும் விட்டு விலக்கும்' என்று குர்ஆன் சொல்கிறது. ரசூலுல்லாஹ் கூட அவர்களின் மரண வேளையில் 'மக்கள் தொழுது விட்டார்களா?' என்று அடிக்கடிக் கேட்டார்கள் என்று 'சஹி'யான ஹதீஸ் வேறு இருக்கிறது.

அவன் என்ன செய்ய முடியும்? நானா சொல்வதை கேட்டுக் கொள்ள வேண்டியதுதான்.

தண்டனை கொடுப்பது, பரிசு அளிப்பது, மன்னிப்பது என்ற மூன்று குணங்களும் அல்லாஹ்வுக்கு மட்டும் எப்படி சொந்தமாக முடியும்? நானும்தான் என் விரோதிகளுக்கு தண்டனை கொடுக்கிறேன்; அடிமைகளை மன்னிக்கிறேன், திறமையுள்ளவர்களுக்கு பரிசும் அளிக்கிறேன். அப்போ நானும் அல்லாஹ்வும் ஒண்ணுதானே? என்று ஒரு மன்னன் கேட்டானாம் ஜீலானியிடம். மன்னர்களுக்குத்தான் அதிக வேலை இருக்குமே . . . கேட்டிருக்கிறான்.

ஒரு நாய் இருக்கிறது. அது சாப்பிடுகிறது; தூங்குகிறது; ஆசை வந்ததும் 'வேலை' எடுக்கிறது. நீயும்தான் சாப்பிடுகிறாய்; தூங்குகிறாய்; ராணியை மட்டுமல்லாமல் அந்தப்புரத்தில் இருக்கிற ஆயிரம் மனைவிகளையும் 'வேலை' எடுக்கிறாய். அப்போ நீயும் நாயும் ஒன்றுதானே? – ஜீலானியின் கூர்மையான பதில்.

மன்னனுக்கு அன்றிலிருந்து தூக்கம் போய்விட்டது. கூடவே கர்வமும். தான் பேசும் போதெல்லாம் குரைப்பது போன்று ஒரு சப்தம். அவனுக்கு பொறுக்க முடியவில்லை. தான் இறைவனாக இல்லாமல் போகட்டும். குறைந்தது நாயாக இருக்கக் கூடாது . . .

'நான் யார் . . ?' – உலகின் ஆதாரமான கேள்வியின் குடைச்சல்.

ஓடி வந்து காலில் வந்து விழுந்தவனை ஜீலானிதான் காப்பாற்றியிருக்கிறார்கள். உன்னை நாயிடமிருந்து பிரிப்பது எது? இபாதத்! அதைச் செய்!

இபாதத் பற்றி விளக்கினால் ஜனங்களுக்கு, இருக்கிற கொஞ்ச நஞ்ச மூளையும் குழம்பும் என்று, கதையைச் சொன்னவுடன் அவர்களின் சிரிப்பை உச்சத்திற்குக் கொண்டுபோவதற்கு இலவச இணைப்பாக ஒரு நாய் கதை வேறு . . !

அரை குறையாய் அரபி தெரிந்த ஒரு ஆலிம்ஷா, போகிற வழியில் சில தாழ்த்தப்பட்டவர்கள் நாயைச் சாப்பிடுவதைப் பார்த்தாராம். சும்மா போகக்கூடாதா? 'ஏன் போயும் போயும் இதைப் போய் சாப்பிடுகிறீர்கள்?' என்று கேட்டிருக்கிறார். ஆலிம்ஷாக்களுக்கு சட்டம் தெரிகிறதோ இல்லையோ கேள்வி கேட்கத் தெரியும். அவர்கள் பதில் சொன்னர்களாம்: (இதற்கும்) ஆட்டைப் போலவே நாலு காலும் ஒரு வாலும் இருக்கிறதே பாய்!

இதைப் போய் ஒரு கூட்டத்தில் சொல்ல வேண்டும். தன் அரபிப் புலமையையும் காட்ட வேண்டும். நாய்க்கு 'கல்ப்' என்பது தெரியும். சொன்னார்கள் என்பதற்கான 'காலு'வும் தெரியும். நிஜக் காலுக்கு தெரியாது. ஒரு, நாலு, வாலு, தாழ்த்தப்பட்டவர் என்பதற்கும் தெரியாது. சொன்னாராம் இப்படி ஒரு பயானில் :

**அகாலு கல்பின் ஃபறையருன்ன காலு**
**லஹூக சாத்தின்**
**நாஃலு காஃலு ஒஃரு வாஃலு!**

(நாயைச் சாப்பிடுகிற தாழ்த்தப்பட்டவர்கள் சொன்னார்கள்
ஆட்டைப் போலவே அதற்கும்
நாலு காலு ஒரு வாலு)

புதிதாக அரபு நாட்டிற்கு வேலைக்குப் போய் அந்த தாழ்த்தப்பட்டவர்களை விட கேவலப்படுபவர்கள், புளி என்று கேட்பதற்கு புளீஃக் என்று அரபியிடம் கேட்பது போலத்தான்.

அப்படியென்றால் சிரிப்புக்கு? சிரிஃப் என்றோ தமாஃஷ் என்றோ இருக்கலாம். ஆனால் நானா என்னையும் என்

நண்பர்களையும் கவர்ந்தது சிரிப்பான மேடைப் பேச்சாலோ, தடாலடி குதர்க்கத்தாலோ அல்ல. எனக்கு 20 வயதேனும் வயதில் மூத்தவரான அவர் எங்களுடன் நண்பன் மாதிரி பழகியது இலக்கியத்தால்தான். இலக்கியமும் சாதாரண வகையல்ல. படிக்கிற யாருக்கும் புரியாத (தத்துவம்) எழுதியவருக்கும் புரியாத (மஹா தத்துவம்) வகையாக்கும். தமிழகத்திருந்த 128 பேரில் நாங்களும் சேர்ந்திருந்தோம்.

ஏற்கனவே பள்ளிக்குத் தொழப் போகிற நண்பர்களைப் பார்த்து 'இதுக்கு 'ஜிம்' ம்முக்கு போலாமே!' என்று (பெரியாரின் பாதிப்பு) சொல்லி வித்தியாஸமாக இருக்க முயன்ற எங்களுக்கு, தொழாததோடு தொப்பியும் போடாத அவர் கவர்ந்துவிட்டார். இத்தோடு 'குறி' என்ற சிற்றிதழும் அவர் கையில் துவண்டு கிடந்ததைப் பார்த்தபோது அவரை எங்களுக்கு மிகவும் பிடித்துப் போனது. குறி பிடித்தவர், படித்தவர் யாரும் எங்களுக்கு மரியாதைக்குரியவர்தான்.

தான் சேர்ந்திருந்த அரசியல் கட்சியின் கூட்டமாகட்டும் அல்லது இலக்கிய மேடையாகட்டும் அல்லது இலக்கியத்திற்கு சிறிதும் சம்பந்தமில்லாத மார்க்கப் பிரசங்கமாகட்டும் மாதம் பத்து கூட்டத்திற்கு மேல் போவதில்லை என்று முடிவெடுத்துக் கொண்டு அதில் வரும் சொற்ப வருமானத்தை மட்டுமே நம்பி வாழ்வது சாதாரண விஷயமா ?

அவருக்கு மனைவி, பிள்ளைகள் என்றால் உயிர். ஆனால் அவர்களுக்கும் உயிர் இருக்குமே. ஆசையில்லாமல் உயிர் இருக்குமா ?

கேட்டால் 'அல்லாஹ் கொடுப்பாங்க' என்பார்.

அவர் மனைவி பொன்னாச்சிக்கு உடலில் சொட்டு தங்கம் கூட இல்லை என்பது உறுத்தும். 'பெயர் ராசியா?' என்று லாத்தாவைப் பற்றி நானாவிடம் கேட்க முடியுமா? அல்லாஹ் எங்களுக்கு முதலில் தைரியத்தை கொடுக்க வேண்டும்.

'அல்லாஹ் கொடுப்பானாம்! எப்படி கொடுப்பான்? தொழுவாம இருந்துக்கிட்டு, நல்ல நா பெருநா ஜுமாண்டு கூட போவாம, போற ஜனங்களையும் கெடுக்குற மாதிரி பாட்டு படிச்சிக்கிட்டு . . ! பாட்டாச்சும் ஹனிஃபா பாட்டா? இல்லே, சினிமாப் பாட்டு! மசுருலெதான் கொடுப்பான் அல்லாஹ்!' என்று பிஸாது பேசும் ஒரு காக்கா தெருவின் நடுவிலேயே இருந்துகொண்டு எவரைப்பற்றியும் கவலைப்படாமல் அல்லாஹ் தருவான், தர வேண்டும் என்று நம்புகிறவர் தொழத் தேவையில்லையோ?

'மனசுக்குதாங்க நம்ம மார்க்கம் முக்கியம் கொடுக்குது . . . காத்து பிரிஞ்சதுக்கு பிரிஞ்ச இடத்துலேயா ஒலு செய்யிறீங்க?' என்பார். என்ன இது, ஒலு செய்வதால் மனதின் அலைச்சல் மாறி புத்துணர்ச்சி வருவதை மறுக்கிறாரா நானா?

தலைவர்கள் தொழுகையை நிலை நாட்டவில்லை என்றால் அவர்களை வாள் கொண்டு எதிர்த்துப் போராடலாம் என்று உத்தமத் திருநபி சொன்னதாக உம்மு ஸல்மா (ரளி) அறிவிக்கிறர்கள். இந்த ஹதீஸைச் சொல்லலாம் நானாவுக்கு.

'நான் தலைவனா? இல்லையே . . .' என்பார். தலைவராக இருந்தாலும் உடனே பதவியை உதறிவிட்டு 'இப்ப என்னா செய்வீயும்?' என்பார். என்ன செய்வது? ஆனால் அவர் சொல்வதுபோல அல்லாஹ் அவருக்கு கொடுத்துக்கொண்டுதான் இருக்கிறான் போலிருக்கிறது – 'திணராட்டியம்' இல்லாமல் . . .

வீட்டிற்குப் போய் பேசிக்கொண்டிருந்தோமானால் தம்ரூட்டும் டீயும் தாராளமாக வரும். தெருவில் போகிற தின் பண்டங்களும் அதன் பங்குக்கு வரும். பட்டணச்சிகளுக்கோ அவர் செல்லப் பிள்ளை. விற்காத மீன்களை 'பெரிய பாவாட்டெ போ . . .' என்று தூக்கிப் போடுவதற்கு பதிலாக பாவா மேல் பாட்டு எழுதும் நம்ம தம்பிக்கு கொடுக்கலாமே . . ! (காஸ்யா? இஏய்ய்ய் இன்னா . . !)

நம் வீட்டிலிருக்கும் குழந்தைகளை கூட்டிக்கொண்டு போனால் கண்டிப்பாக அவர்களுக்கு வான்ஹட்டன் சாக்லெட்கள். அந்த சாய்மான நாற்காலிக்குப் பக்கத்திலிருக்கும் தகரப் பெட்டியில் கைவிட்டாரென்றால் அள்ளஅள்ளக் குறையாமல் வருகிறது அது. எங்கிருந்து வருகிறது? நமக்கோ பிள்ளைகளுக்கு எலிப்புடுக்கு மிட்டாய் கூட வாங்கிக் கொடுக்காமல் இருக்க ஆயிரம் காரணங்கள் (நம் புடுக்கைப் பராமரிக்கவே காசு பத்த மாட்டேன்கிறதே . . !)

பரக்கத் பொங்கும் இடம்தான். ஆனால் நானாவிடம் சுத்தமாக காசு கிடையாது. பரக்கத்திற்கும் காசுக்கும் ஏதாவது சம்பந்தம் இருக்கிறதா என்ன?

தொழுகைக்கும் பரக்கத்துக்கும் கூட சம்பந்தமில்லை போலும் . . .

சம்பந்தமிருக்கிறது என்றால் பள்ளிவாசலின் இமாம்கள் ஏன் வறுமையில் வாடுகிறார்கள்?

இவர்களைவிட மோசம் பாங்கு சொல்லும் முஅத்தின்களின் நிலை . . . 'கலிமா ஷஹாதா' சொல்லி ஜனாஸாவைச் சுமந்து

வரும் நபர்களுக்கு சுதி ஏற்றுவது உட்பட இந்தக் 'கசப்பு' நீக்குபவருக்குத்தான் பள்ளிவாசலின் முத்தவல்லிகளால் எவ்வளவு கசப்பு . . !

இமாமின் தராதரமும் பின் நின்று தொழும் தன்னைப் பாதிக்கிறது என்று நானா சொல்வார். இதையே இமாம்களும் சொல்ல முடியுமே . . !

'நம்பிக்கை கொண்டோரே . . ! பொறுமையுடனும், தொழுகையுடனும் (இறைவனிடம்) உதவி தேடுங்கள்; நிச்சயமாக அல்லாஹ் பொறுமையாளர்களுடன் இருக்கிறான்' எனும் இறை வசனம் (2:153) அவரின் குதர்க்கத்தை அதிகப்படுத்திவிட்டது.

'அப்போ . . . தொழுவுறவங்களோட அல்லாஹ் இல்லை!'

அல்லாஹ் ஏன் பொறுமையை முதலில் வைத்தான் என்று கேட்டு அவன் உரிமையில் தலையிடும் தகுதி நமக்கு இருக்கிறதா? பொறுமையோடு நானாவிடம் விளக்க வேண்டும்: 'தொழுதால்தான் பொறுமை வரும்!'

பள்ளிவாசல்களில் நடக்கும் சண்டைகளைப் பார்த்தால் அப்படி சொல்வது கடினம்தான்.

எல்லா ஊர்களிலும் அநேகமாக 'இது நான்கு மத்ஹப்களையே ஏற்றுக்கொள்ளும் சுன்னத் ஜமாஅத் பள்ளி. இங்கு சப்தமாக ஆமீன் சொல்வதோ, விரலை ஆட்டுவதோ, தொப்பி இல்லாமல் தொழுவதோ கூடாது' என்று எழுதி வைத்திருக்கிறார்கள். *The Law of Endowments Wakf, Trust and Tax Problem* எங்கே போயிற்று என்று கூறும் பாதிக்கப் பட்டவர்கள், தனியாக பள்ளிகள் கட்டிக் கொள்கிறார்கள். இதில் விரலே இல்லாத ஊனமுற்றவன் எப்படித் தொழுவான் என்று ஒரே கேள்வி கேட்ட ஒரு தமிழ் முஸ்லீம் கவிஞனின் 'நஜீஸான' விரலையே எடுத்துவிட்டார்கள்!

கீரியையும் பாம்பையும் ஒன்றாகப் படைத்த இறைவனே அனைத்தும் அறிந்தவன். அவன் நானாவையும் நன்கு அறிந்தவன்...

இஸ்லாம், உலகத்தின் எல்லா இடத்தையும் பள்ளி வாசலாக மாற்றி விட்டது என்று ஒருமுறை ஒரு ஹிந்துப் பெரியவர் சென்னையில் முஸ்லீம் மாணவர்கள் அதிகம் படிக்கும் ஒரு கல்லூரியில் பேசிய போது 'இது மத மாற்றத்தைக் குறிக்கிறது' என்று *convert* என்கிற வார்த்தைக்கு பொருள் கொண்டு உணர்ச்சி வசப்பட்டவர்கள் கல்லை எறிந்தார்கள். அப்போது அங்கு படித்த நானாதான் எந்த இடத்திலும் தொழலாம் என்ற உன்னத நிலையை இஸ்லாம் ஏற்படுத்தியது என்று அர்த்தம் என்ற சரியான விளக்கம் தந்து அமைதியை உண்டு பண்ணினார்.

புரிந்தவர்கள் தொழுவதில்லை, வேண்டாம் கல், புரிந்தும் தொழுவதில்லை . . !

பின் அடித்துக்கொண்டுதான் சாந்தி செய்துகொள்ள வேண்டும். அதுதான் ஹதீஸே இருக்கிறதே... ரசூலுல்லாஹ் தன் உம்மத்துகளுக்காக இறைவனிடம் கேட்ட துஆக்களில் வெள்ளம், பஞ்சம் ஆகியவற்றால் பாதிக்கப்பட்ட சமுதாயத்தை காப்பாற்றுவேன் என்று உறுதி கூறிய இறைவன், 'என் சமுதாயத்தினரின் அழிவை அவர்களுக்குள்ளாகவே எழும் பூசல்களால் உண்டாக்கிவிட வேண்டாம்' என்பதை மட்டும் மறுத்து விட்டானே...

ஏன் மறுத்தான்?

நமக்கு அவனை கேள்வி கேட்கும் உரிமையும் தகுதியும் இருக்கிறதா? நல்ல அடிமையாக இருப்பது அல்லவா அவன் விரும்பும் பொறுமைக்கு இட்டுச் செல்லும்? அனா, ஆவன்னா படிக்காமல் நானா டிகிரி வாங்கிவிட முடியுமா? அதுவும் இந்த டிகிரி சபிக்கப்பட்ட இம்மையிலா? மேன்மை மிகு மறுமையில் கிடைப்பது...

'நீங்க முழு மனசோட ராத்திரி தொழுவுனா காலையிலே, நீங்க கேட்டது கிடைக்கனும். கிடைக்கலேண்டா உங்கள்ட்டெ குறை இருக்குண்டு அர்த்தம். குறையை நீக்கிட்டு பிறகு தொழுவுங்க' என்று நானா சொல்வதெல்லாம் சரியான வாதம்தானா?

தொழுகையின்போதே குறைகளை நீக்கலாமே!

தொழுகை என்பது வெறும் உறுப்புகளின் அசைவல்லதான். மனது ஒன்றி முழு கவனத்தோடு தொழும்போதும் கேட்பது கிடைக்கவில்லையானால் மறுபடியும் முயற்சிக்க வேண்டியதுதான் – மௌத்தாகும் வரை. தவிர ஏதாவது கேட்பதற்காகத்தான் தொழ வேண்டும் என்பது இல்லையே... இறைவனின் கட்டளை; அடிமை நிறைவேற்றுகிறோம் – அவனை திருப்திப் படுத்த. அவ்வளவுதான். மாபெரும் சக்தி படைத்த எஜமானுக்கு முன்னால் நிற்கிற மிகத் தாழ்ந்த அடிமை ஒருவன் கேள்வி கேட்கலாமோ?

ஏன் என்று கேட்காதே... பெருமை இறைவனின் ஆடை..!

'அது எந்த ரெடிமேட் கடையில் இருக்கிறது?' என்றா கேட்பார்கள்? தனது உம்மத்துகளுக்காக ரசூலுல்லா போராடிப் பெற்ற குறைந்த எண்ணிக்கைகளைக் கூட நிறைவேற்ற இயலாமல் என்ன சால்ஜாப்பு வேண்டி இருக்கு..?

உயிர்த்தலம்

'அவன் ஒரு சாக்கடை...' என்றார் ஒரு ஹஜ்ரத், நானாவைப் பற்றி.

'சாக்கடையிலும் சந்திரன் தெரிவான்' என்று பதில் அடுத்த நொடியில் கிடைத்தது.

ஆஹா! அல்லாஹ் மேல் ஆணையாக இந்த பதிலில் நாங்கள் மயங்கித்தான் விட்டோம். 'குறி' உள்ளவர் பேச்சு இப்படித்தான் இருக்கும்.

தொப்பி போடாதது பற்றி கேட்டவருக்கும் கிடைத்த பதில் சுவாரஸ்யமானது. அது எங்களை அவரது ரசிகராகவே ஆக்கிவிட்டிருந்தது.

'ரசூலுல்லா சொன்னது, செஞ்சது, செய்ய அனுமதிச்சது . . . சுன்னத்து; அப்படித்தானே?'

'ஆமாமா . . .'

'ரசூலுல்லா, தொப்பி போடாமயும் இருந்திருக்காங்க. தொப்பி போட்டும் இருந்திருக்காங்க. தொப்பி போட்ட சுன்னத்தை நீங்க *follow* பண்ணுங்க. தொப்பி போடாத சுன்னத்தை நான் *follow* பண்ணுறேன் . . !'

தலையே குழம்புகிறது அல்லவா? குழப்பம் கொலையை விட கொடியது என்று ஹதீஸ் இருக்கிறது. நானாவிற்கு கண்டிப்பாக நரகம்தான் . . . ஆனால் அவர் பயப்படுகிற மாதிரி தெரியவில்லையே . . . ஒரு பெரிய கூட்டமே அங்கு துணைக்கு வரும்போது பயப்படவேண்டாமென்றா? அவருக்கு வக்கீல் படிப்பு வருமானத்திற்கு உதவவில்லையென்றாலும் வாயடைக்க நன்றாக உதவுகிறது. இவரைப்போய் எதிரேயுள்ள குளத்தில் 5 முறை குளிக்கச் சொன்னால் நான் அவ்வளவு அழுக்கல்ல என்று சொல்லவும் சொல்வார். விளைவு, நமக்குத்தான் காய்ச்சல் வரும் – நோய்த்தடுப்பையும் மீறி. எப்படியாவது போகட்டும். தான் நாடியவர்களையே அல்லாஹ் திருத்துவான். மனிதர்களோ பலவீனமானவர்கள் . . .

அவர் ஒருமுறை 'பாவாவூர் ஸூஃபி' என்ற புனைபெயரில் எழுதி வெளியான கீழ்க்கண்ட கவிதையை மட்டும் வீர உணர்ச்சி கொண்ட சமுதாய சகோதரர்கள் படித்துவிட வேண்டாம். தாவிவிடுங்கள் . . .

இறைவா . . .
உன் அருள் பெட்டகத்துக்கு
பூட்டுகளே இல்லையெனும்போது
இவர்கள் மட்டும் ஏன்

வெறும் வார்த்தைச் சாவிகளை
பிரார்த்தனை வளையங்களில்
கோர்த்துக் கொண்டு அலைகிறார்கள் ?*

தவறிப் போய் படித்துவிட்டு அவரிடம் போனால் மிகவும் நிதானமாக 'உங்கள் பள்ளிவாசல்களில் வேடிக்கையும் விளையாட்டும் நிரம்பிவிட்டன' என்று உர்வா இப்னு ஸுபைர் சொன்னதாகச் சொல்வார். உர்வா, ஹிஜ்ரி முதல் நூற்றாண்டின் பிற்பகுதியில் வாழ்ந்தவர். நபித்தோழரும் இஸ்லாமியக் குடியரசின் முதல் தலைவருமான அபூபக்கர் சித்திக் அவர்களுக்கு மகள் வழிப் பேரன். மதினமா நகரின் சிறப்புமிக்க ஏழு சட்ட நிபுணர்களில் ஒருவர். மஸ்ஜித் நபவிக்குக்கூட போகாமல் 'அகீக்' என்ற பகுதியில் தனித்து வாழ்ந்தவர்.

'எப்படியாவது தொலை! . . .' என்று நானாவை ஊர் விட்டுவிட்டது.

'பைத்தியத்திற்கு தொழுகை கடமை இல்லை!'யென்று சொல்லி அவரிடம் வாங்கிக் கட்டிக்கொள்ள ஊருக்கு பைத்தியமா என்ன? இருக்கிற பைத்தியங்கள் போதாதென்று 'பெரிய பாவா' குணப்படுத்துவார் என்று வேறு நிறைய பைத்தியங்கள் வருகின்றன. பெண் – அவள் இரண்டு காலும் இல்லாத முடமானாலும் – பைத்தியமென்றால் சீக்கிரமே குணமாகி விடுவாள் ஊரில். பெரிய பாவாவைக் 'காட்டுகிறேன்' என்று சில இளைஞர்கள் செய்கிற வேலை அது. இவரோ ஆண். அதுவும் கேள்வி கேட்பவர்களை பைத்தியமாக்கும் ரகம்.

யார் போய் கேட்பது ?

இவரைத் திருத்தியே ஆக வேண்டும் என்று ஒருவர், வெற்றி பெறக் கூடிய சுவனப் பெருவாழ்வை அடையக் கூடியவர்களிடம் இருக்கிற பண்புகளைக் குறிப்பிடும் ஸூரத்துல் மூமினின் 1 முதல் 9 வரையிலான வசனங்களை ஓதிக் காண்பித்தார் ராகத்தோடு. நெஞ்சின் எலும்புகளைப் பொடியாக்கும் கிரா–அத் . . .

'எனக்கு அரபி தெரியாது தம்பி!'

தமிழ் தர்ஜுமா வந்தது. இதுவரை அதைப் பார்க்காதவர் போல பார்த்துவிட்டு, ஓதியதில் 2ம் 9ம்தான் தொழுகையைப் பற்றி உள்ளது; மற்றதெல்லாம் தன்னிடம் இருக்கும் வேறு பண்புகள். உதாரணமாக வீணானவற்றை விட்டு விலகி இருப்பது. அமானிதப் பொருட்களையும் வாக்குறுதிகளையும் காப்பாற்றுவது *etc*. . . எனவே 'ஃபிர்தவ்ஸ்' (சொர்க்கம்) தனக்குத்தான் என்று சொல்லிவிட்டார்.

---

* கவிதை: இஜட். ஜஃபருல்லா

அடிக்கவா முடியும்? பத்து வயது வந்தும் தொழாமலிருந்தால் அதற்காக அவர்களை அடிக்கக்கூட செய்யலாம் என்று நபி(ஸல்) அவர்கள் திருவாய் மலர்ந்தருளியுள்ளார்கள். ஆனால் தன் வீட்டுக் குழந்தையை..! நானா போன்ற அடுத்த தெரு குழந்தையை அல்ல.

இந்தக் குழந்தை கண்டிப்பாக நரகத்திற்குத்தான் போகும் என்று சரியாகக் கணித்துச் சொல்ல நமக்கோ இறைவனிடம் அவ்வளவு நெருக்கம் கிடையாது.

'குழந்தை'யோ, 'உள்ளம் திரண்டு நிற்காத தொழுகைகள் அனைத்தும் தண்டனையை நோக்கி விரைந்து கொண்டிருக்கின்றன' என்று அறிஞர் ஹஸன் சொன்னார் என்கிறது!

'தொழுகை முழுமை பெற மனப் பண்புகளும் தேவை. அது இல்லையெனில் அவன் தொழுகை உயிரற்றுப் போன சடலத்துக்குச் சமம்' என்கிறது.

இமாம் கஜ்ஜாலி!

ஹதீஸ் வேறு சொல்கிறது:

எப்போதும் பள்ளிவாசலிலேயே கிடக்கும் ஒரு சஹாபியைப் பார்த்துவிட்டு ரசூலுல்லாஹ் கேட்டார்கள்: 'இவர் குடும்பத்தை யார் கவனிக்கிறார்கள்?'

'அவருடைய தம்பிதான் யா ரசூலுல்லாஹ்..! விறகு வெட்டி அவர். நாளெல்லாம் உழைத்து அதில் கிடைக்கும் சொற்ப வருமானத்தில்தான் தன் குடும்பத்தோடு தன் அண்ணனின் குடும்பத்தையும் சேர்த்து காப்பாற்றி வருகிறார்'

'அப்படியென்றால் அவர்தான் சொர்க்கம் போகத் தகுதியானவர். பொறுப்புகளை நிறைவேற்றாத இவர் அல்ல!'

ரசூலுல்லாஹ், நானா என்கிற குழந்தையையும் காப்பாற்றி விட்டார்கள்!

தொழச் சொல்வதை வாழைப்பழத்தில் ஊசியை ஏற்றுவது போல செய்ய வேண்டும். ஆனால் இது பழமாக இல்லாமல் இரும்பாக அல்லவா இருக்கிறது!

'இரும்பிலும் ஊசியை செலுத்தலாம். இரும்பை நெருப்பில் இட்டு உருக்கி அது குழம்பாக இருக்கும்போது ஊசியை அதற்குள் செலுத்த வேண்டும். சூடு ஆறிய பிறகு இரும்பு தன்னுள் நுழைக்கப்பட்ட ஊசியை கெட்டியாகப் பிடித்துக்கொள்ளும்... புரிகிறதா?' என்று கேட்கிறது 'இறை வணக்கம்' புத்தகம்.

புரிகிறது ஜனாப் புத்தகமே... ஆனால் நீ சொல்வது போல் அன்பெனும் நெருப்பால் கனிய வைக்க முடியாது. காலம்தான் கனிய வைக்க வேண்டும். பிறகு நீ சொல்வதுபோல பாங்குக்கு கால்களால் மரியாதை கொடுப்பார் அவர். எதற்கும் உன் இலக்கிய நடையின் அழகைக் குறைத்துக்கொள். உன்னை அடிப்பதற்கு ஒரு கூட்டம் காத்திருக்கிறது – மனித நேயப் பூண் போட்ட கம்புகளோடு. அதற்குள், உன்னை எழுதியவரை தொழச் சொல்லிவிடு!

அதிகாலையில் இன்னாரைப் பார்த்தேன் என்று சொல்வதற்குப் பதிலாக 'நான் சுபுஹு தொழுவிட்டு வந்துக்கிட்டிம்போது தம்பி . . . அவரு வந்தாரு . . .' என்று வணக்கத்தை விளம்பரம் செய்யும் நபரைவிட, கடமையான ஐவேளையும் தொழுதுகொண்டு, மதக் கலவரம் வரும்போது மட்டும் புனித நெருப்பில் பஸ்பமாகாமல் இருக்க சலாதுல் அவ்வாபீன் எனும் 12 ரக் அத் தொழுகையையும் சேர்த்துத் தொழுது வீட்டில் பம்மிக்கொள்கிற நபரைவிட, ஊருக்கு ஒரு பிரச்சினை என்றால் ஒரு பைசா எதிர்பார்க்காமல் (அல்லாஹ் கொடுப்பான்!) செயல்படுகிற நானா எனக்கு உயர்வானவர்தான்.

அவர் தொழுவது ஊருக்கு நல்லதல்ல ! எங்களைப் போன்ற விதண்டாவாத இளைஞர்களுக்கும் நல்லதல்ல. அவர் மாறி எங்களையும் மாற்றிவிட்டால் இலக்கியமும் புரட்சியும் ஏமாந்து போய் எங்களுக்கு 'தலாக்' சொல்லிவிடாதோ?

ஆன்மீகம் என்பது
ஆலய வாசலில் கொட்டிக் கிடப்பதல்ல
பசித்திருக்கும்
பக்கத்து வீட்டுக்காரனின் பாத்திரத்தில்
சோறாக ஒருவன் மாறுவது'*

– எங்கள் கூட்டத்தில் ஒருவன். புரிகிறமாதிரி எழுதியதால் அவனை எங்கள் கூட்டதிலிருந்து விலக்கிவிட்டோம்!

நானாவை மட்டும் ஒதுக்க முடியவில்லை. யார் வீட்டு ஆண்கள் – பெரும்பாலும் இளைஞர்கள் – போலீஸ் ஸ்டேஷனில் நின்றாலும் தன் செல்வாக்கை வைத்து அவர்தான் காப்பாற்றுகிறார். இரண்டு முறை 'உம்மா' என்று சத்தமாகக் கூப்பிட்ட என் தம்பியை அல்–உம்மா ஆள் என்று பிடித்து வைத்துவிட்டது போலீஸ்! அவர்தான் வெளியே கொண்டு வந்தார் தன் இலக்கியப் பேச்சால்.

இளம் லத்தியே வருந்தாதே
உனக்குள்ளேதான்
பூரண துப்பாக்கி ஒளிந்திருக்கிறான்

---

* கவிதை: தமிழன்பன்

அவரின் இந்த பாராட்டில் உச்சி குளிர்ந்துபோய் போலீஸ் ஸ்டேஷனே அவரிடம் சரணடைந்ததில் நானாவுக்கு பிரயோசனம் இருக்கத்தான் செய்தது. அவர் பேசத் தொடங்கு முன்பே இப்போதெல்லாம் கேட்பவர்கள் சிரிக்க ஆரம்பித்து விடுகிறார்கள்! இதைப் பலபேரும் சொல்லிக் கேள்விப்பட்டுத்தான் அசனா ராவுத்தர் எனும் துபாய் முதலாளியின் கண் நானாவின் மேல் பதிந்தது.

மறந்த சிரிப்பை இந்தக் கோமாளியாவது மீட்டுத் தருவானா?

கண்ணாடி முன்னால் நின்று, தனது நரைத்த தலைக்கு சற்றும் பொருத்தமில்லாத இளஞ்சிவப்புகலரில், 'சுன்னத்' ஆன மருதாணி பவுடரால் டை அடிக்கப்பட்ட, அரபி எழுத்து 'நூன்' (நூஞ்சவர நா, நூனா!) மாதிரி *modern* ஆக வைத்திருக்கிற தன் வெண் தாடியைப் பார்த்தே சிரிக்காதவர் ராவுத்தர். ஒரு சின்ன தொங்கும் கைப்பை அளவு இருக்கும் அது செய்யாததை நானா செய்ய வேண்டும். செய்வாரா?

ஒருவகையில் நானா மேல் ராவுத்தருக்கு வியப்பும் இருக்கத்தான் செய்தது. தனது பெரும் பணத்தால் செய்ய முடியாததை நானாவின் செல்வாக்கு செய்கிறதே . . ! ஊரில் இருக்கிற பிஸாது பேசும் எதிரிகளை, குடும்பப் பிரச்சினைகளை வெறும் அன்பை வைத்தே இந்த ஆள் சமாளித்து விடுகிறானே!

ஒரு வக்த் கூட தொழாமல், மிஸ்கீனாகவும் இருக்கிற ஒருவன் துபாயில் 'ஜெக ஜோதியா' இருக்கிற தன்னைவிட ஊரில் மதிப்புக்குரியவனாக இருப்பது எப்படி? இதை ராவுத்தர் நேரில் அறியத்தான் வேண்டும். நானா வீட்டிற்குப் போய் கேட்பதை விட அவரை இங்கே வரவழைப்பதுதான் சிறந்த வழி.

துபாய்க்கு வந்து அவரைப் புகழ்ந்து பேசி பண உதவி பெற்றுச் செல்கிற கலைஞர்கள், அரசியல்வாதிகள் எல்லாம் வெளியூரைச் சார்ந்தவர்கள். நானாவின் வருகையோ ஊரில் அவர் உருவத்தை உயர்த்திக் காட்டும்.

காட்டுமா? நானா, முகத்திற்கு எதிரேயே பேசிவிடுகிறவர் என்று சொல்கிறார்கள் என்று ராவுத்தர் கவலைப்பட்டார். ஆனால் வியாபாரம் என்றால் துணிந்து முடிவெடுப்பதுதான் (அச்சாக ஒரிஜினல் மாதிரியே இருக்கிற துபாயின் சாமான்கள் சாட்சி) இதில் தொழாதவன் என்பதற்காக ஒருவனைப் புறக்கணிக்க முடியுமா? அல்லாஹுத்தஆலா உருவங்களையும் செயல்களையும் பார்ப்பதில்லை. உள்ளங்களையும் எண்ணங்களையுமே பார்க்கிறான் என்று யாரோ சொல்லியிருக்கிறார்கள். நானாவைக் கேட்டால் சொல்லிவிடுவார் யார் அது என்று.

14 நாள் டிரான்ஸிட் விசா இப்படித்தான் கிடைத்தது நானாவுக்கு.

அப்படி ஒரு விசா அவருக்கு கிடைக்கும் என்று அதுவும் ராவுத்தரிடமிருந்து கிடைக்கும் என்று நான் எதிர்பார்க்கவில்லை. பத்து வருடமாக, ஊர் போனால் நானாவின் வீட்டை பெரும்பாலும் நாடிப் போவதும் கிடையாது. மொத்த வாழ்நாளில் 303 நாட்கள் மனைவி பிள்ளைகளோடு இருக்கலாம் என்று இறைவன் கருணையோடு கொடுத்திருக்கும்போது அதில் இலக்கியமாவது, மயிராவது . . ! இல்லையில்லை, இரண்டாவது ரொம்பவும் மதிப்பு மிகுந்தது!

'மவுலானா முன்னே மாதிரி இல்லே . . . பாக்கவே வரமாட்டேன்கிறாரு . . .' என்று அவர் குறைபடுவதாகக் கேள்விப் பட்டேன். எதேச்சையாக , பழைய பஸ் ஸ்டாண்டில் உள்ள பலராம ஐயர் ஹோட்டலில் அவரை சந்தித்தபோது, 'என்ன ஆயிடிச்சி உங்களுக்கு?' என்று கேட்கவும் செய்தார் நட்புடன் சிரித்துக் கொண்டே.

அது எனக்குத் தெரிந்தால் நான் ஏன் எங்கோ பராக்கு பார்த்துக் கொண்டு, சாப்பிடுவது போண்டாவா, மாவு தோசையா அல்லது மண்ணா என்று தெரியாமல் விழுங்குகிறேன்? நிச்சயமாக இது ஐயரின் குறை இல்லை. கம்கட்டு வியர்வையை நெய்யாக மாற்றும் அவரது மாஸ்டரின் குறையும் இல்லை.

நானா அங்கும் ஒரு ஜோக் சொன்னார் ஐயரைப் பார்த்து. சௌதிக்கு புதிதாக போன ஒரு முஸ்லீம் பையன், எங்கே பார்த்தாலும் பயமுறுத்துகிற அரபிகளின் பேச்சில் பயந்துபோய் அந்த சமயத்தில் ஒலித்த பாங்கைக் கேட்டதும் 'அப்பாடா . . . இதாச்சும் தமிள்லெ இக்கிதே' என்று மூச்சு விட்டானாம்!

நான் மிகவும் ரசித்த ஜோக் அது. இஸ்லாமியக் கலைக் களஞ்சியத்தில் கூட வருவதாக ஒரு ஞாபகம். இதைப் பயணம் போகாமல் ஊரில் இருந்த காலங்களில் நானா சொல்லி பலமுறை சிரித்திருக்கிறேன். இப்போது என்ன ஆயிற்று? என்னமோ ஆகி விட்டது சபர் போனதிலிருந்து. ஊர் திரும்புகிற நாள் மட்டும் வருகிற உணர்ச்சிகள் அங்கு போய் காலை வைத்தவுடன் காணாமல் போய்விடும் – மறுபடியும் போக வேண்டுமே என்ற பயம் புகுந்தவுடன்.

எதற்கெடுத்தாலும் பயமாக இருக்கிறது இப்போதெல்லாம். சம்பாத்தியம்!

எப்படிச் சிரிப்பது?

யார் என் சிரிப்பில் மிச்சமிருந்த கொஞ்சத்தையும் எடுப்பதற்கு துபாயில் காரணமாக இருந்தாரோ அவர் அனுப்பி இருக்கிற விசாவில் நானா வருகிறாராம்...! கேட்டு புன்னகை வரத்தான் செய்தது – மையத்தின் வாயில் உறைந்திருப்பது போல...

'இதுக்கு நீங்க சிரிக்காமயே இரிந்திருக்கலாம்!' என்றார் நானா

'இல்லே நானா... ராவுத்தர்ட்டெ ஒன்றரை வருசம் வேலை பார்த்தவன் நான்'

'தெரியும்'

'உங்களைப் பத்திகூட தொழுவாத காஃபிர்ண்டு சொல்லியிக்கிறாரு'

'தொழுவுறவரு அப்படித்தான் சொல்வாரு!'

'நெத்தியிலே காய்ச்சிப்போய் இருக்கிற ஆளுலாம் தொழுவுற ஆளா?'

'அல்லாஹ்வுக்கும் அவருக்கும் உள்ளது அது... நாம நம்ம வேலையைப் பார்ப்போமே...'

'அப்ப அல்லாஹ்வுக்கும் உங்களுக்கும் உள்ளதுக்கு இவர் எப்படி உரிமை எடுத்துக்கிட்டு சொல்றது?

'உரிமைங்கிறதே எடுத்துக்குறதுதான்!'

'உரிமையோட நான் சொல்றேன் நானா... நீங்க அங்கே வந்தா உங்களைப் பார்க்கக் கூட முடியாது என்னாலே'

'ஏங்க?'

'உங்களை ரொம்ப மாத்திக்க வேண்டியிருக்கும் நானா அங்கே' என்றேன்.

நானா தொழ வேண்டியிருக்குமே ராவுத்தரிடம் வந்தால்!

'நான் நானாத்தான் இருப்பேன். எவனும் என்னை மாத்திட முடியாது...' என்றவரை 'இவரை மாற்று அல்லாஹ்வே' என்று தொழுது துஆ கேட்கத்தான் முடிந்தது என்னால். நான் தொழ ஆரம்பித்திருந்தேன் அரபு நாடு போய்...

சௌதி அல்கோபாரின் மன்னர் ஃபைசல் தெருவில் என் தொழுகை ஆரம்பித்தது – 27 வயதில். 'முஸ்லீம் என்கிறாய்... ஆனால் தொழமாட்டாயா? அப்படியென்றால் பொய் சொல்லி வந்த காஃபிர் நாய் நீ' என்பான் அரபி. எப்போதாவது தொழுவான் அவன். மஸ்ஜிதில் அல்ல; கடைக்குப் பின்புறம்

ஆபிதீன்

ஒரு சின்ன சந்தில் நடக்கிற ஜமாத்தில் – செருப்போடு! மனசுக்கு முக்கியம் கொடுப்பவன் போலும் . . ! தாங்களே முஸ்லீம்கள் என்ற செருக்கில் நடக்கும் அவன் சொல்வதை நான் வேத வாக்காகத்தான் எடுத்துக்கொள்ள வேண்டும்.

அமெரிக்கர்கள் வாழும் அராம்கோ கேம்ப்பில் நுழைய இயலாத எரிச்சலை 'சலா . . .' என்று தொழுகை நேரத்தில் கர்ண கடூரமாக கத்திக்கொண்டு சாட்டையுடன் ஜீப்பில் சுற்றி வந்து நகரமெங்கும் காட்டும் முத்தவாக்களைப் பார்த்தால் அல்லாஹ்வின் நினைப்பா வரும்? வரவழைத்துக்கொண்டேன். முதலில், ஏஜெண்ட்களிடம் ஏமாந்த பணத்தையாவது எடுத்தால்தான் மகன் முகத்தோடு ஊர் போக முடியும் . . .

அமில நீரில் குளிப்பது போலிருந்த அந்த கடையில் இருப்பதற்கு தொழும் நேரத்தில் வெளியில் போய் வருவது பெரிய ஆறுதல்தான். கண்காணிக்கிறேன் என்ற சாக்கில் பக்கத்தில் உள்ள பள்ளி வாசலில் எல்லாம் நுழைந்து அதன் புனிதத்தை கெடுத்துவிட மாட்டான் கானம்–அல்–கால்தி. இதனால் இஷா நேரத்தில் ஓரிருவரை பார்க்க முடிந்தது. சொந்தக்காரன் / நண்பன் என்று யாராவது என்னைப் பார்க்க கடையில் நுழைந்தால் நான் தொலைந்தேன். 'ஹிந்தி' எல்லாம் திருடன் . . !

எப்போதாவது வெள்ளிக்கிழமை எனக்கு அரை நாள் விடுமுறை கிடைக்கிற போது துத்பா, ராக்கா என்று அழைத்துப் போவான் செல்ல மரைக்கான் – அழகான பள்ளிவாசல்களுக்கு. அவைகள் நல்ல மன நல மருத்துவமனைகள்தான். எல்லா வாற்றையும் அங்கு போய் கொட்டலாம். குணமாகும் . . . ஆனால் நிறைய முறை போக வேண்டும். இந்த ஷைத்தான் மட்டும் தொந்தரவு செய்வதைக் குறைத்துக்கொண்டால் அப்படி போகலாம்தான். அவனோ சர்வ சக்தி வாய்ந்தவனாக இருக்கிறான். அத்தனை பேர் மனங்களிலும் நீக்கமற நிறைந்திருக்கும் அவன் மிகப் பெரியவன். நல்லது செய்வதற்கும் அவனைத்தான் கெஞ்ச வேண்டியிருக்கிறது . . .

தொடர்ந்து தொழ ஷைத்தான் அனுமதி தந்தான் – தன்னை ஜெயிப்பதற்கு. ஆனாலும் நிழலாய் இருந்தான்.

இறைச்சியைத்தான் நாய் தொடரும். நான் என்ன வெறும் கையோடு போகும் 'தஸ்கியத்' என்ற மனப் பயிற்சி பெற்றவனா? விடாமல் போராடினேன் அன்வர் என்ற நண்பன் தந்த போதனைகளோடு. தொழும்போது அன்வரின் முகத்தில் வரும் விவரிக்க முடியாத அழகான சாந்தம் என்னை வசியப்படுத்தி விட்டது. அன்பே உருவான அவன் அரபியின் (இதற்குத்தான்

கொடுப்பினை வேண்டும் என்கிறது!) பாதிப்பாக இருக்கலாம். கடைசியில் அது அரபியின் கல்லாவை வழிப்பதிலிருந்து வருகிறது என்று தெரிந்தபோது அதிர்ச்சியாக இருந்தது. சிறையில் அவனை பார்க்கப் போகும்போது கூட 'தொழுகையை விட்டுவிடாதே . . .' என்றுதான் சொன்னான். எப்படி விடமுடியும்? எனக்குள் அதன் இனிமை படிந்துவிட்டிருந்தது. துவண்ட உள்ளங்களுக்கு அது அல்லவா ஒத்தடம் கொடுக்கிறது . . !

'அல்லாஹ்வை நீ பார்ப்பது போன்று தொழ வேண்டும். அவனை உன்னால் பார்க்க இயலவில்லையென்றாலும் அவன் உன்னைப் பார்த்துக் கொண்டிருக்கிறான் என்று நினைத்து தொழ வேண்டும்' என்று ரசூல்(ஸல்) அவர்கள் கூறுகிறார்கள். ஆனால் நினைப்பதற்கும் மொழி வேண்டுமென்பவர்கள் ரசூல்(ஸல்) சொன்னதையே நினைத்து கொண்டு தொழுகிறார்கள் . . !

கவனம் தொழுகையில் மிக முக்கியம். உதாரணத்திற்கு நண்பன் செல்ல மரைக்கானையே எடுத்துக்கொள்வோமே . . . பள்ளியில் அவன் நுழைவதைப் பார்க்கும்போதெல்லாம் ஒரு கறுப்பு அரபியின் முகம் வேர்க்கும். கண்கள் தேவையின்றி சுழலும்– அவன் பார்வையைத் தவிர்க்க. சௌதியில் ஒரு இந்தியனைப் பார்த்து பயப்படுகிற அரபி எனக்கு ஆச்சரியம்தான். 'சூர்' ஒலிப்பது போன்று ஒரு நினைப்பு . . .

எப்படி இது சாத்தியம்?

'ஒண்ணுமில்லைடா . . . எப்பப் பார்த்தாலும் சரியா தொழுவாம அங்கேயும் இங்கேயும் பராக்குப் பார்த்துக்கிட்டு இருப்பான் இந்த காட்டான். ஒரு நாளு, எனக்கு பின் 'சஃப்' பிலே நிண்டு தொழுவிக்கிட்டிந்தவனை திடீர்ண்டு திரும்பிப் பார்த்து 'ஔ . . .'ண்டு வழுப்பம் காட்டுனேன். அன்னையிலேர்ந்து தம்பிக்கு என் மேலே பயம் . . !' – செல்ல மரைக்கானின் கவனம் . . !

பள்ளிவாசலின் தூண்களில் ஒன்று விழுந்ததையும் அதைச் சுற்றிப் பலர் கூடி நின்றதையும் பார்க்காது தொழுத முஸ்லிம்–பின்–யாஸர் எல்லாம் இவனுக்கு முன்னால் தூசு! பள்ளிவாசல் மரைக்கான் என்று அவனுக்கு பட்டப்பெயர் ஊரில். முதல் 'சஃப்'பில் தாங்கள் மட்டுமே நிற்போம் என்ற பாவாவின் வாரிசுகளை எதிர்த்துப் போராடி தொழுகையில் அனைவரும் சமம் என்பதை நிரூபித்தவன் அவன். தொழும் நேரத்திலாவது சமமாக இருக்க வேண்டியதுதான். இதை கண்காணிக்க இவன் பின் 'சஃப்'பில் நிற்பதே நல்லது. இதனால் முன்னால் நிற்பவரின் உறுப்புக் கோளாறுகளையும் சரி செய்துகொண்டே இருக்க இயலும் . . . இவன் நிற்கிற 'சஃப்'பில் அணிவகுப்பவர்களின்

பாதங்கள் ஒரே நேர்க் கோட்டில் அமையாமல் ஒரு மில்லி மீட்டர் வித்யாஸம் என்றாலும் யாரும் தொழ முடியாது . . . 'சஃப்'புக்கு ஒருவர் இப்படி இருப்பதால்தான் ஊரில் தொழுகை சரியாக நடை பெறுகிறது.

இவனைப் போலத்தான் என் சின்ன மாமா தம்பிக்கனியும். ஏனோ சங்கை மிகுந்த ஜமாஅத்'தில் கலக்காமல் வீட்டில்தான் தொழுவார். எண்ணிக்கையில் ஒருவர் குறையும் பாவத்தை விட ஹிந்துக்களின் வீட்டில் பூஜை அறை இருப்பது போல ஒவ்வொரு வீட்டிலும் தொழும் அறை இருக்க வேண்டும் என்று அவர் பேசுவது பெரும் பாவம். அதைவிடப் பெரிது, அவர் தொழுதுகொண்டிருக்கும்போதே, மாமி கூப்பிட்டால் 'இந்தொ வந்திட்டேன் புள்ளே. . .' என்று உடனே பெரிய குரல் கொடுத்துக்கொண்டு பயத்துடன் வெளியே ஓடி வருவது. முறிந்த தொழுகை முறிந்ததுதான்.

பெரியாப்பாவும் எப்போதாவது தொழுவார் வீட்டில். ஆனால் ஆரம்பித்திலிருந்து உயரம் குறைவான அறையில் உள்ள பழைய ஸ்டாண்டிங் ஃபேனுடன் அவருக்கு எப்போதும் தகராறு. புழுக்கம் தாங்காமல் அதைப் போட்டு விட்டு தொழலாம் என்றால் அது பயங்கரமான சத்துடன் நகர்ந்து கொண்டே வருகிறது . . ! இடையிடையே அதை சரி செய்து கொண்டு அவர் தொழுகையைத் தொடர்வதை அல்லாஹ் ஒன்றும் வேடிக்கை பார்த்துக் கொண்டு இல்லை . . . இதெல்லாம் அவன் செய்யும் சோதனை.

காலடியில் சொர்க்கத்தை வைத்திருக்கிற உம்மாவோ தொழுவதே இல்லை. ஆனால் அவுலியா சொன்னால் கேட்பார்கள். அவுலியாக்கள் மகிமை அவர்கள் மௌத்தான பிறகே தெரிவதால் அவர்கள் சொர்க்கத்திலிருந்து (அது எப்படித் தெரியும் என்றால் ஊர்தானே நரகம் . . !) 'தொழு' என்று சொல்வது காதில் விழமாட்டேன் என்கிறது. பெண்களுக்கு அலைவரிசையை சரியாகப் பிடிக்கத் தெரிவதில்லை . . .

நாலு வருடத்திற்கொருமுறை மலேயாவிலிருந்து வரும் வாப்பா, ஜும்ஆவுக்குப் போவதோடு சரி. 'இங்கேயாச்சும் அப்படி போறாரு . . . அங்கேயிலாம் பெருநாள்லெதான் உம்ம வாப்பாவை பாக்க முடியும்' என்று வாப்பாவின் நண்பர் கிண்டல் செய்வார். அதாவது அவர் சரியாகப் போகிறாராம். இதற்கு ஏன் சுற்றி வளைக்க வேண்டும்?

'எந்தப் பெருநாள்ண்டு நீம்பரு கேட்கவேயில்லையே . . .' – கிண்டல் மேலும் தொடரும்.

இப்படி வேறா? எந்த ஆண்டு என்று கூட கேட்கலாம்தான். சொர்க்கத்துப் பாலாற்றின் முழு உரிமையையும் வைத்திருக்கிறவரிடம் என்ன பேச்சு வேண்டி இருக்கிறது என்று எரிச்சலில் பேச்சை நான் தொடர்வது இல்லை.

பெற்றோர்களால்தான் பிள்ளைகள் அந்தந்த மதத்திலேயே பிறக்கிறார்களாமே... அவர்களே இப்படியென்றால்? பிள்ளைகள், பிறந்த கணத்திலிருந்து இறக்கத் தொடங்கிவிடுவதற்கு காரணம் இதுவாகத்தான் இருக்க வேண்டும்.

எனது செயல்களுக்கெல்லாம் மூதாதையரைக் காட்டிக் கொண்டிருக்க முடியுமா? என் அறிவு எங்கே போயிற்று என்றால் அது வரும்போதுதான் வட்டத்திலிருந்து விலகினால் 'சதுரம்' நாசமாகப் போகும் என்று அதி மேதாவி மாதிரி எச்சரித்து ஆளைப் போட்டு அடக்கிவிடுகிறதே... போதும் போதாததற்கு அரபு நாடு போ என்று வேறு சொல்லிவிடுகிறது...

சௌதியில்தான் அப்படியென்றால் துபாயில் எனக்கு வாய்த்த முதலாளிகளும் தன் ஊழியன் முதலில் தொழுகிறானா இல்லையா என்று பார்க்கும் ரகம். சேரும்போதே மார்வாடி, சிந்தி முதலாளிகளிடம் சேர்ந்திருக்க வேண்டும். தொழவில்லயானால் *increment*கூட கிடைக்கும். ஆனால் விசாவை, நாம் தொழ வேண்டும் என்று ஆசைப்படுகிற அல்லாஹ் அல்லவா தருகிறான்!

அல்லாஹ் சொல்லித்தான் அரபி முதலாளிகளும் கண்காணிக்கிறார்கள் போலும். அவர்கள் படைக்கப்பட்டதே இதற்குத்தான். கண்காணிப்பவர்களும் தொழ ஆரம்பித்து விட்டால் பூமியில் நல்ல வண்ணம் எப்படி வாழ்வது – கள்ளத்தனம் செய்யாமல்? உலகம்தான் அழிந்துவிடாதா?

இதில் 'நான் நானாகத்தேன் இருப்பேனா'..! என் நானாவே... ஆன்மீகம், பேசுவதல்ல. பேசுவதே அல்ல. நீங்கள் வரப்போவது ராவுத்தரின் காக்டன் சூப் குடிக்காமல் உயிர் வாழமாட்டேன் என்று பிடிவாதம் பிடிக்கிற துபாய் மக்களைக் காண... அதுவும் அவரின் விசாவில். எச்சரிக்கை...

என் பங்குக்குத் தடுத்தேன்.

வருகிறவர் 'வாழ்க வணக்கம்' கழகத்திலிருந்து நேரடியாக அழைக்கப்பட்டால் சந்தோஷம்தான். அப்படியில்லாமல் ராவுத்தர் மூலமாக வரும்போதுதான் சங்கடம். ஆனால் பேச அழைக்கப்படுகிற எல்லா இலக்கிய பேச்சாளர்களுக்கும் தமிழ் பண்பாட்டை காப்பாற்றியே தீர்வது என்று 'புடவைக்குள்ளே இருப்பதென்ன...' என்று ஆட்டம் போடும் நடிகைகளுக்கும்

பின்னால் (ரொம்ப வசதி!) யாராவது ஒரு புரவலர் ராவுத்தர் / காக்கா இருக்கத்தானே செய்கிறார்கள். ஊர்தான் வித்யாஸம் ...

புரவலர்கள் இப்போது நிறையவே கிளம்பிவிட்டார்கள் – புழுக்கம் போவதற்கு. புரவலர்களின் மதிப்பு, போடும் 'தொப்பி'களின் எண்ணிக்கையில் இருக்கிறது.

நானா வந்து சேர்ந்தார் துபாய்க்கு.

அவர் அவராகத்தான் இருப்பார் என்று தோன்றியது. ராவுத்தர் ஜெர்மனி போயிருந்தார் அவசர வேலையாக. ஆனாலும் முதன்முறையாக விருந்தாளிகளை வழக்கம்போல தங்க வைக்கும் தன் ஊழியர்கள் இருக்கிற 'பிணக் கொட்டகை'யில் திணிக்காமல் வேறு ஒரு நல்ல இடத்தில் தங்கவைக்கச் சொல்லிவிட்டுப் போயிருந்தார்.

நானாவுக்கு அல்லாஹ் ஒத்தாசையாகத்தான் இருக்கிறான். ஏன், எனக்கும் கூடத்தான். இல்லையேல் நான் எப்படி சுலபமாக நுழைய முடியும்? 'பிணக் கொட்டகை'யை விட்டு வெளியேறிய நாட்களில் இருந்து அந்தப் பக்கமே தலைகாட்டாமல் இருந்தேன். ராவுத்தரின் சகோதரர்கள் மற்றும் அங்கு வரும் அவர் பிள்ளைகள் என்னிடம் பிரியமாக இருப்பார்கள். அவர்களை பார்க்கப் போனால் கூட அங்குள்ள வேலை செய்யும் பிணங்களில் ஒன்று நான் அவர்களிடம் கடன் வாங்க வந்திருப்பதாகச் சொல்லும். எதற்கு வீண் வம்பு? நல்ல வேளையாக அங்கு போகாமல் அல்லாஹ் காப்பாற்றினான்.

நான் 'சலாம்' சொன்னால் பதில் சொல்லாத அளவுக்கு ராவுத்தருக்கு பிடிக்காமல் போய்விட்டிருந்தது என்னை. என்னுடைய தவறுகள்தான் காரணம். சலாம் சொன்னதைச் சொல்லவில்லை! வெளிவிசாவில் இருந்துகொண்டு அவரிடம் வேலை பார்த்த நாட்களில் ஒரு முறை labour Inspector களிடமிருந்து என்னை காப்பாற்றிய அவர், உடல்நிலை சரியில்லாமல் துபாயில் இரண்டு நாள் வீட்டில் ஓய்வு எடுத்துக்கொண்டிருந்தபோது இந்தியாவில் உள்ள என் தூரத்து உறவினர்களும் என்னுடன் அவரை கண்டுகொள்ளப் போயிருக்க வேண்டும். கூப்பிடாமல் அவர் நடத்திய ஒரு ஃபாத்திஹா ஒன்றில் வேறு என் வருகையைப் பதிவு செய்யவில்லை. இம்மாதிரி முக்கிய காரணங்களினால் வேலையை இழந்த நன்றிகெட்ட என்னை விடுங்கள்; நானாவின் நண்பர்கள் அனைவருக்குமே ராவுத்தரிடமிருந்து பதில் சலாம் கிடைக்காமலிருப்பதும் ஒரு சிரிப்புதான்.

ஆரம்பமே களைகட்டிவிட்டது!

‘முதல்லெ என் இஷ்டத்துக்கு இருக்க விடனும் ராவுத்தரே . . . எல்லோரையும் போல ஆளு அல்ல நான்; உங்களுக்கு துபாயிலே எவ்வளவோ பேரு பிடிக்காதவனா இருக்கலாம். ஏன், உம்ம கூட்டாளி – குவைத் *branch* லெ லட்சக்கணக்கா போட்டுத் தள்ளிட்டு இங்கே வந்திருக்கானே அக்பர்... அவன் என் *classmate* மட்டுமல்ல . . . சொந்தக்காரன் வேறே. என் மேலே உசுரா இருப்பான். இங்கே வந்துதான் போவான். நீம்பரு ஒண்ணும் சொல்லக்கூடாது, சரியா?’ என்று கேட்டுக்கொண்டுதான் நானா வந்தாராம்.

சொல்லியிருப்பார். ‘தில்’ உள்ளவர்தான்.

பணக்காரர்களை பணத்திற்காக மதிப்பவர் அல்ல. அதற்காக அவர்களின் செல்வாக்கின்மூலமாக ஏற்பாடாகும் கூட்டத்தில் கலக்க மறுப்பு சொல்பவரும் அல்ல.

முதல் கூட்டம் துபாய் தமிழ் கவிஞர்களின் சார்பாக, தமிழ்மணி முடிதிருத்தகத்திற்குப் பக்கத்தில் உள்ள சோழன்தர்பார் உணவகத்திற்கு மேலே நடந்தது – 8 பேர் நெருக்கமாக அமருகிற மேலே உள்ள ஹாலில். வந்திருந்த இன்னொரு ஊர் முதலாளியான நசுருதீன் காக்காவை தைரியமாகவே கிண்டல் செய்தார் நானா. அதுவும் நகுலன் கவிதையைச் சொல்லி. துபாயில் நகுலன் ஆ? அப்போ அது கிண்டல்தான் . . !

எடுத்துக்கொண்டது, புகழ்பெற்ற அந்த ராமச்சந்திரன் கவிதைதான். ‘எந்த?’ என்ற கேள்வியில் பிறக்கிற பதிலிருந்துதான் மனிதனின் அடையாளமே என்றார்: ‘உதாரணமா இப்ப எங்க ஊர்லே போயி நஸுருதீன் யாருண்டு கேட்டுப்பாருங்க . . . ‘எந்த நஸுருதீன்?’டு கேட்பாங்க. ஏன்னா, எதிர்லெ உக்காந்திருக்கிற இவர்மட்டும் நஸுருதீன் அல்ல – பணம் இருக்கிறதனாலெ! நாசுவன் நஸுருதீன், பறாட்டா நஸுருதீன், லாட்டரி நஸுருதீன், துபாய் நகைக்கடை நஸுருதீன் . . . இப்படி பல பேரு . . !’

லியோனார்–டா–வின்ஸி வரைந்த மர்மப் புன்னகையும் அந்த கவிதையும் ஒன்று. ஆனால் நகைக்கடை காக்கா முகத்தில் புன்னகை இல்லை. அவர் துபாயில் இத்தனை பாடுபட்டதும் இந்த கிறுக்குத்தனமான புதுக்கவிதையால் (‘மரபு என்றால் நெறி என்று அர்த்தம். நெறி இல்லாதவைகளை எப்படி கவிதை என்று அழைக்க முடியும்?’ – காக்கா) பாழாய்த்தான் போய்விட்டது.

நானாவின் கூட்டத்திற்கு வந்திருக்கக் கூடாதோ?

அடுத்த நிமிடத்தில் நானா, காக்காவின் முகத்தை மாற்றி விட்டார் – கூட்டத்தின் எண்ணிக்கையைப் பார்த்து பேசாமல்

போய்விடக்கூடாது என்ற ஜனகன் ஜமாலுல்லாவின் வேண்டுகோளுக்குப் பதில் சொன்னதன் மூலமாக:

'கூட்டத்தை நான் எண்ணுவது இல்லை; அதுபற்றி எண்ணுவதுமில்லை!'

'மர்ஹபா!' என்ற நஸுருதீன் காக்காவிடமிருந்து நிச்சயமாக 3 கிராமில் மோதிரப் பரிசு உண்டு. என்ன மின்னல் பதில்!

துபாயில் இத்தனை தமிழ் கவிஞர்கள் இருக்கிறார்களா என்று என்னை ஆச்சரியப்பட வைத்த கூட்டம்தான். பேரவை ஆரம்பித்ததிலிருந்து கவிஞர்களின் எண்ணிக்கை கூடாமல் இருப்பதற்கு அவர்கள் தன் அமைப்பைக் கட்டிக் காப்பதுதான் காரணமாக இருக்கும். இருப்பதைப் பழுதில்லாமல் பராமரிப்பதுதான் இந்தக் காலத்தில் புத்திசாலிகள் செய்கிற வேலை. இதை இதுவரை அவர்கள் அழைத்து கௌரவப் படுத்தியிருக்கும் கவிதை சக்கரவர்த்தி, ராஜா, மந்திரி, தளபதி, குதிரை கழுவுபவன் போன்ற பல பட்டங்களோடு தமிழகத்தி லிருந்து வந்தவர்கள் (ஒரு ராணியும் உண்டு) அனைவருமே பாராட்டியிருக்கிறார்கள். இதில் முக்கியமான கவிஞர் ஒருவரைச் சொல்ல வேண்டும். தனது மனைவியின் முதலாளியான ஷேக் நஸ்ஹான்–பின்–கஹ்வாவின் அரபிக் கவிதைகளை ஆங்கிலத்தில் மொழி பெயர்க்க துபாய் வந்த அவர், இப்போது ஊரில் அதை தமிழில் புத்தகமாக கொண்டுவர இருக்கிறார் – ஷேக்கின் பெயரில்தான். (சென்னை வந்து இதை ஷேக் நஸ்ஹான் – பின் – கஹ்வா அரபியில் மொழிபெயர்த்த பிறகு அது ஷேக்கின் புதிய கவிதைத் தொகுதியாக துபாயில் வெளியாக இருக்கிறது).

நானா, 'வழி தவறியவர்களே கவிஞர்களைப் பின்பற்றுகிறார் கள்; நிச்சயமாக அக்கவிஞர்கள் (சொற்களெனும்) ஒவ்வொரு பள்ளத்தாக்கிலும் தடுமாறித் திரிகின்றனர்' என்ற குர்ஆன் ஆயத்தைக் (27: 224–225) கூறி பேரவையை திடுக்கிட வைத்தது சரிதான். 'நம்பிக்கையுடன் நற்செயல் புரியும் கவிஞர்களைத் தவிர' என்று அவர்களை உயிர்க்க வைத்துவிட்டு – துபாய் கவிஞர்களைப்போல என்று முடித்தது தவுடு . . !

நானா பேசுவதற்கு முன்பாக தன் கவிதைகளை அந்த பிரமாண்ட கூட்டத்தில் சொன்னவர்களுக்கு, யாப்புடைத்த வீர சுதந்திரத்தில் பரம சந்தோஷம்.

கவிதைகளை விட அதை அவர்கள் சொல்கிற முறை எனக்குப் பிடித்திருந்தது. சொல்லப் போனால் அதுதான் கவிதை. முதல் வாக்கியத்தை இரண்டாக மடக்கி, பஞ்சு மிட்டாய் விற்பவனின் ராகத்தில் ('பாலினால் செய்த மிட்டாய்...') அதை இரண்டு முறை இழுத்துச் சொல்லி, இரண்டாம் வாக்கியத்தின் இரண்டாம்

மடிப்பை ஒருமுறை முடித்ததும் கூட்டத்தின் கைத்தட்டலுக்காகக் காத்திருந்து, அப்படி அது கிடைக்காவிட்டால் அது கிடைக்கும் வரை மறுபடியும் முதல் வாக்கியத்திலிருந்து ஆரம்பிப்பது கவியரங்குகளில் பிரபலமாகத்தான் ஆகிவிட்டது. புடவை, சுடிதாராக மாறுவது மாதிரி மஷாயிரா, காலத்தின் கட்டாயம்.

ஒவ்வொரு எழுத்தாகச் சொல்லி நிறுத்தினால் அதிக எண்ணிக்கையில் கைத்தட்டல் கிடைக்கும் என்பது என் தாழ்மையான அபிப்ராயம். அதை தலைவர் ஜனகன் ஜமாலுல்லாவிடம் சொல்லலாம் என்று பார்த்தால் தன் 'சாமத்தியம்' கவிதைக்கு, நானா தரும் அபிப்ராயத்தில் மிகக் கவனமாக இருந்தார்.

சாமர்த்தியமாகச் சொல்லப்பட்ட அந்த சோகமான கவிதையின் கடைசி மடக்கு, 'இறைவா, எனக்கு மரணம் எனும் விடுதலை அளி!' என்று முடியும். நான் சொல்ல நினைத்ததுதான்.

"அல்லாஹ் என்ன 'விடுதலை & சன்ஸ்' கடையா வச்சிருக்கான், நீங்க கேட்டவுடனே கொடுக்குறதுக்கு?" என்று விட்டார் நானா ஒரு விமர்சன அம்பு பாருங்கள்...

அந்தப் பெருங்கூட்டத்துடன் காலியாக இருந்த இரண்டு நாற்காலிகளும் சிரித்தன.

"ஒண்ணு கவனிக்கனும் . . . இருபது வருஷமா பொய்ட்டு வர்றவரு சும்மா இல்லே – கவிதை படிச்சிக்கிட்டு! 'பரக்கத்'தா நாலு புள்ளையை பெத்து இருக்குறாரு. அவரோட இந்த 'சாமத்தியம்' எனக்கு ரொம்ப புடிச்சிருக்கு!" என்று நானா சொன்னதும் ஜனகனுக்கே சிரிப்பை அடக்க முடியவில்லை. நஸுருதீன் காக்காவுக்கும்தான். இன்னொரு கிராமும் சேர்க்கலாம் அவர்.

காக்காவுக்கு, அல்லாஹ்வை கூட்டாளி மாதிரி அழைக்கும் நானா வித்யாஸமாகவே தெரிந்தார். ஒரு சமயம் "அல்லாஹ்வுக்கு பயப்படாதீர்கள்; ஷைத்தானுக்கு பயப்படுங்கள்" என்று நானா சொன்னதுதான் கொஞ்சம் குழப்பம் தந்தது அவருக்கு. ஒரு பது (பூர்வீக அரபி), "நான் புத்திசாலியாக இருக்க விரும்புகிறேன். அதற்கு என்ன செய்ய வேண்டும்" என்று கேட்டபோது ரசூல்(ஸல்) "அல்லாஹ்வுக்கு பயப்படு" என்று சொன்னார்களே . . . ஸூஃபி யூனுஸ்–பின்–மாலிக் சொல்லிய ஹதீஸ் . . . நானா புத்திசாலிதானா? குர்ஆனிலும் எத்தனை ஆயத்துகள் வருகின்றன அஞ்சச் சொல்லி . . . நானாவோ, "யார், பயத்தை விட்டும் பாதுகாக்கிறோனோ அவனுக்கு ஏன் பயப்படுகிறீர்கள்?" என்று கேட்கிறார். அஸ்தஃபிருல்லா!

இந்த ஆளோட பெரிய வம்பா போச்சே . . . ஒரு கிராமை குறைத்துக்கொள்ள வேண்டியதுதான். இல்லை, இன்னும் ஒன்று குறைக்கலாம் . . .

ஜனகனின் கவிதை தொடர்பாக நானா, “விடுதலை வேண்டுமா?! வாழ்நாளை நாமாகவெல்லாம் குறைத்துக் கொள்ள முடியாது. அது ஏற்கனவே ‘லவ்ஹுல் மஹ்ஃபூள்’–ல் எழுதப்பட்டுவிட்டது” என்று சொன்னதோடு நிறுத்திக் கொள்ளாமல் தக்பீர் முழக்கத்தையும் நகைச்சுவையாக எடுத்துக் கொண்டிருக்கக் கூடாது. எதனுடன் விளையாடுவது என்று விவஸ்தையே இல்லையா? கண்டிப்பாக காக்கா ஒரு கிராமை குறைக்கத்தான் வேண்டும் ...

“இப்ப நம்ம மவுலானா இருக்காரு... சிகரெட்டை ஊதித் தள்ளுறாரு . . . – எங்க ஊருலே ‘திங்கிறாரு’ம்போம் – அவர்ட்டே போயி, ‘சிகரெட் உங்க வாழ்நாளைக் குறைக்கும்’டு எப்படி சொல்றது? அப்ப அல்லாஹ்வைவிட சிகரெட்டுக்கு சக்தி இருக்குண்டு அர்த்தம். பின்னே ஏன் ‘அல்லாஹு அக்பர்’ என்று சொல்றீங்க? ‘சிகரெட் அக்பர்’ண்டுதான் சொல்லனும் . . !”

விழுந்து விழுந்து பக்கத்தில் உள்ளவர் சிரிப்பதை காக்கா கடுப்போடு பார்த்தார். எனக்கு சிரிப்பு வரவில்லை அவரைப் போலவே. நானாவுக்கு கிடைக்காமல்போன கிராம்களை நினைத்துக் கொண்டிருந்தேன் நான்.

நானா ஏன் இப்படிப் பேச வேண்டும்? உண்மை நகைச்சுவையானதுதான். ஆனால் அதைச் சொல்லத் தொழ வேண்டும் . . !

## 2

கவிஞர்களின் கூட்டம் முடிந்த பிறகு பேரவையின் சார்பாக அதன் பொருளாளர் ஆளுக்கு இரண்டு ‘கட்டெ’ (சிறிய தோசை) வாங்கிக் கொடுத்துவிட்டு, நஸுருதீன் காக்கா அவரிடம் சொல்லிவிட்டுப் போனதை தன் செலவில் சட்னி போல ஊற்றினார்.

“தொழுவாதவன்லாம் அல்லாஹ் பத்திப் பேசுறதை துபாயிலதான் பாக்க முடியும். இதே சௌதியா இருந்தா நாக்கை அறுத்துப்புடுவான்” என்றாராம்.

இதனால்தான் ‘வக்த்’துக்கு தன் கடைப் பையன்களில் ஒருத்தன் தொழப்போனால்கூட இவர் இங்கே குதறுகிறார் போலும் – அவர் நண்பர் அசனா ராவுத்தர்போல.

“கூட்டத்துலெ , பேசுறத்துக்குப் பதிலா தொழுவியிருக்கலாம் நானா!” என்றேன் ஜனகனிடம்.

“அட, வுடுங்க தம்பி . . . அல்லாஹ் கொடுப்பான்!” – ஜனகனுக்கு நானாவின் பாதிப்பு.

“வல்லாஹு யர்ஜுக்கு மன்யஸாவு பிகைரி ஹிஸாப்” என்றார் பொருளாளர். (கொடுக்க நாடிவிட்டால் கணக்கு வழக்கில்லாமல், தான் படைத்த அனைத்துக்கும் கொடுப்பான் இறைவன்)

“தோசையா? அதுவும் கறி இல்லாமே!”

“பேசாதீங்க... அந்த கேள்வி கேக்குற அளவுக்கு நமக்கு ‘தக்வா’ பத்தாது.”

“சரி, ‘தக்வா’ அடையிறதுக்கு என்னா பண்ணனும்?” – தெரியாமல்தான் கேட்டேன்.

“ ‘நப்ஸ்’களை கட்டுப்படுத்தனும்”

“எப்படி கட்டுப்படுத்துறது?”

“ ‘தக்வா’ வேணும் அதுக்கு!”

குழம்பியது நானா அவரா? எப்படியோ இதெல்லாம் அல்லாஹ்வின் நாட்டம் . . .

உண்மைதான். ஜனகனின் மொபைலில் அவன் செய்தி அனுப்பினான். ‘வணக்கம் வாழ்க’ கழகம், 5 பவுன் வாங்கி வைத்துவிட்டதாம்!

ஜனகனின் உற்சாகம் நானாவிற்கும் கொஞ்சம் தொற்றிற்று என்று சொல்ல வேண்டும். ஹெச். மதிப்ரியன் என்ற இளங்கவியின் பொருமலுக்கு பதில் சொன்னதில் அது தெரிந்தது.

“அண்ணே . . . ‘வணக்கம் வாழ்க’, போன தடவை நடிகன் மாயவனைக் கூப்பிட்டிச்சி . . . அவன் இங்கிலீஷ்லேயே பேசுனான். தமிழ்லெ பேசுண்டு என் ஃப்ரெண்ட் முஸ்தபா கத்துனதுக்கு முதல்லெ உம் பெயரை தமிழ்லெ வையிண்டு ஒரு பாப்பான் கத்துறான் – அதுவும் ‘நம்ம’ ஊருலெ வந்து . . !”

“மாத்திப்புடுவோம்!”

“ரொம்ப *Thanks* . . .”

“அஸ்ஸலாமு அலைக்கும் கழகம்! நல்லாயிருக்கா?”

கவிஞன் முறைத்துக்கொண்டு போய்விட்டான் – ‘தூசிப் புயல்’ எனும் பாலையின் முதல் மின் இதழுக்கு எழுத. செருப்பிற்கு

முள் குத்தினாலும் வலிக்கிற இந்த மென்மையான கவிஞனை புண்படுத்தக் கூடாது என்று பேரவை உறுப்பினர்கள் செருப்பே போடாமல் இருக்க, இவனையே கோபப்படுத்தி விட்டாரே நானா...

நகைச்சுவை என்பது இன்னொருவர் மனதை புண்படுத்துவது மாதிரி இருக்கக் கூடாது என்று தமிழ் பண்பாடு அறிந்தவர்கள் சொல்வார்கள்.

'வணக்கம்! வாழ்க!' என்ன சொல்லும்? 5 பவுன் கிடையாது என்று சொன்னாலும் சொல்லும்.

பயந்த மாதிரி இல்லை. ஷார்ஜாவில் அனைவரையும் அசர வைத்தார் நானா.

ஏழெட்டு வருடங்களுக்கு முன்பு தமிழகத்தின் பெரிய எழுத்தாளர் ஒருவர் தன்னைப் புகழும்போதெல்லாம் கை தட்ட வேண்டும் என்பதற்காக ராவுத்தர் அங்கே அழைத்துப் போயிருக்கிறார். இதெல்லாம் சொல்லியா செய்வார்கள்? பார்வைதான்...

இப்போது ராவுத்தர் இல்லாவிட்டலும் அவரது கம்பெனி விளம்பரம் பெரிதாக இருந்தது. அதற்குக் கீழே 'தமிழா நீ வீரன்' என்ற கழகத்தின் தாரக மந்திரம். கண்ணீரோடு குப்பை அள்ளும் படித்த சில தமிழக இளைஞர்களை உசுப்புவதற்காக இருக்கலாம். அவர்களெல்லாம் இந்த மாதிரி கூட்டங்களுக்கு வருவதில்லை நேரமில்லாததால்.

வேஷ்டியையும் புடவையையும் மறந்துவிடாமலிருக்க தமிழர்கள் கூட்டும் இம்மாதிரி கலை / இலக்கியக் கூட்டங்களில் அரபிகளும் ஏனோ வருவதில்லை. தலைவர் அழைத்திருக்கக் கூடும். ஆனால் அவர் 'வணக்கம்' சொல்வதுபோல கை கூப்பிக் கொண்டே 'அஸ்ஸலாமு அலைக்கும்' சொல்வதில் அவர்கள் பயந்திருப்பார்கள். ஒரு 'ஹலுவா!' வீணாகப் போயிற்று. அதற்கெல்லாம் மலையாளிகள் நடத்தும் நிகழ்ச்சிகள்தான் சரி. அவைகளில் ஒருசமயம் அரபிகள் மட்டுமே கலந்துகொள்வதும் உண்டு. 'அரயாளி' எனும் புதிய இனம் விரைவில் நாட்டில் தோன்ற வாய்ப்பு இருக்கிறது.

தலைவர், 'திருநெல்வேலிக்கு அல்வா; பாவாவூருக்கு தர்கா!' என்று ஊரின் முக்கியம் சொன்னார். ஊரின் முக்கிய இலக்கியகர்த்தாவான 'ராமாயண மரைக்காயரு'க்குத் தெரிந்தால் இதற்காக கோபித்துக்கொள்வார் என்பது தெரியாதவர். ஆக... தலைப்பு என்று எதுவும் இல்லாததால் நானா, 'தர்காவில் அல்வா' என்று பேசுவதற்கு ஒரு அரிய வாய்ப்பு...

நானா, மனிதம் பற்றி பேசினார்.

எடுத்ததுமே வள்ளலார்தான் – கம்பீரமான குரலில்.

சாதியிலே மதங் களிலே சமய நெறிகளிலே
சாத்திரச் சந்தடியிலே கோத் திரச் சண்டையிலே
ஆதியிலே அபிமானித்து அலைகின்ற உலகீர்
அலைந்து அலைந்து வீணே அழிதல் அழகலவே

அடுத்து டாக்டர் அம்பேத்காரின் சௌதார் குளப் போராட்டம்.

'வணக்கம், வாழ்க' கண்டிப்பாக இதை எதிர்பார்க்கவில்லை. ராவுத்தர் தங்களை காப்பாற்றித்தான்விட்டார். இல்லையெனில் 'போதும் இந்த துலுக்கன் . . .' என்று உறுப்பினர்கள் கொதித்துப் போய் பண்பாட்டைக் காக்க வேறொரு கழகம் ஆரம்பித்து விடுவார்கள். தமிழ் பண்பாடு என்பது வீரமா? கிரேக்கத்தில் இல்லாத வீரமா நம்மிடம் இருக்கிறது? நமது பண்பாடு குடி. குடும்பங்களின் தொகுதி.

தலைவரின் நினைப்பு உண்மைதான். ஆனால் குடிகளோ சொற்பொழிவு முடிந்து தங்கள் பிள்ளைகள் ஆடப்போகும் அந்த உன்னத தருணத்திற்காக வளையோசைகளுடன் பேசிக் கொண்டிருந்தார்கள்.

போனமுறை பார்த்தபோது பரதம் இருந்துகொண்டே யிருந்தது. இதுதான் வணக்கம். மறுபுறத்தில் குற டான்ஸ், பிரேக் டான்ஸ், பாங்ரா, மாப்பிள்ளைமார் பாடல்கள் என்று வகைகள், சமரசத்துடன் மாறிக்கொண்டே இருந்தது. இது வாழ்க. இரண்டையும் அனுமதிக்கும் தமிழ் எனும் மேடை, வாழும் வணக்கம்.

இந்த முறை மட்டும் மாறுதல் என்ன வந்து விடப் போகிறது? தமிழனின் பண்பாடு வெளிநாட்டில் மாறாத ஒன்று – மாமிகளின் சப்தம்போல. மாமிகளையும் குறைசொல்ல முடியுமா? அவர்கள் என்னதான் செய்வார்கள் இந்தப் பாலையில்? ஒரு ஃப்ளாட்டிலிருந்து இன்னொரு ஃப்ளாட் என்று பல கூண்டுகளைப் பார்த்துக்கொண்டிருப்பவர்களுக்கு டி.விக்கு அப்புறம் இம்மாதிரி 'கழிச்சல்' (culture தான். அவர்களின் style ஆன உச்சரிப்பில் அப்படி ஒழுகிவிட்டது) நிகழ்ச்சிகள்தான் ஆறுதல்.

கூட்டத்திற்கு வந்திருந்த நானாவின் சொந்தக்காரர் ஒருவர் மாமிகளை வெறுப்போடு பார்த்துக்கொண்டே இருந்தார். அவர் குடும்பத்திலிருந்து ஒருவன் தமிழ்நாட்டின் சார்பாக

வந்து, இப்படி கௌரவப்படுத்தப்படுகிற இடத்தில் இந்த 'பாடஹை'கள் பேசாமலிருந்தால்தான் என்ன? நானாவின் முயற்சிகள் வீணாகின்றனவே...

ஒற்றுமைக்கு உதாரணமான கை விரல்களின் கதையும் உறுப்பினர்களின் மனைவிகளுடைய (இதில் ஒரு புர்காவும் உண்டு) பேச்சு சப்தத்தை குறைப்பதாகத் தெரியவில்லை. என்னைப் பார்... என்னைப் பார்..!

பார்க்கிறேன் ஒரு கை என்று நானா எடுத்தார் பானைக் கதையை.

இருட்டிலும் கறுப்புக் கண்ணாடி போட்டுக்கொண்டு எழுதி இலக்கிய வெளிச்சம் தரும் ஒரு அரசியல் தலைவர் தன் பத்திரிக்கையில் நானாவைப் பாராட்டிய புகழ்பெற்ற நகைச்சுவை அது.

மகனை தண்ணீர் பிடித்துவரச் சொல்லும் தாய், அவன் நீண்ட நேரமாக வராததால் கூப்பிட்டனுப்பி பலமாதிரி கேள்விகளை கேட்கிறாள்: தண்ணீர் வருகிறதா? பானையை வைத்தாயா? பைப்புக்கு அடியில் வைத்தாயா? தண்ணீர் பானையில் விழுகிறதா? இத்தனை கேள்விகளுக்கும் ஆமாம் எனும் பதில் சொல்லும் மகனை தாய்க்கு புரியத்தான் இல்லை.

மகன், பானையை தலைகீழாக வைத்திருக்கிறான்!

அவ்வளவுதான். சிரித்து சிரித்து அனைவருமே இரும ஆரம்பித்துவிட்டார்கள். ஒரு ஒல்லிப் பெண்மணி, பெர்முடா அணிந்திருந்த தன் கணவனின் பெரிய வயிற்றில் செல்லமாக முட்டி முட்டிக்கொண்டு கனமாகச் சிரித்தது. பைப் வைத்த பானை போலிருக்கிறது...

இத்தனை அரதப் பழசு ஜோக்கை சொல்லியிருக்க வேண்டுமா நானா? ஆனால் சிரிக்கிறார்களே இப்படி! ஒருவேளை நிறைய முறை இதைக்கேட்டிருக்கிறார்களோ? கூட்டம் முடிந்ததும் எல்லாம் மறந்துவிடத்தான் செய்கிறது. தமிழ் பண்பாட்டில் மறதியும் ஒன்று. சேர்க்க மறந்துவிட்டோம்!

திருக்குறள் முனியாண்டியிடம், எப்போதும் பழைய ஜோக்கையே எடுத்து விடுகிறீர்களே; மாற்றக் கூடாதா என்று நானாதான் ஒருமுறை கேட்டாராம்.

"சரி, அந்த கூட்டத்துலெ அதை சொல்லும்போது சிரிச்சான்களா?"

"சிரிச்சான்"

“மறுபடியும் அடுத்த கூட்டத்துலே அதையே சொல்லும் போதும் சிரிச்சான்களா?”

“ஆமா”

“ம் . . . இவன் எப்ப . . . பழசுக்குக்குலாம் சிரிக்கிறதை நிறுத்துறானோ அதுவரைக்கிம் நான் சொல்லிக்கிட்டே . . . யிருப்பேன்” என்றாராம் தி.மு.

அடுத்த ஐந்து பவுன் அன்பளிப்பாக வாங்கிய துபாயின் வாழ்க வணக்கம் கூட்டத்திலும் நானா பழைய ஜோக்குகளைத்தான் அள்ளிவிட்டார்.

இது பர்துபாய் கன்ஸலேட் ஏரியாவில் உள்ள இந்திய தூதரகத்திலுள்ள அரங்கத்தில் நடந்தது. ஊசி விழுந்தால் இடி இடிப்பது போன்ற துல்லிய ஆடியோ சிஸ்டம் உள்ள அரங்கத்தை முதன்முதலாக நானாவின் புண்ணியத்தால்தான் பார்க்க முடிந்தது. பாஸ்போர்ட் புதுப்பிக்கப் போகும்போது இந்தியர்கள் மேலே ஏறி எல்லாமா பார்ப்பார்கள்?

இத்தனை பாதுகாப்பான பகுதியில் இரவு பதினோரு மணிக்கு கூட்டம் ஆரம்பித்துக் கொண்டாடுவது ஆச்சரியமாகத்தான் இருந்தது. சார்ஜாவில், நானாவில் கூட்டத்தில் மயங்கிய ஆல்பர்ட் எனும் மலையாளிதான் இந்த இடத்திற்கு சிபாரிசு செய்தாராம். ஈ லோகம் வெளிச்சத்திலானு மக்களே . . !

அரங்கத்தின் வெளியே நின்றால் தேராவின் அழகு கட்டிடங்கள் அந்த இளம் குளிர் தந்த பனியை (60 டிகிரியை யெல்லாம் வெயில் சாதாரணமாகத் தொடும் ஜூன் ஜூலையில் வந்திருந்தால் நானா அடுத்த நாளே ஓடியிருப்பார் ஊருக்கு) தன் விளக்குகளால் ஊடுருவுவதைப் பார்க்கலாம். பிரமாதம் . . . இதை விடப் பிரமாதம் ராவுத்தரின் காக்டன் சூப் விளம்பரத்திற்காக சமோசாவுடன் கிடைத்த இலவச சூப். அதை இலக்கியப் பேச்சை கேட்க வந்தவர்களுக்கெல்லாம் முகம் கோணாமல் கொடுத்துக் கொண்டிருந்த ஹம்ஜாவைப் பார்க்கத்தான் பாவமாக இருந்தது.

ஹம்ஜாவின் பேச்சே ஒரு இலக்கியம்தான். ஊரில் ஒருத்தன் ஹம்ஜா போட்ட புறாட்டாவின் அழுத்தம் தாங்காமல் “ஓய்... என்னாங்கனி *hard* ஆ இக்கிது!” என்று கேட்டதற்கு பவ்யமாக, “மெண்டு தரவா?!” என்று கேட்டவன் ஹம்ஜா. இங்கே பேச முடியுமோ? காலை ஐந்தரை மணிக்கு எழுந்து குடவுனுக்குப் போய் மூட்டை தூக்கிக்கொண்டிருந்துவிட்டு மாலை கடைக்கு வந்து இரவு வரை கூலி வேலை பார்த்துவிட்டு தங்குமிடம் வந்ததும் அலுவலக ஊழியர்களுக்கு சாப்பாட்டைத் தயாரித்துக்

கொடுத்துவிட்டு ஹாலில் உள்ள கிழிந்த பாயில் அவன் படுக்கும் போது நள்ளிரவாகிவிடும். இன்றும் அந்த நேரம்தான் ஆகும். இடம்தான் மாற்றம்.

ஹம்ஜா எனக்கு இரண்டு சம்சா கொடுத்தான் சிரித்தபடி – நான் பழைய ஆள் என்பதால்.

எப்படித்தான் சிரிக்க முடிகிறதோ?

நானாவின் நகைச்சுவையைக் கேட்காமலேயே சிரிப்பவர்களும் உலகத்தில் இருக்கத்தான் செய்கிறார்கள்.

ராவுத்தருக்கு ஏன் வரமாட்டேன் என்கிறது?

நானா, இங்கே தவளை ஜோக் சொன்னார். *Jump!* தேராவில் உள்ள அனைவருக்கும் கேட்பதுபோல சிரிப்பு எழுந்தது.

வழுக்கைத் தலை ஜோக் சொன்னார். முதல் ஜோக்கை சொல்லாமல் விட்டதற்காகக் கோபித்துக்கொள்ள வேண்டாம். அதை, 'நான்கு கால்களை வெட்டியதும் தவளைக்கு காது செவிடாகிவிடுகிறது' என்று குறிப்பெடுத்துக்கொண்ட அந்த விஞ்ஞானியிடம் கேட்டுக்கொள்ளுங்கள். எல்லாவற்றையும் எழுதி, இதை ஒரேமூச்சில் இரண்டு வருடம் படிக்க வேண்டியிருக்கும் தமிழின் மூன்றாவது நாவலாக மாற்றப் பிரியமில்லை எனக்கு.

'தழை' என்பதற்கு 'தலை' என்று புரிந்துவிடுகிறான் கால் வலியால் அவதிப்படும் ஒரு மருமகன்... வழுக்கைத் தலை மாமனாரை வைத்துக்கொண்டு அவன் அடிக்கும் கூத்து..! மாமனார் தப்பித்து ஓடி, 'வைத்தியரே... நல்லவேளை மாப்பிள்ளையிடம், அவன் கால்வலிக்கு 'வழுக்கைத் தலையை சேர்த்துக் கட்டு' என்று சொன்னீர். "'வழுக்கைத் தலையை இடித்துக் கட்டு' என்று சொல்லியிருந்தால் என்னாகியிருக்கும் என் கதி?" என்று சொன்னதை அந்த மாமனாராகவே மாறி நானா நடித்தபோது எழுந்த சிரிப்பு, தூங்கிக்கொண்டிருக்கும் ராஸ்-அல்-கைமா, உம்அல்குயின் மன்னர்களுக்குக் கூட கேட்டிருக்கும்.

நானா, 'என்றும் மாறாத' முல்லா நஸ‌ருதீனின் வலை ஜோக்கால் கூட்டத்தின் மூளைக்கு கொஞ்சம் வேலை கொடுத்தார். *Ready* யா? இதோ ஓஷோ!:

*Bell of God* ... : 'கடவுளோட மணியோசை இடைவெளியே இல்லாம கேட்டுக்கிட்டுருக்கு... ஆனா நம்ம காதுலெ அது விழலே..! காரணம், கோயில்ல போனா பூசாரியோட சத்தம்... மஸ்ஜிதுக்குப் போனா பேஷ்இமாமோட சத்தம்... சர்ச்சுக்குப் போனா பாதிரியோட சத்தம்..! இவனுங்களோட சத்தத்துலே

உயிர்த்தலம்

கடவுள் பேசுறது எப்படிக் கேட்கும்? இதை வுட்டுட்டு ஒதுங்கிப் போ..! தியானம் செய்..! அப்போ அந்த மணியோசை எவ்வளவு பவித்திரமானது; இனிமையானதுண்டு உணர முடியும் . . .'

தேக்கமடைந்த, செயல்களற்ற உலகத்தில் வாழ்வதையா 'தவறாகப் புரிந்து கொள்ளப்பட்ட ஞானி' என்று நானா குறிப்பிடும் ஓஷோ சொன்னான் – ஈஷா உபநிஷத உரையில்? எனக்கு சரியாக ஞாபகம் இல்லை. ஆனால் நானா, கடவுளின் மெல்லிய ஈ அறையும் சத்தத்தை எடுத்தது, அசனா ராவுத்தர் விளங்கிக் கொள்ளத்தான் என்று பட்டது. ராவுத்தருக்கு ஓஷோ புரியாவிட்டாலும் *money* புரியும் . . .

பேச வந்த 'நீதி' பற்றிய தலைப்புக்கும் கடவுளின் மணியோசைக்கும் என்ன சம்பந்தம்?

நான் ஒரு உலகப் பேயன். யாராவது தலைப்புக்கும் பேசுவதற்கும் இணைப்பு இருக்கிறதா என்று பார்ப்பார்களா? தமிழ்ப் பண்பாடா இது?

நானா பேசுவதற்கு முன்பு துபாயின் தமிழ் கவிஞர்கள் 'நட்பு' பற்றிக் கவிதை படித்தார்கள்தான். அதில் நட்பு பற்றி இருந்ததா என்ன? ('கவிதையே இல்லை அதில்; பின் நட்பு எப்படி இருக்கும்?!' – மறையன்பன் என்ற சீயாழி கவிஞர் நட்பு கொடுத்த அனுமதியுடன் என் காதைக் கடித்தார்).

'நட்பு பற்றி பேசுவதற்கு தனித்தனியாக வந்துபோன கவிஞர்களே ...' என்று நானா கூட கிண்டல் செய்தாரே ...

'மிகச்செய்து தம்எள்ளுவ வாரை நகச்செய்து நட்பினுள் சாப்புல்லற் பாற்று' என்றெல்லாம் குறள் சொன்ன (வாழ வைக்கும் வள்ளுவர் பெருமான் வாழ்க!) நானா ஊர் திரும்பும்வரையாவது ராவுத்தருடன் உள்ள உறவை சுமுகமாக வைத்துக்கொள்ள வேண்டும்.

தொழாத ஒருவரை அழைத்து வந்திருக்கிறார் என்று சில அமைப்புகள் குடி கெடுக்கும் அமுக்கு குசுவை வெளியேற்றிக் கொண்டிருப்பதில் ராவுத்தருக்கு சொல்ல முடியாத ஆத்திரம் – ஜெர்மனியிலிருந்து வந்ததிலிருந்து. பணக்கார அரபிகளிடம் காசைக் கறந்துவிட்டு அதில் பாதியை மட்டும் செலவழிக்கும் அந்த அமைப்புகளை அவருக்குத் தெரியாதா? கஞ்சி காய்ச்சுவதையெல்லாம் ஃபோட்டோ எடுத்துப் போட ஒரு மலர்! யாருக்கும் தெரியாது பாருங்கள்; பெரிய சட்டியில்தான் காய்ச்சுவார்கள் என்று..! இவர்களுக்கு பாடம் புகட்டவாது இந்த ஆளை தொழ வைக்கலாம் என்று பார்த்தால் 'எனக்கு மறந்து போயிடிச்சி ராவுத்தரே' என்று வெடைக்கிறான் இந்த

மரைக்கான் – ஷாஃபி! அட நம்ம குழப்பத்தையெல்லாம் ஊருலெ வச்சுக்கலாம். இங்கே அஸர் வக்த் ஒண்ணுதான்பா... தொழுவு! இவனுக்கா தெரியாது குன்வத் குழப்பம்லாம்?... புடிவாதம்... தொழுவுறேண்டு ஷியா பள்ளிக்கும் போவான்..!

– நானா தொந்தரவாகத்தான் இருந்தார் ராவுத்தருக்கு. 'இன்றைய சீதக்காதியான என் நண்பர், காக்டன் ராவுத்தர் இல்லாவிட்டால் நான் இங்கே வந்திருக்க முடியாது; அவருக்கு என் நன்றிகள்' என்று உச்சி குளிர வைப்பதெல்லாம் போதாது.

மனிதப் பண்பாம்... ஓஷோவாம்...– ராவுத்தருக்கு எரிச்சலாக வந்தது!

'எவன் அல்லாஹ்வை விட்டு ஷைத்தானை உற்ற நண்பனாக ஆக்கிக் கொள்கிறானோ அவன் நிச்சயம் பகிரங்கமான பெரு நஷ்டத்தை அடைவான்' என்று குர்ஆனில் அல்லாஹ் சொல்லியிருப்பது நானாவுக்குத் தெரியாதா? சொன்னால் 'பின்னே சிவபெருமானா வந்து சொல்லுவான்?!' என்று இந்த ஷைத்தான் சொல்லும்...

ஒரு கிழவி ரசூலுல்லாவிடம் பேரீச்சம்பழங்களைக் கொடுத்தாளாம். தன் தோழர்களுக்குக் கூட கொடுக்காமல் அத்தனை பழங்களையும் ரசூலுல்லாவே சாப்பிட்டுவிட்டார்களாம். காரணம், அத்தனையும் புளித்த பழங்கள். கிழவியின் மனம் நோகக் கூடாதென்றுதான் அப்படிக் கொடுத்தார்களாம். எப்படித்தான் இப்படிப்பட்ட மனிதநேயப் பழங்கள் நானாவுக்கு கிடைக்கிறதோ தெரியவில்லை...– ராவுத்தருக்கு சினம் ஏறிக்கொண்டே வந்தது.

மனிதப் பண்பு என்பது மனிதனை மதிப்பது. ஒரு சுடு சொல்வதும் பெரும்பாவம். காரணம் மூமினும் காஃபிரும் இறைவனின் படைப்புகளே என்று யாரோ இன்னொரு முட்டாள் கவிஞன் சொல்வதைச் சொல்கிறான் இந்த நானா... இந்தக் கவிஞர்களுக்குள் எத்தனை சண்டையிருந்தாலும் ஒற்றுமையிருக்கிறது.

முதலில் தொழடா கவிஞனே..! உன்னை நான் துபாய்க்குக் கூப்பிட்டது 'நீதி' சொல்கிற இடத்தில் மனிதனைப் பற்றிப் பேசுவதற்கா?

– அசனா ராவுத்தர், கொதிக்கிற தண்ணீரில் போட்ட காக்டன் சூப் பவுடராக இருந்தார்.

புரவலர்களின் மனதில் ஒரு பொறி விழுந்தால் என்னவாகும் என்ற பண்பாடு தெரியதவரா தலைவர்? நானா பேசிக்கொண்டிருக்கும்போதே 'மன்னிக்க வேண்டும்'

என்று இடைமறித்து, "உடல்நிலை சரியில்லாத நமது சிறப்புப் பேச்சாளர் சீக்கிரம் பேச்சை முடித்துக்கொள்ளும்படி கேட்டுக் கொள்கிறேன்" என்றார்.

"மனித நேயத்திற்கு இதுவும் ஒரு உதாரணம்!" என்றார் நானா. தொடர்ந்து, "கொடுத்த நேரத்தில் முடிப்பதுதான் பிரசங்கம். இல்லையேல் அது அதிகப்பிரசங்கம்!" என்றதும் கரகோஷம் காதைப் பிளந்தது.

ராவுத்தர் கை தட்டவில்லை. என்று சிரிப்பாரோ அன்றுதான் அவர் கை தட்டும்.

கூட்டம் முடிந்து வெளியே வந்ததும் என்னுடன் வரத் தயாரான நானாவைத் தடுத்து தன் காரில் ஏற்றிக்கொண்டார் ராவுத்தர். கோபத்தில் விர்ரென்று பறந்தது BMW . . .

"அடடா . . . உங்க 'இன்னல்லதீனு ஆமனு'*வைச் சேர்த்து சொல்லியிருக்கலாமே – மனிதர்கள் ஒன்று என்று சொல்லும்போது" என்றார் வணக்கம் வாழ்க ராமநாதன். "அது என்னுடையதல்ல சார்" என்றேன் எச்சரிக்கையாக. இருக்கிற வம்பு போதாதா? இஸ்லாத்தில் இத்தனை விஷயம் தெரிந்தவருக்கு அதை அசனா ராவுத்தரிடம் நேரில் சொல்லத் தோன்றாதது ஆச்சரியம்தான். சொன்னாலும் என்ன, 'ஆமாம், கீதையின் வசனங்கள் எனக்கு ரொம்ப பிடிக்கும்' என்றுதான் பதில் கிடைக்கும். நீதி!

இந்த ராவுத்தருடன் எப்படித்தான் பழக முடிகிறது நானாவால் எத்தனைதான் அது ஊருக்கு என்றாலும்? இது கூட மனித நேயம்தான். அப்படியானால் எத்தனை முஸ்லீம் அன்பர்கள் அவர் தொழுவதை விரும்புகிறார்கள் . . . அவர்களின் ஆசையை நிறைவேற்றுவதுகூட மனிதநேயம்தானே?

துன்னூன் மிஸ்ரிதான் மீண்டும் பிறந்து வந்து சொல்ல வேண்டும்: 'உனக்கு தொழுவுவதைவிட வேறு ஒன்றில் அக்கறை அதிகமாகிவிட்டது; அந்த வேறு அக்கறையை விடு!' என்று. எந்த அக்கறை?

கவனம், தெளிவு, கண்ணியம், இறையச்சம், இறையாதரவு, தீவெட்கம் . . . இத்தனையும் முறையான அமைப்புடன் சரியான அளவுடன் இருந்தால்தான் தொழுகை முழுமை அடைகிறது . . . ரொம்ப சிரமம்தான் நானாவுக்கு. தொழுகிற நமக்கே சிரமமாக இருக்கிறதே! எத்தனை ரக் – அத்கள் தொழுதிருக்கிறோம் இதுவரை என்று ஒரு திடீர் குழப்பம் வந்து தாக்குவது பெரும் வேதனை . . .

---

* 'எந்த மதத்தவராயினும் நற்செயல் புரியபவர்களுக்கு தகுந்த பரிசு இறைவனிடம் உண்டு' என்பதைக் கூறும் குர்–ஆர் வசனம் (2:62)

தேன்கூட்டின் ஒவ்வொரு அறைக்குள்ளும் நூறாயிரம் சிறிய அறைகள் இருந்து அத்தனையிலிருந்தும் தேனீக்கள் புறப்பட்டு வந்து கொட்டினாற்போல்தான் இருக்கிறது... எத்தனை எண்ணங்கள்! எந்த தீப்பந்தத்தை எடுத்து கூட்டில் வைத்தோம்? நாமே ஒரு தீப்பந்தம்தானோ?

கண்ணை மூடி, காதை அடைத்து எண்ணத்தைக் கட்டுப் படுத்தலாம் என்று எண்ணினால் குருடர்கள் எல்லாம் ஞானிகளாகியிருப்பார்கள்; செவிடர்கள் எல்லாம் சூஃபிகளாகி இருப்பார்கள் என்று ஒரு ஹஜ்ரத் சொல்வது கேட்கிறது.

அதற்காக முயற்சிக்காமலா இருப்பார்கள்?

"நான் முயற்சிக்கவில்லை என்று யார் சொன்னது?" என்றார் நானா சீயாழி சீரத்துப் பேரவையில் பேசும்போது. எல்லா ஊருக்கும் ஒரு பேரவை இருக்கிறது சின்னச் சின்ன அறைகளில். தீர்மானம் போட இடமும் இருக்கிறது. மற்ற அறையாக இருந்தால் அதிலும் ஒரு பெட் போட்டு வாடகை வசூலித்துவிடுவார்கள். மனிதர்கள் ஒரு செண்டிமீட்டர் அளவு உயரம் மட்டும் இருந்தால் நிறைய பெட்கள் அடுக்கடுக்காகப் போட்டு இன்னும் சம்பாதிக்கலாமே என்று கற்றுக்கொடுக்கிற நாட்டில் அப்படித்தான் இருக்க முடியும். ஆனால் சீ.சீ.பே அப்படியல்ல. தவிர அவர்களை மதித்துத்தான் 'உடனே வாங்க' என்று கூப்பிட்ட சர்வ வல்லமை படைத்த *PTA* காக்காவைக்கூட பார்க்காமல் ('போச்சு அஞ்சு பவுனா? அல்லாஹ் கொடுப்பாங்க!') ஏற்கனவே ஒப்புக்கொண்ட அந்த எளியவர்களின் அறைக்கு வந்திருக்கிறார் நானா. வந்தவரை உபசரித்தோமா பேச்சைக் கேட்டோமா என்றில்லாமல் வந்தவுடன் கேள்வி! ரொம்பப் பேருக்கு கேள்வி கேட்பதுதான் மரியாதை என்று எண்ணம். ஏன் தொழவில்லை?! ரொம்ம்ம்ப முக்கியம்! அட வயிறு பசிக்குதப்பா . . .

"சரி இத்தனை நாளா தொழுவுறீங்கள்ளே? நான் ஒண்ணு கேட்கிறேன்... இரண்டு ரக்அத் தொழுவுறீங்க... இதுலே எத்தனை தடவை 'அல்லாஹூ அக்பர்'ண்டு சொல்லுவீங்க? சட்டுண்டு சொல்லுங்க."

அறையிலிருந்த அனைவரும் குழம்பிப் போனார்கள். ஓரிருவர் மௌனமாக ஆக்சன் ரீப்ளே மாதிரி செய்துகொண்டிருந்தார்கள் அவர்களை அறியாமலேயே... கைகள் வெவ்வேறு நிலையில் அசைந்தன. கண் மூடியிருக்க வாய்கள் முணுமுணுத்தன.

"அவ்வளவு கஷ்டம் வாணாம்... நானே சொல்லிடுறேன் – பதினோரு தடவை!"

“அப்ப தெரியுது உங்களுக்கு எல்லாம்! இல்லையா நானா?”

“தெரியலேண்டு நான் எப்பங்க சொன்னேன்? நீங்கள்லெ சொன்னீங்க!”

“அப்ப தொழுவுங்களேன் நானா...”

“முதல்லெ நீங்க தொழுவப் பழகுங்க கவனத்தோட – ஒத்தரை ஒத்தர் அடிச்சிக்காம! பள்ளிலெ நுழையும்போதும் அதை விட்டு வரும்போதும் ஒரு அஞ்சு நிமிஷம் சும்மா இருக்குதா உங்க வாய்? ஒரே பேச்சு ‘வள... வள’ண்டு! ஒவ்வோரு ‘வக்த்’தோட *power* அடுத்த ‘வக்த்’ வரைக்கிம் இருந்தாவனும். இப்படிப் பார்த்தா ஒரு பெருநாள் தொழுகையோட *effect* அடுத்த பெருநாள் வரைக்கிம் இருக்கனும். இத்தனை நாளா தொழுவுறீங்களே... இருக்குதா உங்களுக்கு? அதெல்லாம் விடுங்க, இப்ப ஒரு *simple* கேள்வி கேக்குறேன்: ‘ருக்உ’ண்டா என்னா தெரியுமா?”

“சுப்ஹான ரப்பியல் அழீம்‘ சொல்றதுக்கு குனியியறது . . .”

“அது என்னெண்டு கேட்டேன்? ‘அல்லாஹ் பரிசுத்தமானவன்’ண்டு தமிழ்லெ சொல்லாதீங்க ‘ருக்உ’க்கு இன்னொரு சரியான அர்த்தத்தை அப்புறம் சொல்றேன். ‘சஜ்தா’வுக்கு உங்களை தயார்படுத்துறதுதான் ‘ருக்உ’ண்டு புரிஞ்சிக்குங்க இப்ப. ‘சஜ்தா’ தெரியும்தானே?!”

“. . . . . . . .”

“சொல்லுங்களேன் சீர் அத்துப் போனவரே . . !”

“உங்க தம்பி மவுலானாவையே கேளுங்க நானா...”

“அவருக்கு என்னா தெரியும்? கூடக் கூட கூனாசானா ராவுத்தரும்பாரு!”

நான் என் தோல்வியை ஒப்புக் கொண்டேயாகவேண்டும் . . . நானா அளவுக்கு எனக்கு தொழுகை பற்றித் தெரியாது. அதை விட அவர் கூனாசானா ராவுத்தர் பற்றிச் சொன்னது சத்தியமாகத் தெரியாது. “சஜ்தா இருக்கட்டும் நானா... ஒண்ணுக்கு ரெண்டு ஆட்டுக் குட்டி என் கைக்கு கீழே பூந்து புறப்படுற அளவுக்குக் கூட இருக்கட்டும் அது. கூனாசானா ராவுத்தரா?! இது புதுஸா இக்கிதே!” என்றேன்

‘இது நம்ம சரக்கு அல்ல. அய்யங்கோட்டை அப்துல்லா ஹஜ்ரத் சொன்னது. ஒரு ஊருலே இபுறாஹிம், மூசா, கூனாசானா ராவுத்தர்ண்டு மூணு பேரு இருந்தாங்க. ரொம்ப பணக்காரனுங்க . . . மூனு பேரும் சேர்ந்துதான் ஒரு பள்ளிவாசல் கட்டுனாங்க. . . முதல் நாளு, தொழுவிக்கிற பேஷிமாமு சூரா அஃலாவை

'ஸப்பிஹிஸ்ம ரப்பிக . . .'ண்டு ஆரம்பிச்சி 'ஸஃஃபி இபுராஹிம் வ மூசா'ண்டு முடிக்கிம்போது கூனாசானா ராவுத்தருக்கு எப்படியோ இந்திச்சி... நாமளும் சேர்ந்துதானே பள்ளிவாசல் கட்டுனோம்... நம்மளை வுட்டுப்புட்டு மூசா, இபுராஹிம்டு மத்த பேரை சொல்றாரே அப்படீண்டு... முதல் நாளா இக்கிறதுனாலே பொறுத்திக்கிட்டாரு... அடுத்த நாளு பார்த்தா மறுபடியும் அதே சூரா . . ! 'ஸஃஃபி இபுராஹிம் வ மூசா'ண்டு இமாம் முடிச்சாரு... அவ்வளவுதான் . . !' ஓய் . . . நானும்தாங்கனீ கூட சேர்ந்து கட்டுனேன் . . . ஓதும்போது 'ஸஃஃபி இப்ராஹிம் வ மூசா – கூனாசானா மரைக்காரும் கூடக் கூட'ண்டு ஓதனும் . . . இல்லேண்டா தொலைச்சுப்புடுவேன் . . ." என்றாராம்.

சிரித்து மாய்ந்தார்கள். இனிமேல் அந்த சூராவை கேட்கும்போதெல்லாம் நானாவோ, அப்துல்லா ஹஜ்ரத்தோ அல்லது கூனாசானா ராவுத்தரோ கூடக்கூடத்தான் சேர்ந்து வருவார்கள்.

ஞாபகமாக நான் "சஜ்தா?" என்றேன்.

"ஒப்படைப்பது . . !" என்றார் நானா.

அன்றிலிருந்து தமிழகத்தின் பல பகுதிகளைச் சார்ந்த இபாதத் கலைஞர்கள் நானாவிடம் மார்க்க விளக்கம் கேட்டு வரும் அமர்க்களம் தாங்க முடியாது போயிற்று. தங்களை ஒப்படைத்து விட்டார்கள்...

"பேசுறதை வுட்டுப்புட்டு இதை ஆரம்பிச்சிடுங்க நானா . . ." என்றேன். செம காசு அடிக்கலாமே!

"பாவங்க... ஏங்கிக்கிட்டிருக்கானுங்க... வர்ற ஹஜ்ரத், சர்க்கார்லாம் தாடியை தாடியை தடவி வுட்டுப்புட்டு மார்க்கத்துலே ஆசையை உண்டு பண்ணாம வெறுமே தொழுகை, நோன்புண்டு பேசிட்டுப் போய்டுராஹா..."

"இப்ப நீங்க ஒரு ஹஜ்ரத்துதான். தொழுவாத ஹஜ்ரத்! இதுக்கே இப்படி மண்டுறானுவளே... இன்னும் தொழவும் ஆரம்பிச்சிட்டா?!"

"அதுதாங்க சிரமமாயிருக்கு!"

என்ன சிரமம் இவருக்கு? அல்ஹாஜ் அசனா ராவுத்தரிட மிருந்து மனசாட்சியின் பாடத்தைக் கற்றுக்கொள்ள வேண்டியதுதானே?

நானா கொஞ்சம் விட்டுக்கொடுக்க வேண்டும் – ஊருக்கு உதவிகள் வாங்கத்தான்.

அபுதாபி போயும் இப்படித்தான். அங்கேயுள்ள பாவாவூர் ஜமா, நானாவின் பேச்சைக் கேட்க ஆசைப்படுகிறது என்று பெரிய சூப்பர் மார்க்கெட் முதலாளியான காதர்ஷா காக்காவால் அழைக்கப்பட்டார். ஒரு தொகையை கறந்து விட்டிருக்கக் கூடாதா – நெருப்பு நீரருவிகள் ஓடும் நரகத்தைக் காட்டி பயமுறுத்தி? பிழைக்கத் தெரியாதவர்! காக்காவை முன்னால் வைத்துக் கொண்டே "முஸீபத்தைப் பாருங்கள் பணக்காரர்களுக்கு . . ! இவங்களுக்கு ஊர்லே சினிமாக்கொட்டகைமாதிரி வூடு இருக்கு. அங்கே *watchman* அனுபவிக்கிறான். இங்கெ இவங்க வாடகை ஃப்ளாட்டுலே – அது லட்ச ரூபாயா இருக்கட்டுமே – வாழுறாங்க. இவர்களைவிட அந்த *watchman*க்கு அல்லாஹ் வசதியைக் கொடுத்திருக்காண்டு அர்த்தம்!" என்றிருக்கிறார்.

எப்படிக் கிடைக்கும் உதவி?

கேட்டால் 'அல்லாஹ் கொடுப்பான்' பல்லவி! யாராவது பிரியப்பட்டு ஒரு சட்டையை அன்பளிப்பாகக் கொடுக்கிறார் என்று வைத்துக்கொள்வோம். உடனே பக்கத்திலிருக்கும் நபரிடம் (கண்டிப்பாக இருப்பார் யாராவது. ஆட்களை கொடுக்க அல்லாஹ் இருக்கவே இருக்கிறான்) "சொல்லலே, காலையிலே எனக்கு சட்டை வேணுண்டு? இந்தோ, அல்லாஹ் கொடுத்துட்டான்! அல்லாஹ் கொடுப்பாங்க!" என்பார். சட்டையைக் கொடுத்தவர் தன் மூலமாக அல்லாஹ் கொடுத்த மகிழ்ச்சியில் இன்னொன்றும் கொடுப்பார். தேர்ந்தெடுக்கவும் தகுதி வேண்டுமே.

அல்லாஹ் தேர்ந்தெடுத்தான் நானாவை – ஒரு இடியை தலையில் வாங்க.

துபாயில் புதிதாக உருவான சீடர்களின் கூட்டத்தில், தனி பீடம் போடாமல் அவர்களுடனே கலந்தாற்போல அமர்ந்துக் கொண்டு (இதில் மயங்கி வேறு சில சீடர்கள் சேர்ந்தார்கள் – தலைமைப் பண்புக்கு இலக்கணம் வகுத்த ரஸூலுல்லா, அப்படித்தான் பெருமை கர்வம் கொஞ்சமும் இல்லாமல் – வெளிநாட்டிலிருந்து வந்த தூதர் ஒருவர் ' இங்கே யார் முஹம்மது?' என்று கேட்குமளவு – உட்கார்ந்திருந்ததை அறிந்திருந்ததால்) 'அல்லாஹ் எப்படி கேட்டால் கொடுப்பான்' என்று நானா விவரித்துக்கொண்டிருக்கும்போது அவர் அல்லாஹ்வால் தேர்ந்தெடுக்கப்பட்டார் – கொடுப்பதற்கு சரியான ஆள் என்று. தனது கட்டளை (நிறைவேறுவது) கண்மூடி விழிப்பது போன்றே அன்றி வேறில்லை என்கிறான் அல்லாஹ் . . .

"அல்லாஹ் என்னெட்டெயே கேளுண்டு சொல்றான். உண்மைதான். நீ இதுவரைக்கிம் ஏதாச்சும் கேட்டிருக்கியா? அவன், நாம ஓதுறதுக்கும் அதன் அர்த்தத்தைப் புரிஞ்சிக்கிட்டு

பின்பத்துறதுக்கும் கொடுத்த குர்ஆனையே அல்லது அதோட ஆயத்துக்களையே திரும்பத் திரும்ப அவன்ட்டேயே ஓதிக் காட்டுறே! இதனாலே நன்மை உண்டுதான். ஆனா அது மறுமையிலே..! இப்ப உனக்கு என்னா வேணும்? குறைந்த பட்சம் சாப்பிடறதுக்கு ஒரு தோசையாயிருந்தாலும் 'அல்லாஹ் எனக்குப் பசிக்குது... ஒரு தோசை தா.' அப்படீண்டு நீ பேசுற மொழியிலேயே கேளு... கேட்டிருக்கீயா நீ? கேட்டா கொடுப்பான் கண்டிப்பா!"

நானாவின் பழைய வீடு, ஊரில் வந்த திடீர் மழையில் இடிந்துவிட்ட செய்தி அப்போதுதான் கிடைத்தது. அல்லாஹ் கொடுத்த மழை...

ராவுத்தர்தான் ஃபோனில் செய்தி சொன்னார். உடனே துபாய் பாவாவூர் ஜமாஅத் (பாவாவூர் ஜமாஅத் என்று துபாயில்தான் வைக்க முடியும்!) மூலமாக ஊருக்குப் பணம் அனுப்பலாம் என்றார். கௌரவப் பொருளாளராயிற்றே!

"வேணாம்... அல்லாஹ் கொடுப்பான்!" என்றுதான் அப்போதும் பதறாமல் பதில் சொன்னார் நானா.

எத்தனைப் பெண்கள் தங்களைக் கடந்து போகையில் வெட்கப் பட்டுக்கொண்டு போனாலும் அவர்களைக் கொஞ்சம் கூட கவனிக்காமல் நடுத்தெருவிலேயே கைலிக்குள் கையை விட்டு ஆட்டிக்கொண்டே சொட்டும் மூத்திரத்தை 'டேலா'வால் ஒத்திக்கொள்ளும் (இந்த *Processing*ல் சில கற்கள் மாணிக்கமாகவே மாறியிருக்கின்றன) சில சுக வாப்பாக்கள் ஊரில் இருக்கிறார்கள். பிரளயமே வந்தாலும் 'தலை'யிலிருந்து கையை எடுத்தபிறகுதான் தெரியும் அவர்களுக்கு. அப்படியல்லவா இருக்கிறது?!

தொழுகிற சீடர்கள் அனைவருக்கும் ஆச்சரியம்தான்.

ஊரில் லாத்தாவும் பிள்ளைகளும் இப்போது தடுப்பே யில்லாமல் கடலை நேரடியாக பார்த்துக்கொண்டிருப்பார்கள் கலக்கத்தோடு இப்போது.

இவரோ 'அல்லாஹ் கொடுத்தான்' என்கிறார்.

குரலில் நம்பிக்கைத் தொனித்தாலும் நெற்றியில் கோடுகள் விழுந்திருந்தன.

இதுவரை கிடைத்திருப்பது பத்து பவுன்கள்தான். இதில் என்ன செய்வது? நாளை மறுநாள் இன்னொரு கூட்டம் பாக்கி உள்ளது. பட்டிமன்றம். 'தியாகத்தில் விஞ்சி நிற்பது தாயா, தாரமா?' என்று நானா அதில் தீர்ப்பு சொன்னபிறகுதான் அடுத்த ஐந்து பவுனோ கிராமோ கிடைக்க வாய்ப்பு இருக்கிறது.

சரியான தீர்ப்பு கொடுக்காவிட்டால் துபாயின் தாயோ தாரமோ, ஊரிலிருந்துகொண்டு வந்திருந்த விளக்கு மாற்றால் அடிக்கக்கூட அடிக்கலாம்.

உண்மையில் ஒரு பெரும் தொகை, 'அமீதம்ஸ்' என்ற பிரபல அமைப்பு, கோட்டைப் பள்ளியில் நடத்தும் இஸ்லாமியப் சொற்பொழிவுகளுக்குக் கிடைக்கும். தொழாதவர்களை பேச்சாளாராக அழைக்கக்கூடாது என்ற விதியின் காரணமாக நானா அந்த வாய்ப்பை இழந்தார். நானாவின் அழகான சொற்பொழிவே மார்க்கப் பேச்சில்தான் இருக்கிறது. தொழுகைக்கான அணிவகுப்பு என்பதே ஒரு படைக்கான இராணுவ பயிற்சிதான் எனும் சூட்சுமத்தை, ரசூலுல்லாவின் வியக்கத்தக்க பார்வையை, அவரைத் தவிர யார் சொல்லியிருக்கிறார்கள்? ஆனால் இது போதுமா?

ரசூலுல்லா மேல் நானா வைத்திருக்கும் அளவுகடந்த பிரியத்தில் விளைந்த நானூறுக்கும் மேற்பட்ட அற்புதமான கவிதைகள் புத்தகமாக வெளிவந்திருந்தால் இந்த சமயத்தில் நன்றாக இருந்திருக்கும் ['(புத்தகத்தை) போட்டுட்டீங்களா நானா? என்று கேட்டேன் வந்த அன்றே. 'உம் . . . போட்டுட்டு வந்துட்டேனே – வீட்டுலே!' என்றார்]. புத்தகம் ஒரு ஆதாரமாகக்கூட இருக்கும். ஆனால் மார்க்க அறிஞர்களோ விஷயதாரிகள். வெளிப்படையாக, அவயவங்களை ஆட்டி, தொழச் சொல்கிறார்கள். இதற்காக ஊரில் பள்ளியின் பக்கமே போகாமல் சூஃபிஸம் பேசிக்கொண்டிருந்துவிட்டு துபாய் வந்ததும் தொழும் ஆள் இல்லை நானா.

அல்லாஹ்வுக்காக இல்லையென்றாலும் அசனா ராவுத்தருக்காகவாவது தாங்கள் வகுத்த விதியை தளர்த்தலாம் என்ற பெருந்தன்மையோடு அமீதம்ஸின் செயலாளர் ரஃபியுதீன் அழைக்க வந்தார். வந்தவர் 'மனிதர்களிடத்தில் ஈமான் இருக்க வேண்டும்' என்று நானாவிடம் எதற்காகவோ சொன்னது தப்பாகப் போயிற்று.

"கண்டிப்பா . . . நானும் ஒரு கடையிலே கேட்டேன். இல்லேண்டுட்டான். நான் கேட்டுக்கிட்டிக்கும்போதே இன்னொரு ஆளு வந்து, 'ஏமாத்திப்புட்டீங்க... முப்பது ரூபாய்க்கு இங்கே வாங்குனேன். 25 ரூபாய்க்கு ஸ்டீரியோடைம் கடையிலெ கிடைக்கிது – ஈமான் . . .' அப்படீங்குறான்!" என்றார் நானா. எழுபது சொச்சம் பிரிவுகளாகப் பிரிகிற ஈமானில் எந்த ஈமான் என்ற குழப்பமோ? அதில் ஒன்றான, பாதையில் மனிதர்களுக்கு தொல்லை கொடுக்கும் பொருட்களை அப்புறப்படுத்துகிறவருக்கு இம்மாதிரி ஏற்படவே செய்யும்.

“என்னா சொல்றீங்க?”

“ ‘ஈமான்’ கேஸ்ஸட்டை சொல்றேன் தம்பி!” – அழகிய முறையில் தர்க்கம் செய்பவர்.

ரஃபியுதீன் கோபத்தோடு அகன்றுவிட்டார். அவர்தான் அமீதம்ஸ் நடத்தும் விழாவில் நானா கலந்துகொள்ளக்கூடாது என்று, நிர்வகிக்கும் காக்காக்களிடம் வத்தி வைத்துவிட்டாராம். ‘பள்ளிலே வந்து கண்ணியக் குறைவா பேசிப்புடுவார்’ என்றிருக்கிறார் ரஃபியுதீன். அதற்குத் தோதாக அசனா ராவுத்தரைப் பார்க்க வந்த ஒரு காக்கா, பெரிய பாவாவைக் கிண்டல் செய்வதுபோல அவர்களின் ‘கராமத்’ துக்கு ஆதாரம் என்ன என்று கேட்க ‘ஆதாரம் கேட்டாலே நீங்க ரசூலுல்லாட உம்மத்து அல்லண்டு அர்த்தம்’ என்ற பதில் – ராவுத்தருடன் கூட இருந்த நானாவிடமிருந்து!

“ ‘அழகிய முன்மாதிரியான’ ரசூலுல்லா, ஜிப்ரயீலிடம் ‘நீங்கதான் அல்லாஹ் அனுப்பிய மலக்குங்குறதுக்கு Delegation of Authority Letter ஆ கேட்டாங்க? மனசாட்சியும் அறிவும்தாங்க ஆதாரம்!” என்ற விளக்கம் வேறு கூடவே!

‘உஸ்வத்’ (முன்மாதிரி) என்றாலே ஒருவரின் செயலைப் பார்த்து அப்படியே நடப்பதாகும்தானே? பின் இவர் ஏன் தொழுவதில்லை? இவர் சபையின் கண்ணியத்தைக் கெடுத்து விடுவார்தான்.

கிலாபுரத்தில் நடந்த லைலத்துல் கத்ரு நிகழ்ச்சியில் கலந்து கொண்டு “ஆயிரம் ஒளி படைத்த ‘லைலத்துல் கத்ரு’வுக்கு இத்தனை டியூப் லைட் ஏன்?” என்று விதண்டாவாதம் பண்ணியவர் நானா.

எப்படி அமீதம்ஸ் இடம் கொடுக்கும்? அவர்களின் இருட்டில் அழச் சொல்லும் நிகழ்ச்சிகளில் ஒருவராக இருந்துவிட்டு போக வேண்டுமானால் அனுமதிக்கலாம்.

இனி ஒரு இடம்தான் பாக்கி. தயவு செய்து தொழுதுவிடுங்கள் நானா . . . தொழுகிற மனிதன் தன் நாயனோடு உரையாடுகிறான் என்று சொன்னால் ஒரு மனிதன் தன் தொழுகையைப் பற்றி எந்த அளவுக்குத் தெரிந்து வைத்திருக்கிறானோ அந்த அளவுக்குத்தான் பயன் கிடைக்கும் என்று மடக்காதீர்கள்.

வீட்டை கட்ட வேண்டுமா வேண்டாமா?

இதைக்கூட பட்டிமன்றத் தலைப்பாக வைத்திருக்கலாம். காலத்திற்குப் பொருத்தமாக வைக்கவேண்டுமென்றால்

குஜராத் கொடூரம் இருக்கவே இருக்கிறது. சொர்க்கம், சபர்மதி எக்ஸ்பிரஸில் எரிக்கப்பட்ட 58 பேருக்கா அல்லது அதன் விளைவாக 'ஷஹீத்' ஆன – அரசாங்க கணக்குப் படியே வரும் (அப்படியென்றால் ஒரு 0 கூடச் சேர்த்துக்கொள்ள வேண்டும்) – 1000 பேருக்கா?

'ஹஸ்புனல்லாஹு வநிஃமல் வகீல் ...' (இறைவன் நமக்குப் போதுமானவன். அவனே சிறந்த பொறுப்பாளன்) என்று சொன்னால் நெருப்புக்குண்டம் அந்தக்கால நபியைத்தான் காப்பாற்றும். இப்போது மக்களைக் காப்பாற்றுமா? எழுந்த தீ நாக்குகளின் நடுவிலிருந்து அம்மாதிரி குரல் ஏதும் எழவில்லையா? ஏன், குரல்வளை அறுக்கப்பட்டிருந்ததாலா?

பல வீடுகளில் முழுக்க நீரை நிரப்பி அதில் மின்சாரத்தைப் பாய்ச்சி முழுக் குடும்பத்தையும் கொன்று வெறித்தாண்டவம் ஆடிய மதம்...

அதே சமயத்தில் அதைவிட முக்கியமான விஷயம் என்று, தாயின் தியாகமே சிறந்தது என்ற அணிக்குப் பேசப்போகும் கவிஞர் ஒருவர் 'ஏன் பெண் நபி வரவில்லையென்றால் நபிகளைப் பெற்றவர்கள் தாய்மார்கள்தான்' என்று சொல்ல, துபாயின் வானத்தை நோக்கியபடி சிந்தனையில் ஆழ்ந்திருந்தார். மனித நேயம்தான் காரணம். நேற்று முன்தினம் அவருக்கு *forward* செய்யப்பட்டிருந்த, இஸ்ரேல் பிரதமர்களின் பேட்டிகளிலிருந்து எடுக்கப்பட்டிருந்த *(1. 'I vow that I'll burn every Palestinian child (that) will be born in this area', 2. 'How can we return the occupied territories? There is nobody to return them to' etc ...)* எனும் நெருப்பு *mail* கூட அவரை சுடாததற்கும் அதுதான் காரணம். பச்சை மரங்கள் பற்றி அடுத்து ஒரு கவிதை அவர் எழுத வேண்டியிருக்கிறது...

எப்போதெல்லாம் மனிதநேயம் பற்றி அதிகம் பேசப் படுகிறதோ அப்போதெல்லாம் கலவரம் எங்காவது விளைந்து விடுகிறது என்று நானாவும் ஒரு கருத்து சொன்னார் – 'மூளை குடிச்சான் முடுக்கு'வான நான் இருக்கிற பகுதிக்கு வந்தபோது. அவரைப் பற்றி சொல்லியிருக்கமாட்டார்தான்.

மனிதநேயம் என்று பேசுவதற்குப் பதிலாக இடிந்த வீட்டைக் கட்டுவது எவ்வளவு முக்கியம் என்றுகூட அவர் தன் கடைசிக் கூட்டத்தில் (இப்படிச் சொல்வதற்கு எப்படியோ இருக்கிறது) பேசக்கூடும்.

"இவன்லாம் கொடுக்க மாட்டனுவப்பா... பேசாமெ கூட்டத்திலே உண்டியலை ஏந்திடவேண்டியதுதான்..." என்று

நானாவுடன் கூட வந்திருந்த அக்பர் சொன்னார். நானாவுக்கு ஆதரவாகப் பேசுகிறாராம். இரண்டு வருடமாக வேலை கிடைக்காமல் 57 வயதில் இப்படித்தான் குழந்தை மிழற்றுவது போல பாசமாகப் பேசி யார் ஊரிலிருந்து வந்தாலும் ஒட்டிக் கொண்டு காலத்தை ஓட்டி வருகிறார் – 'வேலை கிடைக்காமல் ஊருக்கு வந்துடாதீங்க மச்சான்' என்று அவரது பெண்டாட்டி சொல்லிவிட்டதால்.

"சும்மா இருடா பங்காளித் துரோகி . . ! உன்னையெ கூட வச்சிக்கிட்டிருக்கிதே உன்னை எப்படியாவது திருத்தலாம்டுதான். உடனே என் மேலே அக்கறை வந்துடிச்சோ? நான் என்னா செய்யனும்டு சொல்ற அளவுக்கு நீம்பரு வளந்துட்டியுமோ?" என்று நானா செம ஏறு ஏறியதும் அக்பருக்கு ரோஷம் வந்து விட்டது.

"தொழுவு முதல்லெ . . . அல்லாஹ் கொடுப்பான் அல்லாஹ் கொடுப்பாண்டு சொல்லுவீலே? தொழுவு, கொடுப்பான்!"

"உனக்கு கொடுத்தானாடா?"

"... ... ...."

" 'அறிந்தவர்களின் தூக்கம் அறியாதவர்களின் வணக்கத்தை விட சிறந்தது'ண்டு நாயகம் சொல்லியிருக்காங்க. அர்த்தம் தெரியுமாடா உனக்கு?"

நானாவுக்கு நினைவாற்றல் அதிகம். முட்டுக் கொடுக்க அந்தந்த நேரத்தில் வாகான ஹதீஸ்கள் வந்துவிடும். பீரப்பாவின் பாடல் ஒன்று கேலி செய்வதுபோல மனைவியுடன் கூடாமலே பிள்ளை பெறுவதற்கும் ஒரு முட்டு இருக்கவே இருக்கும். என்னென்ன சாக்குகள். . ! 'லோக் பஹானா டூண்ட்தேஹை(ங்)' என்பார் என் மேனேஜர். உண்மைதான். ஒலு செய்வதற்கு தண்ணீர் கிடைக்காத சமயங்களில் அதற்குப் பதிலாக மண்ணைப் பயன்படுத்துவதற்குக்கூட மார்க்கம் சொல்லியிருக்கிறது. தயம்மும் . . . இரு உள்ளங்கைகளாலும் தரையில் அடித்து கைகளை (தூசி போகுமாறு) ஊதி அந்தக் கைகளை முகத்திலும், மணிக்கட்டு வரை கைகளிலும் தடவிவிடுவது. எவ்வளவு எளிமை! ஆனால் நானாவோ மண்ணை வாரிப் போட்டுக் கொள்கிறார் தொழாமல். தப்பிக்க எத்தனை கதைகள் . . !

இது அக்பருக்கு: யார் தொழுவும்போது பேசாமல் இருப்பவர்கள் என்று சோதிக்க ஒரு போட்டி – மூன்று பேருக்குள். மூன்று பேருமே சுஜீதுக்குப் போகும்போது ஒருவரின் சட்டைப் பையிலிருந்து காசு கீழே விழுந்துவிட, இன்னொருவர் 'ஓய்.காசு

வுளுந்துடிச்சி ...' என்றாராம். ஸுப்ஹான ரப்பியல் அஃலா! 'ஸ்ஸ் ... தொழுவும்போது பேசாதியும் . . .' – கேட்டவரின் ஸுப்ஹான ரப்பியல் அஃலா! 'நல்ல வேளை, நாந்தான் பேசலே...' என்றாராம் பதுவுஸான குரலில் மூன்றாமவர்!

அக்பர் சிரித்து விட்டார். அவருக்குப் புரிந்து விட்டது. உயர்வு மிக்க இறைவன் தூயவன் . .!

அக்பரை இன்னும் மகிழ வைத்தார் நானா.

"மவுலானா . . . இவன் கவிஞனாயிட்டான்! சூப்பரா ஒண்ணு சொல்றான் ... கேளுங்களேன் ..."

வெட்கப்பட்டார் அக்பர். கவிஞனுக்கு வெட்கம் அழகு. பிறகு சொன்னார்:

கையிலே ஓட்டமில்லை
வீட்டிலோ திட்டமில்லை
ஓடினேன் துபாய்க்கு
உழைத்தேன் ... உழைத்தேன் ...
அப்பாடா!
ஒரு வழியாக செட்டில் ஆனேன்
– சிலோன் காரியோடு!*

அக்பருக்கு எத்தனை நாள் ஆசையோ! ஒரு வழியாக துபாயில் இன்னொரு தமிழ் கவிஞன் பிறந்துவிட்டான்! ஆனால் உணர்ச்சிவசப்பட்டு 'குறி'க்கு அனுப்பாமல் இருக்க வேண்டும். 'இன்னும் கொஞ்சம் நுட்பம் தேவை' என்று முனையை சீவிக் கொண்டே இருக்கிறார்கள் அவர்கள். ஏற்கனவே மருதாணி தடவி அது சிவந்து போயிருக்கிறது . .!

அக்பரின் கடைசி வரி கேட்டு, 'ங்கும்மாட சல்பலக்!' என்று துள்ளிக் குதித்துப் பராட்டினார் நானா. இது நிஜமான கவிதை!

வீடு என்றால் உயிராக இருக்கிற நானா அத்தனை துன்பத்திலும் எப்படி தமாஷ் பண்ணிக்கொண்டு இருக்கிறார் என்று எனக்கு வியப்புதான். ஒரு *Principle* வைத்துக் கொண்டு வாழ்பவர் அவர்.

தேராவிலிருந்து என் இடத்திற்கு வருவதற்கு டாக்ஸிக்கு 30 திர்ஹம் அவர் பணம் கொடுக்கவும் அந்த *principle* தான் காரணம். பத்து வருடமாக இருக்கிற நானே டாக்ஸியில் வந்ததில்லை. பஸ்ஸில்தான் பட்டான்களின் நாற்றத்தோடு வந்து இறங்குவேன். இவரோ புரட்சி செய்கிறார்!

'வந்து சேர்ந்ததுலேர்ந்து செலவே இல்லைங்க . . . என் காசை செலவு பண்ணினாதான் அல்லாஹ் கொடுப்பான்;

---

* கவிதை: ஆமீனா மைந்தன்

கொடுத்திருக்கான்..! ஊத்து மாதிரி... கொடுக்க ஆரம்பிச்சாண்டா யாரேலேயும் நிறுத்த முடியாது. 'கனி' அவன்!'

கொடுத்தால் சரிதான்.

ஊரிலிருந்து வந்திருக்கிற நமக்கு பிரியமானவர்களை கௌரவப்படுத்துகிற மாதிரி ஏதாவது வாங்கித் தரலாம் என்ற ஆசையை நிறைவேற்ற அவன் எனக்கும் கொடுக்க வேண்டும் சேர்த்து.

என்னால் முடிந்தது என் கையால் சாப்பாடு ஆக்கிக் கொடுத்ததுதான். என் மனைவி இரண்டு மாதத்திற்கு முன் அனுப்பியிருந்த ஈச்சங்கொட்டை பனியான்களில் கொஞ்சம் கொடுத்தேன். அப்புறம் சௌராஸியாவின் ஒரு CD. அவ்வளவுதான். இத்தனை தூரம் – அசனா ராவுத்தரின் வெறுப்பையும் பொருட்படுத்தாமல் – வந்தவருக்கு இதுவா பரிசு என்ற என் வேதனையை புரிந்துகொண்டார் நானா.

அறையில் எங்கு பார்த்தாலும் நான் ஒட்டியிருக்கும் பிள்ளைகளின் போட்டோவைப் பார்த்து என் மேல் பரிதாபம் வேறு. தூங்கும்போது பிள்ளைகளின் ஏதாவது ஒரு உடையை நெஞ்சில் போட்டுக்கொண்டால்தான் தூக்கமே வரும் என்றதும் பரிதாபம் இன்னும் கொஞ்சம் கூடிற்று. "பிள்ளை ஞாபகம் சரி; பெண்டாட்டி ஞாபகம் வந்தா?" என்றார். என் கூடப் படுப்பதில் பயமோ? அல்லது தன்மேல் அவர் வைத்திருக்கிற நம்பிக்கையா?

'தன் கையே தனக்குதவிப்பா' என்று அனுபவஸ்தர் அக்பர் விளக்கியதும் புரிந்துகொண்டு "ஊரோடயே வந்துடுங்க மவுலானா ... அல்லாஹ் கொடுப்பான்" என்றார் நானா.

தொலைந்தது. இவர் சொல்வதை நம்பிப் போனால் பிறகு, அவன்தான் கொடுத்தானே துபாயிலே ... அதை வாணாண்டுட்டு வந்தா எப்படிக் கொடுப்பான்?' என்று குடும்பம் என்னைக் கிழித்து விடும். 'ரிஜ்க்' எங்கே கிடைக்கும் என்று நம்மைவிட அதிகம் புரிந்தவர்கள் நம் குடும்பத்தார்கள்தான். குச்சி இல்லாமலேயே தண்ணி ஒட்டம் பார்த்துவிடத் தெரியும் அவர்களுக்கு. எல்லாம் அல்லாஹ் கொடுத்ததுதான். திறமை ...

'எப்படிங்க நீங்க இப்படி இருக்கிறீங்க?!' என்று நான் இரண்டு வருடமாக ஊர் போகாதது பற்றி கேட்டார். இங்கேயே கடைசி வரை இருந்து (குடியுரிமையைத் தரும் இந்த அரசாங்கம் என்ற ஹாஜத்து ...) மௌத்தாகும் ஆட்களையெல்லாம் பார்க்கவில்லை போலிருக்கிறது. அவர் என்ன செய்வார்? ஊரிலிருந்து வரும்

கலைஞர்கள், எழுத்தாளர்களை அழைத்துக்கொண்டு போய், அவர்கள் எழுதப்போகும் ஒரு வரிக்காக அலைபவர்கள், அதிசயம் என்று காண்பிப்பதெல்லாம் தங்கள் கார் ஓட்டும் திறமை. அப்புறம் இடுப்பில் வாள் வைத்துக்கொண்டு அலையும் மஸ்கட் அரபி, ராஜாளியின் மூக்கு போன்ற வடிவத்தில் ஆனால் தங்க வண்ணத்தில் மினுமினுக்குகிற 'பர்கா' எனும் பட்டையை முகத்தில் மாட்டிக் கொண்டிருக்கும் கறுப்பு அரபிப் பெண்கள். மறக்காமல் கப்பலிலிருந்து நேரடியாக, *tunnel* பக்கத்தில் உள்ள சாலையைத் தாண்டி இருக்கும் மாவு மில்லுக்குப் போகும் மாவு (தாண்டிப் போகும் ஒவ்வொருவரும் ஒருமுறை சொல்வதில் வந்தவர் மாவாகவே ஆகியிருப்பார்). கண்ணாடிப் பெட்டிகளில் தங்கம் கொட்டிக்கிடக்கும் கோல்டு ஸூக் கடைகள். நியூயார்க் எம்பையர் பில்டிங்கைவிட 60 மீட்டரே குறைவான உயரமுள்ள, துபாயின் புதிய சின்னமாகவே உருமாறிவிட்ட, 65 தளங்களுள்ள, பாய் மரச்சீலை வடிவ பர்ஜ்–அல்–அராப் எனும் ஹோட்டலின் (7 *Star*ங்க!) அடிப்பாகத்தின் வெளிப்புறம்..! ஷிந்தகாவின் உயிரான பழமையை மாற்றிய *heritage village*... இத்தியாதி... இத்தியாதி... அல்லது கம்ப்யூட்டரில் துபாய் மியூசியம் பற்றி ஒரு *virtual tour*... கலை கலாச்சாரமா? மஹா கர்காஸின் கேஸ்ஸட் இருக்கவே இருக்கிறது.

அதிகம் போனால் பாலைவனத்தில் – வசந்த பவன் வடையைத் தின்றுகொண்டே – ஒட்டகப் பயணம். ஒட்டகப் பந்தயத்தைக் காட்டுபவர்கள் அதன் மேல் ஒரு சிறிய கோழிக்குஞ்சு மாதிரி உட்கார்ந்திருக்கும் இந்திய/பங்காள தேசத்தைச் சார்ந்த ஏழு வயதைக்கூடத் தாண்டாத சிறுவர்கள் பற்றி மட்டும் சொல்வதில்லை...

இதோ நான் தங்கியிருக்கும் இடத்திற்கு பக்கத்து குடவுனிலேயே 20 வருடமாக ஊருக்கே போகாத வதினி மாலிமார் இருக்கிறார். ஒட்டகம் மாதிரிதான் முகம் ஆகிவிட்டது... காண்பிக்கிறார்களா? ஊர்க்காரர்தான். நெய்னா என்று பெயர். பெயரில் வதினி (உள்ளூர் அரபி. அவர்களின் கொச்சையான ஆங்கிலத்தில் '*LOCAL*') ஆகிவிட்டார். இந்தப் பக்கத்தில் தார் சாலையும் மின்சாரமும் இல்லாதபோதே வந்தவர். *A/C* யெல்லாம் அப்போது கிடையாது. சாக்குப் பையை தண்ணீரில் நனைத்து நனைத்து வாசலில் தொங்கவிட்டுக்கொள்ள வேண்டும் – ஆடுகள்போல ரூமில் அடைந்துகிடக்கும் கூட்டத்தின் உடம்புகள் கருகிப் போகாமல் இருக்க. இவரைப்போல ஆயிரமாயிரம் பேர்...

இவர்களுக்கு என் நிலைமை பரவாயில்லையே... தனிமையின் கொடுமைதான் சாகடிக்கிறது. எழுதவும் வரவில்லை.

என் கடிதங்கள் *Document* போல இருப்பதாக ஒரு நண்பன் சொல்கிறான். இனி சரியாகிவிடும். இலக்கியத்தையும் சிரிப்பையும் ஞாபகப்படுத்தத்தான் நானா வந்துவிட்டாரே...

நான் சிரிப்பது இருக்கட்டும். ராவுத்தர் சிரிக்க வேண்டும் முதலில். லூலு ஹைப்பர் மார்க்கெட் பின்புறம் நடக்கப்போகும் (அமீரக தமிழ்ப் புறாக்கள் என்ற அமைப்பு நடத்தியது) நானாவின் கடைசி கூட்டத்தில் வெற்றி வருமா?

தியாகத்தில் விஞ்சி நிற்பது தாயா, தாரமா (ஆண்கள் எல்லாம் விளக்கு பிடித்துக்கொண்டு இருக்கத்தான் லாயக்கு என்று அர்த்தம்) பட்டிமன்றத்தில் என்ன செய்ய முடியும் அவர்?

'தாயே' என்று பேசவந்த ஒரு தாரம், *WIFE* என்பதற்கு *'Wonderful Instrument for Entertainment'* என்று விளக்கம் கொடுத்ததும், தாரமே என்று பேச வந்த ஒரு தாய், 'எங்களை மாதிரி சுகம் கொடுக்க தாயால் முடியுமா ?' என்று நானாவிடமே கேட்டதையும் விடவா பெரிய தமாஷ்? 'பெண்ணுக்கு ஞானத்தை வைத்தான் – புவி பேணி வளர்த்திடு மீசன்..!' என்று அதற்கு நானா இடைமறித்து சொன்னதற்குகூட ராவுத்தர் சிரிக்கவில்லையே ...

நிகழ்ச்சித் தொகுப்பாளரான 'தமிழ் ரேடியோ புகழ்' ஆஸிப் அன்வர் (இவருடைய தமிழ் உச்சரிப்பை நானா மிகவும் பாராட்டினார்) என்ற சிலோன் பையன் 'துபாய் எப்படி இருக்கிறது?' என்று கேட்டதற்கு 'ரோடு போட்ட பாவாவூர் மாதிரி இருக்கிறது!' என்ற நானாவின் பதில் கொஞ்சம் ராவுத்தரின் உதட்டை விரிய வைத்தது.

சந்து பொந்து நிறைந்திருந்தாலும் (இதில் விழுந்து புரளத்தானே 'திட்டம் போட்டு' கட்டிய நகரத்தில் வசிப்பவர்கள் எல்லாம் விடுமுறையில் மண்டுகிறார்கள்!) சுத்தமான துபாயின் ஒரு தற்காலிக சாலைகூட இந்தியாவின் எந்த விமான ஓடு தளத்தை விடவும் வலிமையானது. பட்டாணி அளவு இருக்கிற நாட்டில் எதுவும் செய்யலாம் என்பவர்கள் குறைந்தது தன் சின்னஞ்சிறிய ஊரிலுள்ள பாதசாரிகள் 'மஞ்சள் சப்பாத்து' போடாமல் நடக்கவாவது உதவ வேண்டும். பாவாவின் ரூஹ௵ படுத்துறங்கும் தர்கா குளத்தை ஒருதடவை சுற்றி வந்து விடுங்களேன் பார்ப்போம் எதையும் மிதிக்காமல்? வந்தால் உங்களுக்கு ஒரு விசா வாங்கித் தருகிறேன் ..!

ரோடு போட்ட பாவாவூராம்..! இதெல்லாம் சிரிப்பை வர வழைக்குமா ராவுத்தருக்கு? சிரிப்பென்றால் மண்டையில் ஒரு காட்டாறு கிளம்பி உடம்பின் நாடி நரம்புகள் எல்லாம் புகுந்து புறப்பட்டு பேரிரைச்சலோடு வாய் வழியாகக் கொட்ட வேண்டாமோ? அப்போதல்லவா தூங்க முடியும்?

நானா வெற்றிபெற்றுவிட்டார்!

சிரிப்பு நயாகரா மாதிரி கொட்டிற்று ராவுத்தருக்கு . . .

சிரிக்கும்போது என்ன அழகாக இருக்கிறார்! அன்று காலையில் எதேச்சையாக அவர் அலுவலகத்தில் சொன்னதை எப்படியோ மோப்பம்பிடித்து, மெருகேற்றிய நானா, 'பாவாவூர் ரோடு'க்கு அடுத்து அதை கொளுத்திப் போட . . . கூட்டம் ஆராவாரம் செய்ததைப் பார்த்த சந்தோஷம்தான். ராவுத்தருக்கு சிரிக்கவும் சிரிப்பு காட்டவும் வராது என்று எந்த செறா மடையன் சொன்னது?!

வாழ்நாளில் ஒருமுறையாவது தைரியமாக வாய்விட்டுப் பாடலாம் என்று நினைத்து ராவுத்தரின் பெரிய மச்சான், தன் மச்சினன் கடை / கம்பெனியில் நுழைவதைப் பார்க்காமல் ஒரு பாட்டை முனகிவிட்டார்: 'காலையும் நீயே..மாலையும் நீயே . . .'

அடடா, என்ன பாட்டு..! என்ன அபிநயம்..!

அந்த பழம்பெறும் நடிகையின் இன்றைய சுருங்கிய பழத்தை நினைத்துக் கண்ணை மூடி ஆரம்பித்தாரா அல்லது எப்போதும் கடையிலேயே பழிகிடக்க வேண்டியிருக்கிற எரிச்சலில் விளைந்ததா அல்லது நிஜமாகவே எதில் செய்யப்பட்டது என்று தெரிந்தே இந்த காக்டன் சூப்பை முழுங்க வேண்டியிருக்கும் கவலையா..?

"அப்போ மத்தியானத்துலே?" – அசனா ராவுத்தர் ஒரு கொக்கியைப் போட்டுவிட்டார் சமயம் பார்த்து.

தன் கேள்விக்கு அங்கே மச்சானின் முகமெல்லாம் வெளிறிப் போக இங்கே என்னடாவென்றால் ஜனங்கள் வயிறு சுளுக்கிக் கொள்கிறமாதிரி சிரிக்கிறார்களே . . . – ராவுத்தருக்கு சின்ன குழப்பமும்தான்.

நானா, 'அப்போ மத்தியானத்துலே?' என்பதை கணவனை சந்தேகப்படும் மனைவியின் கேள்வியாக மாற்றி, அவளை மாதிரியே நடித்துக் காட்டியதும் தாயும் தாரமும் சேர்ந்து சிரித்தது ஒற்றுமையாக.

'தலைவர் மிக நகைச்சுவையாகப் பேசுகிறார் . . . பாவம் அவருக்கு என்ன பிரச்சினையோ?' என்று ஒரு பேச்சாளன் அட்டகாசமாய் கிண்டல் செய்திருந்தான். சிரிப்பின் விளைவை அல்லவா பார்க்க வேண்டும்? பாவம். அந்தப் பட்டிக்கு என்ன பிரச்சினையோ?

" 'மத்தியானத்துலே யாரு?' என்ற உயர்தரமான நகைச்சுவையை சொன்னவர் மதிப்பிற்குரிய என் நண்பர்,

புரவலர் அசனா ராவுத்தர். இன்றைய சீதக்காதியான அவரது கொடைத்தன்மையைச் சொல்ல வார்த்தைகளே இல்லை” என்று நானா சொன்னபோது ராவுத்தரின் கண்கள் ஆனந்தத்தால் குளமாவதை நேரில் பார்த்தேன்.

ஊரில் ஒரு அரபி மதறஸா ஆரம்பித்து இலவசமாக எந்த மதத்தவரும் அரபி கற்கலாம் என்று வைப்போம் என்று யோசனை சொன்னபோது அந்த மதறஸாவில் அமைக்கப் போகிற நூலகத்தில் சடங்குக்கென்று குர்ஆன், ஹதீஸ், இஹ்யாவு உலுமுத்தீன் ஒரு செட் என்று வழக்கம்போல வைக்காமல் பைபிளும் பகவத்கீதையும் மற்ற எல்லா இலக்கிய நூல்களும், ஏன் கம்ப்யூட்டர்களும் கூடவே வைக்கலாம் என்ற அழகான யோசனையை வழங்கியவர் அசனா ராவுத்தர் என்று வேறு புகழ்ந்தார் நானா.

ராவுத்தர் அப்படிச் சொன்னாரா?! ஆனால் இப்படிப்பட்ட கோரிக்கைகள் ஊர் சார்பாக வரும்போது, வலது கை கொடுப்பதை இடது கை *Video* எடுக்கச் சொல்லும் சில பேர்களைப் போல இல்லாமல், உதவிகள் பல ஊருக்கு செய்திருக்கிறார்தான். ‘ராவுத்தர் கொடுத்தாருண்டு யார்ட்டெயும் சொல்லக் கூடாது’ என்று முழங்கிக்கொண்டு அந்த உதவிகள் ஊருக்கு போய்ச் சேர்வது அவர் தவறல்ல.

இந்த மதறஸா விஷயம் நானாவின் ஆதங்கம். “என்னா இவனுங்க..! வூட்டுலெ உள்ளவங்க, இருக்குறதுலேயே யாரு பெரிய ஹராம்ஜாதாவோ அவனுவலெ திருத்துறதுக்கு பக்கத்துலே உள்ள மதறஸாவுக்கு அனுப்பி வுட்டுடுறாங்க . . . அங்கே போனா ஒரு கோலங்கொண்ட ஜிப்பாவும் தாடியும்! ஏன், பேண்ட் போட்டுக்கிட்டு ஜம்முண்டு போங்களேன்ப்பா. . !” என்று சொல்லியிருக்கிறார் நானா முன்பு.

இப்போது துபாய் சிங்கத்தையே அடக்கிவிட்டாரே!

சிங்கம் எழுந்தது கண்ணீரைத் துடைத்துக்கொண்டே – நானாவுக்கு பொன்னாடை (அஞ்சு பவுன் இல்லை!) போர்த்தச் சொல்லி நிகழ்ச்சித் தொகுப்பாளர் அழைக்கும் முன்னரே . . .

“வீடு இடிஞ்சிக்கிற இந்த சமயத்திலையும் கலங்காம, ரொம்ப அலஹான சமாச்சாரம்லாம் சொன்ன நானாவுக்கு என் சார்பா அஞ்சு லட்ச ரூவாய் – ஊர் காசுக்கு – ‘செக்’ கொடுக்குறேன்” – காக்டன் ராவுத்தர்!

ஒரிஜினல் செக்!

‘தோப்’ போட்டுக்கொண்டு வந்திருந்த ராவுத்தர் இப்போது அரபிதான்.

இனி இரவுக்கும் அவர்தான் நானாவுக்கு. அல்லாஹ் கொடுத்துவிட்டானே கடைசியில்...!

தொழாதவர்களை சகர் (நரகம்)இல் நுழைய வைக்கிற அவன், 'சிங்கத்தைக் கண்டு வெருண்டோடும் காட்டுக் கழுதை'களுக்கெல்லாம் கொடுக்கிறானென்றால் பேதமே பார்ப்பதில்லை என்றுதான் அர்த்தம். பிடரி நரம்பைவிட அருகிலிருக்கும் அவனைக் கூப்பிட தனியாகத் தொழுவதுகூட அவசியமில்லை போலும்.

நிராசைகொண்டோரில் ஒருவனாக நம்மை ஆக்காமலும் அவனுடைய ரஹ்மத்தில் நம்பிக்கை இல்லாதவர்களாக மாற்றாமலும் அவன் அருள் பாலிப்பானாக...

இதோ நானாவால் இப்போது ஒரு சிறிய வீட்டைக் கட்டிவிட முடியும் ஊரில். இதுநாள் வரை துபாய் வந்துபோன தமிழ்த்திரு நாட்டின் எத்தனையோ சொற்பொழிவுத் திலகங்களுக்கும் கலைஞர்கள் என்ற பெயரில் வந்து போனவர்களுக்கும் 5000 ரூபாய்-ஊர் காசு-க்கு இணையான திர்ஹத்திற்கு மேல் கொடுக்காத ராவுத்தர் இவ்வளவு பெரிய தொகையை நானாவுக்கு கொடுக்கிறார் என்றால் அது ஊர்க்காரன் என்பதால் அல்ல என்று சத்தியம் செய்வேன். இது இறைவனின் வல்லமை. அது ராவுத்தரை சிரிக்கவும் வைக்கும்; அள்ளிக் கொடுக்கவும் வைக்கும். ராவுத்தர் ஒரு கருவி...

கருவி, எந்தக் கருவியைக்கொண்டு துபாயில் இப்படி சம்பாதித்தது என்று ரொம்பவும் ஆராய்ந்து குழம்பமடையாமல், சாதாரணமாக, தெளிவுபெற உங்கள் இறைவனால் உங்களுக்கு உருவாக்கப்பட்ட அழகானவற்றை பின்பற்றுங்கள். இல்லையெனில் நீங்கள் அறியாதவிதத்தில் திடீரென்று உங்களிடம் வேதனை வந்துவிடும் என்று முன்கூட்டியே எச்சரிக்கை இருக்கிறது...

இறைவன் நயவஞ்சகர்களை வஞ்சித்துவிடுவான். தொழுங்கள் நானா. மூமின்களுக்கு 'மிராஜ்' தொழுகைதான்...

'ஈமான் கொள்ளுவதற்கும் இணை வைத்தலுக்கும் உள்ள வித்தியாசம் தொழுகையை விடுவதாகும்' – ஜாபிர்(ரலி) அறிவிக்கும் நபிக் கருத்தை ஞாபகம் வையுங்கள்.

அத்தீனு அன்னஸீஹா (மக்கட் பணியே இறை மார்க்கமாகும்) என்று சொல்லிக்கொண்டு சாக்கு தேடாதீர்கள் நானா...

பெர்னார்ட் ஷா, "இஸ்லாம் மார்க்கம் மிகச் சிறந்த மார்க்கம்; ஆனால் முஸ்லீம்கள் மோசமானவர்கள்' என்று சொல்லியிருக்கிறான் என்று கேள்விப்பட்டு 'உடனே போய்

அவனை கைமா கொத்துறேன்' என்று புறப்பட்ட சில சீடர்களைத் தடுத்து அந்த அறிஞன் வெளி நாட்டவன்; இறந்துவிட்டான்; சொன்னதும் ஒரு ஆதங்கத்தில்தான் ...” என்று சமாதானப் படுத்திய நீங்கள் தொழ முடியும் ...

நானா கேட்பாரா நாமெல்லாம் சொன்னால்?

கூட்டத்தை வியாழன் இரவு வைத்திருந்தது நல்லதாகப் போயிற்று. அடுத்த நாள் புறப்படுகிற நானாவை வழியனுப்ப ஏர்போர்ட் போக முடியும். படுப்பதற்கு அந்த நள்ளிரவில் திரும்ப எனது காட்டுக்கு வந்துவிட்டு திரும்ப காலையில் போவது எரிச்சலான விஷயம். அதற்காக நாட்டில் எங்கேயாவது ஒண்டுவது அதைவிடக் கொடுமைதான். என்ன செய்வது? நானாவுக்காக பொறுத்துக் கொள்ள வேண்டியதுதான்.

அலா கைஃபக் ரெஸ்டாரண்ட் பக்கத்தில் தூரத்து சொந்தக்காரர் ஒருவர் தங்கியிருந்த ரூமில் அவரது நெருங்கிய சொந்தக்காரன்போல கூடவே ஒண்டிக்கொண்டு படுத்துறங்கி னேன். இரண்டடுக்கு படுக்கைகள் நான்கு உள்ள அந்த சிறிய அறையில், ஒன்பதாவது ஆளான சொந்தக்காரர் வாடகை குறைய வேண்டுமென்று கீழேதான் பாய்விரித்துப் படுப்பார். பாயில்லாமல் படுத்தால் இன்னும் வாடகை குறையும். தெருவில் படுத்தால் இன்னும் குறையக்கூடும் ...

காலையில் நானாவைப் பார்க்கப் புறப்படும்போதே கார் கழுவும் பார்ட்டைம் பார்ப்பதற்கு ஓடிக் கொண்டிருந்த சொந்தக்காரர், போகிற போக்கில் 'எங்கே ?' என்றார். நானாவைப் பார்க்க என்றேன். 'யாரு? எப்பவும் பள்ளிவாசல்லேயே கெடப்பாரே, அவரா?' என்று கிண்டல்! கழுவும்போதே தொழுவும் சக்தி படைத்த அவரிடம் என் கோபத்தை எப்படிக் காட்ட முடியும்?

நானா அவரது அறையில் இல்லை. எவர்பிரைட் கடையில் கோடாரித்தைலமும் மீசைக்காரத் தைலமும் வாங்கப் போயிருக்கிறார் என்று ஃப்ளாட்டில் இருந்த ராவுத்தரின் மச்சான்காரர் சொன்னார். 'உங்க ஆளுங்க மட்டும் ஏன் இவ்வளவோ தைலம் வாங்கிப் போறாங்கோ ..? அவ்வளோ வியாதியா?!' என்று ஒரு சிந்திக்காரன் அந்த மதறாஸ் பஜாரில் கேட்டதற்காக அடி வாங்கினான் முன்பு. நானாவிடம் எல்லாம் வாயைக் கொடுத்தால் அவன் உடம்பு முழுக்க தைலம் தடவிக் கொண்டுதான் படுத்துக்கிடக்க வேண்டும். 'தைல ஜோக்' ஒன்று அவரிடம் இருக்கிறது ...

இந்த ஜோக்குகள் . . ! இவைகள் சலிப்பைத் தருகின்றன. ராவுத்தரை நான் சிரிக்க வைப்பதுதான் உண்மையான ஜோக். அப்படி ஒன்றை நான் கண்டுபிடிக்கும் வரை இங்கேயே உழல வேண்டியதுதான் ... அவரது நகைச்சுவை நரம்பைத் தூண்டக் காரணமாக இருந்த அவரது மச்சான் இப்போது என் நரம்பையும் தூண்ட முயன்றார்:

'ரஃபீக், வாஹித், சுலைமான்டு மூணு பேயனுவ இருந்தானுவ ...' என்று ஆரம்பித்தார்.

குடும்ப ஜோக்கா? அல்லாஹ்வே என்னைக் காப்பாற்று! ஓடி வந்துவிட்டேன்... நானாவை சாயந்தரம் பார்த்துக்கொள்ளலாம். பிள்ளைகளுக்கு ஏதாவது சாக்லெட் வாங்கி அவர் மூலம் கொடுத்தனுப்பலாம் என்று யோசனை வந்தது. ராவுத்தர், ஊர் போகும் தன் ஊழியர்களிடம் 28 கிலோ சாமான் மட்டிலும் கொடுத்து தன் பாவாவூர் வீட்டில் கொடுக்கச் சொல்வதுபோல நானாவிடம் கொடுத்திருந்தால்? கண்டிப்பாக கொடுத்திருப்பார். மறுக்க முடியாது நானாவால் இப்போது. அவர் அவராக இப்போது இருக்க முடியுமா? ... வேண்டாம்...

டெஸ்கோ சூப்பர் மார்க்கெட்டில் நுழைந்து கொஞ்ச நேரம் சுற்றிவிட்டு ஜும்ஆவுக்கு அல்லாஹ் பள்ளியில் நுழைந்தேன். எனக்கு மிகவும் பிடித்த பள்ளி. பெயரால் அல்ல; மற்ற பள்ளிகளில் அல்லாஹ் இல்லையா என்ன? திரும்பும் இடமெல்லாம்தான் அவன் முகம் இருக்கிறதே... இது அல்லாஹ் என்று அரபி எழுத்தின் வடிவத்தில் கட்டப்பட்ட பள்ளி ... சுற்றிலும் 'ஷைத்தான் – உல் – அக்பர்'போல பெரிய பெரிய கட்டிடங்கள் வந்துவிட்டதால் வடிவம் மறைந்துவிட்டது. ஆனால் வானத்திலிருந்து பார்த்தால் தெரியும் (அதற்காக இன்னும் ஒளியே பூமிக்கு வந்தடையாத சூரியன்கள் இருக்கும் உயரத்திலிருந்து பார்க்கக் கூடாது).

பள்ளிவாசலின் சுத்தமும், கூட்டத்தின் அத்தனை உஷ்ண மூச்சையும் தாண்டி உதறலெடுக்க வைக்கும் – A/C குளிரை முழுக்க வாங்கிய வெள்ளைப் பளிங்குத் தரையின் குளிர்ச்சியும், கண்ணை உறுத்தாத அலங்காரங்களும் . . . அலங்காரம் என்று பார்த்தால் பள்ளியின் உட்புறமாக, தொழும்போது எதிர்நோக்கும் சுவற்றிலுள்ள, பல வண்ணங்களிலும் ஆயத்துகள் பதிக்கப்பட்ட விலை உயர்ந்த கற்கள்தான். அலங்காரம் கவனத்தை சிதற அடிக்கும்தான் ... ஆனால் அழகு உங்களை அடித்து நிறுத்தி விடுகிறதே ...

அல்லாஹ் பள்ளியின் இமாமின் குரல், கிராஅத் ஓதும் அழகு, தொழ வைக்கும் முறை நம் மனம் எங்கு உலவினாலும்

பள்ளிக்கு இழுத்து வந்து சொக்க வைத்துவிடும். பத்து வருடமாக அந்த சிரியாக்காரரை நான் பார்க்கிறேன். அந்தப் பள்ளிக்கென்று அல்லாஹ் அவரை கொடுத்திருக்கிறான்.

பள்ளிவாசலில் நுழையும்போது ஜனங்கள் சுன்னத் தொழுதுகொண்டிருந்தார்கள். இன்னும் இரண்டாவது பாங்கு சொல்லப்படவில்லை. கூட்டம் அதிகம்தான் இந்தப் பள்ளியில் ... நான் கீழ்த் தளத்திற்குச் சென்றேன். அங்கே கடைசியில், சுவரை ஒட்டியபடி தொழுதுகொண்டிருக்கும் இருவரைச் சுட்டிக்காட்டிச் சிரித்தபடி மௌனமான குரலில் பேசும் ஊர்க்காரர்கள் சிலரைப் பார்த்தேன். யாரை நோக்குகிறார்கள்?

மாஷா அல்லாஹ்! நான் பார்த்த அந்த நொடியில் தக்பீர் கட்ட கையை உயர்த்தி நின்ற அசனா ராவுத்தரின் குள்ளமான உருவத்திற்கு முன், ஆஜானுபகுவான தன் உடலை வளைத்து குனிந்து நின்றபடி 'ருக்உ' வில் இருந்தவர். . . நானா! தலையில் தொப்பி வேறு!

'ருக்உ'விற்கு இன்னொரு – உண்மையான – அர்த்தத்தை அப்புறம் சொல்கிறேன் என்று சொன்னாரே நானா ... ஞாபகமிருக்கிறதா? அவர் சொல்லாமலேயே இப்போது எனக்கு புரிந்துவிட்டது ..!

**புது எழுத்து / அக்டோபர் 2004**

# பாட்டியாவின் மறதி

நடுக்கட்டு அறையின் வெளிப்புறத்திலிருந்து வந்த பெரிய சத்தம் எனக்கு உம்மா மேல் கோபத்தைக் கிளப்பிற்று. மகனின் வலி புரியாமல் அதை தன் தோழிகளிடம் வேறு சொல்லி சிரிப்பவர்களின் மேல் கோபம் வராமல் என்ன செய்யும்?

உம்மாவுக்கு இந்த மாதிரி விஷயத்தை எப்போதும் பச்சை பச்சையாகப் பேசும் தோழம்மாவிடம் சொல்வதில் தனி ஆனந்தம். வெற்றிலைக்கு வைக்கும் 'கத்த காம்பு' என்ற சொல் அடிக்கடி வரும் அவர்களின் பேச்சில் – ஆண்கள் யாராவது பக்கத்தில் இருந்தால். அது நிச்சயமாக கேட்பதற்கு கிட்டத்தட்ட ஒரே மாதிரி இருக்கிற (கட்ட கம்பு?) வேறு கெட்ட வார்த்தையாகத்தான் இருக்க வேண்டும். என்னிடம் மறைக்கிறார்கள் . . .

'டீ . . . புள்ளெ இக்கிறாண்டி . . . பாத்து . . . பாத்து' என்று சொல்லியபடி உம்மா பொய்யாக தோழம்மாவை அடிப்பதற்கு அதுதான் பொருள். ஒரே மர்மம் . . .

சபாராளி வீடுகளில் பொம்பளைகள் ராஜ்ஜியம்தான்.

தோழம்மாவின் சிரிப்பைவிட உம்மாவின் சிரிப்பு மனதை உறுத்திற்று.

அடிபட்டு வீங்கிப் போயிருந்த என் விதையின் மேல், அரைத்த 'கலச்சி கொட்டை'யை தடவியபடி

இருக்கும் பாட்டியா, 'அசையாம இருடா தம்பி வாப்பா ...' என்று சொன்னது மட்டும் கொஞ்சம் ஆறுதல் அளித்தது

பையன்களுக்கு மறைவிடங்களில் முடி அரும்ப ஆரம்பித்த வுடன் உம்மா என்பவள் தனி. அதனால்தான் பாட்டியாக்களை அல்லா விட்டு வைத்திருக்கிறான். அவர்கள் அருவருப்பே படாத ஆஸ்பத்திரி நர்ஸுகள். யார் சொர்க்கத்திற்கு போகிறார்களோ இல்லையோ இந்த நர்ஸுகள் போய்விடுவார்கள் – அங்கே யாருக்கும் விதையில் அடிபடாது என்றாலும்.

பேசாமல் கண்ணாடி கம்பவுண்டரிடம் போயிருக்கலாம். ஆனால் அவர் ஒரேயடியாக அமுத்திப் பிசைந்துவிடுவார் என்று பயம். தவிர பாட்டியாதான் 'இது ஒண்ணுமில்லடா வாப்பா ...' என்று வீக்கம் வடிய பத்துபோடச் சொன்னார்கள் உம்மாவிடம்.

'சீ ..! இந்தக் கருமங்கொள்ளுவானுக்கு நீயே போட்டுவிடு' என்று பதில் வந்தது.

' 'சீ ...' யா! இஹல்ட மாப்புள்ளைமாருக்கு மட்டும் தங்கத்துலெ செஞ்சி தொங்குது போலக்கிது!' என்று பாட்டியா சொன்னார்கள்.

பாட்டியா, என்ன இருந்தாலும் பெண்தானே! இப்படி கைலியை வழித்துக்கொண்டு அவர்களிடம் காட்டியதில் எனக்குக் கூசிற்று. முதல் பேரனின் மலத்தை சந்தனமாக நினைத்தவர்கள்தான். ஆனாலும் 'சின்ன(த்து)' பண்ணி பெரிய பையன் ஆன பிறகு இப்படி காண்பிப்பது வெட்கக்கேடு, இல்லையா?

வாப்பா, மாமா என்று வீட்டு ஆண்களிடம் சொல்லலா மென்றால் அவர்கள் எங்கே ஊரில் இருக்கிறார்கள்? ஏதாவது ஒரு வெளிநாட்டுக்குப் போய் நாலு வருடத்திற்கு ஒருமுறை வந்து ரெண்டு 'முச்சம்' விடுவார்கள் ...

ஸ்கூலில் கூடப் படிக்கிற பையன்களிடம் சொன்னாலோ அவ்வளவுதான். 'டோங்காரே பாலாமிருதம்' என்று என்னை கூப்பிட ஆரம்பித்துவிடுவான்கள். மெயின் ரோட்டிலிருந்து ஸ்கூலுக்கு போகும் திருப்பத்தில் உள்ள சுவரில் பெரிதாக எழுதி விளம்பரப்படுத்தப்பட்ட ஒரு மருந்தின் பெயர் அது. ஆனால் அதன் முதற் பகுதியை எனக்காகச் சொன்னாலும் அது தன்னை கேலி பண்ணுவதாக கனகராஜ் சார் கோபப்பட்டு விடுவார். பொம்பளை டீச்சர்களே 'ஒண்ணு, ஸ்கூல்லெ பாடம்

நடக்கனும்; இல்லே, கனகராஜ் சார் நடக்கனும்!' என்று வாயைப் பொத்திக்கொண்டு சிரிக்கிறார்களே...

ஊரில் இருக்கிற ஒரே ஆளான லங்டா மாமா அல்தாஃபிடம் சொல்லலாம். நாளெல்லாம் பனை ஓலை விசிறிகளில் வரைந்து கொண்டிருப்பவர் அவர். விசிறிகளில் பச்சை வண்ண கொக்குகள் அத்தனையும் பள்ளிவாசலின் மேல் உட்கார்ந்திருக்கும். வரைந்து முடித்து பட்டறையிலிருந்து அவர் வீடு திரும்புவதற்குள் பொழுது விடிந்துவிடும். காத்திருந்து சொன்னாலும் 'இதெல்லாம் தம்பலப்பய செய்கிற சதி' என்றுதான் அவருடைய பதில் இருக்கும். வேண்டுமென்றே மட்டையால் குறிபார்த்து அடித்திருப்பான் நடராஜன்!

சதியா?!

'ஆமாங்கனி... இதெல்லாம் உமக்கு எங்கே தெரியப்போவுது? இவனுங்க கூட பழகாதியும். அவனுவளுக்குலாம் நம்மளை புடிக்காது!'

'ஏன் மாமா?'

'கராச்சி, இஸ்லாமாபாதுண்டு நாம போவலேங்குற வெறி'

'எங்கேயிக்கிது அது?'

'துப்பா! கடைசி பெஞ்சுலெ இருந்தா தெரியாதுங்கனி..!'

'இல்லே மாமா. அவன் நல்லவன். என் தொப்பிலாம் எடுத்து ஆசையா போட்டுக்ககுறானே!'

'நடிப்பு!'

'தர்ஹாக்குலாம் அவன் அப்பா கூட போறானே...'

'பிளான்..!' – முகத்தில் 'சரியாக'த் துப்பறிந்துவிட்ட பெருமை.

'ஜமெட்..!'

'பே துப்பா! வெளங்காது உனக்கு இப்ப. அதுக்குலாம் வயசாவனும்'

எனக்கு அவர் சொன்னது விளங்கவில்லை. வாப்பாட வாப்பா பில்வாப்பா என்று சொல்கிற மாதிரி துப்பாவுக்கு துப்பா பே துப்பாவோ?

இந்த மாமாதான் துப்பா!

இவரிடம் போய் நான் சிவன் கோவிலுக்குப் போனேன் நடராஜனுடன் என்றால் அவ்வளவுதான். அங்கே பிரகாரத்தில் அடைபட்டிருக்கும் ஆயிரம் வௌவ்வால்களுடன் ஒற்றுமை ஏற்படுத்திக்கொண்டு பறந்தபடியே தன் கறுப்புக் கால்களால் என் விதையில் ஒரு உதை!

'டப்பாக்கா' மாதிரி சிவந்த எலந்தக்கொட்டை, பலாப்பழமாகிவிடும்!

நடராஜன் எனது அழைப்பின் பேரில் பூரியான் ஃபாத்திஹாவுக்கு வந்து ஃபிரினியை சத்தம் போட்டு உறிஞ்சி கொண்டிருக்கையில் லங்டா மாமாவின் முகத்தைப் பார்க்க வேண்டுமே! இது ஃபாத்திஹா மேல் அவருக்குள்ள வெறுப்பு மட்டும் அல்ல. எரிச்சலுக்கு பாட்டியா வேறு 'இந்தாடா ... நல்லாத் தின்னு' என்று உள்ளடத்தை தருகிறார்கள், பேரனின் நண்பனுக்கு ஆதரவாக!

'ஓய் ..! எங்கள்ட்டே வந்துடும் ... ஃப்ரினி நெறையா கிடைக்கும் ...' – பாட்டியா.

'பஷீருக்கு நான் சூப்பர் சுண்டல் தர்றேன் பாட்டி ... எங்க கிட்டே அனுப்பிடுங்களேன்!' – நடராஜன் ஒரு பெரிய விலாங்கு மீன்.

'திறமையாத்தான் இக்கிறான், படுவா!'

வீட்டுக்கு வேலைக்கு வருபவர்கள் அப்படியில்லை. சோறும் சம்பளமும் கொடுத்து, 'கல்யாணம், காச்சி'களுக்கு உதவுகிறேன் என்று கலிமா சொல்லி ஓதவும் வைப்பதில் முத்தம்மா மும்தாஜ் பீவி ஆகிவிடுவாள்; முத்துசாமியோ முஹம்மது அலியாகி விடுவான் ... பெரிய சவாபு! பாட்டியாவுக்கு சவாபு கிடைத்தால் அது வீட்டுக்கே கிடைத்த மாதிரிதானே ... நறுமணம் வீசும் சொர்க்கப் பூங்காவில், தெரிந்தவர்களோடு இருப்பதுதான் எவ்வளவு ஜாலியான விஷயம்..!

பக்கிரிச்சி என்று ஒரு சின்ன குட்டி வந்தாள் பெரிய மார்போடு.

'டீயே... உன் பேரு எதுலேந்து வந்திச்சி தெரியுமா?' என்று கேட்டார்கள் பாட்டியா.

அவள் விழித்தாள்.

'பாவா கூட வந்த 'ஃபக்கீர்'லேந்து வந்திக்கிதுடீ! எங்கள்ட்டேயே வந்துடு!'

‘ஏன் ஆச்சி. உங்க பேரும்தான் அஞ்சம்மாண்டு இருக்குது. அப்ப நீங்க பறக்கூட்டமா?’ – பக்கிரிச்சிக்கு இப்போதெல்லாம் கிராமத்து மரத்தடிக் கூட்டத்தில் நிறைய சொல்லித் தருகிறார்கள்.

பாட்டியா சிரித்தார்கள். ஹைஜான்மாதான் அஞ்சம்மா என்று திரிந்துவிட்டது என்று சொல்லாமல் ‘இக்கிம்... இக்கிம்... பாட்டனா முப்பாட்டனாட ‘கிஸ்ஸா’வை எடுத்தா அப்படித்தான் வரும். மாத்தம்லாம் பாவாவாலெதானே . . . ஒண்ணா ரெண்டா? லச்சம் பேரைலெ மாத்துனாஹா’ அஹ இல்லேண்டா இந்த அவுலியாபுரத்துக்கு பேரு அவிஞ்சபுரம்லே!’ என்றார்கள்.

‘கப்ப மாப்புள்ளைக்கி கட்டி வைக்கிறேண்டி’ என்றும் சொன்னார்கள்

‘வாணாம் ஆச்சி. கூழோ கஞ்சியோ ஊரோட, கட்டுனவனோடயே இருக்கனும்.’

ஒரு நொடி வீட்டுப் பெண்களுக்கு யாரோ வயிற்றில் நெருப்புக் கட்டையை சரேலென்று நுழைத்த மாதிரி இருந்தது. ஒரு நொடிதான். ‘நரகத்துக் கொள்ளியாவுலெ இக்கிறா . . !’ என்று பிடுங்கி எரிந்துவிட்டார்கள்.

பாட்டியா இம்மாதிரி ‘பிஷ்டு’க்களுடன் பேசுவது லங்டா மாமாவுக்கு பிடிக்காது. வெற்றி பெற்றால் மட்டும் பாராட்டுவார்.

நானும் நடராஜனை ஜெயிக்கலாம். அவனோ ஃபாத்திஹா ஓதினாலே பயப்படுகிறான்.

‘ஒண்ணுமே புரியலேடா உங்களது . . . ‘ஜமலஹ் புஹ்புஹா . . . தம்ப்டுஹ் ஜலபுலாஹ்’ண்டு எல்லா வார்த்தையும் ‘ஹ்’ போட்டு வருது . . !’

நான்: ‘ப்ரக்ஞா வக்ஸ்யாமி மனுஸ்யானாம் ஸன்னிபஹானி உகய்தே கியாங் மியாங்!’

எனது கேலி அவனை நோக வைப்பதில்லை. சிரிக்கும் பெருந்தன்மை . . .

இந்த நடராஜன் தோற்கக் கூடாது.

லங்டா மாமாவின் ஹனாயத் ஓடுவதே பாவாவை ஜியாரத் செய்ய வருபவர்களால்தான். லங்டா மாமாவுக்கு பிடிக்காத மதத்தவர்கள்தான் அதிகம் வருகிறார்கள் வேறு. ஆனால் மாமாவுக்கு மட்டும் பாவாவைப் பிடிக்காது! இப்போதெல்லாம் என்னையே பிடிக்கவில்லையே . . .

எனக்கு திறமை பத்தாது என்கிறார்.

சின்னத்து பண்ணிய அன்றைக்கு நான் அலறிய அலறலில் மயக்கம் போட்டு விழுந்த தைரியசாலி நடராஜன் . . . அவனுக்கு அப்படியே இருப்பதுதான் பிடித்திருக்கிறது. எனக்காக ரத்தம் சிந்தி நடராஜன் நொண்டியாக வேண்டாம்!

'அல்லாஹ் நாடனும் முதல்லெ. எல்லாரையும் 'மூமின்' ஆக்கிடனும்டு ரசூலுல்லா நெனச்சா கூட முடியாதுங்குறான் அவன்' என்றாரே பேச்சாளர் சதக்கத்துல்லா! மேற்கோள் காட்டிய சூரா & ஆயத்து எண் ஞாபகம் இல்லை. சூரா யூனுஸ்ஆ? பள்ளி சாபிடம்தான் கேட்க வேண்டும். ஆனால் மறக்க முடியாத கூட்டம். வழக்கமான பயான் மாதிரி இல்லை அது.

லங்டா மாமாவுக்கு அவரின் பேச்சு பிடிக்கவில்லை. அவர் நினைத்தால் உலகத்திலுள்ள அத்தனை பேரையும் மாற்றிவிடுவார். அமீபாவுக்குக் கூட தொப்பி போட்டு காண்பித்திருக்கிறார் என்னிடம். விசிறியிலுள்ள, மேகத்தின் நடுவே முளைத்திருக்கிற மாதிரி அவர் வரைந்திருக்கிற ஈச்ச மரம்தான் சற்றுப் பொறு என்று உத்தரவிட்டிருக்கிறது.

காஃபிருடன் உறவு கொண்டாடும் எல்லோர் விதையும் நைந்து போகட்டும் . . .

லாத்தா, தங்கச்சியிடம் சொல்கிற விஷயமும் இல்லை இது. 'உம்மா . . . பாரும்மா இந்த படிய வுளுந்துடுவானெ . . .' என்று கோள் மூட்டிவிடுவார்கள். வயதுக்கு வந்துவிட்டால் அவர்கள் உம்மாவின் தோழிகள்.

பேட்மிண்டன் ஆடும்போது பந்தால் என் வலது விதையைத் தாக்கிய நடராஜன் அப்போதே 'அப்படியே இருடா . . . தேய்ச்சிவிடுறேன்' என்று சொல்லத்தான் செய்தான். ஆனால் அடிபட்டதில் உயிர் போகும் விதமாய் நான் துடித்த துடிப்பைப் பார்த்து ஓடோடி வந்தபோது சும்மா இருந்திருக்க வேண்டும். 'டேய் . . . இவன் ஜெய்த்தூன் லாத்தா மாதிரி நெளியிறான் . . !' என்று மற்ற ஹராங்குட்டிகளோடு சேர்ந்து சொல்லியிருக்கக் கூடாது. இது ரொம்ப ரொம்ப பெரிய ஆம்பளைகள் கேலி பேசுகிற வார்த்தை. அதோடு சேர்த்து என்னென்னமோ கெட்ட வார்த்தை சொல்வார்கள். இந்த நடராஜன் அவர்களுடன் போயிருப்பானோ எனக்கே தெரியாமல்?

இவனை நம்பக் கூடாது!

அப்படியே கூட்டாளியாக நேர்ந்தாலும் 'விஷயத்தை' மட்டும் காண்பிக்கக் கூடாது. அறுத்து விடுவான் என்று லங்டா மாமா பயமுறுத்தி இருக்கிறார். அப்புறம் எப்படி பெரியவனான

பிறகு 'உம்மாவாப்பா வெளாட்டு' விளையாடுவது? இப்போதே, முடுக்கிலிருக்கும் பர்வீன் விளையாட வரமாட்டேன்கிறாள் . . . 'ஆம்புளப் புள்ளையோட வெளையாடறதுக்கு ஒரு வயசு இக்கிதுடி . . .' என்று வீட்டில் திட்டுகிறார்களாம்.

கல்யாணமானால்தான் 'துனியா' தெரியும் போலும்.

மாப்பிள்ளை, துனியாவை விட்டுப் போய் கைம்பொண்டாட்டியாக இருந்தால் ஹாய்தா பண்ண யாருமேயில்லை – பிள்ளைகளைத் தவிர.

அதனால்தான் முன்னாலெல்லாம் மருமகன்களைப் பார்த்தால் வெட்கப் பட்டு ஓடும் பாட்டியா இப்போதெல்லாம் தைரியமாக எதிரில் நிற்கிறார்கள். வாசலைப் பார்க்கிற ஜன்னல் கம்பிகளில் மாட்டியிருக்கும் துப்பட்டி முகம் வாசலுக்கே வந்து விட்டது. குடும்ப உறுப்பினர்களின் உடல்வாகுக்கு சம்பந்தமே இல்லாத ஒல்லித் தூண்களில் துப்பட்டி இல்லாமல் தேய்க்கிறது.

போகிற வருகிற ஆண்களைப் பார்த்து 'வாப்பா . . . ராஹத்தா இக்கிறீங்களா?' என்று கேட்டுக்கொண்டு இருப்பார்கள்.

'மாமி . . . நீங்களா?! உள்ளாக்க போங்க . . .'

'ஆவு ! எனக்கென்னா வெட்கம்? என் வேருலேந்து வந்த பளந்தானே நீங்களுவ!' – பாட்டியாவுக்கு படிப்பறிவில்லை என்று யார் சொன்னது?

இது அறிவின் முதிர்ச்சி இல்லை என்று உம்மாதான் அறிவோடு கண்டுபிடித்து சொன்னார்கள். மறதியாம். பாட்டியாவின் உம்மாவுக்கு வியாதி இப்படித்தான் ஆரம்பித்து ஜாமாங்குண்டுக்குப் போய் சரக்கை எடுத்து தலையில் தேய்த்துக் கொள்ளுமளவுக்குப் போனது என்றார்கள்.

மூளைக்கு ரத்தப் போக்குவரத்து குறைந்து விட்டால் என்னென்னமோ ஆகும் என்கிறார்கள். ஆனால் உம்மாவின் பழிப்பை விட அது தேவலை!

இந்த மூளையை நினைத்தாலே கடுப்பு வருகிறது. இதை வளர்க்க ஒரே வழி பள்ளிக்கூடம் போவதுதான். ஆனால் வாத்தியார்களோ 'மரைக்கான் ... இதெல்லாம் உனக்கு சரிப்பட்டு வராது . . . படிச்சிட்டுத்தான் என்னா பண்ணுவே? சிங்கப்பூர் கடை வைப்பே. இல்லே, பயணம் போவே . . .' என்று வெளியே காட்ட முடியாத ஏதோ ஒன்றோடு ஒதுக்குகிறார்கள்.

நடராஜன் போன்றவர்கள்தான் படிப்பதற்காகவே படைக்கப் பட்டவர்கள்.

தம்பல ஸ்கூலில் படித்தாலே இப்படித்தான். அடுத்த வருடம் ஜப்பார் ஹைஸ்கூலில் சேர வேண்டும். வாத்தியார்கள் வராவிட்டால் என்ன, லங்டா மாமாவுக்கு பிடித்த மாதிரி நடப்பதுதான் முக்கியம்.

மறதிக்கு மூளைதான் காரணமா என்று ஞாபகமாய் கேட்க வேண்டும் அங்கே.

மூளையாகவே இருக்கலாம். உம்மாவின் கண்டுபிடிப்பை அலட்சியமாக ஒதுக்கவும் முடியாது. பாட்டியா இப்போது செய்கிற காரியங்கள் சிலருக்கு சிரிப்பையும் பலருக்கு எரிச்சலையும் ஏற்படுத்தின.

கொல்லைக்கு போகிற நடைபாதையில் ஒரு ஸ்விட்ச் இருந்தது. பினாங்கிலிருந்து பெரியாப்பா வாங்கி வந்திருந்தது. விளக்கையே போடாமல் அதை பார்த்துக்கொண்டே இருக்கலாம். அவ்வளவு அழகு. பார்த்துக்கொண்டேதான் இருந்தார்கள் – இருட்டில் பேண்டுகொண்டு. எடுப்பு கக்கூஸுக்கு அதுதான் எடுப்பு!

அழகை உபயோகித்தாலல்லவா அழகு?

பாட்டியா அதை உபயோகிக்க ஆரம்பித்தார்கள் – வீணான பிறகு!

இப்போது ஸ்விட்ச் போட்டால் வீடு முழுக்க இருட்டாகி விடுகிறது! வீடு மட்டுமல்ல, தெருவும். இதைத் தொடக் கூடாது என்று ஒரு தாளால் ஸ்விட்சை மூடி வைத்தால் பாட்டியா ஏதோ வஹி வந்ததுபோல நேரே அங்கே போய் *on* பண்ணிவிடுவர்கள்.

போச்சு !

'இந்த ஒரு கழிச்சல்ல போற லைட்காரனை எப்ப கூப்புட்டு எப்ப வெளக்கு வர்றது? ஹயாமம் முடிஞ்சமாதிரிதான். எல்லாம் இந்த கெழ பஹதர் செய்யிற வேலை' என்று எல்லாரும் பாய்வார்கள் பாட்டியாவின் மேல்.

'இந்த பாருடா தம்பி வாப்பா . . . நான் வேணும்டா அப்படி செஞ்சேன்? இந்தத் தூமச் சீலையிலே போறவளுவ கத்துறாளுவ!' – பாட்டியாவுக்கு நான்தான் ஆறுதல்.

'அதுதான் கெட்டுப் போயிக்கிதே ஆறு மாசமா... தெரியாதா அஞ்சம்மா?'

'அல்லாஹ்வே . . . அப்படியா!

ஒவ்வொருமுறையும் 'அப்படியா?!' தான்.

கண்டிப்பாக இது மறதியாகத்தான் இருக்க வேண்டும்.

வாத்து சந்து சம்பவம் அதை உறுதிப் படுத்துகிறது.

சந்து என்றால் முடுக்கு மட்டுமல்ல பின்பக்கத்தையும் குறிக்கும். ஊசி போட வீட்டுக்கு வரும் கண்ணாடி கம்பவுண்டரிடம் பொம்பளைகள் பெரும்பாலும் ‘சந்துப் பக்கத்துலே போட்டுவுட்டுடுங்க...’ என்பார்கள். மரைக்காமார் களின் வீட்டோடு பழகுவதில் அவரும் பக்கத்து சந்தில் போடாமல் சந்துப் பக்கத்தில் போடுவார். வலி தெரியாது. சந்துக்கும் அதைச் சுற்றியுள்ள பக்கத்திற்கும்.

இது ஊசியின் மாயமா அல்லது சந்தின் மாயமா?

‘மெயின்ரோடுலாம் சந்தா ! என்னாடி வெளையாடுறீங்க?’ என்று ஒருமுறை ஊர்வந்த முசாதிக்மாமா வெடைத்தது ஞாபகம் வருகிறது.

பாட்டியாவுக்கு வாத்தின் சந்துப் பக்கம் ரொம்பவும் பிடிக்கும். அது மிக மென்மையானது – ஆட்டின் விதைகள் போல.

சென்ற ஒடுக்கத்து புதனன்று வாத்து அறுத்தார்கள். ஓரட்டிக்கு அதன் ஆனம் நன்றாக இருக்கும் என்று பாட்டியாதான் சொன்னார்கள்.

‘ஆமா... மீன் பிரியாணி போட்டாலும் உனக்கு வாத்துடதான் பொறிச்சி வைக்கனும். ஹவா! உன்னெதான் கடல்லெ கரைக்கனும் முதல்லே’ என்று உம்மா கத்தினார்கள்.

‘ஹவா’தான் ஜெயித்தது! அதுதான் ஜெயிக்கும்.

பாட்டியாவுக்கு முதலில் வாத்தின் சந்துப் பக்கத்தை கொடுத்துவிட்டுத்தான் எல்லாரும் ‘பிஸ்மி’ சொன்னார்கள்.

ஆனால் சாப்பிட்டு முடித்த பாட்டியாவின் முகமோ தொங்கிப் போயிருந்தது.

‘என்னட சீதேவீ ஹபுலாம்மா..! ஏன் ஒரு மாதிரி இக்கிறா?’ – உம்மா கேலியாய் கேட்டார்கள்.

பாட்டியா என்ன நப்ஸ் பிடித்தா அலைகிறார்கள் – மௌத்தான ஹபுலாம்மாபோல? ஹபுலாம்மா தன் மாப்பிள்ளையான கப்பமரைக்கார் மௌத்தான துக்கத்தில் உட்கார்ந்திருக்கும்போது ‘ஏதாச்சும் சாப்பிடுறியாமா?’ என்று கேட்டதற்கு ‘ஹூம்... மன்னவனே போய்ட்டான். எனக்கென்னா

இப்ப? கொலைஞ்ச ஈரலை மட்டும் ஒரு கோப்பையிலே எடுத்துட்டு வா..!' என்று பதில் சொன்னார்களாம்.

மாலை மஹறி நேரம் வெளியே போகக்கூடாது—ரமலான் மாதம் தவிர – என்று பாட்டியா எங்களை எச்சரிப்பதற்கு ஹபுலாம்மாவின் பேய்தான் காரணம். கோஷா ஸ்கூல் பக்கமிருக்கும் ஹபுலாம்மாவின் வீட்டைத் தாண்டும்போதெல்லாம் – ஆயத் குர்ஸியையோ அல்லது நூறு தடவை 'யா ஹபீலு'வையோ ஓதி நெஞ்சில் ஊதிக்கொண்டு போனாலும் – ஈரல் வாசம் அடிக்கிறது. யாருடைய ஈரலையோ அந்த ஆவுசம் பொரித்துத் தின்று கொண்டிருக்கிறது. எந்த பேதமும் பார்க்காத, பாவாவாலேயே அடக்கமுடியாத பேய்.

ஊரில் நடக்கும் சோத்துக்களறிகளில் சஹானில் நடுவே வைக்கும் கலியாவில் முதலில் எல்லாம் ஈரல் துண்டுகள் நிறைய கிடக்கும். ஹபுலாம்மா புகழ் பெற்ற பிறகு இப்போதெல்லாம் கலியா என்பது வெறும் உருளைக் கிழங்கு மசாலாதான். வைக்கிற ஈரல்கள் மாயமாய் மறைந்து விடுகின்றனவே! சோற்றை வைத்த அடுத்த நொடியில் 'லபக்'கென்று ஈரலை எடுத்து முழுங்கி விட்டு 'ஹி . . . ஹி . . . ஹபுலாம்மா!' என்று சொல்பவர்களாலும் இந்த மாயம் நடந்திருக்கலாம்.

அந்த ஹபுலாம்மாவும் என் செல்லப் பாட்டியாவும் ஒன்றா? இல்லை. மசாலா சரியாக அமையாத கோளாறாகத்தான் இருக்கும்.

'ஒரு வரத்துலெ வர்றீங்களுவலெ . . ! வயசாச்சிண்டா? சந்துப்பக்கம் எனக்கு புடிக்கும்டு தெரியும்லே? கொடுத்தா என்னாடீ ஒப்பன ஒலிஞுவளா . . .' – பாட்டியா கத்தினார்கள்

தூக்கிவாரிப் போட்டது உம்மாவுக்கு.

'அல்லாஹ்வே . . . இப்ப என்னா பண்ணுவேன் . .? ஒரு வாத்துக்கு ஒரு சூத்துதானே இக்கிம் . .! இன்னொன்னுக்கு இப்ப எங்கே போறது?' என்று புலம்ப ஆரம்பித்துவிட்டார்கள்.

இது மறதியேதான். இன்னொரு சந்துக்காக வரும் நடிப்பல்ல. மூளை கெட்டுப் போனால் எதுவும் நடக்கும் . . .

பாட்டியா, இப்போது என் அடிபடாத இடது விதையில்கூட '10' போட்டு விடலாம்!

கட்டிலில் படுத்திருந்த நான் எச்சரிக்கையாக தலையை உயர்த்தி கீழே குனிந்து பார்க்க எத்தனிக்கையில்தான் அது ஞாபகம் வந்தது.

போன நோன்பில், சினிமாக் கொட்டகை இருக்கும் பக்கத்து தெருவிலுள்ள சொந்தக்காரர்களைப் பார்க்கப் போகிறேன் என்று 'துப்பட்டித் துணை'யில்லாமல் கிளம்பிய பாட்டியா சினிமாக் கொட்டகையிலே நுழைய, எச்சரிக்கை விடுத்திருந்தும் அங்கே நுழைந்து ரமலான் மாதத்தின் புனிதத்தைக் கெடுத்ததற்காக இளம்பிறை மன்றத்தைச் சேர்ந்த சில பெரிய பையன்கள் அவர்களை கல்லால் அடித்ததில் ரத்தம் சொட்டச்சொட்ட ஓடிவந்த முகம்...

கணையாழி / ஜனவரி 2003

# நாங்கோரி என்ற உறுப்பினர்

'நிழல் மிருகத்தின் தொகை அதிகமாகும்போது அது நூறு நூறு கால்கள் கொண்டு தெருவில் இறங்கி பிணவெளியில் பசியாறும் என நினைக்கிறபோது மனசுக்குள் பதற்றமாக இருக்கிறது' – யமுனா ராஜேந்திரன்.

'ஜாலிஜமால்' என்று குஸ்கா பிரியர்களால் செல்லமாக இப்போதும் அழைக்கப்படும் திருச்சி கல்லூரியில், முப்பது வருடங்களுக்கு முன்பு நடந்த அனைத்துக் கல்லூரி இசைவிழா ஒன்றில் நான் 'ஜூம் பரா பர்' பாடி முதல் பரிசு பெற்று, பின் ஆயிரக்கணக்கான மாணவமணிகளின் விருப்பத்திற் கேற்ப SPB யின் 'சம்சாரம் என்பது வீணை', கிஷோரின் 'ருக்ஜானா' பிறகு என் விருப்பமாக SMA காதரின் ஒரு தும்ரி பாடி கரகோஷங்களை ஒரேயடியாக அள்ளிய இரண்டாம் நாள் எனக்கு வந்த – ஆங்கிலத்தில் எழுதப்பட்டிருந்த – ஒரு மொட்டைக் கடுதாசி, 'உங்களின் அபாரமான குரல்வளத்தில் மயங்கிவிட்டேன்; இந்த இளம் வயதில் இப்படி ஒரு திறமையா? உங்களைப் போல் பாட இனி யாராலும் முடியாது' என்று ஒரேயடியாகப் புகழ்ந்து, இறுதியில் இப்படி முடிந்தது: 'ஆமாம், நீங்கள் ஏன் ஜங்ஷனிலோ அல்லது சிதம்பரம் பஸ் ஸ்டாண்டிலோ போய் பாடிப் பிழைக்கக்கூடாது?'

சத்தியமாக சொல்கிறேன், தோளில் ஒரு டால்டா டப்பா தொங்கும் உணர்வு வந்ததேயொழிய அன்று கோபமே வரவில்லை. நான் என்ன தமிழ்நாட்டின் தம்புராவா? ஆனால் மிகவும் கெத்தாக, விழாவின் அடுத்த நாள், டோல்கேட் டீக்கடையில் 'ஷோலே' கேட்டுக்கொண்டிருந்த –

இப்போதும் கெயிட்டியில் அது ஓடிக்கொண்டிருகிறது – சில ரசிகர்கள், 'ஈயெம் கலிஃபா உங்களுக்கு பாட்டு சொல்லிக் கொடுத்தாரா?' என்று கேட்டபோது 'அவர் எதுவும் சொல்லித் தராததால்தான் இப்படி ...' என்று பந்தா பண்ணிக்கொண் டிருந்தேன். மாபெரும் தப்லா மாஸ்டரான 'நரி' என்று அழைக்கப்படும் நவாப்ஜான் போன்று தங்கள் வாழ்க்கையை அர்ப்பணித்த பக்கவாத்தியக்காரர்களை சோற்றுக்கே தாளம் போட வைத்த அந்தப் பாதகன் எல்லாம் பாடகனா? என்ன, இவர்கள் என்னைக் கேலி செய்கிறார்களா?

ஒரு துணுக்கு: 'நரி' என்று ஏன் பெயர் வந்தது நவாப்ஜானுக்கு? தர்ஹா வித்வான் காதர்மாமாவிடம் கேட்டேன் ஒருமுறை. "ஹ, அப்பப்ப தப்லாட 'டங்கா'வை சொரண்டுவான் தம்பி அவன். நாந்தான் வச்சேன் பேரை" என்றார்கள்.

கடிதம் அத்தனை சரியாக, ஆத்மாவிலிருந்து – ஆஸ்த்மாவி லிருந்து அல்ல – புறப்படாத என் குரலையும் அதன் பாவத்தையும் கண்டுகொண்டிருக்கிறதே ... அவனா, அவளா? அவன்தான். 'சம்சாரம்...' பாடும்போது, 'மணம் ... குணம் ...' என்று நான் குழைந்ததும் 'காரம்?' என்று கூட்டத்திலிருந்து கேள்வி வீசியது ஆண்குரல்தான். அதுவாகத்தான் இருக்கும்.

என் குரலின் பலவீனத்தை அந்தக் கடிதம் சரியாக சுட்டிக் காட்டியதால்தான் உலகப் பிரச்சினைகள் எதற்கும் அன்றிலிருந்து நான் குரல் கொடுப்பதில்லை. தவிர, ஃபத்வா கிடங்குகளிலிருந்து விஷ அம்புகளை இஷ்டத்திற்கு உருவி எழுத்தாளர்கள் மேல் விடும் மௌலவிகளை நினைத்தாலே மனதுக்குள் குலை நடுக்கம்.

'நீந்தத் தெரிந்த' தஸ்லிமாவும் தெரியாது; சுகமான 'போர்வை' போர்த்திய சுக்தாயும் தெரியாது எனக்கு. 'வெள்ளித் தட்டில் அழகிய ஆம்லெட்' போடும் சல்மாவை தெரியும். என் பெரிய மாமி அது. போதிமரமென்று நினைத்து போதைமரத்தின் கீழமர்ந்த ரசூலும் உறவுதான். நான் நேசிக்கும் இவர்கள், குளவிக்கூட்டில் தானே கைவிட்டு 'குய்யோ முய்யோ' என்று கத்தினால் என்ன செய்ய முடியும்?

அதுவும், என் குரலே ஒரு தகரடப்பா என்று தெரிந்துவிட்ட பிறகு யார் உதவி வேண்டி கத்த? டமாரச் செவுடர்களிடமா? அவர்களோ, வியாழக்கிழமை இரவு மாத்திரம் வோட்காவில் ஆரஞ்ச் ஜூஸ் கலந்து அடிக்கும் என்னைத் தண்டிக்க சாட்டையோடு அலைகிறார்கள்.

நான் ரொம்ப எச்சரிக்கை இப்போதெல்லாம், தெரியுமா? 'எழுத்தாளர் சா...' என்று ஒரு விசிறி ஆரம்பித்ததுமே 'டக்'கென்று

ஒரு பேப்பரில் எழுதிக் கொடுத்துவிட்டேன், 'வன்மையாக கண்டிக்கிறேன்' என்று.

"இல்லண்ணே . . . அவர் உங்களை பார்க்க விரும்புகிறார்."

'இதையும் நான் கண்டிக்கிறேன்' என்று எழுதிக்கொடுத்துவிட்டு, நானே அந்த எழுத்தாளரைப் போய்ப் பார்த்துவிட்டேன். இருவருமாக சேர்ந்து அட்டூழியம் டாட் காமுக்கு சென்று உலகம் தோன்றிய நாளிலிருந்து இதுவரை நடந்த அத்தனை கொடூரங்களுக்கும் எதிரான எங்களின் கண்டனங்களைப் பதிவு செய்துவிட்டு வந்தோம். 'ட்சுனாமியைக் கண்டிக்கிறோம்' என்பதை மட்டும் ஒதுக்கியிருக்கலாம்.

கொஞ்சம் கதைக்கு வரவா?

குறைகளை உடனே ஒத்துக்கொள்ளும் பழக்கம் துரதிர்ஷ்டவசமாக அப்போதே இருந்தது. சிரித்துக் கொண்டே, கடிதத்தை ரூம்மேட்டிடம் காட்டினேன். 'மெட்ராஸ் பஸ் ஸ்டாண்ட்லாம் கண்ணுக்குத் தெரிலையா அந்த ஹராம்ஜாதாவுக்கு?' என்று கோபப்பட்டான் . . . ஒருவேளை, எழுதியது இவனாக இருக்குமோ? இல்லை. இது நல்ல ஆங்கிலமாயிற்றே . . .

அதற்கு முந்தைய வருடம், பாடாமல் இருந்ததால் முதல்பரிசு பெற்ற நண்பன் ஞாபகத்துக்கு வந்தான். நாங்கோரில் அவன் ஒருவனுக்குத்தான் ஆங்கிலம் நன்றாக வரும். இங்கிலீஷ் வாத்தியார் இமானுவேல் சாரே அவனிடம்தான் சந்தேகம் கேட்பார். அப்படி ஒரு ஞானம். சமயத்தில் அதை தமிழ் இலக்கணத் தேர்விலும் காட்டி விடுவானே தவிர விஷயதாரி. அவன்தான் நாங்கோர் ஹைஸ்கூலில் நடைபெற்ற பாட்டுப்போட்டியில் நான் 'யஹாங் வஹாங் சாரே' பாடிப் பரிசு வாங்கியவுடன் பி.யூ.சி படிக்க ஜாலிஜமாலுக்கு இழுத்து வந்தவன். அங்கே உமர் சார் நல்ல குரல் ஒன்றுக்காக காத்திருக்கிறாராம். பொன்மலையிலும் *BHEL* அரங்கத்திலும் பரிசுகளை இந்தமுறை அள்ள வேண்டுமாம். ஆட்கொள்ளும் இலக்கியத்திற்கு ஆல்பர்ட் சார், மன்சூர் சார், ஆங்கிலத்தில் அலம்பல் செய்ய கூத்தாநல்லூர் அலி சார் . . . யஹாங் வஹாங் சாரே . . .

புத்தியுள்ள யாராவது வெறும் பாடம் படிப்பதற்காக கல்லூரிக்குப் போவார்களா?

"ஒனக்குலாம் கவலையே இல்ல மரைக்கான். தர்ஹா வாசல்லெ 'தில்கோ தேக்கோ' பாடியே பொளச்சுக்குவே. ஏன் போறே?" என்று கேட்கும் ஊர் நண்பர்கள் . . .

ஊரின் கேலி அந்தக் கடிதத்தில் இருந்தது. அது நிச்சயமாக நாங்கோர்காரனின் கடிதம்தான். ஆனால் நண்பனோ 'குர்ஆன் மேல் ஆனை'யாக பூனை போல் மறுக்கிறான்.

பின், யார்தான் அது?

இன்று யோசித்துப் பார்க்கும்போது, நான் தேடிக் கொண்டிருக்கும் நாங்கோரியாகத்தான் அது இருக்கும் என்று படுகிறது. 'யார் இவர்?' என்று நான் பல வருடங்களாகத் தேடும் லிஸ்டில் – ஒரு ஆன்மீக டச்: இதில் நானும் அடக்கம் – இந்த நாங்கோரிதான் முக்கியமானவர். இரண்டாமவர் பெயர்: மாக்கான். ஒரு சமயம், நெருங்கிய நண்பனொருவனால் திடீரென நான் படுகுழியில் தள்ளப்பட்டு, அதிலிருந்து மேலேற முயற்சிக்கும்போது என் தலையில் குட்டியவர்களைத் திட்டியவர் இந்த மாக்கான். குட்டியவர்களின் நோக்கம் உண்மையிலேயே என்னைத் திருத்துவதுதான் என்று நான் சொன்னபோது அன்பின் மிகுதியால், 'துப்பு கெட்டவன்' என்று என்னையும் திட்டியவர். 'நீ துப்புன எச்சிலை நான் முழுங்கிட்டேன். எச்சில் எச்சிலோட போச்சு. நமக்குள்ள சண்டை வாணாம்' என்று வீரத்தோடு பின் தங்கியவனுக்குத்தானே துப்பு கெட்டவன் என்று பெயர்? சரியாகத்தான் நம்மைச் சொல்கிறார் என்று சும்மா இருந்து விட்டேன். ஆனால் அவர் யார் என்று தேடுவதை மட்டும் விடவில்லை இன்று வரை.

மொய்தீன்*bye*, பட்டுக்குருவி, புர்காஉருவி என்று மேலும் சில அன்பு உள்ளங்கள். ஆனால் இந்தக் கதையின் நாயகர் நாங்கோரி அல்லவா?

இவர்தான் அந்த மொட்டைக் கடிதத்தை அன்று எழுதியிருக்க வேண்டும். விழாவன்று அவர் வந்திருக்கிறார் என்றே நம்புகிறேன்.

கடிதத்திலிருந்த 'வெடை' நாங்கோருக்கே உரியது. சின்னவர் பெரியவர் என்று வித்யாஸமில்லாத கிண்டல்... அது நகைச்சுவையாக உங்களுக்குத் தெரியவில்லையென்றால் வாழ்க்கையில் உங்களுக்கு கஷ்டமோ குழப்பமோ இல்லை யென்று அர்த்தம். கொடுத்து வைத்தவர் சார் நீங்கள். ஆமாம், உங்கள் முகவரி என்ன? "வவுத்துலெ 'மொய் மொய்'ண்டு இக்கிது புள்ளே" என்று அஜீரணக் குழப்பத்தோடு அஸ்மாவிடம் கேட்டபோது "மயிர் மொளச்சிக்கும் போலக்கிது" என்று சொன்னதை உங்களுக்கு எழுதி அனுப்ப வேண்டும்.

பேசவே தெரியாத கிழவர் மம்காசிம் மாமாவைப் பற்றியும் சொல்லலாம்.

அடித்துப் பிய்த்துக்கொண்டு பேய்மழை பெய்த ஒருநாளில், அவரிடம் வியந்து போய் சொன்னேன்: "என்ன மாமா, இப்படி பெய்யுது."

அமைதியாக, மிகவும் நிதானமாகச் சொன்னார் அவர்: "மள இப்படித்தான் தம்பி பெய்யும்."

சொல்லிக் கொண்டே போகலாம். எதற்கும் என் நாவல் வெளிவரும் வரை பொறுத்திருங்கள். மவுத்தானதும் கண்டிப்பாக வெளியிடுவேன்.

அது இருக்கட்டும், ஆமாம், அதென்ன நாங்கோரி? மீங்கோரிதான் தெரியும் எனக்கு. ப.சிங்காரம் நாவலில்: மீகொரெங். வேகவைத்த நூடுல்ஸ் – இல் அதற்கான பிரத்யேகமான மெல்லிய மசாலா சேர்த்து, சில முளைப்பயிர்களையும் இட்டு, எண்ணெயில் வதக்கி ஸோயா குழம்பை மேலே கொஞ்சம் தெளித்தால் அதுதான் மீங்கோரி. 'கோரிங்' என்றால் பொரிப்பது என்று சொல்லியிருக்கிறார்கள் மலேசியா சபராளியான என் வாப்பா. 'நாஸிகோரி' என்று போர்டில் போட்டிருப்பதைப் பார்த்து ஆசையுடன் ஒருமுறை கேட்டார்களாம். வந்தது நூடுல்ஸுக்கு பதிலாக சோற்றைப் பொரித்த சமாச்சாரம். நாஸி என்றால் சோறு. மலேசியா எழுத்தாளர்கள் என்னைத் திருத்த வேண்டும் – ஒரு பிளேட் மீங்கோரியோடு. பியரும் இந்த மீங்கோரியும் அவ்வளவு ஃபேமஸாம் சிங்கப்பூர் மலேசியாவில். சாப்பிடுவதோடு சரி, ஊரில் அப்படி ஒரு கடை திறக்க வேண்டும் என்ற எண்ணம் இல்லாத கிழச் சபராளிகள் . . . அங்கே ஆப்பமும் சூப்பும் ஒரு ஆடிப்போன பெஞ்சில் வைத்து வியாபாரம் பண்ணத் தெரியும். இப்போதுதான்... துணிச்சலான இளம்தலைமுறையினர் வெட்கம் பார்க்காமல் நாங்கோர் தர்ஹா வாசலுக்கு முன் மீங்கோரி கடை போட்டு... சூடாக வியாபாரம் செய்கிறார்கள். பக்கத்து கிராமத்தில் பெட்ரோல் எடுக்க வந்த வடநாட்டான் அங்கே மண்டுகிறான்.

எனக்கு துணிச்சலும் திறமையும் கிடையாது. பிழைக்க அரபு நாடு வந்து, துபாய் அரபி என்னை இப்போது மீங்கோரி போட்டுக் கொண்டிருக்கிறான். போதும் இந்த வாழ்க்கை என்றுதான் இடையில் புறப்பட்டுப் போனேன் லண்டனுக்கு. அங்குள்ள கொடூரமான குளிரும் நல்ல வேலை கிடைக்க நான் பட்ட பாடும், எல்லாவற்றுக்கும் மேலாக புத்தி சொல்ல ஆரம்பித்து விட்ட சொந்தங்களும் . . . ஒரு லண்டன் தமிழ் எழுத்தாளர் விவரித்ததுபோல புளித்த இட்லி மாவும் சலித்த சட்னி வாடையும் அடிக்கும் தமிழ்ச் சூழல் . . . கூடவே, 'கிலாஃபத்'ஐ கொண்டு வந்தே தீரவேண்டும் என்ற – ஹிஸ்புல்தஹ்ரீர் *(Hizbut-Tahrir)* ல்

இணைந்த – இலங்கை முஸ்லிம் நண்பர்கள் வேறு ... 'கிலாஃபத்' வந்தால் இருக்கிற குழப்பம் இன்னும் அதிகமாகிவிடாதா? நான் எதுவும் பேசுவதில்லை. அதில் சிலர் – ஏழெட்டு வருடங்களுக்கும் மேலாக குடும்பத்தைப் பார்க்காமல் – அகதி என்ற பெரும் அவலம் நீக்க குடியுரிமை கோரி பைத்தியம் போல் நடித்தார்கள். நானாக இருந்தால் நடிக்க வேண்டிய அவசியமே இருந்திருக்காது. அப்படித்தான் ஆனேன். வினோதமான அனுபவங்கள் ...

*'Hell is a city much like London'* – நீயூஹாம் நூலகம் தவிர. அங்கேதான் அம்புலிமாமா கதைகள் நிறையப் படித்தேன்.

'ஒன்னுக்கு எளுவது நன்மையாச்சே... லண்டனை விட்டா வந்தீர்கள்?' என்று நிலைமை தெரியாமல் ரொம்பவும் கரிசனத்தோடு துபாயில் விசாரிப்பவர்களிடம் – 'ஒன்னுக்கு எம்ப்ளது தீமையும் இக்கிது' என்று உள்ளுக்குள் முனகியவாறே – 'இங்கிலீஷ் தெரியாம போய்டுச்சி ...' என்று சொன்னேன்.

அதில் உண்மை இல்லாமலில்லை. என்னுடைய ஆங்கில அறிவு அவ்வளவுதான்.

டிரைவிங் லைசன்சுக்கான டெஸ்டில், பிரிட்டிஷ்காரன் பொரிந்து தள்ளினான். ஒரு எழவும் புரியவில்லை. நாலெழுத்து சொல் மட்டும் நாற்பதுமுறை கேட்டது.

நிறுத்தி, மெதுவாகப் பேசுமாறு சைகையில் சொன்னேன்.

*'You'* – ஆரம்பித்தான்.

*'Yes'*

*'are'*

*'Yes'* – புரிந்த மகிழ்ச்சி எனக்கு.

*'Fail ...'*

ஏன் நிற்கிறேன்? உறைந்து போன சொற்களையும் பக்கங்களையும் உயிர்ப்பித்து பின்பொருநாள் முழு லண்டன் கதையையும் சொல்கிறேன். இப்போது என் நேரம் சரியில்லை. உங்களின் பொறுமையை சோதிக்க வேண்டிய அவசியமும் எனக்கிருக்கிறது.

'இதோ பார்... எனக்குத் தெரியும் அந்த குளிர்; உன் வயசுக்கு ஒத்து வராது; பிரச்சினை என்றால் வந்துவிடு திரும்பி. இங்கு உனக்கு சீட் ரெடியாகவே இருக்கிறது' என்று டெலிஃபோன் செய்த அரபி முதலாளியின் கனிவான வார்த்தையை நம்பி

மீண்டு(ம்) வந்தேன். வந்தால்தான் தெரிகிறது ரெடியாக இருந்தது சீட் அல்ல, சட்டி என்று. வறுபடும் மீங்கோரி ...

இதுதான் என் பிரச்சினை, உணவைப் பார்த்தும் அங்கேயே நின்றுவிடுவது. நாங்கோரிக்கு வருகிறேன் ...

ஊரோடு ஒரு 'ஊரி' சேர்த்தால் அந்த ஊர்க்காரர் என்று அர்த்தம். அஜ்மீரைச் சார்ந்தவர் அஜ்மீரி என்பது போல் நாங்கோரைச் சேர்ந்தவர் நாங்கோரி. அவுலியாக்களை நேசிப்பவர்கள்தான் அப்படிப் போட்டுக்கொள்வது வழக்கம். அல்லது என்னைக் குழப்புவதற்காகவே பிறவி எடுத்திருப்பவர்கள்.

ஆனால் , அவர் முதன்முதலாக 'நாங்கோரி' என்ற தன் புனை பெயரை போயும் போயும் 'நாங்கோர் பிஸாது கிளப்'–ல் வெளியிட்டிருக்க வேண்டாம்.

பிஸாது என்றால் வதந்தி, அவதூறு. நல்ல தமிழில்: பழிதூற்றல். 'கிசு கிசு' என்று அந்துமணிகள் கிளுகிளு பத்திரிக்கையில் எழுதும் அல்லவா, அதுதான்.

அடுத்தவர் பற்றி புறம் பேசுவது தன் சொந்த சகோதரனின் மாமிசத்தைப் புசிப்பதற்குச் சமம் என்பார்கள் எங்கள் நாயகம் (ஸல்). ஹதீஸ் எண் ...

*Stop*

'உங்களிடம் உள்ள அதீத மதப் பிரக்ஞை குமட்டுகிறது...' – மென்மையாகச் சொன்னார் ஒரு வாசகர். 'குர்ஆன்லெ அல்லா என்ன சொல்லியிக்கிறாண்டா...' என்று ஆரம்பித்தேன். திரும்பித் திரும்பி என்னைப் பார்த்துக்கொண்டே ஓடினார் அவர்.

*Go*

இதற்கு ஒரு இணையத்தளமா?

*Gossip Club* ... நட்சத்திர ஹோட்டல்களில் இப்படிப் பார்த்ததுண்டு – வாசலில்தான். இணையத்தில், அதுவும் ஊர் பெயரைப் போட்டு பார்த்தது அதுதான் முதல் முறை. உடனுக்குடன் பின்னூட்டமிடும் வசதியும் சர்வ சுதந்திரமும் கொண்ட ஓங்கோரி, மன்னிக்க, ஒருங்குறி வலைப்பூக்கள் பூத்துக் குலுங்கும் இந்த நாளில் அது ஒரு பெரிய விஷயமாக உங்களுக்குப் படாமலிருக்கலாம். ஆனால் அப்போது – நம் அபிப்ராயங்களை உடனே அந்த பிஸாது பக்கத்தில் உள்ளிட முடியும் என்பதெல்லாம் – புதுமையாகவே இருந்தது. *FrontPage* இல் உள்ள *GuestBook Template* மூலம் அதை உருவாக்கியிருப்பதாக

விவரம் தெரிந்தவர்கள் சொன்னார்கள். பிஸாது கிளப் இருந்த தளத்திலேயே அப்படி ஒரு சேவை உண்டு என்றும் சொன்னார்கள். ஒன்றும் புரியவில்லை.

'கலப்பை'யெல்லாம் தெரியாது. கம்ப்யூட்டரே அப்போதுதானே தெரிந்தது ... அறிவில் நான் அவ்வளவு பின் தங்கியிருந்தேன். தென்கச்சியார் சொல்வதுபோல கியூவின் முனையைத் தொட ஒரு விமானம் வேண்டும்.

ஒரு 'தல்லிப்பொலி' பிரிண்டிங் பிரஸில் ஓவியனாக ஒன்பது வருடம் ஓட்டிவிட்டு, சம்பளத்தை வரைந்தே எடுத்துக்கொள்ளச் சொன்னதால் விலகி, நாங்கோர் முதலாளியின் கம்பெனியில் வேலைக்கு சேர்ந்தேன். அப்போதுதான் பார்த்தேன் அந்த அசுரனை.

நேர்முகத்தின்போது, 'கம்ப்யூட்டர் தெரியுமா?' என்றுதான் கேட்டார். தெரியும் என்றேன். சேர்ந்தால் அதை இயக்கச் சொல்கிறார். ஐயோ, எனக்கு உடம்பெல்லாம் நடுங்கிவிட்டது.

"தெரியும்டு சொன்னீங்களே தம்பி."

"இது கம்ப்யூட்டர்ண்டு தெரியும் காக்கா. அதைத்தான் சொன்னேன்." 'அரபி தெரியும்' என்று பம்பாய் இன்டர்வியூவில் சொன்னவன் சவுதிக்கு போனதும் அரபி டைப்பிங் செய்யாமல் முழித்துவிட்டு, தெருவில்போன அரபி ஒருவனைக் காட்டி அவனைத்தான் குறிப்பிட்டதாகச் சொன்னானாம். அதுவும் நான்தான்.

"அடச் சே" என்று அலுத்துக் கொண்டவர், "ஸலீம் ... இந்தப் பையன் சம்பளத்துலெ ஆயிரம் திர்ஹம் கட் பண்ணு மாசாமாசம்" என்று அக்கவுண்டன்டிடம் உத்தரவு போட்டார். எனக்கு சந்தோசமாக இருந்தது. ஏனெனில் என் சம்பளம் 900 திர்ஹம்தான்.

ஒருவழியாக மலையாளி ஸலீமின் உதவியால் அக்கவுண்ட்ஸ் கற்றுக்கொண்டு, 100 MB மெகா ஹார்டு டிஸ்க் கொண்ட ஒரு 386 பொட்டியில், 'கோவாலு' மொழியில் வடிவமைக்கப்பட்ட ஒரு அக்கவுண்டிங் ஸாஃப்ட்வேரை படுவேகமாக இயக்கத் தெரிந்து கொண்டேன். பிரபலமான ரட்டன்ஜி ஆடிட்டிங் கம்பெனி தயாரித்த பிரமாதமான ஸாஃப்ட்வேர். வாடிக்கையாளர்களுக்கு *Credit Sales Invoice* போட்டால் அது அவர்களின் லெட்ஜரில் *Credit Side* ல் போய் உட்காரும்.

இணையத்தொடர்பும் அந்த அலுவலகத்தில் அப்போதுதான் வந்து உட்கார்ந்தது.

அது வந்தது வியாபாரத்தை பெருக்க அல்ல என்ற ரகசியத்தை சலீம் போட்டு உடைத்தான்.

நாங்கோர் பிஸாது கிளப்பைப் பார்க்கத்தான் அதாம்...

யாரால், எப்படி அந்த site பற்றி கேள்விப்பட்டார் காக்கா என்று தெரியவில்லை. இணையத் தொடர்பு வந்ததிலிருந்து தினமும் பதறிக் கொண்டுதான் இருந்தார்.

முதல் பிஸாதே அவர் குடும்பத்தைப் பற்றி இருந்தால் பின் என்ன செய்வார்?

தமிங்கிலத்தில் எழுதப் பட்டிருந்த அந்த பிஸாது, ஊரில் முத்தவல்லியாக இருக்கும் அவர் அண்ணன் செய்த திருட்டை அம்பலப்படுத்தியிருந்தது. இது எல்லா முத்தவல்லிகளும் செய்வதுதானே என்று காக்காவால் சும்மா இருக்க முடியவில்லை. விஷயத்தை பிரிண்ட் செய்து நாங்கோர் பள்ளிவாசலில் யாரோ நாறடிக்கிறார்களாம். இனி எந்தெந்த பூதம் வருமோ...

எனக்கு விசா பிரச்சினை வந்தது.

தினம் பதினாறு மணி நேரம் வேலை பார்க்கும் அந்த நரகத்திலிருந்து தப்பித்தேன். இப்போதைய அரபியின் கம்பெனியில் பதினைந்தே மணி நேர வேலைதான். இணையத்தை தினமும் பத்து நிமிடம் 'லொடக் லொடக்' டயல்அப்பில் பார்க்கும் சுதந்திரமும் கூட.

அந்த பத்து நிமிடத்தில் நாங்கோர் பிஸாது கிளப்பைப் பார்க்க இப்போது நான் மறக்கவில்லை. துபாயிலுள்ள நாங்கோர்வாசிகள் அன்றைய நாங்கோர் பிஸாது என்ன என்று என்னைத்தான் கேட்கிறார்கள்... ஆண்டவர் சினிமா கொட்டகையின் புதிய படம் என்ன? 'இப்ராஹிம் மரைக்காருக்கு புள்ளெ பொறந்திக்கிது. அத போடலாமா?'

எனக்கு பரிதாபமாக இருந்தது. நாங்கோருக்கு என்று எவ்வளவு பெருமைகள் இருக்கின்றன... அதன் அவுலியாக்கள், எழுத்தாளர்கள், அதன் மொழி, கலாச்சார அழகு, விழா, நகைச்சுவை, தர்ஹாவில் வலம் வருகிற கஞ்சா, தினமும் கடைசி டிரெயினில் ஒரு பைத்தியம் ஊருக்கு வருவது...

ஒன்றும் வேண்டாம், வறண்ட பக்கத்து கிராம விவசாயிகளின் கஷ்டங்கள் பற்றிய கரிசனம் அல்லது ஒரு விமர்சனமாக, மத நல்லிணக்கம் கொண்ட இந்த நாங்கோர் கொடூரமான முகத்துடன் எப்படி மாறிப் போனது என்பதையாவது...

எழுதி , மதவன்முறையின் மூலம் எங்கே என்று கண்டுபிடிக்க முயற்சிக்கலாம். எங்கே இருக்கும்? பின்பக்கத்தில்தான் இருக்கும். எனக்கு மூலம் வந்தபோது, ஒரு உறவினர் 'கவனிச்சிப் பாருப்பா' என்றார். கஷ்டப்பட்டு கழுத்தை வளைத்து, 'கவனிக்க முடியாத எடத்துலெ இக்கிது மாமா' என்று இயலாமையோடுதான் சொன்னேன். ஆனால் உத்தேசமாக அந்த இடம்தான். 'மூலம்' பற்றி ரத்தம் சொட்டச்சொட்ட எழுத என்னிடம் ஏராளமான தகவல்கள் உண்டு. பிறகு காட்டுகிறேன்.

அட, ஊரைப் பற்றி எழுத வேண்டாம், உலகத்தில் எத்தனையோ அயோக்கியத்தனங்கள் நடக்கின்றன... முக்கியமாக ஈராக் விவகாரம்... விபரமாக எழுதலாம் இல்லையா? வீராவேசமாக நான்கூட – இரண்டாம் வளைகுடாப் போர் நிகழப்போவதற்கு முதல்நாள் – துணிச்சலான துபாய் அரசு காட்டிய ஒரு நிமிடக் குறும்படம் பற்றி எழுதவில்லையா – அந்த 'புத்தகப் புல்லு' இணையக் குழுமத்தில்? அதென்ன எழுத்துரு, *TSCII*யா?

இரண்டு புத்திசாலிக் குரங்குகள் சேர்ந்து களிமண்ணால் ஒரு சிலை வடிக்கின்றன. வசனமெல்லாம் இல்லை. வேடிக்கையான பின்னணி இசை மட்டும்தான். சிலையின் பின்பக்கம் மட்டும்தான் மங்கலாக நமக்குத் தெரிகிறது. தட்டித்தட்டி ஒருமாதிரியாக சிலை உருவாகிவிட்டது. 'டக்'கென்று சிலையின் முன்பக்கம் தெரிகிறது இப்போது நமக்கு.

வடிக்கப்பட்டதும் ஒரு குரங்கு.

அடுத்த நொடியில் செய்திநேரம் ஆரம்பமானது. புஷ்ஷூம், பிளேரும் அறிக்கை விடுக்கிறார்கள் – ஈராக்கில் ஜனநாயகத்தைக் கொண்டுவர போர் தொடுப்பதாக.

அசந்துவிட்ட அத்தனை உறுப்பினர்களில் ஒரே ஒருவர் மட்டும் உடனே எழுதினார்: 'அந்த குறும்படத்தில் அருமையாக நீங்கள் நடித்திருந்தீர்கள்.'

எனக்கென்னமோ அந்த உறுப்பினர்கூட நாங்கோரியாகத்தான் இருக்கும் என்று இந்த நிமிடத்தில் தோன்றுகிறது. அந்த கிண்டல்... இல்லை, அவரேதான். பெயர் போடாவிட்டால் என்ன? 'இன்னொரு குரங்கு அவரா?' என்று கேட்டால்கூட ஈகோ பிரச்சினையில்லாமல் ஈஸியாகத்தான் எடுத்துக்கொள்வார் என்றே படுகிறது. நான்தான் கொஞ்சம் உணர்ச்சிவசப்பட்டு உடனே அன்று கண்ணாடி முன் நின்றேன். அவர் சொன்னதே எவ்வளவோ தேவலை என்று பட்டுவிட்டது.

நாங்கோர் பிஸாது கிளப் உறுப்பினர்களோ . . . இளைஞர் களாக இருந்தார்களே தவிர பெரும்பாலும் அப்பாவிகளாக இருந்தார்கள். வறுமை தெரியாமல் வளர்ந்த மிதப்பு தெரிந்தது. சிலரின் புகைப்படமும் இருந்தது. நிஜமாகவே அது அவர்கள்தானா என்று சந்தேகம் வந்தாலும் பெயர்களைப் பொறுத்தவரை நாங்கோரின் நகைச்சுவையைக் கண்டுகொள்ள முடிந்தது. கரிப்பொட்டிமாப்புள, குண்டபீங்கான், குண்டாசோறு, குசுவுட்ட சாபு . . .

ஆனால், எழுதும் இரண்டொரு வரியில் அவர்களின் அறிவும் சுவாரஸ்யமும் வெளிப்படவில்லையே . . . ஓரிரு நாள், *'TwinSisters'* என்ற பெயரில் வலம் வந்தவர்களைப் பார்த்து வழிந்தார்கள். மற்றபடி . . . உலக சினிமாவும் இல்லை; உலக்கை குத்தும் தமிழ் சினிமாவும் இல்லை, இலக்கியமும் இல்லை; இன்டெர்நெட் டிப்ஸூம் இல்லை. மிஞ்சிப்போனால், அல்லா நமக்கு மட்டும் நேர்வழியைக் காட்டிவிட்டான்; கந்தூரியை தடை செய்ய வேண்டும்; இன்று இரவு இந்த ஊரில் இத்தனை மணிக்கு மார்க்க விளக்கம் . . .

அதாகப்பட்டது, 1400 வருஷமாக யாருக்கும் முழுசாக விளங்கியபாடில்லை.

அடுத்த பக்கத்திலும் உண்மையுண்டு என்பதை உணராமல் என்ன இது . . .

எல்லாமே தப்பு, பின் எப்படி வாழ்ந்து முடிந்தால் என்ன?

அப்போதுதான் . . . அங்கே உயிரூட்ட வந்தார் இந்த நாங்கோரி. தமாஷாக ஒரு விஷயத்தை எப்படிப் பார்க்க வேண்டும் என்பதை இவரிடம்தான் கற்றேன். இவர் குறிப்பிட்டுத்தான் அந்த இலங்கை எழுத்தாளரையும் சிரிக்கச்சிரிக்க படித்தேன். ஊஹூம், நீங்கள் நினைக்கிற நவாப் நல்லமுத்து இல்லை, அவருக்கும் நாற்பது வருஷத்துக்கு முன்பே எழுதிய கவிஞர் அப்துல் காதர் லெப்பை. செய்னம்பு நாச்சியார் மான்மியம் எழுதியவர்.

வாருங்கள் என் குருவே . . .

'யாருடியம்மா இந்த நாங்கோரி? சொல்லித் தொலைங்களுவமா . . . படியவுளுந்துடுவாளுவோ . . .' என்று கேட்கும்படி வந்தார்.

இனி தேவைப்பட்ட இடங்களில் மட்டும் நான் கொஞ்சம் விளக்கம் தருவேன். அதாவது, தேவைப்படாத இடங்களுக்கு அதிக விளக்கம் தருவேன். எல்லா உறுப்பினர்களும் அப்போது த/திமிங்கிலத்திலேயே எழுதினார்கள் – நாங்கோரியைத்

தவிர. ஊருக்கான கொச்சை வரும் இடங்களில், குழப்பம் தவிர்க்க தமிழில் எழுதியிருக்கிறேன். தேதி, நேரம் எல்லாம் தேவையில்லாதது என்றும் கருதினேன். மன்னிக்கவும். குறிப்பாக, புறாட்டாவை 'பிதுக்கப்பம்' என்றுதான் சொல்லவேண்டும் என்று அடம்பிடிக்கும் தமிழ் ஆர்வலர்கள் அமைதி காக்கவும்.

இது வெறும் கதை அல்ல. ஒருவகையில், முழுக்க என் கதையும் அல்ல. பாராட்டு வந்தால் – செஞ்சிகிஞ்சிடப் போறீங்க ... – அது நாங்கோரிக்குத்தான் சேரும். தவறுகள் அத்தனையும் என்னுடையவை.

## 1

'வாங்கனி', 'போங்கனி' என்று எல்லாவற்றுக்கும் ஒரு 'கனி' போட்டு நாங்கோரில் பேசுவதற்கு நாங்கோரியின் விளக்கம்:

*Hi folks! We are all familar in Naangor with the popular dialect 'Waangani' 'Pongani' 'Enngangani'. Do you exactly know how it was derived and what does it mean? Let me give you a brief explanation. You might have observed the Brahmins way of talking 'Ennangaanum' 'Vaanganum' ' Ponganum'. It is a way of dialect significant only to the so called high class Brahmin community living in 'Agrahaaram'. So as this.. If you observe the way of talking in Karaikal, you can notice 'Vaambiley' 'Pombiley' 'Ennambaley'. Vaa+Aaan Pillai= Vaambiley. I couldn't find any special features or a matter of interest in calling a man 'Aambiley' while everyone knows that he is a 'He-Man'. But surprisingly in Naangor when we call someone 'Ennangani' it does has a special meaning and as well as a blessing wish. Let me tell you how..? 'GHANI' in Arabic means 'RICH PERSON'. The word 'GHANI' in the course of time changed into 'GANI'. When you call someone 'Ennangani, Sowkiyama?' - it means 'What richman. Are you fine?' . Can you feel the hospitality, courtesy, a word of blessing in this context. Do you..? So, now do you understand how rich is our culture?..How kind are our words..? Keep it up and God bless you.*

*- Naangori -*

## 2

'தங்கச்சி ... நாங்கோரிமா ... நீங்க யாரு? இவ்வளவு அறிவு எங்கிருந்து வந்துச்சு? மண்டய போட்டு உடைக்கிறேனே ... சொல்லுங்க புள்ளே என் சீதேவி' என்ற உறுப்பினர் ஒருவருக்கு அவர் எழுதியது கீழே வருவது. வசைச் சொற்களுக்கு விளக்கம் கொடுக்கிறார் நாங்கோரி. 'களிச்சல்ல' வேறு, 'ஒரு களிச்சல்ல' வேறு.

*Dear Friend, Nice to have response from you. By the by I am not a 'Sinthanai Chemmal'. I do come from Naangor. Personally I know all you guys. Let me keep myself anonymous. You have given me a nice thread to think about some 'Vasai Mozhi' come in Naangor. I strongly feel it is the worst form of extreme curses to anyone. For eq.*

கொல்லையிலே போவொ – *Die in Plague disease*

களிச்சல்ல போவொ – *Die in Cholera*

ஒரு களிச்சல்ல போவொ – *Die in Cholera at the first instance*

கருமம் கொள்ளுவாஹா – *You shall get Leprosy*

*Now , Do we folks understand how extrreme curse are these words? We have angels around us. When we ask Dua then also they say 'Aameen'. When we curse anyone, then also they say 'Aameen'. On this day let us take an oath that we shall never curse any of our brothers. Let only blessing and good words come out of our mouth.*

நாங்கோர் பொண்டுகளால் சொல்லப்படும் சில வண்ணங்கள்:

காக்கா முட்ட கலரு – *Violet*

பிஸ்கட் கலரு – *Beige*

ஆனந்தா கலரு – *Sky Blue*

மருவண்டி கலரு – *Dark Red*

ஹேந்தி கலரு – *Orange*

ஹூதா கலரு – *Blue*

ரோஸு கலரு – *Pink*

காப்பி கொட்டை கலரு – *Brown*

*- Naangori -*

**3**

'ஒரு வரத்துலெ வர்றாஹா', 'கட்டயிலெ போவ' என்பதற்கான விளக்கம்:

*Dear Unknown friend, You have asked me explanation for 'Oru Varathuley Varraahaa' and 'Kattaiyilae Pova'. I am happy to give you explanation.*

*Explanation No.1 : for 'ORU VARATHULAE VARRAAHAA'. . . You might have heard the word 'POKKUVARATHU' which means Traffic and also Transport. Traffic is the one which is keep on moving. It is unstable. Hurry Burry, Buzzing, Full of Tension and so on. Some people when they* get frustrated they don't know what to do. They will be unstable and full of tension. Their behaviour will be in a funny way (Say like Mr. Bean). In this kind of situation, this context 'ORU VARATHULEY VARRAAHA' is applied. This saying is usually uttered by ladies in a most attractive and a musical form of dialect. It is much more interesting to watch ladies murmouring this dialogue with their folded fist on their chin allowing one of their fingers on their nose in a form of question mark.

Explanation No.2 : for 'KATTAILEY POVA '... Many people think that this curse just means Go and Die. The Sandhook (Arabic word for wooden box) which is used to carry us for our last journey is made out of wood. When people curse these words they think it means just go and die. But it has still more extreme meanings for this curse. As I have explained in my earlier posing - Die in Cholera, Die in Plague, Die in Leprosy... This curse also has effective meaning. 'KATTAILEY POVA 'actually means die in an unconscious state. That means Go and Die in the Coma Stage. To die in the Coma stage is the horrible destiny of death. The reason behind this is that you can't even recite your 'Kallima' in your last moment of your life. Is it not a horrible way of death? Friends, if my words have touched your heart and if you feel how effective are these cursing, my request is don't curse anyone. May God Bless All of Us.

- Naangori-

## 4

நாங்கோரியின் Bio-Data இது:

My Full Name : -------------
My Pet Name : Naangori
My favourite Music : 'Shenai' or Naayanam played in Nagara Modai
My favourite dish : Kothu Parotta
My favourite snacks : Beef Pakoda
My favourite Drink : Nannari Sarbath
My favourite Fish : Surumbu
My favourite Dryfish - Koduva
My favourite Bird : Ullaan
My favourite picnic spot : Silladi
My favourite sweet : Paruthikkottai Halwa
My favourite fruit : Naaval Pazham
My favourite eatable : Elanda vadai

*My favourite friend : You.*

*- Naangori-*

**5**

*Some unheard Definitions . . .*

எட்டு முழ துப்பட்டி: *An uniform worn by ladies to disguise themselves so as not to be recognised who is who (Even then some jollu guys identify guessing at their foot steps).*

மல்லிய பத்திஸு தாவணி: *A never changing pattern till Qiyamath with crescent and star.*

கைலி: *A comfortable gents garment used to hide PAALKOVA to his dear wife without the notice of other house members*

பிரியாணி வாடா: *An eatable invented by our ancestors to use the unwanted wastage biriyani prepared before a day or two.*

கொத்து பறாட்டா: *A dellicious dish that can be ordered round the clock at the advent of the instant guests.*

அலங்கார வாசல்: *A place where we can purchase Beef Pakota, Sundal, Ice More, Parotta Urundai etc . . .*

தர்ஹா மார்க்கெட்: *A place where we can leave our unwanted cats wrapped in sack.*

ஆண்டி குளம்: *A giant dust bin where we can dump and pour all our waste materials*

*- Naangori-*

**6**

இஸ்லாமியப் பெயர்களின் முக்கியத்துவம் :

*Dear Friends, As we all know Prophet Mohammad (p.b.u.h) has guided us with beautiful names to keep for our children. All of our names have meanings and blessings in it. It is very pity to note that we are spoiling those names with irrelevent pronounciation which becomes mockery. Hence it is in Arabic it should be rightly pronounced. In this regard let me mention few names common in Naangor.*

ஜொஹ்ரா – *Zahra*

ஹைஜான் – *Khadija*

ஐஷான் – *Ayisha*

ஜஹபரு – *Jaffar*

ஆட்டுகால் மரைக்கார் – *Abdul Qadir Maraicar*

மம்மூசா மரைக்கார் – *Mohamed Hussain Maraicar*

செய் மைதீன் – *Syed Mohideen*

ஹஸ் குஸ் மாலிம் – *Hassan Quddus Malim*

மம்மூட்டி – *Mohammad Kutty . . .*

*Just imagine , Are we calling these names in a right way? We shall remember that on the day of Qiyamath we will be called upon with our own names. The names have that much significance. Let us keep meaningful names.*

'உம்மனைகள்'கள் வந்த விதம்:

*Those were the days when some one in our family goes to Haj they will name "Haji Ummanai', and to those born when built New house 'Puthu Oottu Ummanai'. Now thing are changing. We have awareness. Ladies are not dumb and foolish as it is in the public opinion.*

*- Naangori-*

**7**

'நூதனமா பேசுறாஹா':

*Dear Friend, You have mentioned about the dialect 'Noodanama Pesuraha'. Noodanama is pure Tamil word. Hundreds of rare Tamil words is in our daily usage which is not common with non-muslims. For eg: Aanam instead of Kozhambu for Gravey, Thirappu instead of Chaavi for key, Thethani (Theyilai Thanneer) instead of Chaaya for Tea, Vilakku Maaru instead of Thudaippam for Broom Stick, Sooli instead of Karpini for pregnant lady, Soru instead of Saadam for Rice. Molavu Thanni (Milagu Thanneer) for Rasam and many more words.*

'ஜோட்டால அடிப்பேன்':

*'Jottaaley Adippaen' is again an interesting thread. 'Jottaaley Adippaen' means I will beat with both the slippers, 'Jottu' derived from the word 'Jodi' which means PAIR.*

'ஆவு கெச்சேனு':

*Above all, 'Aavu Kecheno' is an exceptional and interesting dialect. It has been derived from the word 'Aang Ketteno' which means 'Have I been doomed to disastrous?'. In Silappadigaaram, Paandiya Nedunchezhiyan says these words, when Kannagi proves her husband's innocence. In course of time this exclamatory remark has been used to express the feeling equivalent to 'Oh my God!'. The word 'Ponduvo' to mean ladies also been derived from ancient Tamil which means 'Pendeer'. In this context let me conclude with a funny saying dedicated only to Naangor :*

*'Ponduvala Ponduvala Nandu Kadikka, Aaambilaivola Aaambilaivola Allah Vachu Kaappatha !'*

*- Naangori-*

## 8.

*மேலும் சில ஸ்பெஷல் நாங்கோர் வார்த்தைகள்:*

*தீம்பா – Bucket*

*கோயான் – Fool*

*பேயன் – Idiot*

*லஹூட்டு பேயன் – Extreme Idiot*

*பவுமானம் – Pride, Ego*

*செம்சட்டி – Coppet Pot (Big)*

*பராக்கு – Site Seeing*

*ஹப்பி (Hubbby) – Very Old*

*பே துப்பா – Good for Nothing*

*காண்டா (Gaanda ) – Chilli Potota Fry, Water Can*

*Idioms :*

*அஹடம் பஹடம் – This & That*

*- Naangori -*

## 9

*I have just imagined the following names popular in Naangor irrelevant to their names. This is just an imagination. Please don't get offended :*

*சின்னமரைக்கான் – who is fat, gigantic and hefty.*

*ஹல்வாசாபு – Who has sugar in his blood.*

*தங்கலாத்தா – who has recently mortgaged all her jewels*

*செவத்த மரைக்கார் – As black as Rajini*

*கண்ணுவாப்பா* – Who had an eye operation.

- *Naangori* -

சாம்பிள்கள் போதுமா?

நம் கோபத்தை நாசூக்காக காட்ட வேண்டும்; கருத்தை கருத்தோடு மோதவேண்டும் என்பதற்கு அவர் சொன்ன அம்பயர் உதாரணத்தை கடைசியாக இங்கே குறிப்பிட விரும்புகிறேன்.

அராஜகமாக சிவப்பு அட்டை கொடுத்து வெளியேற்றிய அம்பயரிடம் அந்த ஆட்டக்காரன் கேட்டானாம்:

"உங்களை நான் அறிவுகெட்டவன் என்று சொல்வது தப்புதானே?"

"கண்டிப்பாக"

"பைத்தியக்காரன் என்று சொன்னால் அபராதம் விதிப்பீர்கள்"

"ம்"

"நான் அப்படி எதுவும் சொல்லப்போவதில்லை."

இந்த நாங்கோரி இன்னும் எவ்வளவோ எழுதியிருப்பார். மலையாள மணம் கமழ, 'சேச்சி' என்று பெண்கள் அழைக்கப்படுவது நாங்கோரில் – அதுவும் குஞ்சாலித்தெருப் பக்கம் மட்டும் – ஏன், 'செறாங்கு' யார் . . . 'சோனவமீன்' என்று ஒரு மீனுக்கு ஏன் பெயர் வந்தது . . . – எல்லாம் சொல்லியிருப்பார். அவரிடம் கற்றுக்கொள்ள ஏராளமான விஷயங்கள் இருந்தன. உறுப்பினர்களின் தகுதி தெரியாமல், மூச்சோட்டம் சம்பந்தமான பயிற்சிகளில் மூச்சை எங்கே நிறுத்த வேண்டும் என்று ஒரு வரி அவர் எழுதிய ஞாபகமும் இருக்கிறது. அது பலரும் செய்வது போல் 'ஹல்க்' எனப்படும் தொண்டையில் அல்ல. ஆனால் இம்மாதிரி ஆன்மீக விஷயங்களை அவர் தொடர்வதற்கு முன் யாரோ ஒரு உறுப்பினர், ரஷ்டிக்கு ஃபத்வா கொடுத்தது சரிதான் என்று கடுமையாக எழுதப்போக . . . நாங்கோரி ஒரு ஒரு வரி, 'ருஷ்டி, *Midnight Children* போன்ற நல்ல படைப்புகளும் கட்டுரை/கதைகளும் எழுதியிருக்கிறான்; அதையும் சேர்த்து நாம் பரிசீலிக்க வேண்டும்' என்று எழுதி . . .

இங்கே, கிளப்பின் மதிப்பை இழந்தார் நாங்கோரி.

'இஸ்லாத்திற்கு எதிராக எழுதும் காஃபிர்கள் இங்கே வர வேண்டியதில்லை' என்று எல்லோராலும் புறக்கணிக்கப்பட்டார். நான் மட்டும் தைரியமாக, 'இதைக் கண்டிக்கிறேன்' என்று எழுத அங்கே நுழையும்போதெல்லாம் இணையத்தின் தொடர்பு அறுந்தது. அது என்ன தொழில் நுணுக்கமோ தெரியவில்லை. இந்த பிரச்சினை நீங்க என் அரபி முதலாளி பில் கட்டியிருக்க வேண்டும் என்றார்கள்.

அதிலிருந்து நாங்கோரி அங்கே எழுதுவதில்லையாம். நானும் பார்க்கப் போவதில்லை. அவரில்லாத கிளப் என்ன கிளப்? வெண்டைக்காய்.

அவரை தேடிக்கொண்டும், பலரிடமும் விசாரித்துக் கொண்டும் இருந்த நான் துவண்டு போனேன். என் கதைகளில் இருந்த அநியாய சோகத்திற்கு அதுதான் காரணம். அதை நீங்கள் படிக்காமலேயே உணர்ந்திருக்கலாம். 'கட்டபொம்மனை தூக்கில் போட்டதற்கு அவன் பேசிய வசனம்தான் காரணம்' என்பது போன்று யாராவது எழுதினால் இவர் நாங்கோரியாக இருப்பாரோ என்று எண்ணம் ஓடும்.

எங்கே இருக்கிறார் அவர்?

ஒரு ஊகமாக, பஹ்ரைனில் இருக்கிறார் என்கிறார்கள். அல்லது தன்னைத் தண்டித்துக்கொள்ள சவுதி போய்விட்டாரா? அவர் 'கப்ப சபர்' செய்பவர்தானா அல்லது ஊரோடு இருப்பவரா?

கிளப்கள் தொலையட்டும், இத்தனை வருடங்களுக்குப் பிறகு வலைப்பதிவுகள் எத்தனை சுதந்திரவெளி கொண்டதாக மாறிவிட்டன. எந்தப் பெரிய பத்திரிக்கையின் தயவும் தேவை யில்லாமல், தமிழ் எழுத்தாளர்கள் அத்தனை பேரையும் தூக்கி சாப்பிடும் விதமாய் எவ்வளவு பேர் அற்புதமாக எழுதுகிறார்கள். இந்த அ, த, சு, வெ மற்றும் அந்த க, பெ, ர, சியின் தமிழும் பன்முகத் திறமையும் மலைக்க வைக்கிறது. காலை எழுந்ததுமே தன் கடன்களைக் கூட முடிக்காமல் கருத்து சொல்ல புறப்பட்டு விடும் வெட்டி வீரர்களைப் போலல்லாமல் விஷய ஞானத்தோடு எழுதுகிறார்கள். பிறமதத்தினரை மதிக்கும் இவர்கள் மேல் பெரும் மரியாதை வருகிறது. இவர்கள் தொடாத துறையும் இல்லை . . .

இவர்களில் ஒளிந்து இருப்பாரோ?

ஏன் ஒளிய வேண்டும்?

அழகுக்காகவோ சிரிப்புக்காகவோ புனைபெயர் வைத்துக் கொள்பவர்கள் போலில்லாமல் துவேஷம் பரப்புவதற்காகவும் பரபரப்பிற்காகவும் அலையும் பெயரற்றவர்களைக் கண்டு பயப்படுகிறாரா?

எழுதியது உண்மையிலேயே யார் என்று தெரியாமல் இருப்பது பெரும் கொடுமைதான். இதையே நாங்கோரி விஷயத்திலும் கேட்கலாமோ?

ஒரு நண்பர், தன் வலைப்பூவில் யாரோ நரகலை கழிந்து விட்டுப் போயிருக்கிறான் என்று புலம்பினார்.

"எழுதுனவன் பேர் என்னய்யா?"

"உங்கம்மாவை ஓ... வன்"

தூக்கிவாரிப்போட்டது.

எப்போதும் வன்முறைக்கு ஆளாவது பெண்கள்தான்...

இவ்வளவு நல்லவன் போல் பேசும் நானும் வன்முறை செய்ததுண்டு. அஸ்மாவை கல்யாணம் செய்யும் முடிவைச் சொல்கிறேன். அவளும் பதிலுக்கு வன்முறை செய்தாள்; அதற்கு ஒத்துக்கொண்டாள்.

ஐ.பி, பொய்.பி என்று கம்ப்யூட்டரை கரைத்துக் குடித்தவர் களுக்கு எப்படி முகமூடி/போலிகளைக் கண்டுபிடிப்பதென்று தெரியலாம். நாங்கோரி போன்றவர்கள் என்ன செய்வார்கள்? அல்லது அவருக்கும் தெரிந்துதான் இருக்குமா?

சென்றமாதம் ஊர் சென்றிருந்த நான், 'இஸ்லாம் – ஒரு எலியின் அறிமுகம்' (கீழ்மேற்கு பதிப்பக வெளியீடு) எழுதிய பிரபல எழுத்தாளர் நாங்கோர் நஜ்மியை ஒருவழியாகக் கண்டு, 'நாங்கோரி பற்றி எதுவும் தெரியுமா நானா?' என்று கேட்டேன். அவருக்கு தெரியவில்லை. எதிர்பார்த்ததுதான்.

அடுத்து, மிகச் சிறந்த துப்பறிவாளனின் பாவத்தோடு ஒரு கேள்வியைக் கேட்டேன்:

'உங்களை தீவிரமாக இணையத்தில் எதிர்த்து எழுதும் பூனைநேசன்... அது நீங்கள்தானே?'

அவர் ஒரு ஆன்மீக சிரிப்பு சிரித்துவிட்டு 'ஆல்ஃபா'வில் ஐக்கியமானார்.

இது வேலைக்கு ஆவாது.

துபாய் திரும்பிய நான், நேற்றிரவு டி.வியில் எனக்குப் பிடித்த 'Star Singer' நிகழ்ச்சியை பார்த்துக்கொண்டிருந்தேன். 'ஸ்ருதி அம்மா, லயம் அச்சன், மகளட பேரோ சங்கீதம்' பாடிய பெண்ணைப் பார்த்து போட்டியின் நீதிபதிகளில் ஒருவரான இசையமைப்பாளர், 'சுருதி சேர்த்து பாடனும் மவளே... அதுதான் சுகம்; அப்போ தெய்வம் முன்னே வந்து நிக்கும்' என்று சொல்லி ஒரு 'ஆலாப்' பாடிக்காட்டினார்.

பாடிவிட்டு, 'சரிதானே நாங்கோரி?' என்றார் என்னைப் பார்த்து.

\* \* \*

நன்றி : ஹய்யும் (Qaiyum) சேட்

உதவி : நாகூர் பிஸாது கிளப்

திண்ணை. காம் / ஆகஸ்ட் 2007

# விளக்கக் குறிப்புகள்

அஜ்னபி – (ஊருக்குப்) புதியவர்

அவுலியா – இறைஞானி

அவுலியாக்குஞ்சு – இறைநேசர்கள் போல் நடிப்பவர்

அவுரியம் – அபூர்வம்

அர்பாப் – அரபி முதலாளி

அஹுக் – சகோதரன்

அதப்பியம் – (ஆபாசமான) வெட்டிப்பேச்சு

அதபு – ஒழுங்கு

அமல் – செயல்

'அனல்ஹக்' – நானே இறைவன் [கொல்லப்பட்ட மன்சூர் அல் ஹல்லாஜ் ரஹ்மத்துலாஹி சொன்ன வார்த்தை (உபநிஷத்தின் 'அஹம்பிரம்மாஸ்மி' போன்றது)]

அந்திஸு – அந்தஸ்து

'அய்வா' – வியப்பாக, பாராட்டாக 'ஆஹா . . . அதேதான்!' என்று சொல்வது

அல்லூறு – கொடும் சாக்கடை நாற்றம்

அஸ்தஃபிருல்லா! – 'இறைவா, பிழைபொறுப்பாயாக!'

அஸர் வக்த் – பிற்பகம் நேரத் தொழுகை நேரம்

ஆவுசம் – பேய்

ஆதம் (அலை) – (இஸ்லாமிய நம்பிக்கைப் படி) உலகின் முதல் மனிதர்/நபி

ஆலம் – பிரபஞ்சம்

ஆயத்துல் குர்ஸி – குர் ஆன் 2வது அத்தியாயம் 255வது வசனம்

ஆயத் – வசனம்

ஆனம் – குழம்பு

ஆசுரா – முஹர்ரம் மாதம் பிறை 10–ல் 'ஷியா'க்கள் நடத்தும் விழா

இபாதத் (Ibaadath) – இறைச்சிந்தனை

இல்ஹாம் – இறைஉதிப்பு

இபுலீஸ் – ஷைத்தான்

'இல்ஜாமுல் அவாம் அன் இல்மில்கலாம்' – இமாம் கஸ்ஸாலி (ரஹ்) அவர்களின் நூல்களில் ஒன்று

இல்முல் ஜஃபர் – அரபு எழுத்துக்களின் சக்தி சம்பந்தமான அறிவு

இஹ்ராம் – ஹஜ், உம்ரா செல்பவர்கள் அணியும் வெள்ளை ஆடை.

இஹ்யாவு உலுமுத்தீன் – இமாம் கஜ்ஜாலி (ரஹ்) அவர்களின் புகழ்பெற்ற ஒரு நூல்.

இஷா – இரவு நேரத் தொழுகை (முன்னிரவு)

ஈமான்தாரி – (மார்க்கத்தைப் பேணும்) நம்பிக்கையானவர்

உம்மனம்மா – கிழவிகளை தமாஷாகக் குறிப்பிடுவது

உம்மத் – 'உம்மி நபி'யைப் பின்பற்றுவோர். உம்மி நபி – எழுதப் படிக்கத் தெரியாத நபி (ஸல்)

உம்மு ஸல்மா (ரளி) – ரஸூல் (ஸல்) அவர்களின் மனைவியருள் ஒருவர்

உம்ரா – புனித மெக்காவுக்குச் செல்வது. 'சிறிய ஹஜ்' என்று அழைக்கப்படும் இதை எப்போது வேண்டுமானாலும் நிறைவேற்றலாம்.

ஊத் (Oudh)– நறுமண எரிவை (Aloeswood)

'எட்டு' – திராவியா தொழுகை, 8 'ரக் – அத்'தாகத்தான் இருக்க வேண்டுமென்று சொல்லும் (நஜாத்) பிரிவினர்

எஜமான் / பெரிய எஜமான் – இறை நேசர் ஷாஹூல் ஹமீது பாதுஷா

ஒலு – தொழும் முன்பு கை, கால், முகத்தைச் சுத்தப்படுத்தும் செயல்

ஒஹத்திரியம் – சங்கடம்

ஒசுபு – ஒழுங்கு

ஃபீ அமானுல்லா – இறைவன் காப்பானாக

கஃபா – இறை இல்லம்

கஹ்வா – பால் கலக்காத துருக்கி காஃபி

கர்பலா – நபி(ஸல்)யின் பேரரான இமாம் ஹுசைன்(ரழி)–ஐ எதிரிகள் கொன்ற இடம் [61 A.H. (680 A.D.)]

கசங்கொண்டது – ஒரு வகைத் திட்டு (கசம் – அழுக்கு)

கராமத் – அற்புதம்

கஃபில் – அரபி முதலாளி

கபர் – செய்தி

கபுரு – அடக்கஸ்தலம்

'கமர் பஸ்தா ஹோனா' – 'தைரியமா இருக்கனும்'

கலிமா – 'லாயிலாஹா இல்லல்லாஹ் முஹம்மதுர் ரசூலுல்லா' எனும் இஸ்லாத்தின் திருமந்திரம்

கனி – பெரும் செல்வந்தன்

கனியாப் பெண்கள் – கன்னிப் பெண்கள்

கனியாப்பிள்ளை – ('குமர்' என்று சொல்லப்படும்) கன்னிப்பெண்.

கனீஸ் – ஆபாசமான திட்டு

கந்துரா – அரபி ஆண்கள் அணியும் நீளமான அங்கி

கபுல் (Qabul) – நிறைவேற்றுதல்

'காரணம் விளங்குறது' – கராமத் (அற்புதம்) வெளிப்படல்

கானா கராப் கரேகா – வயிற்றலடிப்பேன் என்று சொல்வது

காஃபிர் – இறைநம்பிக்கையற்றவர்

காமிலான – முழுமையான

கியாமத் – நியாயத் தீர்ப்பு வழங்கப்படும் நாள் / மறுமைநாள்

கிரா அத் – இறை வசனங்களை ராகத்துடன் ஓதும் முறை / கலை

கிஸ்ஸா – கதை

குஃப்ர் –ஓரிறையை மறுத்தல்

குதா – இறைவன்

குனூத் – குறிப்பட்ட தொழுகையின்போது ஓதப்படும் துஆ.

குஷ் ஹூம்மக் – ஆபாசமான திட்டு

குஸ்பிலாத்தா – பெண்களை கிண்டலாகச் சொல்வது

கோராக்கள் – 'வெள்ளைக்காரர்கள்'

கோதுமைக்கனி – பெண்குறியை மறைவாகச் சொல்வது

கைப்படம் – மோதிரங்களோடு கூடிய தங்க வளையல்

சஹர் – நள்ளிரவிலிருந்து அதிகாலை பாங்கு சொல்லும் வரை உள்ள நேரம்

சஹியான – சரியான

சலாமத் – பாதுகாப்பு

சதுரம் – சரீரம் என்பதன் மரூஉ

சவாபு – நன்மை

சலவாத் – நபி(ஸல்)க்கு வாழ்த்து சொல்வது

சலா – தொழுகை

சபராளி – சம்பாதிக்க வெளிநாடு போய் வருபவர்

சந்துக் – மைய்யத்துப் பெட்டி

சம்ச்சா, மஸ்கா – காக்கா பிடிப்பது

சஃப் – அணிவகுப்பு, வரிசை

சஃபர் – பிராயணம்

சஹீத் – மார்க்கப்போரில் உயிர்த்தியாகம் செய்தவர்கள்

சிராத்துல் முஸ்தகீன் – (இஸ்லாமிய நம்பிக்கையின்படி) நேரான வழி மற்றும் மறுமை நாளில் சொர்க்கத்து இட்டுச் செல்லும் ஒரு பாலம். வாளைவிடக் கூர்மையாகவும் ரோமத்தை விட மெலிதாகவும் இருக்கும் இதில் நடக்கும் நம்பிக்கையற்றோர் தவறி நரகத்தில் விழுவர்.

சிக்லா – சிறிய மண்கோப்பை

சின்னத்து – ஆண்குறியின் முன்தோலை அகற்றும் ('கத்னா' என்கிற) மார்க்கச் சடங்கு. நபி (ஸல்) அவர்களின் வாழ்வையும் வாக்கையும் பின்பற்றும் 'சுன்னத்' என்பதன் மரூஉ

சீர்செனத்தி – சீர் வகைகள்

சீராணி – பிரார்த்தனைக்குப் பின் பகிர்ந்தளிக்கப்படும் இனிப்பு

சுதியான – பிரமாதமான

'சுக்ரன் வ ஜஜீலன்' – மிகவும் நன்றி

சுப்பரா – (சோத்துக் களரிகளின் போது) உணவு வைக்க விரிக்கப்படும் நீளமான துணி

சுன்னத் தொழுகை – கடமையல்லாத உபரியான தொழுகை

சுபுஹ் – அதிகாலை நேரத் தொழுகை

சுஜீது – தொழுகையின் போது சிரம் தாழ்த்துதல்

சூரா யாஸீன் – குர் ஆனின் இதயம் என்று சொல்லப்படும் 36ஆம் அத்தியாயம்.

செவுனை – செய்வினை

செம்சட்டி – பெரிய சட்டி

செறா மடையன் – பெரிய மடையன்

தரிபியத் – ஒழுக்கம், ஒழுங்கு

தர்ஜுமா – மொழிபெயர்ப்பு

தரீக்கா – (ஞானப்) பாதை

தக்வா – (மார்க்கத்தில்) உறுதி

தக்பீர் – 'அல்லாஹூ அக்பர்' (அல்லாஹ் பெரியவன்) என்று சொல்வது. இப்படி சொல்லியவாறு, தொழும் நேரத்தில் கைகளைக் கட்டிக் கொள்வதையும் குறிக்கும்.

தம்பல, தம்பலச்சி, தம்பலவன் – ஹிந்துங்களைச் சொல்வது

தம்ரூட் – ஒருவகை இனிப்பு

தவுடு (Dhavudu) – அட்டகாசம்

தவாபு – கஃபாவை இடமிருந்து வலமாக 7 முறை சுற்றி வருதல்

தப்ருக் – பிரார்த்தனைக்குப் பின் பகிர்ந்தளிக்கப்படும் இனிப்பு

தப்ஸ் (Thabs) – பறை

தனுவு (dhanuvu) – வலிமை

தவ்பா (Thavba) – மன்னிப்பு

தஸ்பீஹ் மாலை – ஜெபமாலை

தஸ்கியத் – சூஃபிகளின் மனப்பயிற்சிகளில் ஒன்று

தஸவ்வுஃப் – (சூஃபிகள் செய்யும்) யோகம்

தாயிலா (Dhayilaa)– பறை

தாக்கத் – வலிமை

திராவியா – நோன்பு கால விசேஷ தொழுகை

'திமாக் மாஃபி'க்கள் – மூளையற்றவர்கள்

துஆ – பிரார்த்தனை

துனியா – உலகம்

துன்னூன் மிஸ்ரி – மிஸ்ர் (எகிப்து) தேசத்தைச் சேர்ந்த ஒரு சூஃபி

துத்திப்பு – சஹன்களை மூடும் – கடின காகிதத்தால் செய்யப்பட்ட– அலங்கார மூடி (சஹன் : தட்டு)

துப்பா – மடையன்

தூமச்சீலை – மாதவிலக்கின் போது வைத்துக்கொள்ளும் துணி

தொதல் (Dhodhal) – தடியானவர்களை கிண்டலாக சொல்வது

தொசங்கட்டியடித்தல் – தொடர்ந்து துன்பம் தருதல்

தோப் – அரபி ஆண்கள் அணியும் நீளமான அங்கி

நஜீஸ் – நரகல்

நப்ஸ் – இச்சை, பேராசை

நாயகம் – முஹம்மது நபி (ஸல்)

நாயன் – இறைவன்

நாமூஸ் – ஜிப்ரயில் (அலை)

நானா – அண்ணன்

நாத்தூர் – வாட்ச்மேன்

நூறு மஸ்லா – இஸ்லாமியக் கதை வடிவங்களுள் ஒன்று (மஸ்லா – புதிர்)

நேக் ஆத்மிலோக் – பக்திமான்கள்

நேஞ்சி – கைக்குட்டை

நோனி– யோனி

டேலா – சிறு மண்கட்டி

பரஸ்தி (barasthi) – ஈச்சை ஞுலை

பரக்கத் – வளம், கிருபை, சுபிட்சம்

பது (badhu) – பூர்வீக அரபிக்குடி

பதுவுஸா – மென்மையாக

பதுவா (Bhadhuva) – சாபம்

'படிய வுளுந்துடுவா' – செல்லமாகத் திட்டுவது

பங்கரை – அவலட்சணம்

பதாகா – அடையாள அட்டை

பலா (balaa) – துன்பம், பிரச்சினை

பலாக்கொள்ளுவான் – கெட்டவன்

பயான் (bayaan) – மார்க்கப் பிரசங்கம்

பவுந்து – பகிர்ந்து

பஹதர் – ஒரு வகை திட்டு

ஃபர்ளு – அவசியமான கடமை (ஃபர்ளான – கடமையாக்கப்பட்ட)

ஃபத்வா – மார்க்கத் தீர்ப்பு

ஃபஜர் பாங்கு – வைகறைத் தொழுகைக்கான அழைப்பு

ஃபிரினி – கோதுமைப் பாயாசம்

ஃபக்கீர் – பிச்சைக்காரன், துறவி

ஃபைரோஸ் – நீல நிற (ராசிக்)கல்

பாடஹை – இடுப்பு பெருத்த பெண்கள்

பாரபலா – அட வேதனையே..

பானா (baanaa) – பெரிய கொட்டை

பால்கிதாப் – 'ரமல்' போல அரேபிய எண்கணித சோதிட முறைகளில் ஒன்று

ஃபாத்திஹா – இறந்தவர்களுக்காகவும், அவுலியாவை முன்வைத்தும் இறைவனை இறைஞ்சுதல்

பிஸாது – வதந்தி, அவதூறு, வெட்டிப்பேச்சு

பொரக்கணை – பிரக்ஞை

'பொரிச்ச வாடா' – வடை போன்றது. அரிசியில் செய்யப்படும் இது இஸ்லாமியர்கள் வாழும் கடலோரப் பகுதிகளில் கிடைக்கும்.

பொண்டுவ – பெண்கள்

பேட்டா – தலைப்பாகை

புராக் – பறக்கும் குதிரை. பெருமானார் (ஸல்) தனது 'மெஹ்ராஜ்' பயணத்தின்போது

ஏறியது. (மெஹ்ராஜ் – விண்ணேற்றம்)

மலக்குல் மௌத் – இஸ்ராயில் அலைஹிவஸ்ஸலாம் [உயிரைப் பறிக்கும் மலக்கு (மலக்கு : வானவர், ஜின்)]

மனாம் – கனவு

மறப்பு – படுதா/திரை

மர்பஹா – சபாஷ்

மந்தூப் – கம்பெனிக்கான அரசாங்கத் தொடர்பு அலுவலர்

'மன் அறஃப நஃப்ஸஹூ, ஃபக்கத் அறஃப றப்பஹூ' – தன்னை அறிந்தவன் இறைவனை அறிவான்

மஜ்லிஸ் – சபை / கூட்டம்

மஜ்குத் – மஜ்பூத் – சிறப்பாக

மானி – ஆண்குறி

மஹதி – இரவு

மஹரி, மஹ்ரிப் – அந்தி நேரத் தொழுகை நேரம்

மஹண்டு – மகிழ்ந்து மயங்கி

மவுத்து ஹயாத் – இறப்பும் வாழ்க்கையும்

மஹ்சர் – மறுமைநாள்

மஷாயிரா – கவியரங்கம்

மாவு – ஹிந்துக்களை கிண்டலாக சொல்வது

மாக்குவலி போடுதல் – மல்லுக்கட்டுதல்

மின்னல் ஹபீபு – பணத்தை வேடிக்கையாகச் சொல்வது

மிராஜ் – விண்ணேற்றம்

மீஜான் – (மறுமை நாளில் நன்மை தீமைகளை நிறுக்கும்) தராசு

முஅத்தின் – (மோதினார் என்றழைக்கப்படும்) பாங்கு சொல்பவர்

முத்தவல்லி – ஊர் நிர்வாகி

முஃப்தி – ஃபத்வா வழங்கும் 'தகுதி' பெற்றவர்

முஹாசபா, முராக்கபா – மெய்ஞ்ஞான நிலைகள்

முஸாஃபர் – பயணி, பிச்சைக்காரன்

முதீர் – மேலாளர்

மூஃமின் – இறை நம்பிக்கை கொண்டவன்

மையாத்தாங்கொல்லை – அடக்கஸ்தலம்

மௌத் – இறப்பு

மௌஜூத் ? – இருக்கிறானா ?

யல்லா – 'ஆகட்டும்' என்று சொல்வது

யஹூதி – யூதர்

'யா தஅபான்' – 'ஏ சோதாப்பயலே' என்று திட்டுவது

யாநபி பைத் (baith) – நபி(ஸல்)க்கு சலாம் சொல்லும் பைத்(பாமாலை). சுபுஹான மவுலூதில் ஓதப்படும். (மவுலூது – புகழ்மாலை)

யான்ஸு – வாசல் பக்க அறை

ரப் – இறைவன்

ரக்–அத் – தொழுகையின் ஒரு பகுதி

ரசூலுல்லாஹ் – இறைத்தூதர்

ரஹ்மத் – அருட்கொடை

ரஹ்மானியத் – அருள், நல்ல எண்ணங்கள்

ரஹ்மான் – இறைவன்

ராஹத் – நிம்மதி, நலம்

ரூஹ்ரூஹானி – பேய்

ரூஹூ – ஆன்மா, உயிர்

ரிஜ்க் – உணவு, வாய்ப்பு

ரூஹானியத் – ஆன்மிகத்தின் உயிரோட்டம்

லைலத்துல் கத்ரு – குர்–ஆன் முதன் முதலில் இறங்கிய இரவு

லவ்ஹூல் மஹ்ஃபூள் – விதி எழுதப்படும் புத்தகம்

லஹத லஹத – இரு . . . இரு . . .

லாயிஃப் – பலவீனமான

லாச்சாரு – தொந்தரவு

லாத்தா – அக்கா

வரத்துலெ வருவது – இங்கும் அங்குமாக இலக்கின்றி ஓடித்திரிவது

வக்த் – (தொழும்) நேரம்

வங்குஸ்தான் – ஒருவகை வாத்து

வசியத்து மாலை, முனாஜாத்து மாலை – தமிழ் றாத்திபுகள் [றாத்திபு : கூட்டாக ‘திக்ர்’ செய்தல் (திக்ர் – இறை நாமங்களை ஜெபித்தல்)]

வல்லாஹூல் அழீம் – இறைவன் மேல் சத்தியமாக!

வஃபாத் – இறப்பு

வஹி – இறைச் செய்தி

வாலை – தர்ஹாவில் பக்தர்கள் தங்குமிடம்

வாதனை – வேதனை

வாஜிபு – கடமை

வெடைத்தல் – கேலி செய்தல்

ஜஹன்னம் ஜா(வ்) – நரகம் போய்த்தொலை

ஜனாஸா – இறந்த உடல்

ஜந்த்ரி – பஞ்சாங்கம்

ஜன்னத் – சொர்க்கம்

ஜக்காத் – இஸ்லாத்தின் ஐந்து கடமைகளில் ஒன்று. தன் வருமானத்தில் இரண்டரை சதவீதத்தை ஏழைகளுக்குப் பகிர்ந்தளிப்பது.

ஜமல் அஸ்வத் – கறுப்பு ஒட்டகம்

ஜல்த்தனம் – வீண் வீராப்பு

ஜாமாங்குண்டு – கக்கூஸ்

ஜியாரத் – இறைநேசர்களின் சமாதியைத் தரிசித்தல்

ஜும் ஆ – வெள்ளியன்று நடக்கும் கூட்டுத் தொழுகை

ஜெஜ்ஜால் – உருவத்தில் பெரியவர்களை தமாஷாக சொல்வது. (மறுமைநாளின் அடையாளங்களில் ஒன்றாக ஹதீஸ்களில் சொல்லப்படும் 'தஜ்ஜால்' என்ற கோர உருவத்தையும் குறிக்கும்.)

ஜெதபு – பரவசம்

ஜைன் – நல்லது, சரி

ஸூரா நூர் (பேரொளி) & ஸூரா அல்–அஹ்ஜாப் (சதிகார அணியினர்) – திருக் குர்ஆனின் 24வது மற்றும் 33வது அத்தியாயங்கள்

ஷிஃபா – நிவாரணம்

'ஹதா மூ கஸ்வா' – 'அது கஸ்வா இல்லை' [கஸ்வா – 'ஹிஜ்ரத்'ன் போது பெருமானார் (ஸல்) ஏறிய ஒட்டகத்தின் பெயர்]

'ஹதாப்புலெ' – 'ஆ!' என்று அதிர்ச்சியாக சொல்வது (அதாபு – தொந்தரவு)

ஹதீஸ் – நபி (ஸல்) அவர்களின் சொல், செயல், அங்கீகாரம்

ஹவா – அவா

ஹராமி – போக்கிரி / துஷ்டன்

ஹயாமம் – பொழுது

ஹராங்குட்டி – சைத்தானுக்கு பிறந்தவன்

ஹராம் – (மார்க்கத்தில்) விலக்கப்பட்டது

'ஹயாத்தழிவான்' – திட்டு (ஹயாத் – உயிர்)

ஹரீஷ் – இறைச்சி சேர்த்து அரைத்த கஞ்சி

ஹனாயத் – பிழைப்பு

ஹக் (haq) – பேருண்மை, சத்தியம்

'ஹலுவா' – ஆஹா, பிரமாதம்!

ஹல்பு – இதயம்

ஹவுலு – (பள்ளியில் உள்ள) சிறு குளம்

ஹாஜத் – ஆசை

ஹாய்தா – அதிகாரம்

'ஹிந்தி' – இந்தியர்கள்

ஹிம்மத்வாலா – துணிச்சல்காரன்

'ஹுக்கூமத்'–ன் 'ஹிக்மத்' – அரசாங்கத்தின் தில்லுமுல்லுகள்

ஹுத்ஹுத் பறவை – Hoopoe. சுலைமான்நபி சரித்திரத்தில் வருவது.

ஹைவான் – மிருகம்

ஹொத்துவா பள்ளி – குத்பா நடக்கும் பள்ளி (குத்பா – பிரசங்கம்)